మా చెట్టు నీడ
అసలేం జరిగింది

పామిరెడ్డి సుధీర్ రెడ్డి

కస్తూరి విజయం
VICTORY OF KASTURI

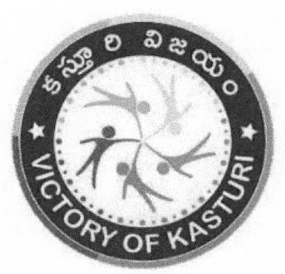

Kasturi Vijayam

First Edition: March 2021
ISBN: 978-93-5445-095-2
Copyright © Sudheer Reddy Pamireddy.
Cover Design, Pictures: K. VenuMadhav.
Printers: Aspiration.

Published By
Kasturi Vijayam,
3-50, Main Road,
Dokiparru Village -521322
Krishna Dist., Andhra Pradesh, India.

Copies Available
Kasturi Vijayam.

Online/E-book: www.Amazon.com
Author
Pamireddy Sudheer Reddy

📞 +91 95150 54998.
Email: kasturivijayam@gmail.com

అంకితం

ప్రతి సుసంకల్పం కార్యరూపం దాల్చాలంటే, నిరంతర నిత్య నూతన మానవ ప్రయత్నమవసరం. ఎందరో మహానుభావులు, వారి సహాయ సహకారాలు తగు సమయంలో మాకు అందించడంతో, ఏడు తరాల ఈ సాహిత్యా మృత పాకనాటి చరిత్రను శ్రద్ధతో, అకుంఠిత దీక్షతో, తేజోమయ ఆలోచనలతో మాచే పూర్తి చేయబడింది. మీ అనుగ్రభాషణం ద్వారా మా ఆలోచనల ప్రవాహాన్ని నడిపించి నందుకు సదా కృతజ్ఞులం. ఈ పరిశోధనా గ్రంథాన్ని మా నాయనమ్మ స్వర్గీయ శ్రీమతి పామిరెడ్డి కస్తూరి గారికి, తాతగారు స్వర్గీయ శ్రీ పామిరెడ్డి సుబ్బారెడ్డి గారికి

"అంకితం"

పామిరెడ్డి సుధీర్ రెడ్డి –పద్మజ

జన్మనిచ్చిన నా తల్లిదండ్రులు,

శ్రీమతి పామిరెడ్డి సత్యవతి,శ్రీ పామిరెడ్డి పిచ్చిరెడ్డి గారు..,

ఈ పుస్తకంలో పలికించిన భావాలను, పాఠకులకు చక్కగా చేరాలన్న దృష్టితో, నా విన్నపాన్ని మన్నించి సహృదయంతో, మా చెట్టు నీడ పుస్తకాన్ని ప్రూఫ్ రీడ్ చేసిపెట్టిన తెలుగు ఆచార్యులు, శ్రీ పామిరెడ్డి దామోదర్ రెడ్డి (అనంతపురం), సద్మేక లలిత (బెల్లంపల్లి), సయ్యద్ మస్తాన్ (ఇండియన్ నేవీ, ముంబై) గార్లకు నా నమస్సు మనస్సులు.

మా చెట్టు నీడ, అసలేం జరిగింది పుస్తక నిర్వహణ ప్రణాళికగా మారేంతవరకు, నాలో ఉన్న భావోద్వేగ స్వప్నం, నన్నునన్నుగా నిలబడనివ్వలేదు. నా ఆలోచనలను మొదటగా విన్నది, నమ్మింది నా వెన్నంటే నిలిచిన నా అర్ధాంగి, పామిరెడ్డి పద్మజ M.C.A,M.Tech నా ఆలోచనలకు పుస్తకరూపం వచ్చేంత వరకు, నిర్మాణాత్మకంగా వ్యవహరించి, అత్యంత సృజనాత్మక కోణాన్ని జోడించి, ఈ పుస్తకానికి కోమలత్వపు భావన రూపుదిద్దుకొనేటట్లు చేసింది. ఆ దిశగా కుటుంబం మొత్తం క్రమశిక్షణగా నడిచి, విశేష కృషి అందించినందుకు....

కృతజ్ఞతలతో....

పామిరెడ్డి సుధీర్ రెడ్డి.

విషయ సూచిక

అభిప్రాయ మాల

మా చెట్టు నీడ అసలేం జరిగింది లోపలికి తొంగి చూస్తే..

- చారిత్రక భౌగోళిక ప్రాపంచిక వివరాల నెలవు ఈ రచన. తీరని ఆరాటం, నిబద్ధత, అనన్యమైన కృషి,అకుంఠిత దీక్ష,నిరవధిక శ్రమ, మొక్కవోని పట్టుదల సమిశ్రీత రూపం ఈ రచన. ఈ రచనలోని ప్రతి పుటలో రచయిత ఇష్టం తొంగిచూస్తూ ఉంది. రచయిత శైలి బాగుంది. పాఠకుడిని ఆకట్టుకుంటుంది. కొన్నిసార్లు కవితాత్మకంగా, కొన్నిచోట్ల నాటకీయత ఉంది.

ఆచార్య కొలకలూరి మధు జ్యోతి, శ్రీ పద్మావతి మహిళా విశ్వవిద్యాలయం, తిరుపతి.

- చరిత్రలో వక్రీకరణకు గురైన సంఘటనలెన్నింటినో మానవీయ కోణంలో వెలుగులోకి తీసుకువచ్చే ప్రయత్నం చేయడం అనేది అసామాన్యమైన విషయం.

ఆచార్య సడ్మేక లలిత బెల్లంపల్లి.

- ఈ విధంగా చరిత్ర అధ్యయనం గావించినప్పుడు అనేక విషయాలలో మనకు అవగాహన ఏర్పడడమే కాకుండా, స్ఫూర్తిని కలుగజేస్తాయి.

అక్కినేని భవానీ ప్రసాద్, కిసాన్ సేవ ఆర్గనైజేషన్ ప్రెసిడెంట్, విజయవాడ.

- ఆకాశమే హద్దుగా చెలరేగడం ఒక రచయితకే సాధ్యం. ఈ రచయిత కలం విశ్వమంతా సంచరించింది. ప్రపంచ యుద్ధాల నుండి పోలవరం నిర్మాణం వరకు దేన్నీ వదలకుండా మన నేతల నిర్లక్ష్యపు జాడ్యాన్ని, చారిత్రక వాస్తవాల్ని మొహమాటం లేకుండా నిర్భయంగా, నిజాయితీగా వివరించారు.

ఆచార్య డా. పామిరెడ్డి దామోదర రెడ్డి, రచయిత, అనంతపురం.

- స్వజనం, స్వగ్రామం, స్వరాజ్యం సాధనలో పాకనాటి వంశీయుల రక్తికి ఆసక్తులను నిలిపిన దర్పణం.

ఆచార్య వంగివరపు నవీన్ కుమార్, గుడివాడ.

- పుస్తకం మొదట్లోనే కుట్ర, ద్రోహం, హింస, పగతో కూడిన బాక్స్ ఆఫీస్ సినిమా స్క్రిప్ట్ లాంటి సత్యాలతో, రచయిత చేయి తిరిగిన కథనాన్ని మన ముందు ఉంచుతాడు. ఈ పుస్తకం స్థూలంగా 17 వ శతాబ్దం చివరలో మొదలై, 21వ శతాబ్దపు

పోలవరం నిర్మాణం వరకు కూలంకషంగా ఆంధ్రప్రదేశ్ లోని పాకనాటి ప్రాంతం యొక్క సామాజిక, ఆర్థిక మరియు సాంస్కృతిక చరిత్రను తెలిపే గ్రంథం.

దాసు కేశవరావు, స్వతంత్ర జర్నలిస్ట్, మాజీ డిప్యూటీ ఎడిటర్ & బ్యూరో చీఫ్, ది హిందు, హైదరాబాద్

Prof Kolakaluri Enoch
Former Vice-Chancellor,
S.V. University,
Tirupati,
India.

మూలాల అన్వేషణ

ఏ మనిషైనా తన అస్తిత్వానికి అర్థం వెతుక్కునే ముందు తన మూలాలను అన్వేషించటం ముఖ్యమని శ్రీ పామిరెడ్డి సుధీర్ రెడ్డి రాసిన మా చెట్టు నీడ– అసలేం జరిగింది తెలియజేస్తుంది. 'మా చెట్టు నీడ' అంటే వంశవృక్షచ్ఛాయ. తమ పూర్వీకుల వంశవృక్షం నీడలో సేద తీరుతున్న వ్యక్తుల వ్యక్తిత్వం గుర్తించే కృషి ఇది.

శ్రీ పామిరెడ్డి సుధీర్ రెడ్డి పాకనాటి రెడ్డి వంశజుడు. ఆంధ్రదేశం ఒకప్పుడు 'నాడులు'గా విభక్తమయి ఉండేదని, అందులో ఒకటి పాకనాడని గుర్తించిన రచయిత. పాకనాటి ప్రాశస్త్యం గుర్తించే ప్రయత్నం ఈ గ్రంథంలో నిక్షిప్తం చేశాడు. ఇది పాకనాటి రెడ్ల మూలాలు తవ్వి తీసే కృషి.

శ్రీ పామిరెడ్డి సుధీర్ రెడ్డి ది పరిశోధకుడి మనస్తత్వం. ఏ చరిత్ర గ్రంథం, సామాజిక రచన, సాహిత్య సృష్టి, కవిత్వం చదివినా అందులోని పాకనాటి వంశస్తుల గతం గుర్తించడం దృక్పథంగా అలవాటు చేసుకున్నాడు రచయిత. విశేష అధ్యయనశీలి కావటం వల్ల వివిధ అంశాలు సేకరించగలిగాడు.

పాకనాటి వంశ వారసులు ఆంధ్రదేశంలో పొందిన అభ్యున్నతిని, దేశాభ్యుదయానికి చేసిన దోహదాన్ని వివరించాడు. భూమిని పండించటం, పంటకు కావాల్సిన జల వనరులు, జాగరూకంగా విశదీకరించాడు. ఆంగ్లేయులు భారతదేశాన్ని, ఆంధ్రదేశాన్ని, పాకనాడును పరిపాలిస్తున్న క్రమంలో చేసిన పనులు, కలిగిన ఉపయోగాలు, ఏర్పడ్డ వనరులు స్పష్టం చేయగలిగాడు. వాళ్ళు వసూలు చేసిన పన్నులు, ఏర్పరిచిన లక్ష్యాలు, మానవ సంబంధాలు, జల వనరుల వృద్ధి సవివరంగా తెలిపాడు.

పోయిన మూడు వంద లేళ్ళ ఆంధ్రదేశ జీవితంలో అలరారిన 'పాకనాడు' ప్రాముఖ్యం ప్రస్తరించిందీ గ్రంథం. ఏ పాశ్చ్యాత్య పాలకులు, మేధావులు, ఏ తెలుగు ప్రముఖులు, ఉద్యోగులు చరిత్ర నిర్మాణంలో ఎంత విశేష కృషి చేశారో రచయిత వివరించాడీ గ్రంథంలో.

ఈ కాలంలో జరిగిన చాలా చారిత్రక సంఘటనలు, మానవ కోణం నుంచి దర్శించాడు. చెంచుల వంటి జన సమూహాల జీవనం, వాళ్లను పాలకులు పీడించడం జాగ్రత్తగా గ్రంథస్థం కావించాడు. ఏఏ తెలుగు పాలకులు బ్రిటిష్ పాలకుల్ని ఎదిరించారో, వారితో సర్దుబాటు చేసుకున్నారో స్పష్టం చేశాడు. స్వాతంత్ర్యానంతరం నీలం సంజీవరెడ్డి, రాజశేఖర్ రెడ్డి

దేశాభ్యుదయానికి చేసిన సేవ వివరించాడు. ముఖ్యంగా రాజశేఖరరెడ్డి ఏర్పరచిన జల వనరులు తీరుతెన్నులు తెలిపాడు.

పాకనాటి రెడ్డి జీవితాలలో ప్రధాన ఘట్టాలు, ముఖ్య వ్యక్తులు, వాళ్ళ కృషి, సాధించిన అభ్యుదయం సమాచారం అందినంత వరకు పరిశీలించి, క్రోడీకరించి చూపాడు. చాలా సమాచారం ఫొటోలు ఆధారంగా అందించాడు. ఎందరో వ్యక్తుల రూపాలను 'డ్రాయింగుల' రూపంలో అందజేశాడు.

పాకనాటి వంశస్తుల చరిత్రగా ఈ గ్రంథం విస్తృత ప్రయోజనకారిగా శాశ్వత కీర్తి నార్జిస్తుంది. పాకనాటి రెడ్డి కుటుంబానికే కాదు, ఒకనాడు 'పాకనాడు' గా ఉన్న ఆంధ్ర ప్రాంతఖ్యాతికిది మంచి ఆధారగ్రంథంగా ఉంటుంది.

పరిశోధకుడైన పామిరెడ్డి సుధీర్ రెడ్డి, బహుగ్రంథ పఠనం కావించాడు. అనేక గ్రంథస్థ సమాచారం ఆకళింపు చేసుకున్నాడు. క్రమ పరిణామ ప్రణాళిక ఏర్పరచుకున్నాడు. విషయ వివరణ ఒక మార్గంలో దర్శించాడు, ప్రకటించాడు. మంచి గ్రంథంగా ఇది రూపం దిద్దుకుంది. ఎక్కువ సమాచారం సంక్షిప్తంగా చెప్పడం ఈ పరిశోధకుడికి సాధ్యమయింది. వాక్య నిర్మాణంలో స్పష్టత, ఋజుత్వం, బలమైన శక్తులుగా సాధించారు. విశేష సమాచారం సేకరించి, విస్పష్టంగా ఏర్పరిచి, అందంగా చెప్పటం వల్ల, ఈ గ్రంథం చదువరుల్ని ఆకర్షిస్తుంది. ఇది మంచి కృషి. నాటి చారిత్రక సమాజాన్ని, నేటి సమాజ జీవితాన్ని సమన్వయించి, రాసిన ఈ గ్రంథం ఆంధ్రులు అవశ్యం పరిశీలనార్హంగా గుర్తిస్తారు. మంచి కృషి ఫలితాన్ని అందించిన పరిశోధకుడు శ్రీ పామిరెడ్డి సుధీర్ రెడ్డిని అభినందిస్తున్నాను.

Dr. Psy Vishesh
Creator of Genius Gym
www.geniusgym.net
+918019000066
+918019000067

ఆప్త వాక్యం

ఓం పూర్ణమదః పూర్ణమిదం పూర్ణాత్ పూర్ణముదచ్యతే |
పూర్ణస్య పూర్ణమదాయ పూర్ణమేవవశిశ్యతే ||

'అది' పరిపూర్ణం. 'ఇది' పరిపూర్ణం. పరిపూర్ణమైన 'దాని' నుండే పరిపూర్ణమైన 'ఇది' పుట్టింది. పరిపూర్ణం నుండి పరిపూర్ణాన్ని తీసివేసిన తర్వాత కూడా పరిపూర్ణతే మిగిలి ఉంటుందంటుంది ఈశావాశ్యోపనిషత్తు. జ్ఞానం అనంతం, అలాగే ఎవరి జ్ఞానం వారికి పరిపూర్ణం. ఎంత జ్ఞానాన్ని సంపాదించినా సాధించాల్సింది ఇంకా మిగిలే ఉంటుంది. ఇక్కడెవ్వరూ సర్వజ్ఞులు కారు, కాలేరు. కానీ ఆసక్తి, అవకాశం ఉంటే ఏ రంగంలోనైనా జ్ఞానం సంపాదించవచ్చు, పంచవచ్చు. అలాంటి ప్రయత్నమే చేశారు పామిరెడ్డి సుధీర్ రెడ్డి గారు. సాఫ్ట్ వేర్ రంగానికి చెందిన వాడైనప్పటికీ **'మా చెట్టు నీడ, అసలేం జరిగింది'** అంటూ ఏడు తరాల చరిత్రను, ఆనాటి సంస్కృతిని, రాజకీయార్థిక విశేషాలనూ పంచుకున్నారు.

ఆహారం, నిద్ర, మైధునంలాంటి ప్రాథమిక అవసరాలను సంతృప్తి పరచుకున్న మనిషి భద్రత గురించి ఆలోచిస్తాడు. ఆ భద్రతని సాధించాక స్నేహితులు, ప్రేమ, belongingness కోరుకుంటాడు. అందుకే ప్రతీ మనిషీ ఏదో ఒక గుంపుతో మమేకమవుతాడు. అది కులమతాల నుంచి భాషా దేశాల వరకూ ఏదైనా కావచ్చు. ఆ తర్వాత ఆత్మగౌరవం, విజయం... చివరగా స్వీయ జ్ఞానం వరకూ మనిషి ప్రయాణం సాగుతుందని ప్రముఖ సైకాలజిస్ట్ Abraham Maslow అంటాడు. అందుకు ఈ పుస్తకమే ఉదాహరణగా నిలుస్తుంది. కంప్యూటర్ నిపుణుడైన సుధీర్ రెడ్డి తన కుటుంబంతో, ప్రాంతంతో మమేకమై, వాటి గొప్పతనాన్ని పదిమందికీ పంచడం ద్వారా ఆత్మ సంతృప్తి పొందాలన్న ఆలోచన నుంచే ఈ పుస్తకం రూపు దిద్దుకుంది.

ఒక మనిషి దేని తో identify అవుతాడన్నది అతని ఆలోచనలను మొత్తాన్నీ ప్రభావితం చేస్తుందని Robert Dilts అనే NLP Developer చెప్తాడు. మనిషి

ఆలోచనలు పరిసరాలు, ప్రవర్తన, సామర్థ్యం, నమ్మకాలు, ఐడెంటిటీ, స్పిరిచ్యువాలిటీ అనే ఆరు levels లో ఉంటుందంటాడు. ఈ ఆరు స్తరాలూ మన ఆలోచనలను, ఆచరణనూ ప్రభావితం చేస్తాయి. వీటిలో ప్రాథమికమైనది, ముఖ్యమైనది... పరిసరాలు. ఆనాటి భౌగోళిక, ఆర్థిక, సామాజిక, రాజకీయ పరిసరాలను బట్టే మనిషి ఆలోచనలు రూపు దిద్దుకుంటాయని The Geography of Genius అనే పుస్తకంలో Eric Weiner అంటాడు. అంటే ఒక వ్యక్తి ఆర్థికంగా, హార్థికంగా, బౌద్ధికంగా ఎదగాలంటే పరిసరాలు కూడా సహకరించాల్సిందే. అయితే ఒక రకమైన వాతావరణమే ఉన్నప్పటికీ పాజిటివ్ గా తీసుకున్నవారు ముందడుగు వేస్తారు, నెగెటివ్ గా తీసుకున్నవారు అక్కడే, అలాగే మిగిలి పోతారు. తమ పరిసరాలను పాజిటివ్ గా తీసుకుని, కష్టాలకూ నష్టాలకూ ఎదురీది ఎదిగిన పామిరెడ్డి కుటుంబాల చరిత్రే ఈ పుస్తకం.

Alex Haley రాసిన Roots చదివారా? కనీసం తెలుగు అనువాదం 'ఏడు తరాలు' చదివారా? తన మూలాలు అట్లాంటిక్ మహాసముద్రానికి ఆవల ఆఫ్రికా ఖండంలో ఉన్నాయని తెలుసుకుని వాటిని వెలుగులోకి తేవాలని 12 సంవత్సరాల పాటు ఎడతెగని అన్వేషణ, అధ్యయనం, పరిశోధన జరిపి రాసిన పుస్తకం. 1619లో కుంటా కింటే అనే నల్ల జాతి యువకుడితో మొదలైన ఈ కథ ఏడు తరాల తర్వాత 1962లో అలెక్స్ హేలీ దగ్గర ఆగుతుంది. తరాల చరిత్రంటే ఆ కుటుంబం లేదా ఆ వంశం చరిత్ర మాత్రమే కాదు. ఆనాటి సామాజిక, ఆర్థిక, రాజకీయ, మానవీయ చరిత్ర. అందుకే ఈ పుస్తకం ప్రపంచవ్యాప్తంగా విపరీతంగా జనాదరణ పొందింది. క్రీస్తు శకం 614 నుండి 848 వరకూ ఆంధ్రదేశంలో జరిగిన ఏడుతరాల చరిత్రను కరణం బాలసుబ్రహ్మణ్యం పిళ్లై గారు 'బోయ కొట్టములు పండ్రెండు' నవలగా రాశారు. '**మా చెట్టు నీడ, అసలేం జరిగింది**' లో సుధీర్ రెడ్డి కూడా అలాంటి ప్రయత్నమే చేశారు. 18వ శతాబ్దం నుంచి నేటి వరకు ఏడుతరాల పాకనాటి వారి చరిత్రను, ప్రగతిని వివరించారు.

ఒక వ్యక్తి మనసును అర్థం చేసుకోవాలంటే మనకున్న మార్గం అతని మాటలు, ప్రవర్తన, భావోద్వేగాల ప్రదర్శన. అలాగే ఒక రచయిత అంతరంగాన్ని అర్థం చేసుకోవాలంటే అతని రచనలే మార్గం. ప్రపంచంలో absolute objectivity అనేది ఉండదు. ఎంత అబ్జెక్టివ్ గా ఉండాలని, రాయాలని ప్రయత్నించినా అందులో ఎంతో కొంత subjectivity ఉంటుంది. ఒక రచనను నిశితంగా పరిశీలించినప్పుడు రచయిత ఏ పక్షాన నిలిచాడనేది స్పష్టమవుతోంది.

'చరిత్ర పరిశోధనలో సత్యాన్ని నిర్ణయించడం ప్రధానం. భారతదేశంలోని తెలుగు వారైన పాకనాటి చారిత్రక యదార్థాలను కొద్ది నాటకీయతతో మేళవించి, యుగాల కాలాన్ని బట్టి చారిత్రక దృక్పథంతో తరువాతి అధ్యాయాలలో చరిత్రగా చెప్పడం జరిగింది.

మన గ్రామ చరిత్రను లేదా మన జాతి చరిత్రను మనమెందుకు తిరిగి పునర్జీవం చేసుకోకూడదు అన్న ప్రయత్నంలో భాగంగా చేసిన ఈ చిరు ప్రయత్నంతో ఇక పాకనాటి వారి చరిత్రలోకి వెళ్దాం' అనే మాటలు రచయిత ఉద్దేశాన్ని స్పష్టంగా తెలుపుతాయి.

'నేను ఎవరి గురించి ఏ విషయం రాసినా, మానవత్వ ధోరణిలో విశ్వ మానవుల చరిత్రగా రాశాను. ఇది కులాలకు పూర్తిగా అతీతం. కులాలకు అతీతంగా మనదేశంలో మానవత్వమే ఒక కులంగా ఉండాలని కోరుకుంటున్నాను' అనే వాక్యాలు కులమతాల పట్ల రచయిత వైఖరిని వెల్లడిస్తాయి.

మా కులం గొప్పది, మా మతం గొప్పది, మా ప్రాంతం గొప్పది, మా సంస్కృతి గొప్పది లేదంటే మా దేశం గొప్పదంటూ మూఢత్వంలో, మూర్ఖత్వంలో మునిగిపోయిన, మునిగిపోతున్న తరం మన కళ్ల ముందు కనిపిస్తోంది. దేశాలు దాటినా ఈ దరిద్రాన్ని మాత్రం వదలట లేదు. సంకరం కాని కులం, వలసల్లేని రాజ్యం, మార్పులేని సంస్కృతంటూ ఏదీ లేదన్న విషయం మరచిపోతున్నాం. ప్రాంతాలు, దేశాల హద్దులన్నీ మనం గీసుకున్నవేననీ... కాస్తంత పైకి వెళ్లి చూస్తే భూగోళమంతా ఒక్కటేనని, మనుషులంతా ఒక్కటేనన్న స్పృహను విడిచిపెడుతున్నాం. 'మా చెట్టు నీడ, అసలేం జరిగింది' ఆ విశ్వ మానవ స్పృహను కాస్తంతయినా మేలుకొలుపుతుంది. ఈ పుస్తకం ప్రధానంగా రాయలసీమ నుంచి కృష్ణాజిల్లాకు వలస వచ్చిన పాకనాటి వారి చరిత్ర, పామిరెడ్డి కుటుంబ చరిత్ర అయినప్పటికీ ఇందులో నాటి నుంచి నేటి వరకూ సామాజిక, ఆర్థిక, రాజకీయ, సాంస్కృతిక అంశాలు ఉన్నాయి.

'కాకతీయుల కాలంలో ఉన్న భేతిరెడ్డి కథ ప్రకారం, ఆంధ్ర రాష్ట్రంలో కాపు కులం అంటే సమాజాన్ని కాపు కాస్తూ రక్షించేవారని అర్థం. కాపులలో భాగంగా కమ్మ, వెలమ, బలిజ, రెడ్డి మొదట్లో నాలుగు శాఖలు. తరువాత బ్రిటిష్ వారి జనాభా లెక్కలో నాలుగు ప్రత్యేక కులాలుగా విడగొట్టారు' అనే సమాచారంతో కులాల కుదుళ్లు ఒక్కటేనన్న విషయం తెలుస్తుంది. పెన్నా నది సముద్ర తీరంనుండి గుండ్లకమ్మ నది మధ్య కడప జిల్లాలోని బద్వేలు, రాజంపేట తాలూకాల వరకు విస్తరించిన పాకనాటి ప్రజలు సర్కారు జిల్లాల్లోని నూజివీడు, గురజ, చల్లపల్లి, పిఠాపురం సంస్థానాలకు... హైదరాబాద్ రాష్ట్రంలోని వనపర్తి, గద్వాల, కామారెడ్డి సంస్థానాలకు ఎందుకు వలస వచ్చారో చదువుతుంటే... వలసల్లేని ప్రాంతాలుండవనే విషయం స్పష్టమవుతుంది.

'సహజంగా ఏ వ్యక్తీ దుర్మార్గుడు కాదు. అతడి జీవితంలో ఎదురైన సంఘటనలను బట్టి కొందరు తమ జీవితాన్ని వాటికి అనుగుణంగా మలచుకుని జీవిస్తుంటారు. మరికొందరు వారికి వచ్చిన కష్టాలను, అవమానాలను తట్టుకోలేక

ఎదురుతిరుగుతారు. ఈ తిరుగుబాటులో తమ భవిష్యత్తు గురించి ఆలోచించరు' అంటూ రచయిత మనుషుల మనస్తత్వాన్ని చక్కగా విశ్లేషించారు.

'ఆరోగ్యం రెండు రకాలు. ఒకటి శారీరక ఆరోగ్యం, రెండు మానసిక ఆరోగ్యం. ఈ రెండూ సమానంగా ఉంటేనే సంపూర్ణ ఆరోగ్యం పొందుతారు. మనిషిలో మానవత్వం వికసిస్తుంది. మనిషిలో మానసిక ఆరోగ్యం కొరవడినప్పుడు మానవ జాతికే ముప్పు వస్తుంది' అంటూ అక్కడక్కడా సైకాలజిస్ట్ లా మాట్లాడారు.

'ధనమే మూలాధారమైన ఈ జగత్తులో డబ్బుకు మనిషి దాసోహమే. ఈ ధన సంపాదనపై ఉన్న కోరిక, మనిషి చేత ఎంతటి దుష్కర్మనైనా చేయిస్తుంది. ఉచితానుచితాలకు, మంచి చెడులకు స్థానముండదు. న్యాయం, ధర్మం, జాలి, దయ అనేవి వీరిలో మచ్చుకైనా కనపడవు. డబ్బుమీద వ్యామోహం వలన వీరిలో జ్ఞానం నశిస్తుంది. అహంకారం ప్రబలుతోంది. చేసిన దుర్మార్గానికి ఒకవైపు శిక్షను అనుభవిస్తున్నా వీరికి జ్ఞానోదయం కాదు. తప్పును దిద్దుకునే ప్రయత్నంలో ఇతరులను ఆదర్శంగా తీసుకోరు. పైగా కొత్త కొత్త ఆలోచనలతో దౌర్జన్యానికి ఉద్రిక్తులవుతుంటారు' అంటూ సామాజిక విశ్లేషణలూ చేశారు.

'గాంధీజీ తన అభిప్రాయాలను వ్యతిరేకించిన వారిని ఎప్పుడూ సహన భావంతో చూడటం కానీ లేక ఇతరుల అభిప్రాయాలకు తగిన విలువనివ్వడం గానీ జరగలేదు. ఇది నియంతృత్వ లక్షణం' అని చెప్పడం... ప్రకాశం పంతులుపై గాంధీ ఎలాంటి నిరాధారమైన అభియోగాలు చేశారో వివరించడం... 'మహాత్ములు వస్తుంటారు, పోతుంటారు. అంటరాని వారు మాత్రం అంటరాని వారిగానే ఉంటున్నారు' అని నినదించిన అంబేద్కర్ ను కక్ష కట్టి ఎలా ఓడించారో... బోసుకు పోటీగా పట్టాభి సీతారామయ్యను నిలిపిన గాంధీజీ ఉడుకుబోతుతనం గురించి వివరించడం... చదువుతుంటే సుధీర్ రెడ్డి సమాజ భీతి లేకుండా న్యాయం పక్షానే నిలిచాడని, సామాజిక స్పృహతోనే ఉన్నాడని స్పష్టమవుతుంది.

18వ శతాబ్దంలో పాకనాడులో మొదలైన కథ... 21వ శతాబ్దంలో మేఘా వ్యవస్థాపకుడు పామిరెడ్డి పిచ్చిరెడ్డి, మేఘా కృష్ణారెడ్డి తదితరులు సాధించిన విజయాల వరకూ సుధీర్ రెడ్డి రచన సాగుతుంది. ఈ మధ్యలో కులమతాలకు అతీతంగా అనేకమంది సేవలను, విజయాలను స్మరించారు. అనేకానేక విషయాలను ఆధారాలతో సహా వివరించారు. ఆయన అధ్యయనం, పరిశీలన మనల్ని అడుగడుగునా అబ్బురపరుస్తుందంటే ఆశ్చర్యపడాల్సిన అవసరంలేదు.

ఈ చిన్న పుస్తకం కోసం ఆయన పీహెచ్‌డీకి సరిపడా అధ్యయనం చేశారంటే అతిశయోక్తి కాదు. మెకంజీ కైఫీయత్తుల పుట్టుక, చెంచులపై రాజా వాసిరెడ్డి వెంకటాద్రి

నాయుడు కుట్ర, నలభైమూడుఏళ్ల తర్వాత ఉయ్యాలవాడ నరసింహారెడ్డి తో కలిసి బ్రిటిషరులపై పగ తీర్చుకున్న చెంచులు, అమరావతి నిర్మాణం, కోహినూర్ వజ్రం, థామస్ మన్రో, ఆర్థర్ కాటన్, సీపీ బ్రౌన్, మొదటి ప్రపంచ యుద్ధంలో భారతీయ సైనికుల పాత్ర, రైతులను పీక్కు తిన్న జమీందార్ల పాలన, వ్యావహారిక భాషకు ఆహ్వానం చెప్పని సంప్రదాయ బ్రాహ్మణులు, సరోజినీ నాయుడు కన్యాదానం చేసిన కందుకూరి వీరేశలింగం, భారత్-చైనా, భారత్-పాకిస్తాన్ యుద్ధాల ప్రస్తావన... ఎన్ టీ రామారావు, నాదెండ్ల భాస్కరరావుల విభేదాల్లో ఈనాడు రామోజీరావు పాత్ర... పీవీ నరసింహారావు పాలిటిక్స్, చంద్రబాబు మీడియా మేనేజ్‌మెంట్, ఒక్క టంటే ఒక్క నీటి ప్రాజెక్టూ కట్టని ఇందిరాగాంధీ పాలన, ముఖ్యమంత్రి పదవి మాయ నుంచి వైఎస్ రాజశేఖరరెడ్డిని బయట పడేసిన పాదయాత్ర, పోలవరం ప్రాజెక్టు నిర్మాణం లాంటి అనేకానేక అంశాలను ఆధారాలతో సహా వివరించారు. ఇది పాకనాటి వారి ఏడు తరాల ముచ్చటే కాదు... తెలుగువారి ఏడు తరాల ముచ్చట్లు.

సుధీర్ రెడ్డి గారికి నాకూ ఎలాంటి పరిచయమూ లేదు. NLP పై నేను మాట్లాడిన వీడియోలు చూసి కొద్ది సంవత్సరాలుగా ఫాలో అవుతున్నారట. ఏడాది కిందట నా దగ్గర NLPలో శిక్షణ తీసుకున్న సందర్భంగా ఈ విషయం చెప్పారు. ఆ తర్వాత కొంతకాలానికి తానో పుస్తకం రాశానని, దానికి ముందుమాట రాయాలనీ అడిగారు. "నాకంత సీన్ లేదు" అని చెప్పా. 'చరిత్ర గురించి నాకెలాంటి అవగాహనా లేదు. పుస్తకాలకు ముందుమాట రాసేటంతటి గొప్ప విజయాలూ సాధించలేదు. అలాంటి నేనే రాయాలని పట్టుపట్టడమెందుకు? కావాలంటే ఈ అంశాలపై పట్టున్నవారిని సూచిస్తా' అని చెప్పాను. 'సైకాలజిస్ట్ గా, NLP ట్రైనర్ గా మీ ఆలోచనల భాగంగా మీతోనే రాయించాలని నిర్ణయించుకున్నా, రాస్తే బాగుంటుంది' అని సర్ది చెప్పి చేయించారు. పిల్లల అంతర్గత సామర్థ్యాలను పూర్తిగా ఉపయోగించేలా శిక్షణ ఇవ్వాలనే మీ విజన్ 'జీనియస్ జిమ్' నచ్చుతుంది. వివిధ సామాజిక, రాజకీయ అంశాలపై కులమతాలకు, భాషా దేశాలకూ అతీతంగా, నిర్భయంగా, నిష్పక్షపాతంగా స్పందించే విశేష్ గారి ఆలోచనల లాంటిదే ఈ పుస్తకం. అందుకే మీరు ముందుమాట రాయడమే కరెక్టని చెప్పడం నాకు దక్కిన అతి గొప్ప గౌరవం. అందుకే సుధీర్ రెడ్డి మాట మన్నించి ఈ 'ఆప్త వాక్యం'.

L.K.V Ranga Rao I.P.S

Dy. Inspector Genl.of Police,
Visakhapatnam Range,
Visakhapatnam

ముందుమాట

ఎందరో మహానుభావులు – అందరికీ వందనాలు. **'మా చెట్టు నీడ అసలేం జరిగింది'** పుస్తకం ఆసాంతం చదివాను. సుధీర్, మా ఊరివాడనడంకన్నా, ఆత్మీయుడనడం సబబుగా ఉంటుంది. వయస్సులో చిన్నవాడు కానీ, సాహిత్యాభినివేశంలో చక్కటి అభిలాష కనబర్చిన పెద్దవాడు. మనగురించి, మన పెద్దలను గురించి, మన ఊరి గురించి రాయడం, చదవడం చాలా చాలా బాగుంటుంది. ఒక్కసారిగా గత స్మృతులు మనస్సును చుట్టుముడతాయి. ఎలాంటి ఊరు, ఎలాంటి మనుషులు, ఎంత ఆప్యాయతలు, ఎన్ని జ్ఞాపకాలు, మనస్సుకు హాయిగా ఉంటుంది. ఆ నేల, ఆ నీరు, ఆ పచ్చదనం, ఆ గాలి, ఆ వాతావరణం, ఆనందంగా ఆడుకున్న రోజులు, చక్కగా చదువుకున్న రోజులు, స్నేహితులతో కలిసి తిరిగిన రోజులు అన్నీ గుర్తుకొస్తున్నాయి.

దేశమంటే మట్టి కాదోయ్
దేశమంటే మనుషులోయ్

అన్న గురజాడ గుర్తుకొచ్చి, ఊరిలోని పరిచయమున్న ముఖాలన్నీ కళ్ళముందు కదలాడుతున్నాయి. ప్రతిఒక్కరినీ వారి గతములోనికి తీసుకెళ్లే ప్రయత్నం చేశాడు సుధీర్. ఊరి గురించి రాయాలను కోవడమే గొప్ప సత్సంకల్పం. ఊరి చరిత్రను, మానవ పరిణామ చరిత్రను అనుసంధానం చేయడంతో పాటుగా వర్తమాన పరిస్థితులను అన్వయించటం కూడా చాలా చక్కగా చేశాడు రచయిత. పుస్తకం చదివినప్పుడు ఊరితో, ఊరిలోని వాళ్లతో చక్కని సహానుభూతి కలుగుతుంది. వంశీ "మా పసల పూడి కథలు" చదివినప్పుడు నాకు కూడా మా ఊరటగురించి కూడా రాయాలని అనిపించింది. కానీ సమయ లేమి వల్ల ప్రయత్నం కూడా చేయలేదు. ఆ ప్రయత్నం సుధీర్ చక్కగా నిర్వహించినందుకు అభినందిస్తున్నాను.

కొన్ని నిజాలకు ఆధారాలు ఉంటాయి. కొన్నింటికి దొరకవు. కొన్ని ఊహాగానాలు ఉంటాయి, కొన్ని అభిప్రాయాలూ ఉంటాయి, అన్నింటినీ గౌరవించి చక్కగా ప్రస్తావించాడు సుధీర్.

మా ఊరు ఒక విలక్షణమైన ఊరు. పంతాలు, పట్టింపులతో అభివృద్ధిని కొంతకాలం అడ్డుకున్న ఊరు, కానీ ఆదర్శనీయంగా చదువుకున్న ఊరు. సామాజికంగా అనుసరణీయమైన ఊరు. అందరినీ ఒక కుటుంబంలా అంతర్లీనంగా మమ్మల్నందరినీ కలిపి ఉంచిన దారం మా ఊరు. బాగా చదువుకున్న వాళ్లూ, వ్యాపారంలో బాగా రాణించి డబ్బు, గొప్ప పేరు తెచ్చుకున్నవారు, మంచి ఉన్నత ఉద్యోగాలలో స్థిరపడినవారు, పేద, గొప్ప కలిసి వున్న ఊరు మా ఊరు. హైదరాబాదులో మూడు సంవత్సరాలు అందరినీ కలిపి వూరిలో ఒక ఇల్లు కట్టుకుని, నిర్జీవంగా మారబోతున ఊరికి నవజవసత్యాలు అందించాలని నేను అభ్యర్ధిస్తే అందరూ ఊరిలో చక్కటి ఇల్లు, గొప్ప ఇళ్లు కట్టుకున్న ఊరు. అభివృద్ధిలో అందరినీ భాగస్వాములను చేసి ఆదర్శగ్రామంగా నిలబడ్డ ఊరు మా ఊరు.

ఊరి గొప్పతనం ఇంతే కాదు , సామాన్యుని నిరపేక్షమైన విహిత విధి, కర్తవ్య నిర్వహణ చేసిన ఎందరో శ్రామికులు, కర్షకులు! 'ప్రభువెక్కిన పల్లకి కాదోయ్, అది మోసిన బోయీలెవరు? తాజ్ మహల్ నిర్మాణానికి రాళ్ళెత్తిన కూలీలేవ్వరు?' అన్న శ్రీ శ్రీ కావ్య భావాన్ని నిజం చేస్తూ ఇందులో శ్రామిక జనానికి కూడా సలాం చేస్తూ గ్రామమంతా బాగుండాలి, అందరూ పాడి పంటలతో అభివృద్ధి చెందాలి, నవ యువత బాగా చదివి గ్రామ భవిష్యత్తు నిర్ణేతలుగా ఎదగాలని అభిలషిస్తూ. సుధీర్ ని మనఃస్ఫూర్తిగా అభినందిస్తూ ఈ చక్కటి ప్రయత్నం ఎందరికో స్ఫూర్తిమంతంగా ఉండాలని కోరుకుంటూ, ఊరి ప్రతిష్టను, గౌరవాన్ని ఇనుమడింపజేసిన ఎందరో మహానుభావులు అందరికీ వందనాలు.

సర్వేజనా: స్సుజనోభవంతు! సర్వే స్సుజనా స్సుఖినోభవంతు

Prof Darla Venkateshwara Rao
Professor, Department of Telugu, School of Humanities
& Member, Proctorial Board,
University of Hyderabad,
Hyderabad,
India.

దేశాభివృద్ధిలో అవిభాజ్యమయిన పాకనాటి వంశ చరిత్ర

సుధీర్ రెడ్డి పామిరెడ్డి గారెవరు? ఆయన నాకెలా పరిచయమయ్యారు? ఆయన రాసిన '**మాచెట్టునీడ (అసలేం జరిగింది)** అనే ఈ పరిశోధనాత్మక చరిత్ర గ్రంథానికి నన్నెందుకు **ముందుమాట** రాయమన్నారు? అనేవి పాఠకులతో ముందుగా ముచ్చటించుకోవాలి. హైదరాబాదులో 26 ఆగస్టు 2020 వ తేదీన జరుగుతున్న మదర్ థెరిసా జయంతి ఉత్సవాల కార్యక్రమంలో నన్ను ముఖ్యఅతిథిగా ఆహ్వానించారు. నేను ప్రసంగిస్తున్న సమయంలోనే నాకొక తెలియని కొత్త నెంబరు నుండి ఫోన్ వచ్చింది. దాన్ని గమనించి నేను వెంటనే ఫోను కాల్ తీయలేదు. సాధారణంగా అలాంటి కాల్స్ నేను తీయను! వాళ్ళేదైనా మెసేజ్ పెట్టి వివరాలు రాస్తే దాన్ని బట్టి తీయాలో లేదో ఆలోచిస్తాను. కొన్ని సార్లు అప్రయత్నంగా కూడా తీసేస్తుంటాను. అలా మీటింగ్ లో ఉండగా రెండు మూడు సార్లు వచ్చిన ఫోన్ తీసి, బయటికొచ్చి, నా పరిస్థితిని చెప్పి, తర్వాత మళ్ళీ కాల్ చెయ్యమన్నాను. తర్వాత సాయంత్రానికి మళ్ళీ ఆ నెంబరు నుండే ఫోన్ చేసి తన పేరు సుధీర్ రెడ్డి పామిరెడ్డి అని తనని పరిచయం చేసుకుని, తన పరిశోధన కోసం దాసు శ్రీరాములు గారి వివరాలు కావాలన్నారు. తాను మలేషియాలో ఉంటున్న తెలుగు వాడినని వివరించారు. పరిశోధకుడిగా తాను సేకరించాల్సిన సమాచారం ఏ మాత్రం దొరుకుతుందన్నా దాన్ని వెతికి పట్టుకోవాలన్న లక్షణాన్ని ఈ సందర్భంలో సుధీర్ రెడ్డిగారిలో గమనించాను.

దాసు శ్రీరాములు గారి జీవితం, సాహిత్య కృషి గురించి గతంలో (14 ఫిబ్రవరి 2014) మా హైదరాబాద్ సెంట్రల్ యూనివర్సిటీలో నేనొక జాతీయ సదస్సు నిర్వహించాను. ఆ వివరాలు ఇంటర్నెట్ లో చూసి నన్ను సంప్రదించానని ఆయన అన్నారు. దాసు శ్రీరాములు గారి కుటుంబ సభ్యుల్లో నాకు తెలిసిన డా. అచ్యుత రావు గారి వివరాలు చెప్పాను. తర్వాత అప్పుడప్పుడూ తానే ఫోన్ చేసి తన పరిశోధన వివరాలు

చెప్తుండేవారు. నా బ్లాగు తాను చదివానని, దాన్ని రెగ్యులర్ గా ఫాలో అవుతానని, దానిలోని అనేక విషయాల్ని నాతో చర్చించేవారు. తన వంశం గురించి పరిశోధన చేస్తున్నానని చెప్పేవారు. ఆయనతో సంభాషించేటప్పుడు ఆయన వృత్తి రీత్యా తెలుగు భాష, సాహిత్య శాఖల్లో లేరని అనిపించింది. కానీ, ఆయన మాటల్లో సాహిత్యం పట్ల గాఢమైన అనుబంధం ఉందని తెలిసింది. విస్తృతమైన అధ్యయనం చేస్తున్నారని గమనించాను. సామాజిక సమస్యల పరిష్కారానికి సాహిత్యాన్ని కూడా ఒక బలమైన సాధనంగా వాడుకోవాలనే ఆకాంక్ష ఆయన మాటల్లో వ్యక్తమవుతుందనిపించేది. ఇటువంటి వారి వల్లనే సాహిత్యానికి కూడా సాహిత్యేతర శాస్త్రాలతో కలిసి అధ్యయనం చేయాల్సిన పద్ధతులు చాలా మందికి పరిచయం అవుతాయనిపించింది. తెలుగు సాహిత్యంలో ముఖ్యంగా సురవరం ప్రతాపరెడ్డిగారు తన **ఆంధ్రుల సాంఘిక చరిత్రలో** సాహిత్యాన్ని ఆధారంగా చేసుకొని చరిత్ర, సంస్కృతుల అధ్యయనాన్ని చేశారు. ఆ తర్వాత మార్క్సిస్టు ప్రభావంతో వచ్చిన రచనల్లో ఈ పద్ధతి కనిపించడం విస్తృతమైంది. మరలా అటువంటి ఒక రచనను సుధీర్ రెడ్డి పామిరెడ్డి గారి నుండి వచ్చిందనిపిస్తుంది. ఆ గ్రంథమే '**మాచెట్టునీడ (అసలేం జరిగింది).** సుధీర్ రెడ్డి గారితో సంభాషిస్తున్నప్పుడు ఆయనలో దళితుల పట్ల కేవలం సానుభూతి మాత్రమే కాదు, చరిత్రలో జరిగిన అనేక కోణాల్ని ఎంతో అభ్యుదయంగా విశ్లేషిస్తున్నట్లనిపించేది. చరిత్రలోను, సాహిత్య చరిత్రలోను దళితుల్ని మరికొన్ని కులాల్ని తక్కువ చేసి రాయడం లేదా ఇవ్వవలసినంత ప్రాధాన్యాన్ని ఇవ్వకుండా చేశారనే అనేకాంశాలు ఆయన మాటల్లో నాకు ధ్వనించేవి. ఆ వక్రీకరణ చరిత్ర పట్ల ఆయనకు వ్యతిరేకత ఉంది. వాస్తవాల్ని వాస్తవంగా చెప్పాలనే కుతూహలం ఉంది. అది అంతా తన వంశీయుల చరిత్రతో కలిపి చెప్పాలనే తపన ఈ గ్రంథంలో పరిపూర్ణంగా కనిపిస్తుంది. చరిత్ర రచనలోను, సాహిత్య మూల్యాంకనంలోను, రాజకీయ శాస్త్రాల్ని విశ్లేషించడంలోను, ఆర్థికాంశాలకు మూలమైన ప్రాజెక్టుల పట్ల ఆయనకున్న లోతైన అవగాహన ఈ గ్రంథంలో స్పష్టంగా కనిపిస్తుంది. సాహిత్యానికి సంబంధించిన అంశాలు కేవలం సాహిత్యం వరకే కాకుండా అనేక శాస్త్రాలతో సమన్వయం చేసుకోవాల్సిన అవసరాన్ని గుర్తించడంలోను, దళితులు, ఆదివాసుల ఆలోచనల్ని విశ్లేషించడంలోను నా అభిప్రాయాలకు ఎంతో దగ్గరగా ఉండడం వల్ల నాచేతి కూడా ముందుమాట రాయిస్తున్నారేమో అనిపిస్తుంది.

ఆచార్య కొలకలూరి ఇనాక్ గారి '**ఆది ఆంధ్రుడు**' పద్య కావ్యం అమరావతిని పరిపాలించిన రాజా వాసిరెడ్డి వేంకటాద్రి నాయుడు కొలువులో ఒక సేనాధిపతి గా పనిచేసిన భుజంగ రాయుడిని కథానాయకుడిగా చేసి రాసింది. దానిపై నా పర్యవేక్షణలో డా. గిన్నారపు ఆదినారాయణ ఎంఫిల్ పట్టా కోసం పరిశోధన చేశాడు. తర్వాత

పరిశోధకుడు దాన్ని ప్రచురించాడు. దానికి నేను రాసిన ముందుమాట, దానితో పాటు పునర్మూల్యాంకన దృక్పథంతో దళితుల గురించి, ఇతర సాహిత్యం గురించి నేను రాసిన వ్యాసాలు ఆయన్ని ఆకర్షించాయను కుంటున్నాను. అందువల్లనే ఈ పుస్తకం చదువుతుంటే భారతదేశ చరిత్ర నిర్మాణాన్ని కూడా బ్రిటిష్ పాలకులు, వారి అనుయాయులు, సానుభూతి పరుల దృక్పథంతో కాకుండా, వాస్తవిక, దేశీయ దృక్పథంతో రాయాల్సిన అవసరం ఉందనే బలమైన లక్ష్యం సుధీర్ రెడ్డి గారిలో ఉందనిపించింది.

నల్లమల అడవులు, దానిలో స్వతంత్రంగా, స్వేచ్ఛగా బ్రతికే చెంచులతో ఈ చరిత్ర గ్రంథాన్ని ప్రారంభించారు. దీనికి పాకనాటి వంశచరిత్రకూ సంబంధ మేమిటనిపిస్తుంది. కానీ, ఆ చెంచుల్ని దారిదోపిడీ దొంగలుగా ముద్రవేసి, వాళ్లని క్రూరంగా చంపిన రాజా వాసిరెడ్డి వేంకటాద్రి నాయుడు క్రూరత్వాన్ని, ఆ క్రూరత్వం వెనుక గల పరాయి దేశాల పాలకుల క్రౌర్యాన్ని చూపిస్తూ రచయిత సుధీర్ రెడ్డి గారు ఆ చరిత్రను వ్యాఖ్యానించుకుంటూ ముందుకు సాగారు. ఆ కాలంలో తమ పాకనాటి వంశీయుల మూలానికి చెందిన వారేమి చేస్తున్నారు? వాళ్ళు ఏ ప్రాంతంలో ఉన్నారు? మొదలైన అంశాల చరిత్ర నేపథ్యాన్ని చెప్పడానికి, ఆ అంశాలన్నీ ప్రాతిపదికగా వేశారనుకుంటున్నాను. రాజరికం, సంస్థానం, బ్రిటిష్ పాలకులు వాళ్ళకు సహకరించడానికి ఏర్పాటు చేసిన పాళెగాళ్ళ వ్యవస్థ, పాళెగాళ్ళకు సహకరించే కరణం, మునసబులు ... ఇవన్నీ ఒక దానితో ఒకటి ఒక ముడి వేసుకొని పయనించాయి. ఈ పయనంలో అధికారం, పీడన, దానికి దాసోహమైన వాళ్ళు, దాసోహం కాకుండా తిరగబడిన వాళ్ళు... ఆ సందర్భంగా జరిగే కుట్రలు, కుతంత్రాల వల్ల ప్రజల వలసలు, ఆ ప్రజలు మరొక ప్రాంతానికి వెళ్ళినప్పుడు ఆ ప్రాంతాన్ని సస్యశ్యామలం చేయడానికి దీర్ఘకాలిక ఆలోచనలతో చెరువులు తవ్వించి, భూమిని బంగారం చేసిన వంశీయులు పాకనాటివారు. ఆ చెరువుల నిర్మాణం జీవితానుభవాల నుండి, శ్రమైక జీవన శక్తి నుండి భూమి పుత్రుల ఉత్పత్తి సామర్థ్యం నుండి వచ్చింది. అదే ఆలోచన తర్వాత కాలంలో విద్యావంతులు, మేధావుల్లో శాస్త్ర, సాంకేతిక సామర్థ్యంగా ప్రతిఫలించి ధవళేశ్వరం దగ్గర కాటన్ బ్యారేజి రూపొందింది. అదే దార్శనికత, ఆ వ్యవస్థీకృత ప్రయోజనమే అనేక బృహత్ ప్రాజెక్టుల రూపకల్పనగా కనిపిస్తుంది. పోలవరం ప్రాజెక్టు రూపకల్పన కూడా అటువంటిదే. దీనిలో టంగుటూరి అంజయ్య గారి కృషిని చెప్పడం చరిత్ర విస్మరించిన అంశాల్ని బహిర్గతం చేసే గొప్ప ప్రయత్నం ఈ గ్రంథంలో కనిపిస్తుంది. అంతేకాదు, టంగుటూరి అంజయ్యగారు 'రెడ్డి' అని చాలామందికి తెలియదు. కానీ, అంజయ్యగారు తాను ముఖ్యమంత్రి అయిన తర్వాత తాను రెడ్డి నని చెప్పుకున్నారు. దానికి గల కారణాలన్నీ ఈ చరిత్ర గ్రంథంలో సుధీర్ రెడ్డిగారు సవివరంగా వివరించారు. పోలవరం ప్రాజెక్టుకి

శ్రీకారం చుట్టింది అంజయ్య గారేనని ఈ చరిత్ర పరిశోధన గ్రంథంలో స్పష్టంగా పేర్కొన్నారు.

ఈ పరిశోధన గ్రంథం **'మాచెట్టునీడ (అసలేం జరిగింది)'** లక్ష్యమేమిటని ఆలోచిస్తే, రచయిత సుధీర్ రెడ్డి పామిరెడ్డిగారు బ్రిటిష్ పాలకులు లేదా పరాయి దేశ పాలకులు రాక ముందే భూమి పుత్రుల స్వేచ్ఛ, శక్తి సామర్థ్యాలను నిరూపించే ప్రయత్నం, ఆ ప్రయత్నంలో పాకనాటి వంశీయుల చరిత్రను విస్మరించారానిదని, భారతదేశంతోను, దానిలోని ఆంధ్రప్రదేశ్ రాష్ట్రంతోను తమకున్న అనుబంధాన్ని, అవిభాజ్యతను సాంస్కృతిక, రాజకీయ, ఆర్థికాంశాలతో ముడిపడిన ఒక పరిణామాన్ని సిద్ధాంతీకరించే ప్రయత్నం ఈ పరిశోధనలో ప్రతి వాక్యంలోనూ ప్రతిఫలిస్తుంది.

ఒక సిద్ధాంతాన్ని ప్రతిపాదించేటప్పుడు ఊహా పరికల్పన (Hypothesis)పై ఆధారపడి దాని వెనుక పయనిస్తూనే, దాన్ని నిరూపించే ప్రయత్నంలో తగిన ఆకారాలు(Sources) ద్వారా సిద్ధాంతాన్ని రూపొందించు కుంటారు. ఒక్కోసారి తన ఊహా పరికల్పన శాస్త్రీయమైన పద్ధతిలో పయనిస్తే సిద్ధాంతమవ్వవచ్చు లేదా తాను ఆశించిన ఫలితాంశాలకంటే భిన్నమైన ఫలితాంశాలు రావచ్చు.

ఈ పరిశోధనలో పాకనాటి వంశీయుల చరిత్రను చెప్తున్నా, భారతీయ సమాజాన్ని మన కళ్ళముందు నిలుపుతున్నట్లే ఉంది. సమాజంలో అంతర్భాగంగా కలిసిపోయిన వారి చరిత్రను విడిగా, స్పష్టంగా, రాజుల చరిత్రలాగో చెప్పడం సాధ్యంకాదు. ఆ చరిత్రనూ, ఆ సందర్భాలనూ చెప్తూనే తన లక్ష్యం వైపు పాఠకుణ్ణి నడిపించుకెళ్ళాలి. దీనికి రచనా వ్యూహం తెలియాలి. ఆ వ్యూహం చాలావరకు ఈ రచనలో ఉంది. పాకనాటి నుండి వచ్చి, కృష్ణా నదీ పరీవాహక ప్రాంతంలో స్థిరపడి, రాష్ట్రం, దేశం, విదేశాలలో... ఇలా ప్రపంచవ్యాప్తంగా విస్తరించిన పాకనాటి వంశీయుల వెనుకున్న కొంత చరిత్రను ఈ పరిశోధన గ్రంథం మనకున్న ముందు నిలుపుతుంది.

భూమి పుత్రుల కోణంతో ఆలోచిస్తూ, ఇంతవరకూ విస్మరణకు గురవ్వడం, దుర్వ్యాఖ్యానాలకు బలవ్వడంగానే మిగిలిపోయిన వారిని చరిత్రలో వారికి దక్కాల్సిన స్థానాన్ని తెలియజేసేలా వాస్తవాల్ని తవ్వుకుంటూ, ప్రజల దృక్పథం నుండి ఈ చరిత్ర నిర్మాణాన్ని నిర్మించారు. చెంచులను చంపించాడని చరిత్రలో భుజంగ రాయుడిని కొన్ని ఆధిపత్య వర్గాలు చిత్రించే కోణంతో కాకుండా, నాటి రాజరికం, అధికారాన్ని అవగాహన చేయిస్తూ, తానే పరిస్థితుల్లో చెంచులను రాజా వాసిరెడ్డి వేంకటాద్రి నాయుడు ఆస్థానానికి తీసుకొని రావలసివచ్చిందో దాన్ని, నాటి బ్రిటిష్ వారి దగ్గర దుబాసీలు, ఇతర ఉద్యోగులుగా పనిచేసిన అగ్రవర్ణాల వారి చర్యలను కూడా వివరిస్తూ వ్యాఖ్యానించిన తీరు ఈ చరిత్ర రచనా దృక్పథాన్ని తెలియజేస్తుంది.

భారతదేశంలో పీడితుల పక్షాన నిలబడిన అంబేద్కర్ లండన్ వెళ్ళి దేశం గురించే మాట్లాడిన ఆయన దేశభక్తిని చరిత్రకారుడు పామిరెడ్డి సుధీర్ రెడ్డి పట్టుకున్న తీరు ప్రశంసనీయం. ఉప ఎన్నికల్లో అంబేద్కర్ ను గెలిపించిన చిట్టగాంగ్, తదితర ప్రాంతాలను పాకిస్తాన్ లో కలపడం వెనుక గల కుట్రని పసిగట్టి, వివరించడం వంటి అంశాలు చరిత్ర పరిశోధన దృక్పథాన్ని, సత్యాన్వేషణ తత్వాన్ని తెలియజేస్తున్నాయి. ఈ పుస్తకంలో కంప్యూటర్ ద్వారా వేసిన చిత్రాల్లో గొప్ప భావుకతతో పాటు నిగూఢమైన చరిత్రను మేళవించారు. సి.పి.బ్రౌన్ చిత్రం దొరకలేదు. కొన్ని చిత్రాలు ఆయనవిగా కూడా ప్రచారమవుతున్నా, చారిత్రక ఆధారాలు లేవు. ఈ పరిస్థితుల్లో సి.పి.బ్రౌన్ చిత్రాన్ని కంప్యూటరీకరణ ద్వారా అందించారు. దీనికి ఆధారమేమిటో పేర్కొంటే మరింత బాగుండేది. డొక్కల కరువు సందర్భంగా బ్రౌన్ భారతీయులతో గల సంబంధాన్ని ఒక మానవీయ దృక్పథంగా ఆవిష్కరించారు.

చరిత్ర అంటే కేవలం తారీఖులు, దస్తావేజుల అమరికలు కాదనీ, వాటిని ఆధారాలుగా చూపిస్తూనే ప్రజల జీవన ప్రమాణాల గమ్యాన్ని ఆవిష్కరించే దిశగా ఉండాలనే కోణం ఈ గ్రంథంలో కనిపిస్తుంది. ఈ గ్రంథంలో వాస్తవ కోణాల అన్వేషణలో కొన్ని నిజాలు కొన్ని వర్గాల వారికి చాలా వణుకునీ, కోపాన్నీ కూడా కలిగించే అవకాశం ఉందనుకుంటున్నాను. వాటన్నిటికీ ఆధారాలు చూపించారు రచయిత. పేరుకి **'మాచెట్టునీడ (అసలేం జరిగింది)'** అని పేరు పెట్టినా ఈ గ్రంథం సంప్రదాయ పద్ధతుల్లో రాయలేదు. అక్కడక్కడా అవసరమైన కవితాత్మక వాక్యాలున్నాయి. అక్కడక్కడా కొన్ని చిత్రపటాలున్నాయి. అక్కడక్కడా కొన్ని పట్టికలున్నాయి. ఇవన్నీ చరిత్రను గుర్తించేందుకు, దాన్ని వ్యాఖ్యానించేందుకు శాస్త్రీయమైన అవగాహనను కల్పించేందుకు ఎంతగానో తోడ్పడుతూ గ్రంథానికి ఒక పరిపూర్ణతను చేకూర్చాయి.

ఒక్కొక్క గింజ పోగుచేసి, గుప్పిట్లో పెట్టుకుంటేనే ముద్దవుతుంది. దాన్ని ముద్దగా మాత్రమే చూస్తే, విడివిడిగా తమ తమ అస్తిత్వాన్ని కలిగి ఉంటూనే, ఒక సామూహిక శక్తిగా తమ స్వీయ అస్తిత్వాన్ని కోల్పోయినట్లుంటాయి. భారతీయ సమాజం నిర్మాణంలో, భారత స్వాతంత్ర్యోద్యమంలో కూడా అలాగే ఎంతోమంది తమ తమ పాత్రను నిర్వహించారు. పాకనాటి వారు కూడా అలాగే నిర్వహించిన వారి పాత్ర, వారి చరిత్రను గుర్తించడానికి, ఈ సమాజంతో అవినాభావంగా ఉన్న విధానాన్ని తెలుసుకోవడానికి ఈ పరిశోధన ఎంతగానో తోడ్పడుతుంది.

అసలు ఎవరి గురించైనా మనమెందుకు తెలుసుకోవాలి? అలాగే పామిరెడ్డి వంశం వారి గురించి ఎందుకు తెలుసుకోవాలి? వారి గురించి తెలుసుకోవడం వల్ల మన కొచ్చే ప్రయోజనమేంటని ప్రశ్నించుకునే పాఠకులు తమకు తెలియకుండానే తమ వంశ

మూలాల్ని అన్వేషించుకోవాలనే ఉత్సుకత మొదలవుతుంది. తమని తాము తడిమి చూసుకుంటారు. తమ దేశాభివృద్ధిలో తమ పాత్ర ఎటువంటిదనే మధనం మొదలవుతుంది. తమని తాము జల్లెడవేసుకొంటూనే దేశాన్ని భూమి పుత్రులు/ మూల నివాసులు తమని తాము పరిపాలించుకున్న పాలనకూ, టేకు చెట్లను కూడా తమ దేశాలకు తరలించి పోయిన విదేశీ పాలకుల ఆలోచనలనూ సమీక్షించు కొంటారు. వ్యవసాయం, ఉద్యోగాలు, వ్యాపారం దిశగా పయనించిన ఒక వంశం అనేక మందికి ఉపాధవకాశాలు సృష్టించే దశకు చేరుకుంది.

ఈ పుస్తకంలో భారతీయ సమాజాన్ని, ముఖ్యంగా ఆర్థిక, రాజకీయ, సాంస్కృతిక అంశాల పరిణామ వికాసాలు వినూత్న కోణంతో ఆవిష్కరించారు. ఈ పుస్తకం చదువుతూ ఉంటే ఇది ఒక కథలా అనిపిస్తుంది. ఇది ఒక రాజకీయ పరిణామాలకు ప్రతిబింబంలా అనిపిస్తుంది. ఈ పుస్తకం చదువుతూ ఉంటే భారతదేశంలో ఆంధ్రప్రదేశ్ రాష్ట్ర నీటి వనరుల వినియోగానికి సంబంధించిన అన్వేషణ కనిపిస్తుంది. ఈ పుస్తకం చదువుతూ ఉంటే కృష్ణా, ఉభయ గోదావరి జిల్లాల చరిత్రను కేంద్రంగా చేసుకుని చేసిన పరిశోధన గ్రంథంలా అనిపిస్తుంది. ఇది చదువుతూ ఉంటే స్వాతంత్ర్యోద్యమ స్ఫూర్తి కనిపిస్తుంది. ఇది చదివితే దేశ చరిత్ర తెలుస్తుంది. ఇది చదివితే దేశ చరిత్ర అభివృద్ధిలో భాగం అయిన వ్యక్తుల పాత్ర తెలుస్తోంది. పాఠకులు తమ వంశం వాళ్ళ చరిత్ర రాసుకోవాలనే ఆలోచనని రేకెత్తిస్తుంది. ఇన్ని రకాలుగా రాసిన ఈ పుస్తకం సుధీర్ రెడ్డిని లోతైన ఆలోచనలు విస్తృతమైన పరిశోధనకు నిదర్శనంగా నిలుస్తుంది. అందుకునే తమకి కావలసినవాటిని తాము గ్రహిస్తూనే, గుర్తించాల్సిందే దో ఉందనే సూచనా మాత్రంగా అనిపించేటట్లు చేయ గలగడమే ఈ పరిశోధనా నిర్మాణంలో ఉన్న ఒక వ్యూహమనుకుంటున్నాను. దీన్ని గుర్తించకపోతే, గజిబిజిగా ఉందనిపిస్తుంది. తానేమి చెప్పాలనుకుంటున్నారో దాన్ని సూటిగా చెప్పవచ్చు కదా అనిపిస్తుంది. ఈ పుస్తకం ప్రపంచం దృష్టిలోకి వచ్చిన తర్వాత ఎలాంటి రచనా విధానం బాగుంటుందో పాఠకులే నిర్ణయిస్తారు. సుధీర్ రెడ్డి పామిరెడ్డి గారి అన్వేషణను, ఆయనకున్న నీటిపారుదల వ్యవస్థమీద ఉన్న అవగాహనను ఈ గ్రంథం మనకళ్ళముందుంచుంది.

భారతదేశ చరిత్రను, దానిలో అంతర్భాగంగా చేసుకొని ఆంధ్రప్రదేశ్ చరిత్రను, దాన్ని అంతర్భాగంగా చేసుకొని రాజకీయ శాస్త్రాన్ని వివరిస్తూనే, దాని అంతర్భాగంగా అవిభాజ్యమైన పాకనాటి వంశీయుల చరిత్రను అవగాహన చేయించే ప్రయత్నం చేసిన రచయిత, పరిశోధకుడు సుధీర్ రెడ్డి పామిరెడ్డి గారిని అభినందిస్తున్నాను.

ఆకెళ్ళ రాఘవేంద్ర
ఐఎఎస్ అభ్యర్థుల శిక్షకుడు.

మీ చెట్టు నీడలో కూడా ఏదో జరిగే ఉంటుంది

పామిరెడ్డి సుధీర్ రెడ్డి గారు రచించిన 'మా చెట్టు నీడ, అసలేం జరిగింది' అనే పుస్తకం చరిత్రకు, సమాజానికి, సంస్కృతికి, మానవత్వానికి, మానవీయ కోణాలకి సంబంధించిన నేటి కాలపు ఒక భిన్నమైన గ్రంథం. నేను భిన్నమైన అన్న పదం ఎందుకు వాడానంటే, సాధారణంగా చరిత్ర అన్నప్పుడు ఒక ప్రపంచం, దేశం, రాష్టం గురించో ఉంటుంది. అలాగే ఉండాలని కాదు, ఒక కులం, మతం, వ్యక్తి గురించో కూడా ఉండవచ్చు. కాలక్రమంలో జరిగిన సంఘటనలని వాటి కార్య కారణ సంబంధాలని ఎప్పుడు, ఎందుకు, ఎలా జరిగాయి అనే వాటిని తెలియజేస్తూ, చదువుతున్నవారికి అందులో ఒక పాఠమో, గుణపాఠమో, అనుభవపు తాలూకు రంగరింపో ఉండడమనేది చరిత్రకున్న ప్రాధమిక గుణం.

ఎవరైనా స్థానికమైన ఒక మండలాన్నో, జిల్లానో, ఉరినో మాత్రమే తీసుకుని పుస్తకం రాస్తే, దానిని స్థానిక చరిత్రలు అంటారు. దీనికి పరిశోధనలో, చరిత్రలో వున్న పదం 'కైఫియతు'. కాస్త సాహిత్యం, కవిత్వం చదువుకున్న ఎవరికైనా శ్రీ శ్రీ మహా ప్రస్థానంలో దేశ చరిత్రలు అనే ఒక కవితా ఖండికలో, 'ఏ యుద్ధం ఎందుకు జరిగిందో? ఏ రాజ్యం ఎన్నాళ్ళుందో? ఈ రాణి ప్రేమ పురాణం, ఆ ముట్టడికైన ఖర్చులూ, తారీఖులు, దస్తావేజులు ఇవి కావోయి చరిత్రకర్థం. కైఫీయతులూ, మతలబులూ ఇవి కాదోయ్ చరిత్ర సారం' ఇలా చెబుతూ వెళతారు.

కైఫియతులు అనే పదాన్ని స్థానిక చరిత్రలు అనే దానికి సంబంధించిన అర్థంలో ఉపయోగిస్తారు. బ్రిటిషువారు భారతదేశంలో తెలుగు నేలను పరిపాలించిన రోజులలో వీటి అధ్యయనం బాగా జరిగింది. మెకంజీ అనే బ్రిటిష్ అధికారి, కావలి వెంకట బొర్రయ్య అనే తెలుగువాడు, ఈ రెండు పేర్లు తలవకుండా కైఫియతులు గురించి మాట్లాడలేం. కానీ విచిత్రమేమిటంటే, కైఫియతులని తెలుగులో రాసిన వారి యొక్క జాబితా తక్కువ. ఆత్మకథలు రాశారు, జీవిత చరిత్రలు రాశారు, జిల్లాల కథలు రాశారు, రాష్టాల చరిత్రలు

రాశారు, కానీ కైఫియతులు రాయలేదు. కైఫియతుల గురించి గత కొన్నేళ్లలో రాసింది తక్కువ.

ఖచ్చితంగా పామిరెడ్డి సుధీర్ రెడ్డి సాధించిన మొట్టమొదటి విజయం ఏమిటంటే, ఒక కైఫియతుని, మన చేతిలో వున్న ఈ పుస్తకం ద్వారా మనకివ్వడం. అయితే ఇది చరిత్రను మాత్రమే చెప్పదు. పాలిటిక్స్, ఎకనామిక్స్, ఇరిగేషన్, అగ్రికల్చర్, హ్యూమన్ రిలేషన్స్, ఛేజింగ్ సినారియోస్ ఇన్ హ్యూమన్ సొసైటీని కూడా కలిపి మాట్లాడుతుంది. ఒక వ్యక్తి ఇలాంటి పుస్తకం రాయడానికి బలమైన కారణాలుగా, పుస్తకాలు చదివే కోరిక, చదివే గుణం, తెలుసుకోవాలనే ఉత్సుకత, అన్నింటికన్నా మించి తానూ తెలుసుకున్నది నలుగురికి చెప్పాలనే బలమైన తృష్ణ (దాహం) ఉంటేనే సాధ్యం. సుధీర్ రెడ్డిగారిలో ఇవన్నీ అడుగడుగునా ఉన్నాయి. విచిత్రమేమిటంటే, ఈ పుస్తకం నాకు అందించిన సమయానికి రచయిత, ఒక కంపెనీలో ప్రాజెక్ట్ మేనేజర్ గా మలేసియాలో ఉన్నారు. భారతదేశానికి వెలుపల వున్న తెలుగువారు, ప్రవాసాంధ్రులు.

మలేషియాలో తెలుగువారిలో మొదటి నుంచి, తమ అస్థిత్వాన్ని బలంగా చెప్పాలనుకుంటున్న వాళ్ళు ఉన్నారు. ఆ దేశంలో నాకు మిత్రులున్నారు కాబట్టి దానిని చెప్పగలను. ప్రపంచవ్యాప్తంగా కొన్ని దేశాలలో, తెలుగువారి యొక్క బలమైన ముద్ర వుంది. అందులో మలేషియా ఒకటి. ఇది ఎందుకు చెప్పానంటే, తెలుగు నేలకి దూరంగా వెళ్లడం వల్ల, ఉద్యోగ రీత్యా సుధీర్ రెడ్డి గారు అక్కడ 10ఏళ్ళకు పైగా ఉండటం వల్ల, ఆయనలో తెలియకుండానే ఆయన మూలాలు తెలుసుకోవాలన్న జిజ్ఞాస మొదలయింది.

నాకు ఇక్కడ బ్రహ్మోత్సవం సినిమాలో ఉన్న కాన్సెప్ట్ గుర్తుకొస్తుంది. ఆ సినిమాలో హీరో, తన మూలాలను వెతుకుంటూ వెళ్లే క్రమంలో అలసిపోయేంతవరకు వెతక్కూ, అర్థం అయ్యేంతవరకు వెతుకు అనే ఓ డైలాగు వస్తుంది. అలాగే సుధీర్ రెడ్డి గారు కూడా అర్థమయ్యేంత వరకు వెతికారు, సాధించారు కూడా. దీనికి ఆయనే హీరో. తెలుగు నేల నుంచి దూరంగా ఇంకో దేశానికీ వెళ్లి అక్కడ ఉండటం వల్ల తనకే తెలియకుండా సబ్ కాన్షియస్ మైండ్ లో ఈ గాలీ, నేలా, ఈ ఊరు, ఈ సెలయేరు నను గన్న నా వాళ్ళు నా కళ్ల లొగిళ్ళు అనే భావన తనలో మొదలవడం!, తన వాళ్ళందరి గురించి తెలుసుకోవాలని కోరిక పుట్టడం జరిగింది!!.

సుధీర్ రెడ్డి 1999 లో బి.ఎస్.సి కంప్యూటర్ సైన్స్ లో డిగ్రీ పూర్తయింది. 1996 నుంచి 1999 మధ్యలో సైన్స్ డిగ్రీ చేయడం అనే దానిని ఎందుకు నేను చెబుతున్నానంటే, ఈ కాలం ట్రాన్సిషన్ ఫేజ్. 20 వ శతాబ్దం నుంచి 21 వ శతాబ్దంలోకి ఎంటరవుతున్న కాలం. భారతదేశం లో ఇన్ఫర్మేషన్ టెక్నాలజీ అత్యంత విస్తృతమైన దశలోకి వెళ్తున్న రోజులు. హైదరాబాదులో హైటెక్ సిటీ, సత్యం రామ లింగరాజు కంపెనీ లాంటివి ఇవన్నీ

ఆ రోజుల్లో విప్లవం. బిల్ గేట్, బిల్ క్లింటన్ లాంటి వారి ముద్ర, హైదరాబాద్ గ్లోబల్ కాపిటల్ అవ్వడం, ఆ రోజుల్లో కీలకం.

చిన్నప్పటి నుంచి తన ఊరి గ్రంథాలయాలలో పుస్తకాలు చదవడం, హైదరాబాదులో స్టేట్ సెంట్రల్ లైబ్రరీలోనో, మరొక చోటనో పుస్తకాలు చదవడం వలన ఒక టెక్నాలజీ బేస్డ్ సైన్స్ గ్రాడ్యుయేట్ కి ఎప్పుడైతే సాహిత్యం అబ్బుతుందో, ఆ గ్రాడ్యుయేట్ సాహిత్యాన్ని, సమాజాన్ని, మతాన్ని, కులాన్ని, భాషని ప్రతి దానిని శాస్త్రీయ ద్రుకోణంలో చూస్తారు. మిగతా వాళ్ళు చూడరని చెప్పడం నా ఉద్యేశం కాదు. నేను కూడా సరిగ్గా 1994 ఆ సమయంలో బి.ఎస్.సి కంప్యూటర్ సైన్స్ కంప్లీట్ చేసుకున్న వ్యక్తిని, అందుకు చెబుతున్నాను. సైన్స్ బాక్గ్రౌండ్ ఉన్నవాళ్లు సమాజనైనా, సాహిత్యానైనా, పుస్తకాలనైనా దేన్నైనా సైంటిఫిక్ టెంపెరిమెంట్, శాస్త్రీయ ద్రుకోణంతో చుడటమనేది తెలియకుండా అలవాటయిపోతుంది.

పామిరెడ్డి సుధీర్ రెడ్డిగారు చదివిన పుస్తకాలు గాంధీజీ ఆత్మకథతో మొదలై, దాసు శ్రీరాములు, కందుకూరి వీరేశలింగం, గురజాడ అప్పారావు, శొంఠి వెంకటరామమూర్తి, టంగుటూరి ప్రకాశం, పీవీ నరసింహారావు, శ్రీ శ్రీ, తుమ్మల వెంకటరామయ్య, అక్కిరాజు రామాపతిరావు, కాశీయాత్ర చరిత్ర ఏనుగుల వీరా స్వామి, మరో వైపు బంగోరె రచించిన పుస్తకాలు, దిగవల్లి వెంకట శివరావు, మల్లంపల్లి సోమశేఖర శర్మ గారి చరిత్రకు సంబంధించి పుస్తకాల్ని విపరీతంగా చదవడం, రచయిత ద్రుకోణంలోనే కాకుండా, తన ద్రుకోణంలో, శాస్త్రీయ ద్రుకోణంలో పుస్తకాలని చూసే ప్రయత్నం చేయడం, నాటి పరిస్థితులను అర్థం చేసుకుని నిశిత పరిశీలనా దృష్టితో చూడటం జరిగిందని భావిస్తాను. ఆయనతో మాట్లాడితే, ఆయనలో వున్న తెలుగు బాషా సాహిత్యాల సొగసు, ప్రవాసాంధ్రులు అవ్వడం వల్ల తెలుగు నేల, జాతి, భాష, సాహిత్యం మీద ప్రేమ ఉండడం కనిపిస్తుంది.

ఒక విషయాన్ని ఎదుట వ్యక్తికి, పాఠకుడికి చెప్పడానికున్న బలమైన ఆయుధం, ప్రవాహం, మాధ్యమం భాష. చక్కని భాషతో ఎంత బాగా చెప్పాము, కమ్యూనికేట్ చేసాము అన్నది పాయింట్. ఆయన పుస్తకం చదివితే మనకు అదే అనుభూతి కలుగుతుంది.

తెలుగు నేలలో వున్న పాకనాడు ప్రాంతం గురించి ఇలా చెప్తారు. కృష్ణ గుంటూరు, ప్రకాశం, కొంతవరకు తూర్పు పశ్చిమ గోదావరి జిల్లాలు ఈ ప్రాంతాలన్నీ పాకనాడు ప్రదేశాలు. శ్రీనాధుడు తన గురించి చెప్పుకొనేటప్పుడు పాకనాటి వాడిని అంటాడు. ఈ పుస్తకం, ఎవరో ఒక వ్యక్తికి సంబంధించిన ఊరో, పాకనాడు, వెలనాడు, పలనాడు ఇలా ఒక ప్రాంతం గురించో పరిమితం అవ్వదు. చదివేటప్పుడు సుధీర్ రెడ్డి కూడా పాకనాడు గురించి చెప్తున్నాడు నాకెందుకులే అని మీరు అనుకోనక్కర్లేదు. పాఠకుడు

ఈ పుస్తకం చదవడానికి, ఇదేదో ఒక వంశానికి, వ్యక్తి యొక్క పూర్వీకులకు సంబంధించింది కాదు, ఏదో వాళ్ల కులం, మతం, ప్రాంతం గురించి చెబుతారులే అని అనుకోనక్కర్లేదు. ఇది ఒక సమగ్రమైన కైఫీయత్తు.

ఈ పుస్తకం, చదువుతున్నప్పుడు మనకి ఎన్టీఆర్, టంగుటూరి ప్రకాశం పంతులు, పీవీ నరసింహరావు, కె ఎల్ రావు, పొట్టి శ్రీరాములు ఇలా ఎందరో వస్తారు. చరిత్రని ప్రామాణికంగా, సామాజిక, ఆర్థిక, రాజకీయ, మత, సాంస్కృతిక, భాష, సాహిత్య, బౌద్ధిక, భౌతిక రంగాలని ముడిపెట్టి, మన ముందు పెట్టె ప్రయత్నం చేయడం ఖచ్చితంగా సుధీర్ రెడ్డి ఒక స్థాయిలో సక్సెస్ సాధించారని చెప్పొచ్చు.

ఇక ఈ ముందు మాట ముగిస్తూ, ఇంకొక మాట చెబుతాను. అన్నింటికన్నా గొప్పది ఈ పుస్తకానికి టైటిల్ "మా చెట్టు నీడ, అసలేం జరిగింది". ఎవరికైనా తెలుగు సినిమా డైరెక్టర్లు ఒక పారలెల్ సినిమా తీయాలనుకునప్పుడు "మా చెట్టు నీడ, అసలేం జరిగింది" అనేది అద్భుతమైన టైటిల్ గా దొరుకుతుంది.

నిజంగానే ఈ పుస్తకం చదివాక ఎవరికైనా, తమ కుల, మత, ప్రాంత, వంశ, మండలం, జిల్లా ఇలా స్థానికమైన, వ్యక్తిగతమైన చరిత్రలు రాయాలనే కోరిక బలంగా కలుగుతుంది. దానికి తోడు ఈ పుస్తకం చదివాక ఇంత పరిశోధన మనం చేయగలమా, ఇంత పరిశోధన మనం చేయలేకపోతే, ఇంత గొప్పగా రాసే పుస్తకంగా ఉండాలి కదా, అప్పుడే చరిత్రకి ప్రామాణికత అద్దుతుంది అనేది కూడా మనకి అనిపిస్తుంది. అలా చూసినప్పుడు పామిరెడ్డి గారు సాధించిన విజయాలెన్నో కనిపిస్తాయి. ఈయన భవిష్యత్తులో మరిన్ని గ్రంథాలు రావాలని నేను బలంగా విశ్వసిస్తున్నాను.

పామిరెడ్డి సుధీర్ రెడ్డి
రచయిత

మా చెట్టు నీడ, అసలేం జరిగింది...మనసులో మాట

చరిత్ర చదివితే స్ఫూర్తి కలుగుతుంది. మనది ప్రాచీన భాష, మనగురించి తెలుసుకోవాలంటే మొదటిగా తెలుగు భాష తత్త్వం గురించి తెలుసుకోవాలి. తత్వవేత్త తమ కలం కంటే ముందు ఉంటాడు. ద్రష్ట అంటే చూసేవాడు, మనస్సు చేత కనుగొనేవాడు, గుణ దోషాలను తెలుసు కొనగలవాడు, నిర్ణయ కర్త. ద్రష్ట అయిన వాడే సాహిత్య స్రష్ట కాగలడు.

మన పరిశీలన, విమర్శ, చరిత్రలో జరిగిన విషయాల మీదనే కానీ, ఏ వ్యక్తిమీద కాదు. ఇతరులకు తెలిసినట్టు మన లోపాలు మనకు తెలియవు. విదేశీయులు గుర్తించినట్లు మన చరిత్ర, సాహిత్య సంపదను ఆదిలో మనం గుర్తించ లేకపోయాం. వాటి గురించి పట్టించుకున్నవారు మృగ్యులు. కొందరు భారతీయులు, మెకంజీ మనకు చరిత్ర రాసిపెట్టాడని అనడం బాధాకరం. మన బ్రాహ్మణ నియోగులు, స్థానిక చరిత్రలను గ్రామ కైఫీయత్తులుగా కొంత రాసి ఉంచారు. దానిని ఓ సారి గుర్తుచేయాలన్న తపనతో, నా ఈ చిరు ప్రయత్నం.

పాకనాటివారు విశ్వ మానవత్వ ధోరణిలో, వారికి తూచిన విధంగా, మంచి అనిపించిన వైపుగా అడుగులు వేసుకుంటూ వెళ్లారు. చరిత్రను సృష్టించారు. ప్రకృతి శక్తులను తన వశ వర్తులను చేసుకొని, మానవ శ్రేయస్సు కోసం ఉపయోగించడం యోగుల లక్షణం. అప్పటిదాకా ఎవరు తొక్కని కొత్త పుంతలు తొక్కాలని, సాహసం చేయాలని సంకల్పంగా ఉంటుంది. గ్రామాలలో సమస్యలున్నాయని, ఎదగాలంటే పట్టణ జీవనమవసరమని పట్టణానికి వచ్చాం. ఎదిగినవారు వేరే వారికి సాయం చెయ్యాలి. సమాజానికి సాయం చేసేవారే చారిత్రక పురుషులవుతారు. మనిషి పోయిన తర్వాత 'మంచి' అన్నది ఉంటే మిగులుతుంది. సందర్భం వచ్చినప్పుడు సహృదయులు

చరిత్ర రూపంలో తలుచుకుంటారు. కష్టాలను ఎదిరించి నిలబడి ఎదిగినవారు తిరిగి గ్రామాల మూల సమస్యల నిర్మూలనకు కృషి చెయ్యడం గొప్ప విషయం. నియమాలెంత కఠినంగా ఉంటే నైపుణ్యమంత రాణిస్తుందని పాకనాటివారు చేతలతో చేసి చూపించారు. వారు చేసిందే ఇక్కడ నాచేతి రాయబడింది.

ఈ పుస్తకం నాలో గడ్డ కట్టిన చెడుని వైద్యుడు తొలగించినట్టు తొలగించిందేమో!!, 'అంత పెద్ద పుస్తకం చంకలో ఉంటే, పంచాంగం చెప్పలేవా అన్నట్లు' నా చుట్టూ మంచి తో కూడిన ఇంత పెద్ద ప్రపంచం ఉంటే, చిన్న చిన్న చారిత్రాత్మక విషయాలను మీ అందరి ముందుకు తీసుకురాలేనా అన్న తాపత్రయంతో చేసిన సాహసమిది. గొప్పవారి ఆలోచన విధానానికి ప్రతిరూపం ఈ పుస్తకం.

చరిత్ర పరిశోధనలో సత్యాన్ని నిర్ణయించడం ప్రధానం. భారతదేశంలోని, తెలుగు వారైన పాకనాటి చారిత్రక యదార్థాలను కొద్ది నాటకీయతతో మేళవించి, నాలుగు యుగాల కాలాన్ని చారిత్రక దృక్పథంతో ఏడు అధ్యాయాలలో, ఏడు తరాలుగా అసలేం జరిగిందన్నది, ఆధారాలతో చెప్పే ప్రయత్నమిది.

మన గ్రామ లేదా రాష్ట్ర లేదా దేశ   చరిత్రను మనమెందుకు తిరిగి పునర్జీవం చేసుకోకూడదన్న ప్రయత్నంలో భాగంగా, చరిత్రలోకి వెళ్దాం.

.... దాచలేదు.......... దాచలేదు

వక్రీకరించలేదు ఇది ఆది పాకనాటి మహోజ్జ్వల చరిత్ర.
మానవత్వపు మనస్సు తెరిచి చదువుడో విశ్వనరుడా!

మౌనశంఖం

తూర్పుఇండియా కంపెనీ వాణిజ్య అవసరాల నిమిత్తం 1611 సం.లో, భారతదేశంలో తూర్పు దిశగా మసులీపట్నం(మచిలీపట్నం) కర్మాగారాన్ని నిర్మించింది. భారతీయ సంస్థానాల మధ్య అనైక్యత, ఈస్టిండియా కంపెనీ రాజ్య కాంక్షతో దేశంలో వారి రాజ్యాన్ని మూడు ప్రావిన్సులుగా, 1640 సం.లో మద్రాసు ప్రెసిడెన్సీ, 1687 సం.లో బొంబాయి ప్రెసిడెన్సీ, 1690సం.లో బెంగాల్ ప్రెసిడెన్సీ ఏర్పరిచి బ్రిటిష్ ఇండియాగా మారింది. ఆంధ్రరాష్ట్రం, తమిళనాడు, కేరళ,ఒడిస్సా,కర్ణాటక, లక్షద్వీప్ ప్రాంతాలుగా మదరాసు ప్రెసిడెన్సీ రాజ్యపాలన మొదలెట్టింది. 1759సం.లో బ్రిటిష్ ప్రభుత్వం, ఫ్రెంచి వారిని వెళ్లగొట్టి సర్కారు జిల్లాలు వారి వశం చేసుకున్నాక, మూడు పరిపాలన కేంద్రాలుగా గంజాం, విశాఖపట్నం, మచిలీపట్నాలను ఏర్పరిచింది. భారతదేశంలో వరహాలు కాసే చెట్టొకటుంది, అక్కడికెళ్లి దులుపుకోగల్గినంత దులుపుకుని, మోయగల్గినంత మోసుకుని, స్వదేశానికి వెళ్లిపోవచ్చన్న అత్యాశతో రాజ్యవిస్తరణ కొనసాగింది.

సంధి తేదీ	జిల్లాలు	వైశాల్యం కి మీ	ఎవరినుంచి
1759 డిసెంబర్ 20	బెంగాలు పరగణాలు	4,882	బెంగాల్ నవాబు
1759 మే 14	మచిలీపట్నం	5,000	నిజాం నవాబు
1765 ఆగస్టు 30	మదరాసు పరిసరాలు	3,000	తంజవూరు రాజు
1778 సెప్టెంబర్ 18	గుంటూరు సర్కారు	4,990	నిజాం నవాబు

కృష్ణానదీ పరివాహకం–చెంచులు

నల్లమల అడవులు, విభజనకు పూర్వం భాగంగా ఉన్న ఆంధ్ర, తెలంగాణ రాష్ట్రాల్లోని 5 జిల్లాల్లో (మహబూబ్‌నగర్, కర్నూలు, ప్రకాశం, గుంటూరు, కడప, కొద్ది

మేర నల్గొండ జిల్లాలలో) తూర్పు కనుమలలో విస్తరించి ఉన్నాయి. నల్లమల అద్భుత ప్రకృతికి ఆవాసం. 800 కిలోమీటర్ల వైశాల్యం కల్గిన ప్రకృతితో ప్రశాంతమైన వాతావరణం కల్గిఉంటాయి. కొండ గుట్టల మధ్య శ్రీ మల్లికార్జును డి పవిత్ర క్షేత్రం శ్రీశైలం. ద్వాదశ జ్యోతిర్లింగాలలో ఒక జ్యోతిర్లింగం, అష్టాదశ శక్తి పీఠాలలో, భ్రమరాంబికా అమ్మవారు ఒక శక్తి పీఠం.

నల్లమల వాసులైన చెంచులు, ప్రపంచంలోనే అతి పురాతనమైన తెగ. వీరి ఆరాధ్యదైవం శ్రీశైలలింగమయ్య. ఛత్రపతి శివాజీ శ్రీశైల క్షేత్రం దర్శించినప్పుడు, చెంచు జాతి వారు శ్రీశైల పూజారులుగా ఉన్నారని చరిత్ర తెలియజేస్తుంది. వీరు

కాలభైరవుడి సంకేతాలను గ్రహించగల యోగులు, పక్షుల కిలకిలారావాలలో వచ్చిన మార్పుని బట్టి జరగబోయే కీడును కనిపెట్టగల మునులు. దట్టమైన నల్లమల అడవులలో జింకలు, పులులు వంటి జంతువుల మధ్య వీరు స్వేచ్ఛగా సంచరిస్తుంటారు. ఈ ప్రాంతంలోని కొండలు, గుట్టలే వీరి నివాసస్థలాలు. వీరి గూడేలను 'పెంట' అంటారు. ప్రతీ పెంటకు, చెంచు నాయకుడు ఉంటాడు. వీరు, తమ సంప్రదాయపు శంఖు ఆకారపు గుడిసెలో నివసిస్తూ ఉంటారు[1]. వీరు ఇతర జన సమూహాలతో, గిరిజన తెగలతో ఎక్కువగా కలవడానికి ఇష్టపడరు. గుర్రం జాషువా, తన గబ్బిలం కావ్యంలో, చెంచులను ఉద్దేశించి ఇలా రాశాడు.

విలు నమ్ముల్ ధరియించి చెంచులు తదాభీలాటవీ మధ్య భూ
ముల కన్పట్టిన నంజలింపుము మహాత్ముండైన భర్గుండు భ
క్తుల కిష్టార్థము లీయగోరిన గణస్తోమంబుతో మాయ పం
దుల వేటాడుచు భిల్లుడై నరుల కన్నుల్ గప్పి క్రీడించెడిన్..

చెంచులు, ప్రముఖ శైవ క్షేత్రమైన శ్రీశైలం వెళ్లే భక్తులకు ఆహార పానీయాలు అందిస్తారని పాల్కురికి సోమనాథుడు రాసిన పండితారాధ్య చరిత్రలో పేర్కొన్నారు. మహా శివరాత్రి వీరికి ఇష్టమైన పండుగ. ఆ రోజు వారందరూ ఒకచోట చేరి ఎంతో వైభవంగా పండుగను జరుపుకుంటారు. వీరి ఆర్థిక విధానం వస్తు మార్పిడిపై ఆధారపడి ఉంటుంది. రేపటి పై ఆశను మరచి, ఈ రోజు ప్రశాంతంగా గడపడం వీరి జీవితాల ప్రత్యేకత.

కోలిన్ మెకంజీ

కోలిన్ మెకంజీ స్కాట్లాండులో లూయీ ద్వీపంలోని స్టోర్నోవే గ్రామంలో (1754) జన్మించాడు. తండ్రి మర్డోక్ మెకంజీ, స్వస్థలంలో పోస్టు మాస్టారు. తల్లి బార్బరా మెకంజీ. ఇతని మొదటి ఉద్యోగ నిర్వహణ జాన్ నేపియర్ అనే సంపన్నుడి దగ్గర లెక్కలు రాయడం. జాన్-నేపియర్ కి చరిత్ర, పురాతన వస్తువులు సేకరించడం చాలా ఇష్టం. తన అల్లుడు శామ్యూయల్ జాన్ స్టన్ భారతదేశం వచ్చి తెలుగు నెలైన మధిరలో ఈస్ట్ ఇండియా కంపెనీ ఉద్యోగిగా అవతారం ఎత్తాడు. కూతురు హెస్టర్, అక్కడి బ్రాహ్మణ నియోగి పండితులతో పరిచయాలు పెంచుకుంది.

మెకంజీ, 30 ఏళ్ళ వయసులో భారతదేశంలో (1783) అడుగుపెట్టాడు. హెస్టర్ కోరిక మేరకు మధిరలో కొంతకాలం ఉండి, పురాతన వస్తువుల సేకరణపై బ్రాహ్మణ నియోగి పండితులతో స్నేహం నెరుపుతూ, భారతదేశ దేవాలయ సమాచారాన్ని చరిత్రగా సంపాదించాడు.

ఈస్ట్ ఇండియా కంపెనీ సైన్యం వెంట తిరుగుతూ (1784-90), నెల్లూరు, నల్లమల, ఎర్రమలకొండల ప్రాంతాల (పాకనాడు) సర్వే ద్వారా నైసర్గిక పటాలని తయారుచేసే బృందంలో చేరాడు. జీతం,భత్యం లేకుండా తోడేలు మేకలను కాస్తానన్నట్టు, నెమ్మదిగా తన ఉనికిని నిలుపుకుంటూ,ఈస్ట్ ఇండియా కంపెనీ ద్వారా గుంటూరు సర్కారును సర్వే చేసే బాధ్యతను తీసుకున్నాడు.1790-1793సం. కాలంలో గుంటూరు జిల్లా ప్రాంతాలతో పాటుగా కృష్ణా, గోదావరి, విశాఖపట్నం, గంజాం ప్రాంతాలు కూడ సర్వే చేశాడు. కైఫియతు లలో గ్రామ ఆలయాల చరిత్ర, పన్నులు, వృత్తి కులాల మాన్యాలు, గ్రామ పుట్టుపూర్వోత్తరాలు, ఆనాటి జానపదకథలు, గాథలు, విశ్వాసాలు, ఆచారవ్యవహారాల వంటి అనేక సంగతులను నియోగి బ్రాహ్మణుల ద్వారా చేర్పించాడు.[2]

పథకం ప్రకారం చరిత్రలో నిధి నిక్షేపాలు దొరికిన ప్రాంతాలలో, కృష్ణానదికి దక్షిణ భాగ (దత్తమండలాలు, గుంటూరు) గ్రామ చరిత్రలు శ్రద్ధగా రాయించాడు. కైఫియతులని పరిశోధనగా చూస్తే, కృష్ణానదికి ఉత్తరం వైపు సరిగా శ్రద్ధ పెట్టలేదని తెలుస్తుంది.

కావలి సోదరులు

18వ శతాబ్దపు చరిత్రలో ప్రముఖంగా ప్రస్తావించవలసిన వారు 'కావలి సోదరులు'. వీరు ఐదుగురు. నారాయణప్ప, వెంకట బొర్రయ్య, వెంకట లక్ష్మయ్య, వెంకట రామస్వామి, సీతయ్య. వీరి జన్మస్థలం ఏలూరు.18వ శతాబ్దపు చరిత్రను రాసిన ఆరువేల నియోగులు. నారాయణప్ప, మెకంజీ కింద దుబాసిగా ఉండేవాడు. దుబాసీ అంటే రెండు భాషలు (ప్రాంతీయ భాష ,దొర భాష) తెలిసినవాడు. ఏ తెల్ల దొరకైనా దుబాసీ అవసరం తప్పనిసరి. కొత్తగా వచ్చిన తెల్లదొరలకు, అక్కడి ప్రాంతపు ముఖ్యులను పరిచయం చేస్తాడు. దొరకి కావాల్సిన పనులు చేసిపెడుతూ, నీడలా వెన్నంటి ఉంటాడు. కావలి బొర్రయ్య పద్నాలుగోయేట, బందరులో 'మార్గన్' స్కూల్లో ఇంగ్లీషు నేర్చుకున్నాడు. కాలక్రమేణా మెకంజీకి కుడి భుజంగా మారాడు.[3]

మెకంజీ, దత్త మండలాలను సర్వే (1784-90) చేసేనాటికే, జాన్ నేపియర్ ద్వారా పురాతన, సనాతన భారతీయ చరిత్రను తెలుసుకొని ఉన్నాడు. బొర్రయ్య బృందం సర్వే పేరుతో, శ్రీశైల క్షేత్రం దగ్గరున్న జగద్గురు ఆదిశంకరాచార్యులు మఠం దగ్గర 6 అడుగుల పొడవు, 6 అడుగుల వెడల్పు, 4 అడుగుల ఎత్తుతో కూడిన గోతులు తవ్వుతున్నప్పుడు, సొరంగం బయటపడింది. కీడును శంకించిన చెంచు పూజారులు, అక్కడికి వచ్చి బొర్రయ్య బృందాన్ని భూమిలో నిధి-నిక్షేపాలు తవ్వే దొంగలుగా నిర్ధారించి తరిమికొట్టారు. కోతి పుండు బ్రహ్మరాక్షసన్నట్లు, బొర్రయ్య జరిగిన విషయాన్ని మెకంజీ చెవిన వేశాడు. బ్రిటిష్ వారి దురహంకారం నిలువెల్లా ఆవహించిన దొర, స్వయంగా వస్తాను, ఎవరాపుతారో చూద్దామని తవ్వకాలు జరిపే ప్రాంతానికి బయలుదేరాడు.

రాబోయే విపత్తును పసిగట్టిన 500 మంది చెంచులు, దేవాలయాన్ని విళంబులతో కాపలా కాస్తున్నారు. అంతమందిని ఒక్కసారిగా చూసిన బొ్రయ్య ఖంగు తిని, స్వరం తగ్గించి దొర మల్లికార్జునస్వామి దర్శనానికి వచ్చారన్నాడు. దేవాలయ కట్టుబాటు ప్రకారం క్రైస్తవులు, మ్లేచ్ఛులు దేవాలయ గర్భగుడిలోకి రాకుండా నిషేధం ఉంది. చెంచు నాయకుడైన రామదాసు, గర్భగుడి దైవ దర్శనం కల్పించడం కుదరదని కరా ఖండిగా చెప్పాడు.

అయ్యగారికి కోపం సంవత్సరానికి రెండుసార్లే వస్తుంది, వచ్చిన ప్రతిసారీ ఆరేసి నెలలు మాత్రం ఉంటుందన్నట్లు, దొర అహం దశకంఠవతారం ఎత్తింది. అనేక బుసలుకొట్టింది. బొ్రయ్య చెంచువారి భక్తిని, శక్తిని తక్కువ అంచనావేయొద్దని, అప్పటికి దొరని అనునయించాడు. దొర దైవ దర్శన నిమిత్తం ఉపాయం చేసి, రెండు పెద్ద అద్దాలు గుడి ఆవరణలో ఏర్పాటు చేశాడు. ఒక అద్దాన్ని గర్భగుడిలోని శివలింగం వెనక, మరొకటి ప్రతిబింబించటానికి గుడి బయట అమర్చి, దర్శనం చేయించాడు.[4]

ఈ ఘటనతో, మెకంజీకి రామదాసుపై పగ కట్టలు తెంచుకుంది. బ్రిటిష్ వారి పగ ఎలాంటిదో చెంచులకు రుచి చూపిస్తానని, వణుకు పుట్టేలా చేస్తానని ఎర్రటి రంగులోకి మారిన శరీరంతో, బొర్రయ్య వద్ద ఊగిపోయాడు. దొంగే దొంగా అని అరచినట్లు, ఈ సంఘటన జరిగిన నాటి నుండి చెంచులను దారి దోపిడీ దొంగలు, గజ దొంగలుగా ప్రచారం చేయడం మొదలుపెట్టారు. చెంచులు ఈ రకంగా చరిత్రలో వంచించబడ్డారని చెప్పవచ్చు.

మెకంజీ, బొర్రయ్య లు సర్వే నిమ్మితం కలిసి పలు ప్రదేశాలు తిరిగారు. బొర్రయ్య ద్వారా అమరావతి పట్టణంలో ప్రపంచం గర్వించే చారిత్రక వస్తువుల గురించి 1790సం.లో తెలిసింది.[5] మెకంజీ అమరావతిని దర్శించి చింతపల్లి సంస్థానాధీశుడైన రాజా వాసిరెడ్డి వెంకటాద్రి నాయుడుని కలిశాడు.

రాజా వాసిరెడ్డి వెంకటాద్రి నాయుడు

వెంకటాద్రి నాయుడు, చింతపల్లి సంస్థానానికి అధిపతి. ఈయన 20.4.1761 న జన్మించాడు. తండ్రి జగ్గన్న. నైజాం నవాబైన బాసాలత్ జంగ్, జగ్గన్నను సమావేశానికి ఆహ్వానించి శిరచ్ఛేదనం చేశాడు. మూడేళ్ల వయసులో తండ్రి

జగ్గన్న మృతి చెందటంతో, తల్లి అచ్చమ్మ సతీసహగమనం చేసింది[6] పెదనాన్నైన రామన్న, తన సంస్థానంతో పాటు మైనరు సంస్థానమయిన చింతపల్లి సంస్థానాన్ని కూడ పాలించాడు.

నాయుడు బాల్యం నుండి తోచిన దానిని చేసుకుపోయే తత్త్వం కలిగినవాడు. 17 ఏళ్ళ వయసులో, వెఱ్రెమాంబను సంప్రదింపులు లేకుండా, దౌర్జన్యంగా (1778) పెళ్లి చేసుకున్నాడు. మేజరయ్యాక, రాజ్యాధికారం మీద వున్న మక్కువతో, తన సంస్థానంతో పాటు పెదనాన్న సంస్థానాన్ని కూడా వశం చేసుకుని, చింతపల్లికి సంస్థానాధీశుడయ్యాడు(1783). కూతురు రాజ్యలక్ష్మి పుట్టింది. పుత్ర సంతానం కోసం, 1785 లో మరో వివాహం చేసుకున్నాడు[7]. రెండో భార్య పేరు పార్వతి.

చింతపల్లి సంస్థానంలో ఖమ్మం, నందిగామ పరగణా, కలిదిండి పరగణా, ఆకులమన్నాడు, ఇనుకుదురు, నెమలి; గుంటూరు జిల్లాలోని కొండవీడు సీమ, వినుకొండ సీమ, రాయపూడి, చామర్తి, కేతవరం పరగణా, పొన్నూరు వంటూ, రావెల, కొండూరు గ్రామాలూ, కొల్లూరు, మంగళగిరి, నిజాంపట్నం; రాజమహేంద్రవరం జిల్లాలోని పలివెల, నగరం వగైరా భాగంగా ఉన్నాయి. నైజాం రాష్ట్ర సరిహద్దుగా ఉన్న ఈ సంస్థానం, భౌగోళికంగా కీలక ప్రాంతం. బ్రిటిష్ వారికి సైనిక స్థావరంగా అనుకూలమైన ప్రదేశం.

వీరసింగు, రామసింగు, భద్రసింగు భుజంగ రాయుడు మొదలైన హరిజనులు; కోటాజి, సర్వోజీ, రామోజీ మున్నగు మరాఠా వీరులు సంస్థాన సేనాధిపతులుగా సైన్యంలో వున్నారు. నాయుడికి రాజ్యపాలన చేజిక్కడమే, దాయాదులైన నాగన్న, చంద్రమౌళిలను చింతపల్లి సంస్థానంలో బంధించాడు.[8] మరో దాయాది ముక్త్యాల సంస్థానాధీశుడైన వాసిరెడ్డి లక్ష్మీపతి మచిలీపట్టణం కౌన్సిల్ వారితో కొంత రాజ్యం తనకి చెందుతుందని మంతనాలు చేస్తున్నాడని తెలిసి, ముక్త్యాల సంస్థానాన్ని ధ్వంసంచేశాడు. పెదతండ్రి రామన్నను పదవీ భ్రష్టుణ్ణి చేయడం, దాయాదివారసులయిన చంద్రమౌళి, నాగన్నలను కారాగారంలో ఉంచడం, మరో దాయాది లక్ష్మీపతిని నిర్వీరుణ్ణి చేయటం, ముక్త్యాల సంస్థాన కోట కూల్చడం వంటి దురాగతాలు చేశాడు. తమ సంస్థాన కవులు సాహసకృత్యాలంటే, ఇతర సంస్థానాధీశులు క్రూరత్వం అన్నారు.

సంస్థాన సేనాధిపతైన భుజంగ రాయుడు, మాదిగ కులానికి చెందినవాడు. నాయుడుకి అత్యంత సన్నిహితుడు. సామ, దాన, భేద, దండోపాయాలు

ప్రదర్శించగల్గిన రాజ బంటు. జానపదకథలలో రాయుడు ఐదు వర్ణాల వారిని వివాహమాడినట్లు,[9] అందులో మహమ్మదీయ భార్యతో ఎక్కువమంది పిల్లల్ని కలిగివున్నాడని ఉంది. సంస్థానంలో మరో మరాఠా వీరుడు రామోజీ, మానసిక యుద్ధతంత్రాలలో పేరుగాంచాడు. రాజ్య భద్రత ఇతని విధి. భద్రతకు సంబంధించిన వార్తలను నిత్యం నాయుడుకి అందించేవాడు. నాయుడు వంశవృక్షంలో లభ్యమైన వివరాలతో పరిపాలన కాలం.[10]

పరిపాలన సమయం	సంస్థానాధీశుడు	పాలించిన సం
1763 – 1783	రామన్న	20
1763 – 1765	జగ్గన్న	3
1783 – 1816	వాసిరెడ్డి వెంకటాద్రి నాయుడు	33

చెంచు రుధిర వేదన

మెకంజీకి చెంచులపై ఉన్న వ్యక్తిగత దురహంకారాన్ని చల్లార్చడానికి, బొర్రయ్య వ్యూహాలనుపన్ని, నాయుడు ద్వారా వాటిని అమలుపర్చాలని పథకం పన్నాడు. చింతపల్లి, నందిగామ సంస్థానాల మధ్య ఉన్న దాయాదుల గొడవలతో, బ్రిటిష్ వారికి సంస్థానంలోకి చొరబడటానికి పథకం ప్రకారం మార్గమయింది. నాయుడు చెంచులను పట్టుకోవడానికి కుంపిణి వారిని అనుమతి కోరుతూ 25.09.1791 తేదీన అభ్యర్ధన పంపించాడు. దానికి అదే రోజు అనుమతి దొరికినట్టు కుంపిణి వారి రికార్డుల ద్వారా తెలుస్తుంది. కుంఫిణి వారు మేజర్ 'బర్ 'తో కొంత సైన్యాన్ని ఇచ్చారు.[11]

11.11.1791 న వెంకటాద్రి నాయుడు, కొందరు మరాఠి సేనాపతులు కలిసి కుంఫిణి సైన్యంతో వెళ్లి చెంచులతో యుద్ధంచేశారు. యుద్ధం జరిగిన ప్రాంతం నల్లమల కావడంతో చెంచులు చెట్లపై, పుట్టల చాటునుండి మెరుపు దాడులు చేశారు. బ్రిటిష్ వారికి ఈ యుద్ధంలో చెంచులతో ప్రత్యక్షంగా యుద్ధంచేయడం సాధ్యపడదని అర్థమయి, పరోక్ష యుద్దానికి మరో వ్యూహం పన్నారు.

యుద్ధం చేసిన ప్రాంతం నైజాం నవాబు పాలనలో ఉంది. ఎంకి పెళ్లి సుబ్బి చావుకొచ్చినట్లు, నాయుడు, పాలెగాండ్రు 'రామ నాయక్'పై యుద్ధం ప్రకటించి, వారిని అణచివేసానని ప్రచారంచేసుకొన్నాడు. చెంచు గ్రామమైన 'కమ్మలచెర్వు' వెంకటాద్రి

నాయుడు వశమయ్యిందన్న ప్రకటనతో యుద్ధం ముగిసింది. యుద్ధం చిన్న పాపయ్యను (చెంచు నాయకుడు) చంపడానికి చేసినట్లయ్యింది[12]. తర్వాత నాయుడు గోల్కొండకు అతిథిగా వెళ్లి, నాలుగైదు రోజులున్నా డు. నైజాం నవాబుకు ఒక లక్ష పగోడాలు(రూ. నాలుగు లక్షలు) చెల్లించి, మన్నెం సుల్తాన్ బిరుదు, మధిర, కుంభ మెట్టు ప్రాంతాలను పొందాడని 'వెంకటాద్రీంద్ర' చరిత్ర గ్రంథం చెబుతోంది. [13] చింతపల్లి సంస్థానంలో 551 గ్రామాలున్నాయి. శిస్తు వసూలుచేసే అధికారం కరణాలది. ప్రతి 15 గ్రామాలకు ఒక కరణం చొప్పున మొత్తం సుమారు 35 మంది కలరు.[14] భూ సంబంధిత లెక్కలను చూసే కరణాలు, నాయుడు చెప్పు చేతలలో ఉండి దొంగ లెక్కలు రాస్తున్నారని వచ్చిన ఫిర్యాదుతో కుంఫిణివారు 19.11.1791 తేదీన నాయుడి ప్రవర్తనను శంకిస్తూ, మచిలీపట్టణం రావలిసిందిగా కబురు చేశారు. బ్రిటిష్ వారికి అవసరం పడితే, ఇలానే పిలిచి వారికి కావాల్సిన కార్యం చేయించుకుంటారు. మరోవైపు ముక్త్యాల సంస్థానాధీశులైన లక్ష్మీపతికి, చింతపల్లి సంస్థానం అప్ప చెబితే, ప్రస్తుతం చెల్లించే కప్పంకు రెట్టింపు చెల్లిస్తానని బ్రిటిషు వారికి వాగ్దానం చేశాడు.[15] దానితో చింతపల్లి సంస్థానానికి కప్పం రెండింతలు గా పెంచి 7,66,215/- పేష్కషులు చెల్లించాలని హుకుం జారీచేశారు.[16]

వెంకటగిరి సంస్థానం 800 గ్రామాలలో ఉంటే, చింతపల్లి సంస్థానం 551 గ్రామాలు కలిగివుంది. వెంకటగిరి సంస్థానం 3,77,085/- పేష్కషులు చెల్లిస్తుంటే, చింతపల్లికి మాత్రం 7,66,215/- పేష్కషులు చెల్లిస్తామని నాయుడు ఈస్ట్ ఇండియా కంపెనీతో ఒప్పందం చేసుకొని బయటకొచ్చాడు. ఈ అంశంతో బ్రిటిష్ వారి కత్తికి రెండు వైపులా పదునుంటుందని నిరూపితమయ్యింది. ఒకవైపు చెంచుల విషయంలో నచ్చినట్లు గా వాడుకుంటూనే, మరోవైపు అధిక పేష్కషులుని కట్టించు కొన్నారు.

పేద వారిని ఏవిధంగా హింసించినా తమనడిగే వారులేరనే ధీమా ధన ప్రాబల్యం గల సంస్థానాధీశులలో కనిపిస్తుంది. నాయుడు 1793సం.లో, మంత్రి పాపయరాధ్యులకు, భుజంగరాయుడుకి చెంచులను వధించే పని అప్ప చెప్పినట్లు తెలుస్తుంది.[17] వీరు మాయోపాయాలు పన్ని చెంచులను నమ్మించి మోసం చేసి సంస్థానానికి (1794) తీసుకుని రాగలిగారు. భుజంగ రాయుడు చెంచువారిని నమ్మించే పనిలో 16 నెలల కాలంపాటు వారితో అడవిలో చెంచు వానిగా ఉండి, ప్రేమతో వారిని నమ్మించాడు. తనని వారి నాయకుడే అని నమ్మి, చెంచులు చింతపల్లి సంస్థానానికి వచ్చారు.

నాయుడికి శాకమూరివారు సేనాధిపతులు.[18] వారితో చెంచులను ఏకకాలంలో చంపమని ఆస్థాన సభలో ఆజ్ఞాపించాడు. ఆ రోజు సాయంకాలం మంత్రి పాపయరాధ్యుల సలహాపై చెంచులకి ప్రీతైన పాలన్న భోజనం వడ్డించారు. నడి రాత్రి నిద్రలేపి కాళ్లకు, చేతులకు సంకెళ్లు బిగించి, కోటనుండి దట్టమైన కీకారణ్యంలోకి తీసుకొచ్చారు. చుట్టూ ఎతైన కొండలు, ఆకాశాన్నంటే భారీ వృక్షాల మధ్య కొంత భూభాగం చెట్లు కొట్టి చదునుచేసి వుంది. చెంచుల కాళ్లకు వేసిన సంకెళ్ల శబ్దం మహాశివుడుకి భజన చేస్తున్నట్లుంది.

ఆకాశంలో పొడవని వేగుచుక్కకి భీతి పుట్టింది. నక్షత్రాలు భయంతో మెరుస్తున్నాయి. కాలువ, తోకని తిప్పుకుంటున్న నల్లత్రాచులా వంకర తిరిగి దూరంగా అంతర్ధానమైంది. గుబురు చెట్ల మధ్య సానపెట్టి రాళ్లపై పేర్చిన కత్తులు మెరుస్తూ ఆ ప్రాంతానికి వెలుగునిస్తున్నాయి. చెంచువారి భార్యల ఉచ్ఛ్వాస, నిశ్వాసాలు పాముబుసలుగా వినిపిస్తున్నాయి. నాయుడు, టేకు పల్లకిలో కూర్చొని ఉన్నాడు. భుజంగరాయుడుకి హృదయంలో వారిని నమ్మించి తెచ్చిన సంఘటనలు బరువెక్కిన కెరటాలవలే వస్తున్నాయి. సమయం ఆసన్నమయింది. వారందరినీ ఒక క్రమపద్ధతిలో మోకాళ్లమీద కూర్చోపెట్టారు. చెంచులు కత్తుల దగ్గర నిస్సహాయంగా, మౌనంగా కూర్చుండి పోయారు.

చెంచు బోయతలు మధ్య మధ్యలో బిగ్గరగా 'హర హర మహాదేవ', 'హర హర మహాదేవ', 'ఓం నమశ్శివాయ', 'ఓం నమశ్శివాయ' అని ముక్తకంఠంతో

నినదిస్తున్నారు. రక్తం ఏరులై పారుతుంది. బోయతల దుఃఖం బావురుమంది. వారు చేతులను గుండెలపై బాదుకుంటూ, బిగ్గరగా నాయుడుకి శాపనార్థాలు పెట్టడం ప్రారంభించారు. నెత్తీ–నోరు కొట్టుకుంటూ కన్నీటితో ఆకాశంవైపు చూస్తూ శంకరుడిని రమ్మని వేడుకుంటున్నారు. రెండు చేతుల గుప్పెట పట్టిన మట్టిని గాలిలో ఎగరేస్తూ, నమ్మించి మోసం చేసిన వాసిరెడ్డి వంశంకు, ఉసురు తగలాలని శాపాలు పెడుతున్నారు. సేనాపతులు నిర్దాక్షిణ్యంగా వంద మందికి పైగా తలలను నరికేశారు. వారి శక్తి క్షీణించింది. కొందరని చంపలేక నాయుడి దగ్గరికెళ్ళారు. నాయుడు స్వయంగా పల్లకి దిగి వచ్చి, రక్తంలో ముంచినట్లున్న కత్తిని చేతులలోకి తీసుకుని, తరువాతి వంతు చెంచు దగ్గరకు వెళ్లి, చివరి కోరిక ఏమిటని అడిగాడు. 'అటునుండి నరుకుట ప్రారంభింపుడి' సామీ[19] అని చెప్పి తిరిగి యోగ ముద్రలోకి వెళ్ళిపోయాడు.

చెంచులలోని రామదాసు, శ్రీకృష్ణదాసు, భీమదాసు, వెంకటదాసు, వీరదాసుల తలలు ఖడ్గంతో ఛేదించ ప్రయత్నించినా, నాయుడి వల్ల కాలేదు.[20] మంత్రి పాపారాద్యుడు వారి శిఖలో కట్టిన తాయెత్తులను తీసిపారేయమని సలహా ఇచ్చాడు. అలా చేసిన తృటిలో వారి ప్రాణం పోయింది. సేనాపతులు మిగిలినతంతు పూర్తిచేశారు.

చెంచు వధ పాపాన్ని పూర్తిగా నాయుడుకి అంటగట్టిన కుంఫిణిదళాలు, తిరిగి అక్కడి జిల్లా కలెక్టరుకు, దాయాదులకు మరేమైనా అకృత్యాలు చేస్తాడేమోనన్న సందేహంతో, నాయుడుని తీసుకెళ్లి సైన్య పర్యవేక్షణలో ఉంచారు. 1.7.1795 న కుంఫిణి అధికారులు, రెండు దళాల సైన్యంతో వచ్చి చింతపల్లి సంస్థానాన్ని వశం చేసుకున్నారు. నాయుడి రాజ్యపాలనకు అడ్డులేదు, కానీ ఆయన ఆకృత్యాలకు అడ్డుకట్టగా కుంఫిణి సైనికదళాలు నిలిచాయి. కుంఫిణి సైనికదళాలు 5.10.1795 న దాయాదులైన చంద్రమౌళి, నాగన్నలను వెంకటాద్రి నాయుడి ఇష్టంతో నిమిత్తం లేకుండా విముక్తుల్ని చేశాయి. వాళ్లకు ప్రతి నెల భృతి చెల్లించే ఏర్పాటుచేశాయి. నాయుడుని చింతపల్లి వెళ్లకూడదని ఆంక్షలు విధించారు. ఇది దాదాపు ఖైదుతో సమానం.

వంశ చరిత్ర, చాటుపద్య మణి మంజరిని బట్టి, 500 చెంచులు నరకబడ్డారని, నాయుడు పాపం మూటగట్టుకున్నాడని, చెంచుబోయెతల శాపనార్థంతో ఏడుపుగోస తగిలిందని, తినే తిండి మానవ విసర్జిత మల పురుగుల వలె కనిపించడం, కోటలో ఎక్కడ చూసినా చెంచుల ప్రేతాత్మలు కనిపిస్తున్నట్టు, మనో

వైకల్యంతో ఇబ్బందులొచ్చాయని, శివుడు, నాయుడి కలలో ప్రత్యక్షమయి చింతపల్లి నుంచి వెళ్ళిపోయి, అమరావతి నగర నిర్మాణం చేయమని వంశ చరిత్రలో చెప్పినట్లు వుంది. [21]

ఆరోగ్యం రెండు రకాలు. ఒకటి శారీరక ఆరోగ్యం, రెండు మానసిక ఆరోగ్యం. ఈ రెండు సమానంగా ఉంటేనే సంపూర్ణ ఆరోగ్యం. మనిషిలో మానవత్వం వికసిస్తుంది. మానసిక ఆరోగ్యం కొరవడినప్పుడు, మానవజాతికే ముప్పు వస్తుంది. చరిత్రలో చాల సార్లు ఇది పునరావృతమయ్యింది. నాయుడు తన మానసిక ప్రశాంతత కోసం యజ్ఞయాగాదులు చేయించాడు. బంగారు ఆవుని చేయించి, దాని గర్భంలో కూర్చొని దాని నుంచి వెలువడితే, గోవుకు పుట్టిన వాడవుతాడని, గో గర్భ ముఖం చేస్తే సర్వసౌఖ్యాలు లభిస్తాయని, అనారోగ్యం అంతరిస్తుందని బ్రాహ్మణులు చెబితే అలానే చేశాడు [22].

స్వర్ణ గోవును బ్రాహ్మణులకు దానం చేస్తున్నప్పుడు మాదిగలొచ్చి, బంగారు ఆవుకు ప్రాణం లేదు, అది చచ్చిన గొడ్డుతో సమానమని దానిని తీసుకుపోయే బాధ్యత తమదని, ఒకవేళ గోవుని మాదిగలకివ్వకపోతే, తర్వాత చచ్చిన గుడ్లన్నిటినీ ఇక బ్రాహ్మణులకే ఇవ్వాలని బెదిరించారు. నాయుడు చేసేదేమిలేక బంగారు గోవుని బ్రాహ్మణులకు, దానికి సరిపడా డబ్బు మాదిగలకిచ్చాడని జానపద గాథలో వుంది.

చరిత్ర గొప్పలు, వక్రీకరణ

విజయాదిత్య నరేంద్రుడు రాజమహేంద్రవరాన్ని 48సం. పరిపాలించి, 108 యుద్ధాలు చేసి, 108 శివాలయాలు కట్టించాడు. పిఠాపురంలోని కుంతీ మాధవాలయాన్ని కట్టించింది విజయాదిత్య నరేంద్రుడే. ప్రోలయ వేమారెడ్డి, ఏక లగ్నంలో 108 శివాలయాలు ప్రతిష్టించాడు.[23] వారి మాదిరిగానే నాయుడు 108 దేవాలయాలు ప్రతిష్టించాలని అనుకున్నాడు. నిజానికి, కైఫీయత్తు లలో తొమ్మిది దేవాలయాలే కట్టినట్లుంది. చతుర్ముఖ ఆలయానికి చుట్టూ 8 దిక్కుల 8 ఆలయాలు కట్టారు. మొత్తం తొమ్మిది దేవాలయాలు మాత్రమే వెంకటాద్రి నిర్మించాడని వుంది.[24]

తత్వశాస్త్రంలో, 'సత్య దర్శనం' అన్నింటికన్నా గొప్పది. నాయుడు 108 గుళ్ళు,108 కొలనులు, అమరావతి కోట, నగర నిర్మాణం చేశాడంటే చాల గొప్పవాడు, గొప్పపని చేశాడనిపించింది. పరిశీలిస్తే, తొమ్మిది దేవాలయాలే

నిర్మించినట్లు అర్థమయ్యింది. ఇది జరిగి దాదాపు రెండు వందల సంవత్సరాలు దాటింది. ఇన్ని సంవత్సరాల తరువాత కూడ ప్రస్తుత మీడియా దీనిని 108 దేవాలయాలుగా పేర్కొనడం వారిని వారు మోసం చేసుకోవడం అవుతుందేమో!!

జీవితం శాశ్వతమని, ధనంతో మహదానందాన్ని పొందవచ్చుననే భ్రమ తో కూడబెట్టిన డబ్బు, నాయుడికి ఈషణ్మాత్రమైన ఆనందాన్ని కలిగించకపోగా, విషాదమే ఎక్కువగా అనుభవానికి వచ్చింది. వంశ చరిత్ర గ్రంథంలో 108 గుళ్ళని ఉంది, బ్రిటిష్ పుస్తకాలలో 180 అని ఉంది. పరిశోధనలో నాకు కనిపించిన సత్యం, బ్రిటిష్ వారు కొన్ని అంశాలలో తక్కువ చేసి చూపి, మరికొన్ని అంశాలలో మాత్రం, అతిశయంగా ఎక్కువ చేసి చూపించారు. ఉదాహరణకి, కొడాలి వారి గ్రంథాలలో, నరకబడిన చెంచులు 500లుగా ఉంటే, మెకంజీ ద్వారా రాయబడిన పుస్తకాలలో 150గా ఉంది. దేవాలయాల విషయంలో, కట్టినవి 9 దేవాలయాలైతే, మరి వంశ చరిత్ర గ్రంథాలలో 108గా పేర్కొన్నారు. బ్రిటిష్ వారైతే దానిని 180 అనడం చరిత్రను వక్రీకరించడం అవుతుందేమో?

అమరావతి, బుట్టెడు వజ్రపు ధూళి

అమరేశ్వరాలయంలో వెంకటాద్రి నాయుడు కొంత భాగం జీర్ణోద్ధరణ చేశాడన్నది వాస్తవం. లోగుట్టు పెరుమాళ్ళకెరుక!. చరిత్రలో చాలా చోట్ల అమరేశ్వరా లయం నాయుడుచే కట్టబడిందని రాసి ఉంది. అమరేశ్వరా లయం దగ్గర కొత్తగా కోట నిర్మాణం చేయించాడు. అమరావతి నగరం ఏర్పడింది. అమరావతి కోట నిర్మాణ ప్రదేశంలో ఉన్న ఒకప్పటి స్థూపాన్ని, దీపాల దిన్నె అంటారు. కోట నిర్మాణ తవ్వకాలలో దీపాల దిన్నె ఇటుకలు ముక్కలుగా మారి అమూల్యమైన శిల్ప సంపద నాశనమయ్యింది.[25]

క్రీస్తుపూర్వం 200 సం.లో స్థాపించిన అమరావతి స్థూపం గొప్పగా వెలుగొందిన బౌద్ధ మందిరం, ప్రపంచంలోని అతి పెద్ద ముఖ్యమైన పురాతన బౌద్ధ కట్టడాలలో ఒకటి. ఒకప్పటి బౌద్ధ మతానికి సంబంధించింది హిందువైన నాయుడికి సున్నపు మట్టి రాళ్లుగా కన్పించడం ఎంతో దురదృష్టకరం.[26]

అమరావతి, నగర నిర్మాణంతో పాటు గుట్టుచప్పుడు కాకుండా తవ్వకాలకు గురైంది. పనికి వచ్చే శిల్పసంపద, శామ్యూయల్ జాన్ స్టన్ బృంద సభ్యులు భారతదేశం వెలుపలకు తరలించారు. ప్రపంచంలో ఉన్న మ్యూజియం లలో

అమ్ముకున్నారు. ధనమే మూలాధారమైన ఈ జగత్తులో డబ్బుకు మనిషి దాసోహమే, ధన సంపాదనపై వున్న కోరిక మనిషిచేత ఎంతటి దుష్కర్మనైనా చేయిస్తుంది. ఉచితానుచితములకు, మంచి చెడులకు స్థానముండదు. న్యాయం, ధర్మం, జాలి, దయ అనేవి మచ్చుకైనా కనపడవు. డబ్బు మీద వ్యామోహంతో జ్ఞానం నశిస్తుంది. అహంకారం ప్రబలుతోంది. చేసిన దుర్మాగానికి ఒకవైపు శిక్ష అనుభవిస్తున్నా, వీరికి జ్ఞానోదయం కాదు.తప్పు దిద్దుకునే ప్రయత్నంలో ఇతరులను ఆదర్శంగా తీసుకోరు. పైగా కొత్త కొత్త ఆలోచనలతో దౌర్జన్యానికి ఉద్రిక్తులవుతుంటారు.

కృష్ణానది తీరంలో వున్న కొల్లూరు గ్రామంలో గల కొల్లూరు గనిలో వజ్రాన్ని చూశానని, అది చాలా మందంగా ఇంచుమించు 36 మాంగలీనుల (663/8 క్యారెట్లు) తూకమని, అందంగా, నిర్మలంగా ఉందని టావెర్నియర్ అనే బౌద్ధ యాత్రికుడు రాశాడు.[27] కోహినూరు వజ్రం, తెలుగు వారి అమూల్య వారసత్వ సంపద. తుమ్మల సీతా రామమూర్తి "తెలుగుతల్లి! నీకు జోహారు, దేశ మాతా! నీకు జోహారు" అనే గీతంలో ఈ విధంగా చెప్పారు.

" కొల్లూరి కోహినూరు కొప్పులో బూవటే
కోలారు గనులు నీ కోశంబటే....."

కోహినూరు వజ్రం జన్మస్థానం కొల్లూరు గ్రామం, సత్తెనపల్లి తాలూకా, గుంటూరు జిల్లా, ఆంధ్రప్రదేశ్. దీనిని 13 వ శతాబ్దం లో మాలిక్ కఫూర్ చేతుల మీదుగా ఉత్తర భారతదేశానికి తరలించారు. 'అత్త సొమ్ము అల్లుడు దానం చేసినట్లు', బ్రిటిష్‌రాజకుటుంబం కోహినూర్ వజ్రాన్ని ఆ ఇంటి పెద్ద కోడలికి వారసత్వ కానుకగా ఇస్తోంది. భారతప్రభుత్వం కోహినూర్‌ను తిరిగివ్వాల్సిందిగా రెండుసార్లు అధికారికంగా అభ్యర్థించినప్పటికీ, బ్రిటన్ కాకమ్మకథల కారణాలను చూపి తోసిపుచ్చింది.[28]

తట్టెడు బంగారం కోసం వెతుకులాట

నాయుడు చింతపల్లి కోటని విడిచిన తర్వాత సంవత్సరకాలంలో ఆరు నెలలు అమరావతిలోను, మరో ఆరు నెలలు చేబ్రోలులోను వున్నాడు. ఆ సమయంలో చేబ్రోలు సమీపంలో నిధి నిక్షేపాలు వెదికినప్పుడు వెండి బంగారు నాణాలు దొరికాయి. శాసనాల ప్రకారం, తాడికొండలో పురాతన దేవాలయం దగ్గర బంగారం కలదని,

బొర్రయ్య బృందం నిర్ధారించారు. మెకంజీ, వజ్రాల గనులున్న అమరావతి నగరంలో నెమ్మదిగా పాగా వేశాడు.[29] తను చెప్పినట్లుగా, నాయుడు మూడు చోట్ల తవ్వకం మొదలుపెట్టాడు. శాసనానికి ఉత్తరంగా గజం లోతు X 2 గజాల చుట్టు, దక్షిణంగా 1 1 /5 లోతు X3, తూర్పు 20 గజాలలో 3X5 తవ్వారు.[30] దొరికితే దొంగ లేకుంటే దొర మాదిరిగా పై సంఘటనలన్నీ మచ్చుకు కొన్ని మాత్రమే. నాయుడు ద్వారా జరిగిన ఈ బంగారం వెతుకులాట కొందరి స్నేహ ప్రభావమని క్షుణ్ణంగా తెలుస్తుంది.

మరుపు కష్టమే!!

మన వ్యాధికి పూర్తిగా మందు లేదు. ప్రస్తుత దుస్థితికి తానే కారణమని భావించిన వెంకటాద్రి నాయుడు తన జీవితంలో ఒక్కక్షణం కూడా సుఖంగా ఉండలేకపోయాడు. ద్రోహాన్ని స్మరణకు తెచ్చుకుని చిత్తంలో కుమిలి కుమిలి దుఃఖించాడు. మనస్సు లోపలి పొరలను సహితం కదిలించి వేసే దుఃఖంతో పశ్చాత్తాప హృదయ స్థితి కోరుకున్నాడు. పొద్దస్తమానం తన మందిరంలో జీవచ్ఛవంలా ఒంటరిగా కూర్చునేవాడు. తన మనస్సే తనను తీవ్రంగా బాధిస్తుందని తెలుసు. కాలం గడిచే కొద్దీ క్షీణించడమే కానీ దిగులు మానలేదు. డబ్బు కూడబెట్టి, తద్వారా ఆనందాన్ని పొందుదామనుకున్నాడు, కానీ కుటుంబ సభ్యులు అనుకూలించకపోవడంతో సుఖంకంటే దుఃఖమే ఎక్కువగా అనుభవానికి వచ్చింది. విధి బలీయమైంది. తానొకటి తలిస్తే, దైవం మరొకటి తలుస్తుంది. మరోవైపు తన ఆశల్ని అడియాసలు చేస్తూ, కూతురు ప్రమాదవశాత్తు కోట గోడ మీదనుండి పడి మరణించింది.

'అపుత్రస్య గతిర్నాస్తి', తన సంస్థానం నిలబడాలంటే మగపిల్లాడు ఉండాలి. మొదటగా దాయాది వారసుడైన చంద్రమౌళి పుత్రుడు జగన్నాథ బాబుని దత్తత తీసుకున్నాడు. ఈ పిల్లాడు వెర్రెమాంబకు నచ్చలేదు. వెర్రెమాంబ ఇష్ట ప్రకారం, వేరొక దాయాది వారసుడైన నాగన్న పుత్రుడు రఘునాథ బాబుని దత్తత తీసుకున్నాడు.

పుట్టడం చావడం కొరకే, పెరుగుట విరుగుట కొరకే, తను చెంచులపై జరిపిన దమన కాండని, పదే పదే గుర్తుచేసుకుంటూ, తీవ్ర మానసిక వ్యధని అనుభవించి 55 ఏళ్ళ నాటికి ప్రాణాలొదిలాడు. చివరికి ఏమిమిగిలింది!, నిర్దయగా జీవితం ముగిసింది. కర్మఫలానుభవం మనిషికి రెండు విధాలుగా అనుభవంలోకి వస్తుంది.

1. ఇహ జీవితం, ఈ జన్మలో చేసిన కర్మకు ఫలితం ఇది అని తెలిసేటట్టుగా ఉండేది.

2. పర జీవితం, మరణానంతరం మరుజన్మలో అనుభవానికి వచ్చేది. ఇహంవలె పర జీవితం గూర్చి మనకు తెలియదు.

అమృతమే విషమెందుకవుతుంది

వాసిరెడ్డి వెంకటాద్రి నాయుడు మరణం(1816) తర్వాత, జగన్నాథ బాబు, రామనాథ బాబులకు రాజ్యం దక్కింది. పెద్దవాడైన జగన్నాథ బాబు 314 గ్రామాలు, రామనాథ బాబు 237 గ్రామాలు పంచుకున్నారు. జగన్నాథ బాబుకి 50 లక్షల రూపాయలు, 5 లక్షల నవర్సుల బంగారం, లక్ష స్టెర్లింగులు(ఇతర దేశ కరెన్సీ) తండ్రి వారసత్వపు ఆస్తిగా వచ్చింది.[35] అధికమయితే అమృతం కూడ విషమేనన్నట్లు, జగన్నాథ బాబుకి గ్రామాలెక్కువని, రామనాథ బాబుకి ఆదాయం ఎక్కువని పరస్పరం గుర్రు పెట్టుకుని అవిభక్త సంస్థానానికి వారసుణ్ణి నేనంటే నేనని, చిన్న విషయాలకి రచ్చకీడ్చారు. చివరికి దావాలు వేసి, రెండు సంవత్సరాలకే దివాలా తీసినట్లు అప్పులు ప్రకటించారు. సివిల్ కోర్టుల చుట్టూ ముప్పై యేళ్లు తిరిగారు.[36]

★★★

గోదావరి జిల్లా పుట్టుక

కొత్త పరిపాలనా విధానాన్ని అమలుపరిచిన ఈస్ట్ ఇండియా కంపెనీ 1794 సం.లో కలెక్టరేటుల వ్యవస్థలను స్థాపించడంతో గోదావరి జిల్లా ఏర్పడింది. దానిని మూడు డివిజన్లుగా విభజించారు. మొదటి డివిజనుకు కాకినాడ కేంద్రం. రెండవ డివిజనుకు మొగల్తూరు కేంద్రం. మూడవ డివిజనుకు రాజమండ్రి కేంద్రం. ఈ మూడు మచిలీపట్టణం కలెక్టరు కింద ఉన్నాయి.

1791-95 కాలంలో ప్రబలిన పుర్రెల కరువుతో, మచిలీపట్టణం కలెక్టరేటులో వున్న సంస్థానాలన్నీ కొట్టుమిట్టాడుతున్నాయి. కరువుతో అనేకమంది చనిపోయారు. ఆ పరిస్థితులలో వ్యవసాయం చేయడానికి ఎవ్వరు లేకపోవడంతో సంస్థానాలకు బాకీలు పెరిగాయి. కలెక్టర్ ఓక్స్, మదరాసు ప్రెసిడెన్సీకి సంస్థాన బకాయిలను వివరించి, సంస్థానాధిపతులకు పేష్కషు బకాయిలను కట్టవలసిందిగా ఒత్తిడి తెచ్చాడు.

సంస్థానాల బకాయుల వసూల నిమిత్తం మదరాసు ప్రెసిడెన్సీ, మెకంజీని ప్రత్యేక అధికారిగా నియమించింది.

మెకంజీ ఆదేశానుసారం,1794సం. కాలంలో చార్‌మహల్, సేలం సంస్థానాల పన్ను బకాయుల వసూల నిమిత్తం వెన్నెలకంటి సుబ్బారావు, బొర్రయ్య కలిసి పనిచేశారు.[31] వెన్నెలకంటి సలహాతో, కలెక్టర్ మన్రో మరియు మెకంజీల అభీష్టంపై వ్యవసాయంలో ఆరితేరిన పాకనాటి వారిని కృష్ణా, గోదావరి జిల్లాలకు తరలించాలని పథక రచన చేశారు.

ప్రాంతాలు-నాడులు

పాకనాడు ఎక్కడ ఉంది అనే విషయంపై చారిత్రక మరియు శాసన సాహిత్య ఆధారాలను బట్టి ఇలా ఉందని చెప్పవచ్చు.

(718.52) నాటి ఉదయేందిరం శాసనాన్ని బట్టి మూడో విష్ణువర్ణనుడి సేనాని ఉదయచంద్రుడు దండెత్తి, పాకనాడు (నెల్లూరు) ప్రాంతంలోని బోయ కొట్టాలను పాలించే పృథ్వీరాజ్ ని పారదోలి పాకనాడులో రాజ్యం చేశాడని ఉంది.

క్రీ. శ. 1150 ప్రాంతంలో వెలనాటి సైన్యాలు తెలుగుచోడు ల పాలనలో ఉన్న పాకనా డుపై దండెత్తినా యి. పాకనాడులో వెలనాటి 'దుర్జయుల అధికారం నెల కొన్నది. కాలచుర్యులు నెల్లూరు తెలుగుచోడు లకు మిత్రులు; వెలనాటి వారికి శత్రువులు.

చాళుక్య చోళయుగారంభంలో ఆంధ్రదేశం అంతా సామంతరాజుల పాలనలో ఉంది. పాకనాడులో వెలనాటి అధికారం తుద ముట్టించి తెలుగుచోడు ల పాలనకు సంకల్పించినారు.

తొలిసారిగా కాకతీయుల కాలంలో వేంగి, వెలనాడు, పాకనాడు, రేనాడు అనే (ప్రాంతీయభిమానాలు తొలగించి, ఆంధ్రత్వానికి జాతీయ భావాన్ని సాధించారు. వీరి శాసనాల్లో రేనాడు, పాకనాడు కమ్మనాడు, సబ్బినాడు, ములికినాడు విరివిగా కనిపిస్తాయి. పంట రాష్ట్రం పాకనాడు అంతర్భాగమైనట్టు కూడా శాసనం ఉంది. పంట రాష్ట్రంలో తెలుగుచోడ ప్రభువు గూడూరు తాలూకాలో దానాలు చేసినట్లు ఉంది.

పాకనాటిలో పాలనలో విక్రమసింహపురం,దువ్వూరు, గండవరాది పట్టణాలు పంటదేనటి మాన్యానికి అధికార కేంద్రాలని శ్రీనాథుడు భీమేశ్వరపురాణంలో పేర్కొన్నాడు.

క్రీ.శ. 1343 నాటి విజయనగర శాసనాలు పాకనాటిలో కన్పిస్తున్నాయి. వీటిని బట్టి ప్రోలయ వేముడు పాకనాడును విజయనగరాధీశులకు కోల్పోయి నాడని తెలుస్తుంది. ఆంధ్రదేశం చిన్న చిన్న నాడులుగా విభజితమయింది. కొన్ని నాడులతో సంఖ్య జతపరచి చెప్పడం నాటి సంప్రదాయం కూడా, అంకెలు వాటికి మిళితమైన నాడులు పాకనాడు 21000; వెలనాడు 6000; వేంగి 14000, కొండ పల్లి 300, సబ్బినాడు 2000 మొదలైనవి, ఈ సంఖ్యలు ఆనాడు గ్రామాల సంఖ్యను సూచిస్తుందని ఒక అభిప్రాయం.

పాకనాడు, పోకనాడు (పోగి రాష్ట్రం), పెన్నా నది సముద్రతీరం నుండి గుండ్లకమ్మ నది మధ్య వెలిగొండల మీదుగా కడప జిల్లాలోని బద్వేలు, రాజంపేట తాలూకాల వరకు విస్తరించి వుందని ఆచార్య దోణప్ప సేకరించిన జానపద పాటలలో ఉంటే, ప్రాచీనాంధ్ర చారిత్రక భూగోళం గ్రంథంలో నెల్లూరు జిల్లా, పెన్నా నది ముఖ ద్వారంగా దక్షిణం వైపు వున్న ప్రాంతం పాకనాడు. దీనికి ఉత్తర తీరం వైపుగా కందుకూరు, నెల్లూరు, వెంకటగిరి, ఉదయగిరి తాలూకాల ప్రాంతాలు ఉన్నాయి.

పాకనాడును "పూంగి విషయం" అని కూడా అంటారు. విజయనగర సామ్రాజ్య కాలంలో పాకనాడు ప్రాంతం ఉదయగిరి రాజ్యంలోని అంతర్భాగమని శాసనాలు తెలుపుతున్నాయి[32]. ప్రాంతాలకు *పర్యాయ పదం* "నాడు".

రేనాడు	కడప,కర్నూలు మరియు నల్లమల అడవుల ప్రాంతం
పల్నాడు(పల్లవ నాడు)	మాచర్ల నుండి గురజాల వరకు వున్న ప్రాంతం
కమ్మనాడు(కర్మ రాష్ట్రం)	గుంటూరు నుండి మన్నేరు నదుల మధ్య ప్రాంతం
వేంగి(వేగి)	గోదావరి,కృష్ణ నదుల మధ్య వున్న ప్రాంతం
వెలనాడు	కటకం (కటక్) నుండి పిఠాపురం మధ్య వున్న ప్రాంతం

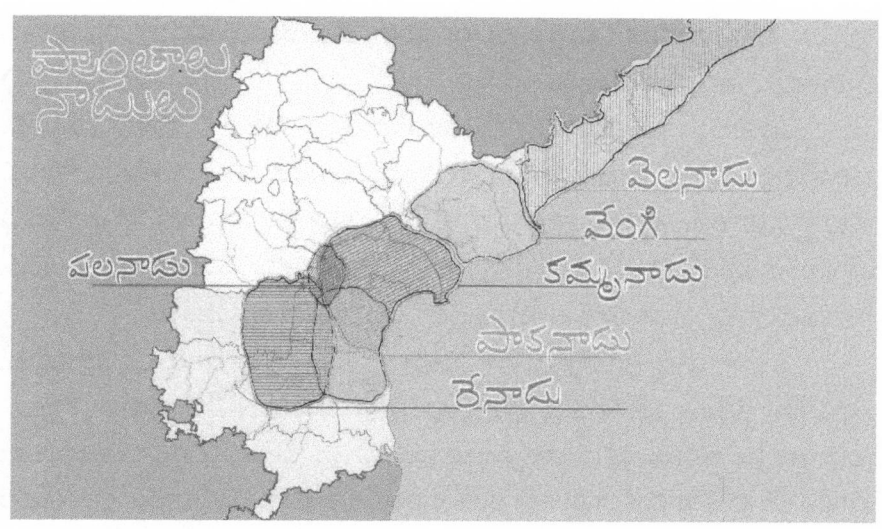

కులాల పేర్ల పుట్టుక, సంస్థానాలు

కాకతీయుల కాలంలోని 'భేతి రెడ్డి కథ' ప్రకారం, ఆంధ్ర రాష్ట్రంలో 'కాపు' కులం అంటే సమాజాన్ని కాపు కాస్తూ రక్షించేవారని అర్ధం. కాపులలో భాగంగా 'కమ్మ, వెలమ, బలిజ, రెడ్డి' మొదట్లో నాలుగు కుదురులు ఉండేవి. బ్రిటిష్ వారి జనాభా లెక్కలో కాపు కులాన్ని, నాలుగు ప్రత్యేక శాఖలుగా విడగొట్టారు.

1580 సం. కాలం నుండి చౌదరి పదం వుంది. చౌదరి అనేది గ్రామాలలో స్థానిక వ్యాపారాల లావాదేవీలు చూసే ఉద్యోగం. కాలక్రమేణా అది బిరుదుగా మారి, ప్రస్తుత కాలానికి కులాల గుర్తుగా చెలామణి అవుతుంది. నాయుడు పదం నాయకుడు అనే పదం నుంచి ఏర్పడింది. తంజావూరును పాలించిన నాయక రాజులను నాయుళ్లని అంటారు. నాయుడు పదాన్ని బలిజ, తెలగ, కాపు కులాల వాళ్ళు గ్రహించడంతో దానికి పర్యాయంగా కమ్మ కులస్తులు చౌదరి పదం గ్రహించినట్టు తెలుస్తుంది. దేవర కోట(చల్లపల్లి), ముక్త్యాల సంస్థానాలు కమ్మ వారి ఆధీనంలో ఉండేవి.

వెలమ కులం వారు సామాజికంగా, ఆర్ధికంగా శక్తిమంతులు. వీరి కుల విద్య కత్తిపట్టడం, కర్ర పట్టడం. తెలుగు ప్రాంతాలలోని వెలమ దొరలు రెండు రకాలు. పద్మ వెలమలు, ఆది వెలమలు. పద్మ వెలమల స్త్రీలు ఘోషాపద్దతి పాటిస్తారు. బొబ్బిలి, నూజివీడు, చార్-మహల్, పిఠాపురం సంస్థానాలు వెలమల అధీనంలో ఉండేవి. సామినేని ముద్దు నరసింహం నాయుడు వెలమ కులానికి చెందిన వారు[33]. వీరిపై రాసిన

పుస్తకం హితసూచని (1855). ఆంధ్రావనిలో తెలుగుభాష, చదువు, హేతువాద బీజాలను నాటిన మొదటి సంఘ సంస్కర్త.

రెడ్డి కులం వారు ప్రధానంగా వ్యవసాయదారులు. పాకనాటి, రేనాటి, మొటాటి, వెలనాటి, గుడాటి, పంట(దేసటి), పెడకంటి, కుంచేటి, ఓరుగంటి, భూమంచి మొదలైన శాఖలు తెలుగు ప్రాంతాల్లో వినిపిస్తుంటాయి. ఇందులో కొన్ని నివాస ప్రాంతాల పేర్లతో ఏర్పడితే మరికొన్ని కట్టుబాటులతో ఏర్పడినట్లు తెలుస్తుంది. రెడ్డి, నాయుడు, రావు, బహదూర్ అనేవి మొదట్లో బిరుదులుగా ఉండేవి.[34]

తెలుగు నాట బ్రాహ్మణులలో వైదికులు, నియోగులు, స్మార్తులు, మాధ్వులు, వైష్ణవులు, శైవులు, ద్రావిడులు, గోల్కొండ వ్రాత పరులు అనేవి ప్రధాన శాఖలు. బ్రాహ్మణ నియోగులు సైనిక కార్యకలాపాలతో పాటు, రాజుల దగ్గర మంత్రులుగా, గ్రామంలో వ్రాత కార్యకలాప, భూ ఆదాయ గుమాస్తాలుగా ఉండేవారు. బ్రాహ్మణుల సంస్థానాధీశులుగా మంత్రి ప్రగడ (ఏలూరు), పోలవరం సంస్థానాలు ఉండేవి.

దత్త-మండలాలలో ముఖ్యంగా కాపులు వ్యవసాయం చెయ్యడానికి, నియోగి బ్రాహ్మణులు భూ లెక్కలు రాయడానికి ఉండేవారు.

దత్తమండల పాలెగాండ్రు

దత్తమండలాలలో పాలెగాళ్ళ వ్యవస్థ రాయలవారి కాలం నుండి ఉన్నట్లుగా తెలుస్తుంది. రైతుల నుంచి పన్నులు వసూలు చేసేందుకు ఉండే మధ్య వర్తులను పాలెగాండ్రని పిలిచేవారు. దత్త-మండల ప్రాంతాలు (పాకనాడు, రేనాడు, కర్నూలు, బళ్లారి) బ్రిటిష్ వారి వశమయ్యాక, పాలెగాండ్రకి, బ్రిటిష్ రాజ్యానికి మధ్య వాతావరణం నివురుగప్పిన నిప్పులా మారింది. బ్రిటీషిండియా పన్నుల వ్యవస్థీకరణను చక్కదిద్దటానికి మరియు పెంచిన పన్నులను వసూలు చేయటానికి కలెక్టరుగా థామస్ మన్రోని నియమించింది. పాలెగాండ్ర ఆస్తులు, మాన్యాలను ఆక్రమించుకునే ఉద్దేశంతో వారిని అణిచి, పాలెగాండ్ర వ్యవస్థను రద్దుచేసి వారికి నెల వారీ భరణాల ఏర్పాటుచేసింది.

మన్రో, పాలెగాండ్రపై ఎనిమిది సంవత్సరాలు కుట్రలు పన్ని, ఇబ్బందులకు గురిచేశాడు. పాలెగాండ్రలో ఎదురు తిరిగిన 80 మందిని గుత్తి కోటలో సంవత్సరాల పాటు బంధించాడు. మేజర్ జనరల్ క్యాంబెల్ నాయకత్వంలో బ్రిటిష్ సైనికులు ముఖ్యమైన పాలెగాండ్ర కోటలని ఆక్రమించారు.

థామస్ మన్రో బృందం ప్రత్యేకంగా, కాపు మరియు బ్రాహ్మణ నియోగి జాబితాను పరిశీలించారు. మానసిక యుద్ధతంత్రాలలో ఆరితేరిన మన్రో, పథక రచన ప్రకారం పాలెగాండ్రకు ప్రజల మద్దతుని తగ్గించడానికి ప్రజలకు వ్యవసాయ భూముల ఆశ చూపి, పాకనాటి బ్రాహ్మణ నియోగులు, రెడ్లు, కమ్మ, గొల్లలు, మాలలను మూకుమ్మడిగా సర్కారు జిల్లాలలోని నూజివీడు, చార్-మహల్, చల్లపల్లి, పిఠాపురం సంస్థానాలకు; హైదరాబాద్ రాష్ట్రంలోని వనపర్తి, గద్వాల, కామారెడ్డి సంస్థానాలకు తరలించాలని నిర్ణయించారు. నలుగురు సబ్ కలెక్టర్లకు పథకాన్ని అమలుచేయమని ఆదేశించారు. సబ్ కలెక్టర్లు, వారి అదుపులో ఉన్న, ఆధావని (ఆధోని), హల్పనకళ్ళి, కడప, కర్నూలు, పాకనాడు, రేనాడు ప్రాంతాలలో పథక రచనని అమలుచేశారు. రైతుల సహకారం లేని పాలెగాండ్రపై సామ, దాన, బేధ, దండోపాయాలు ప్రయోగించాడు. అడవులకెళ్లి అక్కడ నుండి బ్రిటిష్ వారితో కష్టతరంగా పోరాడి, చివరిగా కొంత భరణం డబ్బుకి రాజీపడి తిరుగుబాటుని విరమించారు.

పదమూడు గ్రామాల పాకనాడు

బ్రిటిష్ వారి కుట్రచే ఉత్తరదిక్కుకి తరలించబడిన పాకనాటి వారి ప్రజా సమూహం, కొత్త ప్రాంతానికి,అక్కడ అప్పటికే ఉన్న సమాజంతో కలిసి జీవించడానికి సంసిద్ధమయ్యారు. పాకనాటి వారికి వదిలి వచ్చిన జన్మభూమి గుర్తులు మానసికంగా ఇబ్బందులకు గురిచేశాయి. మనం ఇక్కడివారం కాదు అనే బాధ, ఏమిచేయలేని నిస్సహాయత వారిని మానసిక క్షోభకు గురిచేశాయి.

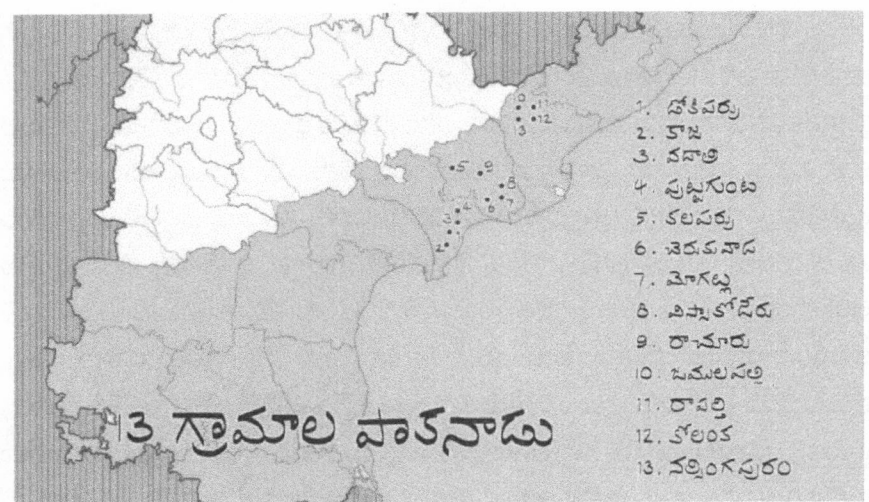

13 గ్రామాల పాకనాడు

బ్రిటిష్ వారు పాకనాటి రెడ్లను వదలబడిన గ్రామాల వివరాలు.

గ్రామం	సంస్థానం	జిల్లా
డోకిపర్రు	చార్–మహల్ సంస్థానం (గురజ)	కృష్ణా జిల్లా
కాజ	దేవర కోట సంస్థానం (చల్లపల్లి)	కృష్ణా జిల్లా
వడాలి	చార్ మహల్ సంస్థానం (గురజ)	కృష్ణా జిల్లా
పుట్టగుంట	చార్ మహల్ సంస్థానం (గురజ)	కృష్ణా జిల్లా
కలపర్రు	మంత్రి ప్రెగడ సంస్థానం	కృష్ణా జిల్లా
చెరుకువాడ	చార్–మహల్ సంస్థానం (గురజ)	కృష్ణా జిల్లా
మోగల్లు	చార్–మహల్ సంస్థానం (గురజ)	కృష్ణా జిల్లా
విస్సా కోడేరు	చార్–మహల్ సంస్థానం (గురజ)	కృష్ణా జిల్లా
రాచూరు	మంత్రి ప్రెగడ సంస్థానం	కృష్ణా జిల్లా
జములపల్లి	పిఠాపురం సంస్థానం	గోదావరి జిల్లా
రాపర్తి	పిఠాపురం సంస్థానం	గోదావరి జిల్లా
కోలంక	పిఠాపురం సంస్థానం	గోదావరి జిల్లా
నర్సింగపురం	పిఠాపురం సంస్థానం	గోదావరి జిల్లా

ఈ గ్రామాల గురించి పరిశోధనలో భాగంగా సేకరించిన మరిన్ని వివరాలు అనుబంధంలో పొందుపరచడం జరిగింది.

చార్-మహల్ సంస్థానం

చార్-మహల్ సంస్థానం, కృష్ణాజిల్లాలోని కైకలూరు, గుడివాడ తాలూకా లోని 'విన్నకోట, కలిదిండి, బిత్తరజల్లి' అని నాలుగు పరగణాలుగా వున్న భూభాగం. గురజ గ్రామం(ముదినేపల్లి) సంస్థానాధిపతి నివాసం. చార్-మహల్ సంస్థానంలో వున్న దోకిపర్రు గ్రామంలో ప్రధానమైన వృత్తి వ్యవసాయంతో పాటు కులవృత్తులు, ఉప వృతులు కూడా ఉండేవి. వ్యవసాయ పనిముట్లు తయారుచేయటానికి ఊర్లో 'పీర్ల సాయిబు' కుటుంబం ఉండేది. అప్పట్లో, ఈ ప్రాంతంలో దూదేకుల వారు ఎక్కువగా ఉన్నారు. వీరు పత్తి రాట్నాలు చెయ్యటం, అవి చెడిపోతే సరిచేయటం చేసేవారు.

పాకనాటి వారు విడిచి వచ్చిన పాకనాడుని కొంత మరిచినా, పిల్లలకి కథల రూపంలో **'మనం ఎవరం'** అని చెప్పటం ద్వారా వీరు ఎవరో తరువాత తరానికి తెలియజేశారు.తరువాత తరానికి, వారి (పాకనాటి) సమూహంతోనే వైవాహిక సంబంధాలు కుదుర్చుకోవాలని కట్టడి చేసుకున్నారు. కృష్ణా, గోదావరి నదుల మధ్య ఉన్న నాలుగు సంస్థానాలలోని పదమూడు ఊర్ల పాకనాటి రెడ్లతో మాత్రమే వివాహ సంబంధాలు కలుపుకునేవారు. ఎక్కువ కట్టుబాటుల మధ్య జీవించటం వల్ల వీరిని "మడి-రెడ్లు" అని కుడా పిలుస్తారు.

పాకనాటి రెడ్లు మొట్టమొదటగా శ్రీ గంగా పార్వతి సమేత శ్రీ అగస్త్యేశ్వర శివాలయం నిర్మించి, వారిలోని భయాన్ని, చెడు నమ్మకాలను ఇలవేల్పయిన శివుడికి అర్పించడం ద్వారా దేవుడి మీద భారం వేసి కొత్త ప్రాంతానికి అలవాటు పడటం మొదలుపెట్టారు.

అగస్తేశ్వర శివాలయంలో పండుగ సమయాలలో, ఒలిచిన జొన్న పొత్తు గింజలు, పెసరపప్పు, బియ్యం కలిపి దానిలో కొంచెం పులుపు వేసి, కట్టెల పొయ్యిపై పులగం వండి, గుడిలో కొట్టిన టెంకాయల పచ్చి కొబ్బరి, ఉప్పు, చింతపండు, పొలాల్లో కోసు కొచ్చిన పచ్చిమిరపకాయలతో గుడి దగ్గరున్న ఊరుమ్మడి గుండ్రాయి తో పచ్చడి చేసి ప్రసాదంగా పెట్టేవారు.

శ్రీ గంగా పార్వతి సమేత శ్రీ అగస్త్యేశ్వర శివాలయం (1813), డోకిపర్రు

గ్రామంలోని పిల్లలందరూ ఊరికానుకుని వున్న లంకా దొడ్డి గ్రామ పరిసర ప్రాంతంలోని రెండు చెరువులలో అలుపు తెలియకుండా ఈతకొట్టి, చెరువులకు అనుబంధంగా పండే చుట్టుపక్కల పొలాల్లోకి వెళ్లి పెసర కాయలు, అలసంద కాయలు, దోసకాయలు, గుమ్మడికాయలు, మొక్కజొన్న పొత్తులు కోసుకుని, అక్కడే కాల్చుకుని తినేవారు. 'లంకా దొడ్డి' కున్న చరిత్రను బట్టి, పూర్వపు మహమ్మదీయ నవాబైన బాసాలత్ జంగ్ కి సంబంధించిన కుటుంబీకురాలు, ప్రాణాలకు అపాయమందని, ఇక్కడి కొచ్చి వచ్చి కొన్ని రోజులు రహస్యంగా వున్నారు. ఆ సమయంలో గ్రామ పరిసర ప్రాంతంలో రెండు చెరువులు తవ్వుకున్నారు. పాకనాటి వారు కొత్తలో అవసరాల నిమిత్తం, ఈ రెండు చెరువులపై ఆధారపడటంతో, ఇబ్బందులు చాలానే ఎదుర్కొన్నారు. కానీ అనువుగాని చోట అధికుల మనరాదన్న సూత్రం పాటించి, గొడవలకు దూరంగా ఉండటానికే ప్రయత్నించారు.

పాకనాటి సిరివెన్నెల

మానవుడు తన సమాజం నుండి పరిస్థితుల కారణంగా దూరంగా విసిరి వెయ్యబడినా లేదా ఇష్టపడి వలస వెళ్లినా తనకు వచ్చే చైతన్యపు ఆలోచనలను సామాజిక చైతన్యంకోసం ఉపయోగిస్తే ఒక కొత్త సమాజం నిర్మాణమవుతుంది. దీనికి ఎంతో ఓర్పు అవసరం.

పామిరెడ్డి లింగారెడ్డి పాకనాడులో ఉన్నప్పుడు తండ్రి వెన్నంటే ఉండి వ్యవసాయాన్ని ఆకళింపు చేసుకున్నారు. చిన్నప్పుడే గుంట ఓనమాలు నేర్చుకున్నారు. కజితం మీద అక్షరాలు రాశారు. అమరకోశంలోని కొన్ని వర్గులు, పద్యాలు, శ్లోకాలు అనర్గళంగా చెప్పేవారు. తెలుగు సంవత్సరాల పేర్లు, మాసాలు, వారాలు, తిథులు, గ్రహాలు, నక్షత్రాలు, పండుగలు మొదలైనవన్నీ తెలిసినవారు. నలుగురి మంచి కోరడం తండ్రి నుంచి నేర్చుకున్నారు. మితభాషి. భార్య మల్లమ్మకి మంచి-చెడు చెప్పేవారు. ప్రకృతితో పెరగడం వల్ల నీటికి సంబంధించిన శాస్త్రాలు తెలిసినట్లు మాట్లాడేవారు. సత్యహరిశ్చంద్ర నాటకంలో పద్యాలను చెప్తూ, అందరితో సరదాగా ఉండేవారు. వారి సావిట్లో జన్మించిన కోడెదూడలకు 'లవ-కుశ' అని పేరు పెట్టారు. చూస్తుండగానే ఆ రెండు కోడెదూడలు పెద్దవయిపోయాయి. లింగారెడ్డి, వాటిని వ్యవసాయ పనిలో పెట్టె ముందు, తర్ఫీదులో భాగంగా ఇసుకలో, ఎత్తు ప్రాంతాలలో బండి లాగించడం చేయించేవారు. బండి లాగించే ప్రక్రియలో, రోజు రోజుకి బరువు పెంచుతూ పోయారు. సంవత్సరం తిరిగేనాటికి, మంచి సాధనతో, ఎంతటి పనైనా చేయగల్గె ఎద్దులుగా తయారయ్యాయి. తన మాట వింటే చాలు లవ-కుశ లేచి నిలుచునేవట.

ఏ పనికైనా కర్తవ్యం, సంకల్పం, లోటు పాట్లు తెలిసిన విజ్ఞానం అవసరం. ఇవి పాకనాటి వారికి పుష్కలంగా ఉన్నాయి. వ్యవసాయానికి నీరు అవసరం. దానితో గ్రామస్తులు వర్షపు నీరు ఎటునుండి ఎటువైపు పారుతుందో తెలుసుకున్నారు. భూమి లక్షణం, పండే పంటలు అర్థంచేసుకున్నారు. పనిని శారీరక, మానసిక శ్రమగా విభజించారు. ఊర్లో మరిన్ని చెరువుల అవసరాన్ని గుర్తించి, ఏ ప్రాంతంలో చెరువులు తవ్వితే, ఉపయోగముంటుందో గమనించి, ప్రాధాన్యత క్రమంగా చెరువులు తవ్వారు,

గ్రామస్తులందరు వేసవికాలంలో మాత్రమే చెరువుల తవ్వకాలు చేస్తూ, తక్కిన కాలాలలో వ్యవసాయపు పనులు చేసుకునేవారు.

జోకిపర్రు గ్రామంలో మొదటిగా తవ్వినది భద్రారెడ్డి చెరువు. గ్రామస్తులు చెరువులో తవ్విన మట్టిని ఎద్దుల బండిలో రాత్రిపూట శివాలయం దగ్గరికి తోలేవారు. గ్రామంలోని ఎద్దుల తోపాటు, లవ-కుశ పగలంతా ఎండకు బయటకు పోకుండా విశ్రాంతి తీసుకోని, రాత్రి చెరువు తవ్వకాలలో పాల్గొనేవి. తవ్వకాలలో వచ్చిన ఒండ్రు మట్టిని బండి నిండా నింపి, లింగారెడ్డి 'ఇంకా చాలు' అనగానే శివాలయం వైపుకి దారితీసేవి. వాటి మెడలో మువ్వలు, గంటల హారం ఉండేవి. లయబద్ధంగా బండి కదులుతూ అడుగులు వేస్తుంటే, మువ్వలు, గంటలు మ్రోగుతుంటే పనిచేయడంలో వున్న కష్టం తెలిసేది కాదు.

చెరువు గట్టు నుండి గ్రామ శివాలయానికి మట్టి తోలాలంటే, రాను పోను గంట సమయం పడుతుంది. ఎద్దులతో ఎవరు వున్నా, లేకపోయినా వాటి దారిలో అవి వెళ్లి వస్తుండేవి. మట్టిని బండి తడికల మధ్య తొట్టిలో నింపి,ఇద్దరు మనుషులు బండిలో మట్టి కుప్పలపై పడుకునేవారు. ఎద్దులు వాటంతటవే శివాలయానికి చేరేవి. మట్టి కుప్పలను తిరగదోడే దగ్గర క్రమంలో నిలబడేవి. కాడితాడు విప్పి, బండి పైకెత్తితే బండి మట్టికుప్పగా పడేది. మట్టిని ఖాళీ చేసి బండికాడిని వాటి మెడపై పెట్టి కాడితాడు కట్టగానే, చెరువు దగ్గరికి ఖాళీ బండితో బయలుదేరేవి. బండి తోలే వారు ఎద్దులపై ఉన్న నమ్మకంతో బండిలో హాయిగా నిద్రించేవారు. అమ్మ ఒడిలో పడుకున్నట్లు.

గ్రామంలో ఎద్దులను కొనుక్కోవడమే గాని, వాటిని అమ్మడమనేది పెద్దగా తెలియదు. అప్పటి సంప్రదాయ ప్రకారం మూగజీవులు మరణిస్తే సాగనంపడానికి సాంప్రదాయ పద్ధతి ఉండేది. చనిపోయిన ఎద్దుని ఒళ్ళంతా తుడిచి కొమ్ములు, నడుంపైన కుంకుమ చల్లి మరో జన్మకి సిద్ధం అనే భావంతో తోక దగ్గర, ముక్కులకు పైన పెద్ద కాటుకతో దిష్టి చుక్కలు పెట్టి,ఊరంతా ఎద్దుని కడసారి యాత్రకు సాగనంపేవారు.

గ్రామస్తులందరు కలిసి రెండు వేసవికాలాలలో నలభై ఎకరాల ప్రాంతాన్ని తవ్వి భద్రారెడ్డి చెరువు పూర్తిచేశారు. మరుసటి ఏడాది, కోమటి చెరువు పని మొదలుపెట్టారు. ఒక దశాబ్దకాలంలో సమిష్టిగా పదకొండు (భద్రారెడ్డి, కోమటి, గురువు(గుర్రపు), సొమ్మయ్య, పిచ్చిరెడ్డి(పేచ్చరవు), పల్లాలమ్మ, చాకలి, అచ్చమ్మ, పీరీలు, మీర్జార్, కాశమ్మ (కాచ్చెరువు)) చెరువులు తవ్వారు. వ్యవసాయాన్ని గాలి పాటుగా వచ్చే వర్షాలమీద కాకుండా, వచ్చిన నీటిని చెరువులలో నింపి, చెరువుల మీద ఆధారపడి వ్యవసాయం చేయడం మొదలుపెట్టారు. వ్యవసాయానికి పశుబలం తోడవటంతో వీరు బాగా పంటలు పండించగలిగారు.

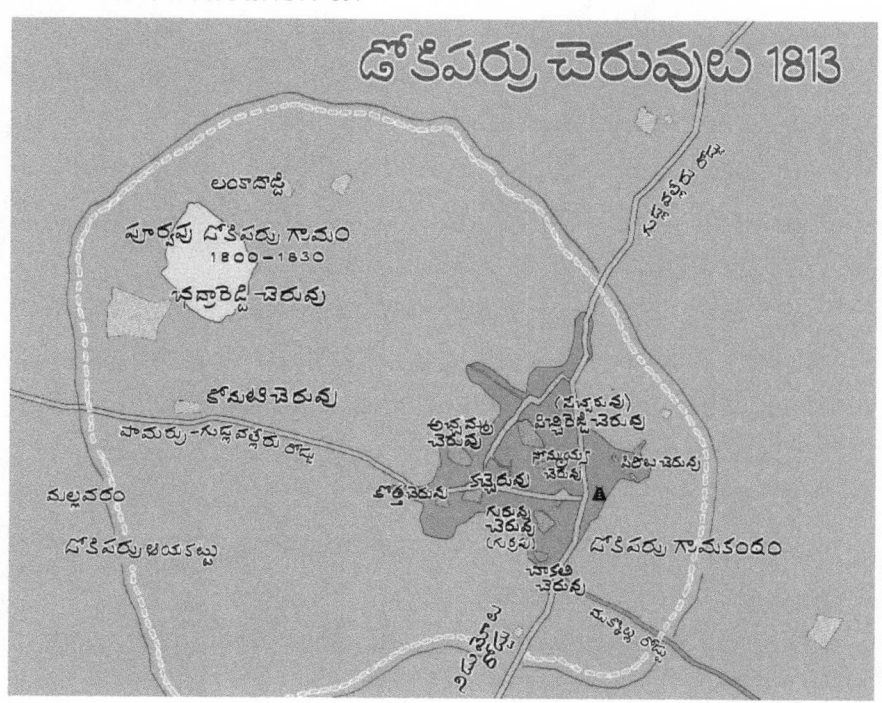

గ్రామంలో సేకరించిన వంశవృక్ష వివరాలను బట్టి పామిరెడ్డి లింగారెడ్డి, కనుమూరి గణపతి రెడ్డి చెరువుల తవ్వకాలలో ప్రత్యక్షంగా పాల్గొన్నారని చెప్పవచ్చు. గ్రామ ఆయకట్టులో కురిసిన ప్రతీ వర్షపు చుక్క చెరువులలోకి వచ్చి నిలుస్తుంది. గ్రామ వ్యవసాయ ఆయకట్టు 4000 ఎకరాలు. వారి ఆలోచనబట్టి ఒక్కసారి చెరువులు నిండితే, రెండు సంవత్సరాల తాగు, సాగు నీటికి డోఖాలేదు. చెరువు ఆయకట్టులో వున్న రైతులు చాల తక్కువ ఖర్చుతో నీరు పొందగలరు.

టి.ఏం.సి అంటే ఏమిటి?

టి.ఏం.సి అంటే వెయ్యి మిలియన్ క్యూబిక్ అడుగులు, అంటే వంద కోట్ల ఘనపుటడుగులు. ఒక ఘనపుటడుగు అంటే అడుగు పొడవు, అడుగు వెడల్పు, అడుగు ఎత్తు వున్న ఐస్ క్యూబును ఉదాహరణగా చెప్పవచ్చు. అటు వంటివి వంద కోట్ల ఐస్ క్యూబులు ఊహించుకోండి. దీనికి భావన శక్తి సరిపోదు. ఊహించడం కష్టమే. చెరువును ఉదాహరణగా తీసుకొని చెప్పుకోవాలంటే సగటు చెరువు నిల్వ సామర్థ్యం, టి.ఏం.సి పదోవంతు. పది చెరువులు ఒక టి.ఏం.సి అనుకుంటే, ఆ నీటి ప్రవాహంతో ఎనిమిది వేల ఎకరాల వరి పంట పండించుకోవచ్చు. అదే ఆరు తడి పంటయితే పన్నెండు వేల ఎకరాల వరకు పండించుకోవచ్చు.

డోకిపర్రు గ్రామస్తులు తవ్విన సగటు చెరువు స్టోరేజి కెపాసిటీ టి.ఏం.సిలో పదోవంతు. అంటే చెరువు పెద్దది కాదు. మరీ చిన్నది కాదు. గ్రామంలో ఉన్న టువంటి పదకొండు చెరువుల సగటు సామర్థ్యం టి.ఏం.సి కన్నా ఎక్కువే.

ఇక ఊర్లో మిగిలి వున్న సమస్య త్రాగునీరు. ఊరు సముద్రానికి దగ్గరగా ఉండటంతో, ఊరిలో బావి ఎక్కడ తవ్వినా, మంచి నీరు పడలేదు. త్రాగే నీటికి మైళ్ల దూరం నడిచి వెళ్ళాల్సి వచ్చేది. నిరంతరం గ్రామ పొలిమేరల నుండి నీరు తెచ్చు కోవటం అనేది చాలా ఇబ్బందికరం. మగవారు రెండు బిందెల నీళ్లను ఒకేసారి కావడితో తెస్తే, ఆడవారు ఒక బిందెను కుడివైపు ఉన్న భుజంపై ఉంచి నీళ్ళు తెచ్చుకునేవారు. సమాజంలో వున్న చిన్నచూపు ధోరణితో, భర్తలేని ఆడవారు తొలి జాముకన్నా ముందే నీరు తెచ్చుకోవాలి.

గ్రామస్తులు వ్యవసాయంలో జొన్న, కొర్రలు మరియు గుమ్మడికాయలు ఎక్కువగా పండించేవారు. గుమ్మడి కాయలో చిన్న రంధ్రం చేసి, పెసలు, బెల్లం కూరి, దానిని నీటిలో దాదాపు అరగంట ఉడకబెడతారు. అలా ఉడకబెట్టిన దానిని

అల్పాహారంగా తినేవారు. ఎరుకల వారు చెప్పే భవిష్యత్తు, 'సోది' ద్వారా వర్షాన్ని అంచనా వేసి, పంటలు పండించేవారు.

★★★

అధికారం మాటున అసత్యం

పిండారీలు మరాఠి ప్రాంతం నుండి మిడతల గుంపులుగా వచ్చి పడిన దోపిడీ దొంగల ముఠాలు. పిండారీ అనే మాట పింద్ర అంటే మత్తు కలిగించే ద్రవం అనే మరాఠీ మాటలోంచి పుట్టింది. ఇది వ్యవస్థీకృత దోపిడీ ముఠా. వీరు ధనాన్ని దోచుకోవడంతో పాటు, పిల్లలకు మత్తుమందిచ్చి గడ్డి మోపులో పెట్టి మోసుకు పోతుండేవారు. అమాయక పిల్లలను ఎత్తుకుపోయి, బానిసలుగా చేసి డబ్బుకు అమ్ముకునేవారు. 1815-1816 కాలంలో, పిండారీల సంఖ్య 10 వేల నుంచి 30 వేలు పెరిగింది. వీరు ఆంధ్ర పల్లెటూళ్లపై విరుచుకుపడి, అందినంతా దోచుకొని పోయేవారు.[37] ఆంధ్రప్రదేశ్ లోని నెల్లూరు నుంచి కృష్ణాజిల్లా వరకు అతలాకుతలం చేశారు. వీరు దౌర్జన్యాలతో స్థానిక సంస్థానాధీశులకి, బ్రిటిష్ సైన్యానికి కంటిమీద కునుకు లేకుండా చేశారు.

నాయుడు చెంచులను దొంగలంటే, బ్రిటిష్ వారు 1816 నుండి చెంచులను పిండారీలుగా నామకరణం చేశారు. అబద్ధమైనా అతికినట్టు ఉండాలి! చెంచులు, పిండారీలు ఎలా అవుతారు? గిరిపుత్రులను, దురహంకారంచే వధించి, చరిత్రను మసిపూసి మారేడు కాయ చెయ్యాలనుకున్నారు. చెంచులపై అభాండాలు వేసి దారుణంగా మరణ కాండ జరిపిన కాలానికి, పిండారీల దాడుల సంఘటనకు ఇంచుమించు రెండు దశాబ్దాల పైనే కాలవ్యవధి వుంది.

చెంచు పగ - ప్రతీకార ప్రయత్నం

వెంకన్న, కోయిలకుంట్లకు దగ్గర లోని ఆకుమళ్ళ గ్రామ వాసి. చిన్నప్పుడే అతని తల్లితండ్రులు చనిపోయారు. ఊహ తెలిసినప్పటికీ నుండి అశాంతితో పెరిగాడు. సంసారిక జీవనం వద్దనుకున్నాడు. ఊరు వదిలి నల్లమల అటవీ ప్రాంతంలో చెంచువారితో సంచార జీవనం చేశాడు. వారి సాధక బాధలు చూసినవాడు. హిందు భావాలూ మెండుగా కలిగినవాడు. తన వేషధారణ శైవ మత గురువుని పోలి ఉండేది.

చెంచు వారి వద్ద నుండి మూలికా వైద్యం, కనికట్టు విద్యలు నేర్చుకున్నాడు. గురువుగా రూపాంతరం చెంది గోసాయి వెంకన్నగా మారాడు. వెంకటాద్రి నాయుడు, మెకంజీలపై వున్న చెంచు వ్యక్తిగత స్థాయి పోరాటాన్ని బ్రిటిష్ రాజ్యంపై యుద్ధంగా మరల్చగలిగాడు. పగకి ఒక రూపం తెచ్చి సరైన సమయం గురించి వేచి ఉండమని బోధించాడు.

పగతో రగిలిపోతున్న చెంచులు కర్నూల్, కడప అడవుల వైపుగా గుత్తి పట్టణంకు వెళుతున్న బ్రిటిష్ అధికారులపై కనికట్టు విద్యలు ప్రదర్శించేవారు. ఒకసారి, పచార్లా సమీపంలో కెప్టెన్ న్యూబోల్డ్ అడవి గుండా వెళుతున్నప్పుడు ఒక పుర్రె చింతచెట్టు కొమ్మకు వేలాడుతున్నట్లు గమనించానని రాశాడు [38]. మరొక సారి బ్రిటిష్ అధికారిపై బూడిదతో అద్దిన చింతపండు పడింది. అది ఎలా, ఎక్కడనుంచి పడిందో అర్థం కాకా చాల భయపడ్డాడు.

మన్రో చావు భయం

థామస్ మన్రో 27 మే, 1761న స్కాట్లాండ్ లో జన్మించాడు. 1789 సం. లో మద్రాసు పదాతి దళంలో కాడెట్ గా చేరాడు. టిప్పు సుల్తాన్ పతనం తర్వాత దత్త మండలాల కలెక్టర్ గా నియమించబడి, కుయుక్తులను పాలెగాండ్రపై అమలుచేసి అణచివేశాడు. 1807లో దత్తమండల భూముల సర్వే చేసి, పన్నును రెండురెట్లు పెంచాడు. ఆ తర్వాత కొంతకాలం పదవికి రాజీనామాచేసి స్వదేశానికి వెళ్లి 08.06.1820 న మద్రాసు గవర్నరుగా తిరిగి వచ్చాడు.

మన్రో గవర్నర్‌గా ఉండగా, ఒకసారి గుత్తి పట్టణం వెళ్ళవలసి వచ్చింది. బోయవారు మోస్తున్న పల్లకిలో ప్రయాణిస్తుండగా, మన్రోకి చింతచెట్టు కొమ్మకి మెరుస్తున్న బంగారు తోరణం కనిపించింది. తనకి అది విచిత్రంగా తోచింది. పల్లకిని మోస్తున్న బోయవారిని బంగారు తోరణం అక్కడకు ఎలా వచ్చిందని అడిగాడు. బోయవారు మాకు ఏమీ కనిపించటం లేదని సమాధానమిచ్చారు. వారిలో ముసలి చెంచువాడు మాత్రం, మన్రోకి అతి దగ్గరగా వచ్చి నెమ్మదిగా "చావుకు దగ్గరగా వున్న వారికి మాత్రమే దర్శనమిస్తుంది, దానిని చూసిన వారికి కొద్ది రోజుల్లోనే చావు తథ్యం అని చెప్పాడు". ఎన్నో యుద్ధాలలో విజయం సాధించిన మన్రో, తనచావు దగ్గరకు వచ్చేసరికి ఆలోచనలో పడ్డాడు, గంభీరంగా మౌనాన్ని ఆశ్రయించాడు. మనసంతా చావు భయంతో నిండిపోయింది. స్వతహాగా అతగాడు క్రైస్తవ మతస్తుడు. కానీ,

తిరుమల వేంకటేశ్వరస్వామిపై హఠాత్తుగా ఎనలేని భక్తి పుట్టుకొచ్చింది. తిరుమల దేవస్థానానికి పెద్ద వెండి గంగాళాన్ని కానుకగా ఇచ్చాడు. ఇది తిరుమల స్వామి వారి విలువైన వస్తువుల జాబితాలో వుంది.

వారసులు లేని హిందూ మఠాలు బ్రిటిష్ ప్రభుత్వానికి చెందుతాయని, మన్రో గజెట్ విడుదల చేసి వున్నాడు. దాని నిమిత్తం, అహోబిలంలోని రాఘవేంద్రస్వామి మఠానికి వెళ్లాడు. అక్కడ ఏమి జరిగిందన్నది తెలీదు, ఆ మఠం గజెట్ ను వెనక్కి తీసుకుంటున్నట్లు ప్రకటన చేశాడు. ఇది జరిగిన ఆరు నెలలలోపే, 06.06.1827 న కలరా వ్యాధితో పత్తికొండ వద్ద మరణించాడు.

ఉయ్యాలవాడ నరసింహారెడ్డి

కడప జిల్లాలోని జమ్మలమడుగు నుంచి కర్నూలు జిల్లాలోని కోవెలకుంట్ల వరకు ఉన్న ప్రాంతాన్ని నొస్సం పాలెగాండ్రు(చెంచు రెడ్లు) పాలించారు. ఉయ్యాల వాడ నరసింహారెడ్డి నొస్సం మాన్యానికి చెందిన మోటాటిరెడ్డి[39]. 1800 సం. లో, టిప్పుసుల్తాన్ దత్తమండలాలను బ్రిటిషు వారికి కైవసం చేసిన క్రమంలో నొస్సం పాలెగాండ్రయిన చెంచు జయరామిరెడ్డి మార్కాపురం తాహసీల్దారు కార్యాలయం దగ్గర చిన్నపాటి యుద్ధమే చేసినట్టుగా కర్నూల్ డిస్ట్రిక్టు మాన్యువల్ లో వుంది. బ్రిటిషు వారికి ఎదురుతిరిగితే పన్నులు ఎగ్గొట్టే వారిగా చిత్రీకరించి, దొంగతనం అంటగట్టడం సర్వసాధారణం. నొస్సం కోటకి పన్ను బకాయులు ఉన్నాయని అభాండాలు వేసి, కయ్యానికి కాలుదువ్వారు. నిత్యం అవమానాలకు గురిచేశారు. ఈ అవమానాలే, మజ్జరి నరసింహారెడ్డికి బ్రిటిష్ వారిపై పోరాడే తత్వాన్ని పెంచి పోషించింది.

ఉయ్యాలవాడ మాన్యం నుంచి 30 వేల రూపాయల వరకు రాబడి లభిస్తుంది. ఆంగ్లేయులు ఆ మాన్యాన్ని స్వాధీనం చేసుకుని, రు.70 పెన్షన్ (తవర్జి)మాత్రమే ఇస్తామని ఏకపక్షంగా నిర్ణయించారు. దానిలో నరసింహారెడ్డి వాటా "11 రూపాయల,10 అణాల, 8 పైసలు" తవర్జి. 1846 జూన్ లో తన వాటాగా రావాల్సిన నెలసరి తవర్జి కొరకు అనుచరుడిని పంపాడు. అక్కడి తాహసీల్దారు అహంకారంతో నరసింహారెడ్డిని ఉద్దేశిస్తూ, దాసరి క్రింద మరో దాసరియా అంటూ అవమానించి తిప్పి పంపాడు. ఈ సంఘటన రెడ్డిలో కోపాన్ని ప్రజ్వలింపజేసి తిరుగుబాటుకు దారితీసింది[40].

గోసాయి.. ఆశీర్వాదం

గోసాయి వెంకన్న, నరసింహారెడ్డిలో బ్రిటిష్ వారిపై వున్న వ్యతిరేకత భావాలను పసిగట్టి, విప్లవ భావాలను పెంచి పోషించాడు. రేనాడు సంబరాలకు వచ్చినప్పుడు రెడ్డితో "మజ్జారి" వారు మాట ఇస్తే తప్పరని. అనిపించాడు. దేశ ప్రథమ స్వాతంత్ర్య పోరాటానికి దారిచూపాడు. బ్రిటిష్ ప్రభుత్వం 23 వారసులు లేని మాన్యాలను వశపరుచుకుంది. వారసులు లేనివి అందులో రెండు మాత్రమే. నొస్సం, గుండ్లదుర్తి. మాన్యాలు పోగొట్టుకున్న కట్టుబడి దార్లు, నరసింహారెడ్డిని ఆశ్రయించి, సైన్యంగా మారారు. సైన్యంలో ఉన్న తొమ్మిది వేల సైనికులలో, ఎక్కువ భాగం చెంచు వారే. అందువల్లనే యీ సైన్యానికి "ఎల్లాపుల రాణువ" పేరు వచ్చింది. నరసింహారెడ్డి బృందంలో కట్టుబడి దార్లు వనపర్తి రాజా రామేశ్వరరావు, మునగాల రామకృష్ణారెడ్డి, జటుప్రోలు రాజా లక్ష్మణ రాయుడు, పెనుగొండ,ఔక్ జమీందారులు, హైదరాబాద్ సలాం ఖాన్,కర్నూలు పాపా ఖాన్, బనగానపల్లె నవాబ్ మహమ్మద్ అలీఖాన్ తోడైనారు.

బ్రిటిష్ వారి కుట్రలను తట్టుకుని, దుర్గాలను నిర్మించి, ఫిరంగులు ఉపయోగించి ఆంగ్ల సైన్యంతో ఢీకొన్న వీరుడు నరసింహారెడ్డి. ఈయన చేసిన ఈ యుద్ధంలో 5 వేలకు పైగా సైనికులు అడవి చెంచులే. యుద్ధం గిద్దలూరు సమీపంలోని కొత్తకోట నుంచి ఉయ్యాలవాడ, కోయిలకుంట్ల వరకూ నల్లమలకు అటూ ఇటూ జరిగింది. బ్రిటిష్ ప్రభుత్వం, కొత్తకోటలో నిలిపిన ఫిరంగులలో 19 ఫిరంగులు తరలించుకుపోయినా ఒక్క ఫిరంగుని అక్కడే వదిలి వెళ్లారు[41]. కుంఫిణి సర్కారుపై పోరాటంలో ఉయ్యాలవాడ నరసింహారెడ్డిదే విజయమని గోసాయి వెంకన్న మంత్రోపదేశం చేశాడని, రెచ్చగొట్టి ఆశీర్వదించి నరసింహారెడ్డిని యుద్దానికి పంపాడని, గోసాయి వెంకన్న ప్రోత్సాహ ప్రేరణలే నరసింహారెడ్డిపై పనిచేశాయని కలెక్టరు కాక్రేన్ కుంఫిణి సర్కారుకు రిపోర్టు పంపాడు.

బ్రిటిష్ వారు, రెడ్డిని పట్టుకోవడానికి కెప్టెన్ నాట్, కెప్టెన్ వాట్సన్‌ల సైన్యాన్ని దింపారు. ప్రత్యేక అధికారిగా నార్టన్, గిద్దలూరు కేంద్రంగా కార్యకలాపాలు సాగించాడు. చెంచు సైన్యానికి సేనానిగా ఉన్న ఓబన్న, గిద్దలూరు దగ్గర తెల్ల సైనికులతో యుద్ధం జరిపాడు. వందల మంది సైనికులు మరణించారు. రక్తం ఏరులై పారింది. చెంచు ఓబన్న, కెప్టెన్ నార్టన్ శిరస్సును ఖండించి గురువు వెంకన్నకు కానుకగా ఇచ్చానని ప్రకటించాడు.

బ్రిటిష్ వారు, నరసింహారెడ్డిని రాజద్రోహిగా ప్రకటించి, పట్టించిన వారికి వెయ్యి రూపాయల బహుమానమని చాటింపులు వేయించారు. తర్వాత రెండువేలు బహుమాన మన్నారు. అది పది వేలకు పెంచారు. ఒక్క రెడ్డినే కాదు ఆయన ముఠాలోని ముఖ్యులైన గోసాయి వెంకన్న, ఓబన్న, కర్ణం అశ్వథామ, దాసరి రోశిరెడ్డి, జంగం మల్లయ్యలను పట్టించిన వారికి బహుమానాలు ప్రకటించారు.

కలెక్టర్ కాక్రేన్ ప్రకటించిన బహుమానం విషయం తెలిసిన నరసింహారెడ్డి అన్న మల్లారెడ్డి, బ్రిటిష్ వారికి తన తమ్ముడి కుటుంబ సభ్యుల జాడ అందించాడు. బ్రిటిష్ వారి తొత్తుగా పనిచేశాడు. ఆ క్రమంలో తనకి వస్తున్న పెన్షన్ ను బ్రిటిష్ ప్రభుత్వం కుట్రతో రెండింతలు చేసింది. బ్రిటిష్ వారు, నరసింహారెడ్డి కుటుంబాన్ని మిలిటరీ పర్యవేక్షణలో కడపకు తరలించి బంగళాలో నిర్బంధించారు. రెడ్డితో పాటు మరో 900 మందిపై కేసు నమోదుచేశారు. 112 మందికి జైలు శిక్షలు విధించారు. కొంత మందికి ద్వీపాంతర శిక్ష విధించబడింది.

పని మనిషి జానకమ్మ, నరసింహారెడ్డికి తిండిలో మత్తు పదార్థాలను కలిపి పెట్టి, బ్రిటిష్ వారికీ పట్టించింది. ప్రభుత్వం తనని ఉరితీయమని (9.1.1847) తీర్పు చెప్పింది. 22.02.1847 న రోజున జుర్రేటి వద్ద ఉరి తీయబోతున్నామని ప్రభుత్వం ఊరూరా చాటింపు వేయించింది. 22.02.1847 తేదీన సోమవారం ఉదయం 7 గంటలకు కలెక్టరు కాక్రేన్ ప్రజల సమక్షంలో నరసింహారెడ్డిని ఉరి తీయించాడు. నరసింహారెడ్డి శిరస్సు రెండు మూడు తరాల వరకు తిరుగుబాటు దారులకు తీవ్రమైన భయం కలుగజేసే రీతిలో బురుజుకు వేలాడుతూ ఉంది.[42]

మదిలో మిగిలిన ప్రశ్నలు

బ్రిటిషు వారిపై జరిగిన పోరాటానికి మూలకారణం ఏమయివుంటుంది? ఈ పోరాటంలో ఐదు వేలకు పైగా చెంచు, యానాది, బోయవారు సామూహికంగా ఎందుకు వారి ప్రాణాలకు తెగించి పాల్గొన్నారు? ఏమి ఆశించి నరసింహారెడ్డి వెంట నడిచారు? ఈ సాయుధ పోరాటంలో ఎంతమంది చెంచు వారికీ ద్వీపాంతర శిక్ష విధించారు? కీలకమైన అంశాల మీద చరిత్రకారులు, పరిశోధకులు ఇంకా క్షుణ్ణంగా పరిశోధన జరపాలి. అప్పుడే అసలు సత్యం బయట పడుతుంది.

★★★

తెలుగుభాష నేర్వడం తప్పనిసరి

మదరాసు గవర్నర్ గా వున్న మన్రో, ప్రతి బ్రిటిష్ అధికారి భారతీయ స్థానిక భాషను తప్పనిసరిగా నేర్చుకోవాలని ఒక చట్టాన్ని తీసుకొచ్చాడు. సి.పి.బ్రౌన్ కడపలో అసిస్టెంట్ కలెక్టర్ గా పనిచేస్తున్నప్పుడు తప్పనిసరిగా తెలుగును నేర్చుకోవాల్సి వచ్చింది. మూడేళ్ల పాటు కలెక్టర్ గా మచిలీబందర్ (మచిలీపట్టణం)లోనూ, తరువాత రాజమండ్రి లో పనిచేయడంతో కృష్ణా,గోదావరి డెల్టా ప్రాంతాలను (1829-34) పూర్తిగా దగ్గర నుంచి పరిశీలించాడు. తనకున్న సాహిత్య పిపాసతో ఎన్నో తెలుగు పుస్తకాలను ఇంగ్లీషులోకి అనువదించాడు. ఆ విధంగా వేమన చరిత్ర, వేమన పద్యాలు, మన సంస్కృతి, తెలుగు వెలుగును ప్రపంచానికి పరిచయం చేశాడు. తాటాకుల మీద రాసిన పాత సాహిత్య గ్రంథాలను పుస్తకాల్లో రాయించడం, ముద్రించడం ద్వారా తెలుగు భాష అభివృద్ధికి పూనుకున్నారు.

సి.పి బ్రౌన్

నందన కరువు

నందన నామ సంవత్సరంలో వచ్చిన కరువు ప్రభావంతో కృష్ణాజిల్లాలో రెండు లక్షల మంది ప్రాణం విడిచారు. కాకినాడ, రాజమండ్రి జిల్లాలలోని ఆరు లక్షల జనాభాలో మూడు లక్షల మంది, గుంటూరు జిల్లాలో ఐదు లక్షల జనాభాలో రెండు లక్షల పైచిలుకు జనాభా చనిపోయారు. పంటపొలాలకు సరైన నీటివనరులు లేక పోవడంతో ప్రజలు తీవ్ర కరువుతో ఆహారం లేక ఏ మొక్క కనపడితే ఆ మొక్క వేర్లను తింటూ కొంతకాలం గడిపారు. విషపు వేర్లను తినటంవల్ల ఎక్కువమంది చని పోయారు. ప్రజల కండ పూర్తిగా కరిగిపోయి ఎముకలు బయటపడేటట్టుగా ఉండటంతో దీనిని "డొక్కల కరువు" అని కూడా అంటారు.

　　మదరాసు హైకోర్టు దుబాసీ ఏనుగుల వీరాస్వామి తన 'కాశీ చరిత్ర' పుస్తకంలో నందన కరువు తీవ్రతను గురించి రాశారు. రాజమండ్రి జిల్లా కలెక్టర్ సి.పి.బ్రౌన్ నందన కరువును విస్తృతంగా వెలుగులోకి తీసుకొచ్చారు. దానితో బ్రిటిష్ ఇండియా ప్రభుత్వం ఇరుకునపడి, ప్రతిగా సి.పి.బ్రౌన్ పై తీవ్ర ఒత్తిడి తీసుకురావడంతో ఉద్యోగ ధర్మానికి రాజీనామా చేసి(1834) లండను వెళ్ళిపోయారు. బ్రిటిష్ వారు చివరికి రాజమండ్రి వద్ద గోదావరి నదిపై ధవళేశ్వరం ఆనకట్ట (1844) కట్టడానికి అనుమతులు మంజూరు చేయడంతో, బ్రిటిష్ ఇండియా ఆర్థర్ కాటన్ చేత పనులు ప్రారంభింపచేసింది.

పుణ్య గోదావరి

　　నదీ జీవితప్రవాహం, మానవజీవిత పరిణామం యుగ యుగానికి మారుతుంది. నదీ గమనం తన ఉనికిని మార్చుకుంటూ ప్రవహిస్తుంది. అలాగే మానవుడి మెదడు, తర తరానికి మారే సమస్యలను అధిగమించే గుణం కల్గిఉంటుంది. భూమిమీద జీవుల మనుగడకు నీరు ఎంత ముఖ్యమో భారతీయులకు తెలుసు. సనాతన నమ్మకాల ప్రకారం, ప్రపంచం పంచభూతాల (గాలి, నీరు, నిప్పు, భూమి, అంతరిక్షం) సమ్మేళనం. ఋగ్వేదం ప్రకారం సమస్త జీవ రాసులు నీటి నుంచి ఉద్భవించాయి.

గోదావరి నది ప్రాచీనమైంది. పవిత్ర గ్రంథాలలో గంగా, యమున, సరస్వతి నదుల తోపాటుగా గోదావరి ప్రస్తావన కలదు. ఈ నది మహారాష్ట్రలో పడమటి కనుమలలోని నాసిక్ జిల్లాలో త్రయంబకం వద్ద పుట్టి తూర్పు వైపుగా 1350 కి. మీ. ప్రయాణించి బంగాళాఖాతంలో కలుస్తుంది. మొదటి 1200 కి. మీ లోనే ఉపనదులన్ని కలిసి అఖండ గోదావరిగా మారుతుంది. ధవళేశ్వరం దిగువన రెండు పాయలుగా చీలుతుంది. తూర్పు పాయను గౌతమి, పడమటి పాయను వశిష్ఠగా పిలుస్తారు.

వ్యవసాయదారులకు అన్నోత్పత్తి కోసం 'ఏరువాక' వ్యవసాయ పద్ధతిని కనిపెట్టారు. నదులకు, కొండ వాగులకు వరద లొచ్చే ముందు, తీరాన ఉండే చెట్టు, చేమ నరికి అడ్డం వేసి కట్ట కట్టేవారు. వచ్చిన వరద నీరు గట్టుకు తాకి పొంగి ప్రవహించేది. వరదగా కాకుండా పలుచగా పారే నీటిని 'వాక' అంటారు. ఏరుకు గట్టుకట్టి వాకలుగా పారించేవారు కాబట్టి 'ఏరువాక ' అని పేరొచ్చింది. ఈ వ్యవసాయ పద్ధతినే 'ఇనండేషన్ ఇరిగేషన్' అని అంటారు. ఇది మనిషి అనాదిగా కనిపెట్టిన నీటి పారుదల పద్ధతి.

మాహిష్మతి – కార్తవీర్యార్జునుడు

గోదావరి నది పుట్టక కథ ప్రకారం, కృతవీర్యుని పుత్రుడు కార్తవీర్యార్జునుడు. అతని మాహిష్మతీపురం రాజధాని. హైహయవంశానికి చెందినవాడు. వేయి చేతులతనికి. సహస్ర బాహువులతో రాజ్య రక్షణే కాకుండా నదులకు ఆనకట్టలు కట్టి నీటిని వ్యవసాయానికి మళ్లించేవాడు. ఈయన వెయ్యి చేతులతో నదీ ప్రవాహాన్ని ఆపేస్తే, దిగువన జల క్రీడ లాడుతున్న రావణుకి కోపమొచ్చింది. కోపిష్టి రావణుణ్ణి ఓ పది తలల వింత పురుగుగా భావించి అతని భార్యలు ఆడుకుంటారు. రావణుడు దీనిని అవమానంగా భావించి యుద్ధానికి దిగుతాడు. యుద్ధంలో, రావణుణ్ణి బంధించి మాహిష్మతీ నగరం తీసుకొచ్చి 'రావణ విజేత' గా పేరుగాంచాడు. తరువాత జమదగ్ని ఆశ్రమంలోని హోమధేనువును బలవంతంగా తీసుకెళ్లినందుకు కోపించిన పరశురాముడు కార్తవీర్యార్జునుడుని ఓడిస్తాడు. ఓటమిని అవమానంగా భావించి, గోదావరి పుట్టుక ప్రాంతం (పడమటి కనుమలలో)కి వెళ్ళి దేహం విడిచాడు.

ఈ కథను చెప్పి, మన పూర్వీకులు ఆనకట్టలు కట్టడం అపశకునమని చెప్పారు. ప్రాచీన ప్రబంధాలకు వచ్చిన వ్యాఖ్యానాలు, తర్వాత తరం వారిని తప్పుదారి పట్టించేటట్టుగా మారాయి. దక్షిణ భారత నదులైన గోదావరి, కృష్ణాలపై ఆనకట్టలు నిర్మించ ప్రయత్నించలేదు.[43] కానీ ప్రవాహాలను అరికట్టడం అపవిత్ర కార్యంగా

భావించే వారి ఆలోచన ధోరణిలో, 12 సంవత్సరాలకు ఒకసారి జరిగే పుష్కర స్నానాలు మన ఆచార వ్యవహారాలలో గొప్పగా మారాయి.

థామస్ ఆర్థర్ కాటన్

కర్మ యోగి ఆర్థర్ కాటన్ నిత్య కృషి, మద్రాసు ప్రెసిడెన్సీ సహకారంతో ధవళేశ్వరం వద్ద ఆనకట్టను(1852) కట్టి తల్లి గోదావరికి ఆనందాన్ని నింపాడు[44].ప్రజలకు ఆనందాన్ని మరియు సంవత్సరం పొడుగునా నేలపై పచ్చటి దుప్పటి పరిచినట్టుగా ఉండే ప్రాంతాన్ని 'కోనసీమ'గా ఇచ్చాడు. గోదావరిపై రాజమండ్రి జిల్లాలో ఆనకట్ట కట్టడంతో జిల్లా జీవనవిధానం సమూలంగా మారింది. 1846లో జనాభా 5 లక్షల అరవై వేలు ఉంటే, 1891 నాటికి మూడు రెట్ల కన్నా ఎక్కువ పెరిగి 20 లక్షల 70 వేలుగా మారింది. ఈ ఫలితం 'నేల ఈనిందా అన్నట్లయ్యింది'. పుడమి తల్లి సంతోషించింది. 1844 సం. నాటికి అన్ని పన్నులు కలిపి రెవెన్యూ, 17 లక్షల 25 వేల 841 రూపాయలు ఉంటే, 1898 సం.కి ఒక్క ల్యాండ్ రెవెన్యూ మాత్రమే 60 లక్షల 19 వేల 224 రూపాయలుగా రికార్డుల్లో నమోదయ్యి నాలుగురెట్లు పెరిగింది.

థామస్ ఆర్థర్ కాటన్

కాటన్ బృందం 'గోదావరి డెల్టా సిస్టం' పనులు చేస్తూనే, విజయవాడ దగ్గర కృష్ణానది మీద కట్టవలసిన బ్యారేజి పనులు సిద్ధంచేసి, ఉత్తర్వులు (1851) కూడా తెచ్చుకున్నారు. దీనిని 'కృష్ణాడెల్టా వర్క్స్' అన్నారు. మొదలుపెట్టిన పనులు నిర్విరామంగా కొనసాగి, 1855 నాటికి బ్యారేజిని కట్టడంతో కృష్ణా, గోదావరుల మధ్య ఉన్న డెల్టా ప్రాంతం సస్యశ్యామలమయింది. తర్వాత కాలంలో 10 సంవత్సరాల పాటు కృష్ణా, గోదావరి డెల్టాకు సంబంధించిన కాలువల తవ్వకాలు, రిజర్వాయర్ల నిర్వహణలో సమర్ధవంతంగా నీటిని పంటపొలాలకు అందించారు. 1858 సం. లో ఆర్థర్ కాటన్ బృందం భారతదేశంలో ఉన్న 24 ప్రముఖ నదులను అనుసంధానం చేస్తూ ప్రతిపాదనలను సిద్ధంచేశారు.

మంచం 'కిర్... కిర్...'

కాటన్ ఇంజనీరు విభాగానికి ఇంటర్వ్యూకి వెళ్ళినప్పుడు జరిగిన సంఘటననిది. ఇంటర్వ్యూకి తనతో పాటుగా మరో ఇద్దరికి ఇంటర్వ్యూలు నిర్వహించిన తర్వాత, వారిని ఇంకా లోతుగా పరిశీలించాలని నిర్ణయించారు. వారి ముగ్గురిని, రాత్రికి అక్కడే పడుకోమని చెప్పి, మూడు మంచాలు విడివిడిగా గదిలో వేశారు. మంచాలకి తమదైన 'ప్రత్యేక' ఏర్పాట్లు చేశారు. ఇద్దరు అభ్యర్థులు మంచం మీద పడుకోగానే మరో ఆలోచన లేకుండా గుర్రుపెట్టి నిద్రపోయారు. అయితే, కాటన్ కి మంచం మీద సరిగా నిద్రపట్టక పోవడంతో, మంచంమీద అటూ ఇటూ దొర్లటంతో వస్తున్న 'కిర్... కిర్...' శబ్దం గ్రహించాడు. తనకున్న 'సహజ ఉత్సుకత' తో మంచం మీద నుంచి క్రిందకి దిగి, నాలుగు మంచం కోళ్ళని పరిశీలనగా చూస్తే, ఒక మంచం కోడు కింద పౌండు కాయిన్ ఉంది. దీనివల్ల మిగతా మూడు మంచంకోళ్ళు సరిగ్గా భూమ్మీద అనకపోవడంతో 'కిర్... కిర్...' శబ్ధం వస్తుందని గ్రహించి, పౌండు కాయిన్ తీసి జేబులో వేసుకొని నిద్రపోయాడు.

మరుసటి రోజు ఇంటర్వ్యూ అధికారులు అభ్యర్థుల్ని పిలిచి వేరే వేరే ప్రశ్నలను అడుగుతూ 'రాత్రి నిద్ర ఎలా పట్టింది? ఏమైనా గమనించారా?' అని అడిగారు. మిగతా ఇద్దరు 'రాత్రి చక్కగా నిద్రపోయాం, మీ ఏర్పాట్లన్నీ బావున్నాయని చెప్పారు. కాటన్ వంతు వచ్చినప్పుడు, తనకు దొరికిన పౌండును టేబుల్ మీద పెట్టి జరిగింది వివరించాడు. తనకున్న సహజ ఉత్సుకతతో, ఆ ఇంటర్వ్యూలో ఎంపికయ్యాడు.

ఇంజనీర్ కి ప్రాథమికంగా ఉండవలసిన లక్షణం 'సహజ ఉత్సుకత'. పరిస్థితులను నిదానంగా గమనించడం, వాటి మధ్య తగు ఏర్పాట్లు చేయటమే ఇంజనీర్ల ప్రధాన విధి.

★★★

సత్యం గొప్పది

డోకిపఱ్రు గ్రామంలో పంటలకు అనుకూల పరిస్థితులు నెలకొనడంతో జనాభా పెరిగింది. చెరువుల మట్టి తోలిన ప్రాంతాన్ని ఎత్తయినది, సురక్షితమైనదిగా భావించి, తూర్పు, ఈశాన్య దిక్కున గల అచ్చమ్మ, పల్లాలమ్మ చెరువుల మీదగా పీరిల చెరువు వరకు వున్న పీఠభూమి (గ్రామకంఠం) ప్రాంతంలో గ్రామస్తులందరు ఇళ్లు కట్టుకున్నారు. నీరు సమృద్ధిగా దొరకటంతో, క్రమేపి వరి పంటని పండించడం మొదలుపెట్టారు. వీరి కొత్తరకం వంటలలో, బియ్యంతో చేసిన పదార్థాలు, ఉలవ చారు, మరమరాల ఉండలు, అతిరాసలు(అరేసలు), బాదుషా, జాంగ్రి, జిలేబీ, పాకం ఉండలు, ఆవిరి కుడుములు(ఇడ్లిలు) అనేవి ఆరోగ్యకరమైన పోషకమైన, ఆహార అలవాట్లుగా మారాయి. వీరు, మొదట్లో పాటిమట్టితో కట్టిన ఇళ్లలో ఉండేవారు. పాటిమట్టితో కట్టడం వలన, వేసవికాలంలో చల్లగా ఉంటుంది. ఇళ్లకు వెడల్పయిన కిటికీలు ఉండేవి. ఇంటి ముందు ఎత్తు అరుగులు తప్పనిసరి.

గ్రామంలో వున్న వారందరూ చెరువులపై వ్యవసాయం చేసి శిస్తులను క్రమం తప్పకుండా కట్టేవారు. రైతుల నుంచి పన్నులు వసూలు చేసి, చార్-మహల్ సంస్థానాధీశులకి అప్పజెప్పడం గ్రామ పెద్ద విధి. దీనిని, బాధ్యతగా పామిరెడ్డి లింగారెడ్డి సమర్ధవంతంగా నిర్వర్తించాడు. నందన

పామిరెడ్డి నాగిరెడ్డి
పామిరెడ్డి లింగారెడ్డి

కరువు సమయంలో, చెరువుల వల్ల కరువు ప్రభావమంతగా లేకపోవడంతో, గ్రామ రైతులచే శిస్తులు కట్టించాడు. గ్రామంలోని రైతులందరు కరువు అన్నిచోట్ల తాండవం చేస్తుంది, సంస్థానాధీశుడు కూడా బ్రిటిష్ వారికి పన్నులు కట్టడం లేదు, మన గ్రామంలో కూడా కరువుందని, శిస్తులు కట్టలేమని అబద్ధం చెప్పమన్నారు. దానికంగీకరించని

లింగారెడ్డి, ఊరివారి మనస్సులో చులకనైనా కూడా సత్యం గొప్పదని నమ్మి పాటించారు.

లింగారెడ్డి కి చాలాకాలం తరువాత కొడుకు నాగిరెడ్డి జన్మించాడు.

కాశీయాత్ర – చరిత్రలో పాకనాటి సత్రం

వెన్నెలకంటి సుబ్బారావు, ఏనుగుల వీరాస్వామి వీరు ఇరువురు పాకనాటి నియోగులు. వెన్నెలకంటి సుబ్బారావు, వారి కాశీయాత్ర నుండి తిరిగి వచ్చేటప్పుడు డోకిపర్రులో ఉన్న సత్రంలో సేదతీరి మొవ్వ, కృష్ణానది(కొల్లూరు) మీదుగా చెన్నపట్నం వెళ్లారని వారి కాశీయాత్ర విశేషాలను వివరించేటప్పుడు రాశారు.

ఏనుగుల వీరాస్వామి కాశీయాత్ర చరిత్ర 15 మాసాలా, 15 రోజుల, 15 గంటలు పాటు జరిగింది. వెన్నెలకంటి సుబ్బారావు, కావలి సోదరులకి మరియు ఏనుగుల వీరా స్వామికి బంధువే. 1823 సం. లో కాశీయాత్ర చేసినప్పుడు కలకత్తాలో కావలి వెంకట లక్ష్మయ్య ఇంట బాసచేశారు. కోలిన్ మెకంజీ అప్పుడు కలకత్తాలో ఉన్నాడు. కాశీయాత్రను వెన్నెలకంటి సుబ్బారావు మరియు ఏనుగుల వీరాస్వామి ఇద్దరు వేరు వేరు సంవత్సరాలలో చేసి చరిత్రలో రాశారు. వీరు ఇరువురు కాశీ నుండి చెన్నపట్నం ప్రయాణించిన కాలం వేరు. కాని వీరు ఆగి సేద తీరిన సత్రాలు లేదా ఊర్లు ఒక్కటే.

ఆకాశపు అలలు

రోజులన్నీ మనవే కాకుండా, కొన్ని రోజులు ప్రకృతి తన సర్దుబాట్లుకి ప్రత్యేకంగా వాడుకుంటుంది. ప్రకృతితో పాకనాటి సమాజానికి తొలిసారిగా ఎదురుదెబ్బ తగిలింది. ఉన్నట్లుండి ఆకాశాన మేఘాలల్లుకున్నాయి. గాలిలో చలి మొదలయింది. వాయుదేవుడు ప్రతాపం చూపడం మొదలెట్టాడు. భరించలేనంత వేగంతో వీస్తున్న గాలితో రోడ్ల మీద దుమ్ము వీరవిహారం చేస్తుంది. నక్కి వున్న వర్షం, ఎదో చేసే ఉద్దేశ్యంతోనే గాలితో చర్చలు జరుపుతుంది. పట్ట పగలే దీపావళి దుకాణాలలో దీపాలు ఆరిపోకుండా దుకాణదారులు పలుచని చెక్క ముక్కలు అడ్డం పెట్టుకుని అవస్థ పడుతున్నారు. దుకాణాలలోని మతాబులు కొన్ని వర్ష ధారలో నాని కొట్టుకుపోతున్నాయి. దీపావళి పండుగ రోజున శివాలయం దగ్గర పిల్లలు, మతాబులు ఎండ బెట్టుకోవడానికి వర్షం ఎప్పుడు తగ్గుతుందా అని ఆకాశం వైపు చూస్తున్నారు. రైతులు మినుము పంట విత్తనాలపై చర్చించుకుంటున్నారు. ఆడవారు కుడివైపు చీర కట్టుతో, గుమ్మంలో ప్రమిదలు పెట్టడానికి సిద్ధం చేసుకుంటున్నారు. రచ్చ బండ దగ్గర గుబురుగా ఉండే చెట్లమీద గబ్బిలాలు, కారు మేఘాల చీకటి ఇష్టంలేదన్నట్లు హడావిడిగా ఎక్కడికో బయలుదేరాయి. గ్రామ సింహాలు వాటి చెవులకు చేరిన ప్రకృతి సంకేతాలను అక్కడ వున్న గ్రామస్తులకు చెప్పాలని ప్రయత్నం చేస్తున్నాయి. కూర్చొని మాట్లాడుకుంటున్న నలుగురైదుగురు చలికి వణుకుతున్నారు. పక్కనే వెంకటేశు, మొక్కజొన్న కండెలు కాల్చి అమ్మే నిమిత్తం విసనకర్రతో విసరడంతో ఎర్రటి బొగ్గుల దగ్గర చుట్టూ ఉన్నవారికి వెచ్చదనం తాకుతుంది.

దారుణమైన విధి గుండెల మీద గ్రద్దలా తన్నింది. 1.11.1864 రాత్రి పదకొండు గంటల సమయానికి, ప్రాగ్దిశ దిక్కుగా ఉన్న సముద్రుడు, ఉప్పెన రూపంలో పడగిప్పాడు, ఆకాశమంత ఎత్తున తలెగరేశాడు, భీకరమైన సవ్వడులతో ప్రయాణాన్ని మొదలెట్టాడు, వేగాన్ని మెరుపు వేగంతో సవరించుకుంటూ తకెదురైన ప్రతి వస్తువును, ప్రాణిని గర్భంలోకి ఇముడ్చుకుని, ముందుకు దూసుకొచ్చాడు.

వికటాట్టహాసంతో పచ్చని ప్రకృతిని కనురెప్ప పాటులో సర్వనాశనం చేస్తూ, ఊర్లమీద పడ్డాడు. రాక్షస అలలు పదిహేను మీటర్ల ఎత్తు ఎగిసిపడి ముప్పై వేల మంది పైగా, ప్రాణాలను ఒక్క రాత్రిలో బలి కొన్నాయి. ఎనిమిది లక్షల పశువుల ప్రాణాలు గాలిలో కలిసిపోయాయి. పొట్టమీద వున్న వరి పంటను పొట్టన పెట్టుకున్నాడు, తేరుకొని రీతిలో దెబ్బతీశాడు. సూర్యుడు తూర్పు న ఉదయించే సరికి ఏమి ఎరగనట్టుగా ఒద్దికగా, బుద్ధిగా యథాస్థానం చేరిపోయాడు.

ఇది మహా సాగరంలోని వినాశకఅల సృష్టించిన విధ్వంసం. ఈ భయానక సంఘటన బందరు ఉప్పెనగా చరిత్రకెక్కింది. పాకనాటి రెడ్లకీ తెల్లవారే సరికి ప్రళయమంటే ఏంటో కనబడింది. బ్రిటిష్‌వారు బందరు పోర్టులో ఎగుమతికి సిద్ధంగా ఉంచిన మేలు జాతి టేకు కలపను సముద్రపు రాక్షస తరంగాలు నైఋతి, పశ్చిమ, వాయువ్య దిశలుగా విసిరేశాయి [45].

విరిగిపోయిన నాటు పడవ భాగాలు పట్టుకొని కొందరు ప్రాణాలు నిలుపుకున్నారు. సముద్ర ఉప్పెన అలలతో పోరాడి 100 మందికి పైనే సముద్రపు సాహస వీరులు, దొరికిన టేకు దుంగలను పట్టుకొని డోకిపర్రు వచ్చి చేరారు. వీరు డిసెంబర్ 15, 1864 వరకు ఉరిలోనే ఉన్నారు. వారందరికీ పాకనాటి సత్రంలో

ఉండటానికి గ్రామస్తులు ఏర్పాట్లు చేశారు. ఉప్పెనలో బ్రతికి బట్ట కట్టిన వారి చరిత్రలు ఎన్నో వీరగాథలుగా చెప్పుకున్నారు.

గ్రామ పెద్ద పోలవరపు హనుమంతయ్య మరియు పామిరెడ్డి నాగిరెడ్డి గార్ల ఆధ్వర్యంలో కొట్టు కొచ్చిన కలపనంతటిని ఒకచోట చేర్చి భద్రపరిచారు. ఇది ప్రకృతి ప్రకోపానికి నిదర్శనం. బ్రిటిష్‌వారు కలపని కృష్ణానదికి అవతల ఉన్న నల్లమల నుండి తీసుకొచ్చి బందరు పోర్టు ద్వారా బ్రిటనుకు గుట్టుగా పంపేవారు. ఉప్పెనతో కొట్టు కొచ్చిన టేకు దుంగలను చూసినప్పుడు ప్రజలకు బ్రిటిషువారు చేసే ఘనకార్యం అర్థమైంది. గ్రామంలోని రైతులకు పొలాలలో గాని, చుట్టుపక్కల పోరంబోకు చెట్లను గాని కొట్టే అధికారం లేదు. ఎవరైనా అతిక్రమించి చెట్లు కొట్టి తే, క్రిమినల్ కేసుల్ని ఎదుర్కోవాల్సి వచ్చేది.

ఉప్పెనతో కాజ గ్రామంలో కంటోన్మెంట్ పూర్తిగా దెబ్బతింది. ప్రాణాలతో మిగిలిన కొద్దిమంది బ్రిటిష్ సైనికులను సామర్లకోట కంటోన్మెంటుకు మార్చారు. కలెక్టర్ 'థారాన్ హిల్', అరేబియా, సిడ్నీ ఓడల ద్వారా మందులు, బట్టలు, కావాల్సిన వస్తువులు చెన్నపట్నం నుండి తెప్పించాడు. మరణించిన వారి శవాల్ని పాతిపెట్టిన దగ్గర కుక్కలు పీక్కుతినకుండా ఆపడం కలెక్టర్ కు సవాలుగా మారింది. చల్లపల్లి రాజా యార్లగడ్డ అంకినీడు కోట పూర్తిగా దెబ్బతింది. కృష్ణాజిల్లా ఆబ్కారీ పాట వల్లూరి రాజా వారిది. వేల తాడిచెట్లు పడిపోవడం, వేలాది జనులు మరణించడం, కొనుగోలు శక్తి క్షీణించడంతో పాట 1,46,000.00 నుండి 36,500.00 రూపాయలకు తగ్గించి ఆయనకే బతిమాలి ఇచ్చారు.[46]

డోకిపర్రు గ్రామంలోకి చొచ్చుకొచ్చిన ఉప్పెన నీరు కోత కొచ్చిన ఖరీఫ్ పంటను (వరి) నామరూపాలు లేకుండా చేసింది. ఉప్పునీటి వలన ప్రబలిన కలరా రోగం, వాంతులు, విరోచనాలతో మరికొంతమంది ప్రజలు చనిపోయారు. అప్పటికి అర్థమైంది పాకనాటి వారికి ఈ ప్రాంతపు ప్రకృతి మహోగ్ర క్రోధం, గ్రామంలో తాము వచ్చేసరికి ఎందుకు సగంకన్నా తక్కువ మంది ప్రజలున్నారో. కానీ, అప్పటికే వీరు చాలాదూరం ప్రయాణించారు, పంటపొలాలతో మమేకమయ్యారు. చెట్టు పుట్టతో కలగలిసిపోయారు. వెనక్కి తిరిగి వెళ్ళలేని దూరం ప్రయాణించడంతో, 'ఎదురు వెళ్ళటమే, తిరిగి వెనక్కి వెళ్ళలేని పరిస్థితులలో ఉన్నామని.. కష్టమో, నష్టమో, నిష్టూరమో ముందుకే వెళ్ళాలని నిర్ణయించుకున్నారు'. ఊర్ల మీదకు సముద్రపు నీరు, రాకుండా ఉండేందుకు మార్గాలను అన్వేషించారు. ఉప్పుటేరు కాలువలను

తప్పుకున్నారు. ప్రకృతి మరోసారి ప్రకోపించకుండా గ్రామ ప్రజలు దేవతలకు మొక్కుబడులు చెల్లించడం అలవాటుగా మారింది. డోకిపర్రు గ్రామ దేవత గంగానమ్మ గా వెలసింది. జంతు బలులు (దున్నపోతులు, గొర్రెలు, మేకలు, కోళ్లు) పరిపాటయ్యాయి.

1875 నాటికి కృష్ణాజిల్లాలో దాదాపు ముప్పై తపాలా కార్యాలయాలు ఉండేవి. దేశంలో టపా వ్యవస్థ ప్రజా వ్యవస్థగా మారుతున్న రోజులు. టపాకు సంబంధించిన పనులకు అంచెలంచెలుగా ఎద్దుల బళ్లను వాడేవారు. కృష్ణానది మొదట్లో ఉన్న పెద్దకళ్ళేపల్లి నుంచి కొల్లేరు దగ్గర పల్లెవాడ గ్రామం వరకు టపా నడపటానికి కాంట్రాక్టు డోకిపర్రులో ఉండే పోలవరపు గంగయ్యకు వచ్చింది. ఇది కూచిపూడి, నిడుమోలు, డోకిపర్రు, కవుతరం గ్రామాల మీదగా పల్లెవాడకు వెళ్ళుతుంది. పెదకళ్ళెపూడి గ్రామ శివాలయం దగ్గర కృష్ణానది ఉత్తర వాహినిగా ప్రవహిస్తుంది. ఇక్కడ నదిలో స్నానం చేసి పల్లెవాడకు వెళ్ళి శివలింగాన్ని దర్శిస్తే కాశీయాత్రకి వెళ్ళి వచ్చినంత పుణ్యమని ప్రజల నమ్మకం. తెలుగుభాషా అభివృధికి పాటుపడ్డ శ్రీ మండలి కృష్ణారావు పల్లెవాడలోనే జన్మించారు.

1877 సం.లో, బొంబాయి ప్రెసిడెన్సీలోని రైల్వే లైనులు, బొంబాయి నుండి ఢిల్లీకి, కలకత్తాకు పూర్తయ్యాయి. రైలు స్టేషన్ మాస్టారుకి జీతంగా కొంత డబ్బును, మిగిలిన భాగానికి బంగార నాణాలు ఇచ్చేవారు. ఈ బంగారం అంతా,దేశంలోని వివిధ సంస్థానాల నుండి విరాళాల రూపంలో లేదా బలవంతంగానో వసూలు చేయబడిందే[47]. బ్రిటిష్ వారు పరిచయం చేసిన పొగ బండికి మొదట ప్రజలు వ్యతిరేకంగా వున్నారు. 'పొగ బండితో వచ్చే శబ్దం గర్భిణీ స్త్రీల ఆరోగ్యానికి హానికరమని, రైలు పట్టాలకు దగ్గర్లో పశువులు మేపేటప్పుడు ప్రాణహానని, సవారీ గుఱ్ఱాల వ్యాపారం పూర్తిగా నిలిచిపోతుందని' వారి భయం.

బెజవాడ నుండి మచిలీపట్నంకు కొత్త రైల్వే లైన్ వెయ్యడానికి భూ సర్వే చేశారు. మొదట సర్వేలో, డోకిపర్రు గ్రామం మీదగా రైల్వే లైన్ వెళుతుందన్న వార్తతో గ్రామమంతా ఒకటై, ఉరికి మూడు కి.మీ దూరం నుండి రైలు వెళ్లేలా పోరాడారు. విజయం సాధించారు.

డోకిపర్రులో సంక్రాంతి పండగకి కోడి పందెములకు, ఎద్దులు రాయి లాగే పోటీలకి ప్రజలు ఉత్సాహంగా పాల్గొనేవారు. కూచిపూడి వారిచే నాటక ప్రదర్శనలు జరిగేవి. హరిజనులను పై చొక్కా లేకుండా ఉత్సవాల్లోకి అనుమతిచ్చేవారు. కానీ వారికి

దేవాలయాల లోపలికి వెళ్ళి దేవుడిని దర్శించుకునే భాగ్యం లేదు. ఊరిలో అందరు కలిసున్నా, తెలియని విభజన రేఖ వారి మధ్య ఉండేది. వైదికులు విస్తరాకులో భోజనం చేస్తే నియోగులు అరటి ఆకులో తినేవారు. గ్రామంలో పామిరెడ్డి వారు శివాలయం కట్టి పూజలు చేస్తే, పోలవరపు వారు మదన గోపాలస్వామి గుడిలో ఉత్సవాలు జరిపారు. గ్రామ పెద్దలుగా వీరమాచినేని వారిది ఒక దారి, పోలవరపు వారిది మరొక ఆలోచనా సరళి. పామిరెడ్డి వారు గ్రామ మునసబుగా ఉండేవారు. వీరి ఆలోచన ఇంకో దారి.

దాసు శ్రీ రాములు

శ్రీ దాసు శ్రీ రాములు, బ్రాహ్మణ నియోగి. వీరు, కృష్ణా జిల్లా చార్-మహల్ సంస్థానంలోని అల్లూరు గ్రామస్తులు, గొప్ప మేధావి. వీరు అపరశ్రీనాథుడని చెళ్ళపిళ్ళ వెంకటశాస్త్రి కొనియాడారు. 'ఆశుకవి సింహులు' గా పేరుపొందారు. శ్రీనాథుడు వీధి నాటకం రాసినట్టే శ్రీ రాములు 'ఆంధ్ర వీధిలో బ్రాహ్మణ ప్రశంస' మరియు 'తెలుగునాడు' అనే పద్యకావ్యాలు రచించారు. డోకిపర్రు గ్రామ ప్రజలకి విద్యను బోధించిన ఉపాధ్యాయుడు. వీరి ఉపాధ్యాయ బోధన, సంఘంతో మెదిలే తీరు, గౌరవం పెరిగేదిగా ఉండేది. వీరు, గుడివాడ పాఠశాలలో ఉపాధ్యాయునిగా (1873) పనిచేశారు. కవుతరం పాఠశాలకు బదిలీ (1874) అయ్యేనాటికీ, డోకిపర్రు గ్రామంలో పాఠశాల లేకపోవడంతో పిల్లలందరూ కవుతరం పాఠశాలకు వెళ్లేవారు. గ్రామ పెద్దలందరూ దాసు శ్రీ రాములు గారితో గ్రామా పిల్లల్ని రేపటి పౌరులుగా, విజ్ఞాన వంతులుగా తీర్చిదిద్దాలన్న బలమైన సంకల్పాన్ని పంచుకుని, విజ్ఞప్తి చేయడంతో, డోకిపర్రు గ్రామానికి రావడానికి సుముఖత చూపారు. అంతేకాకుండా గ్రామ పెద్దలకు కొత్త పాఠశాల భవనం నిర్మించమని చెప్పారు. 1875 సం., నుంచి కొత్త పాఠశాలలో విద్యార్థులకు విద్యా బోధన చేస్తానని మాటిచ్చారు [48]. గ్రామ ప్రజలు, పోలవరపు హనుమంతయ్య గారిని అనుసరించి బందరు ఉప్పెన (1864) లో కొట్టు కొచ్చిన టేకు దుంగలతో నాలుగు నెలల సమయంలో పాఠశాలని మరియు మూడు చెక్క వంతెనలను నిర్మించారు.

శ్రీ దాసు శ్రీ రాములు

దాసు శ్రీ రాములు, ఇచ్చిన మాట మీద డోకిపర్రు గ్రామానికి వచ్చారు. గ్రామంలో ఉన్నంతకాలం(1875-78) ఊరికి ఎనలేని సేవలు అందించారు. పాఠశాలలో అన్ని కులాల వారు చదువుకునేవారు. మాల, మాదిగ కులాల వారి పిల్లలు పాఠశాలకు పై చొక్కా లేకుండా రావాలనేది అప్పటి కట్టుబాటు. ఎరుకల వారు గోచి గుడ్డతోనే ఊర్లో తిరిగేవారు. ఎరుకల వారి ఆచారం సూర్యోదయం మరియు సూర్యాస్తమయం గమనించడం.

శ్రీ రాములు గారికి పాఠశాల నుండి సంవత్సరానికి రు.1500 వరకు ఆదాయం వచ్చేది. ఈ గ్రామంలో ఉన్నప్పుడే సంవరణోపాఖ్యానం అనే గ్రంథాన్ని, లక్ష్మణ విలాసం అనే యక్షగాన రూపాన్ని రచించారు. మదన గోపాలస్వామి దేవాలయం(1860) నిర్మాణం జరిగిన తర్వాత వారు రచించిన లక్ష్మణ విలాసాన్ని, శ్రీ మదన గోపాలస్వామి వారికి అంకితం ఇచ్చారు. అప్పటి ఆలయ పూజారిగా మేడూరి లక్ష్మణాచార్యులు (తండ్రి వెంకటాచార్యులు) వున్నారు[49].

లక్ష్మణ విలాస గ్రంథంలో శ్రీ పోలవరపు హనుమంతయ్య గారి వంశ పూర్వీకుల గురించి రాసి ఉంది. వీరి వంశస్థులైన పోలవరపు నరసింహారావు గారి దగ్గర, చేతితో రాయబడిన లక్ష్మణ విలాసం ఉంది.

డోకిపుర గోపబాలు నస్తోక కృపను
కన్నయామాత్య కమాంబిక తనూజుడు
దాసు రామాభిధాన విద్వద్వరేణ్య
డీకృతియొనర్చె లోకోప్రకృతిని గోరి (శ్రీ దాసు శ్రీ రాములు..)

లక్ష్మణ విలాసంలో చాకలి వారి గురించి వర్ణించిన వర్ణన, చాకలి వారు మేనాలను మోసే విధానం గురించి చాల అద్భుతంగా చెప్పారు.

'..... నోయి బొయియై పల్లకిల్మోయగా
కాయలెక్కిన బుజాల్గలుగువాడు
వేనవేలేల్మనాలు వేయగా మోయగా మోయగా
చెట్టువెక్కిన యరచేతివాడు
.... డంబు మీరిన పిల్లి గడ్డంబు వాడు' (శ్రీ దాసు శ్రీ రాములు..)

దాసు శ్రీ రాములు, గ్రామ ప్రజలతో ఎన్నో నాటక ప్రదర్శనలు వేయించారు. ఉద్యోగం చేస్తూనే ప్లీడర్ పరీక్షకు చదివి పాసయ్యి,[50]. బందరుకు పయనమయ్యారు. ఆ వార్త గ్రామ ప్రజలకి జీర్ణించుకోలేనిది. గ్రామంలో అందరు కలిసి వారి దగ్గర వున్న

బంగారం, వెండి వస్తువులను కరిగించి చిన్న చిన్న పువ్వులుగా మార్చి వాటితో ఆయనకి సన్మానం చేశారు. గ్రామ పెద్దలందరూ మేనా(పల్లకి) ని బహుకరణగా ఇచ్చి.. అదే మీనా మీద ఆయనను మోసుకుంటూ ఊరి పొలిమేర వరకు సాగనంపారు. ఈయన వారసుడు దాసు విష్ణు రావు డోకిపర్రు లోనే పుట్టారు.

శ్రీ విశ్వనాథ సత్యనారాయణ

శ్రీరాములు గారి ఇతర రచనలన్నీ ఒక ఎత్తు, దేవీ భాగవత అనువాదం పది ఎత్తుల గ్రంథం. ఈ గ్రంథాన్ని వీరి ఒక్కగానొక్క కూతురుని కోల్పోయినప్పుడు ధర్మా గ్రహంతో కేవలం ఆరు మాసాలలో పూర్తిచేశారని కవి సామ్రాట్ శ్రీ విశ్వనాథ సత్యనారాయణ గారు ఆయన లోకానుభవం గురించి వివరిస్తూ చెప్పారు. ఈ గ్రంథం 7500 గద్య పద్యాలతో రచించడం జరిగింది. భారతీయుల చరిత్ర మీద రాసిన వ్యాసానికి 1895 సం.లో దాసు విష్ణు రావు గారికి రూ.20 బౌరదల్లన బహుమతిని మద్రాసు రాజధాని కాలేజీ వారు అందచేశారు[51].

★★★

రూపాయి నోటు–పళ్ళ పొడి పొట్లం

1880 సంవత్సరం మే నెలలో రోహిణి కార్తె, తెలుగు నాడులో చిన్న గ్రామంలో జరిగిన సంఘటన. సమయం మధ్యాహ్నం కావస్తుంది. పడమటి గాలులు నిప్పులు కక్కుతున్నాయి. తీవ్ర ఎండ వల్ల బజార్లు అన్ని నిర్మానుష్యమయ్యాయి. ఆ ఊరి తూర్పు బజారులో వున్న ఒక పెద్ద పెంకుటింటి ముందు విశాలమైన ఖాళీస్థలంలో రెండు పెద్ద పెద్ద వేప చెట్ల నీడలో కొన్ని పశువులు ప్రశాంతంగా నెమరువేస్తున్నాయి. ఇంటి వసారాలో కూర్చొని ఉన్న నలభై సంవత్సరాల వితంతువు విసనకర్రతో విసురుకుంటుంది. బజారులో అటు వైపుగా వెళ్లే పళ్ళ పొడి వ్యాపారికి దాహంతో నాలుక పిడుచ కట్టుకు పోయింది. 'అమ్మా! కొంచెం మంచి నీళ్లు ఇప్పించండమ్మా' అని పక్కనే వున్న పెంకుటింటికి వెళ్లి అడిగాడు. ఆమె లోపలికెళ్ళి, రాగి చెంబుతో కొత్త

కుండలోని నీళ్లు ఇచ్చింది. దప్పిక తీరింది. తర్వాత, ఆమె అతనిని ఏ ఊరు, ఏం పని చేస్తుంటావని అడిగింది. పేరు, ఊరు, తన వ్యాపారం గురించి చెప్పి, "పళ్ళ పొడి పొట్లాలు కట్టు కోవడానికి ఏమైనా కాగితాలు ఉంటే ఇవ్వండమ్మా!" అని అడిగాడు.

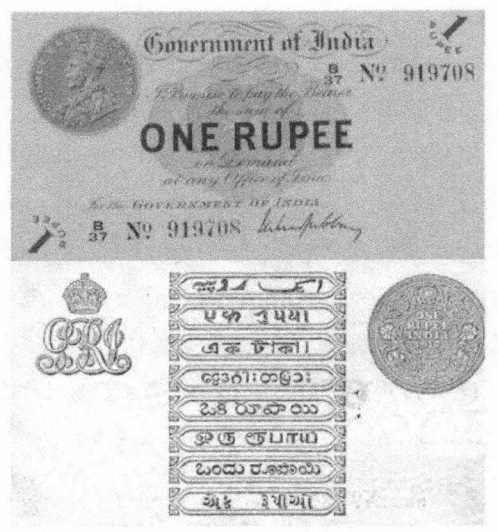

"మా భోషాణంలో ఏవో కాగితాల కట్టలున్నాయి, పనికొస్తే తీసుకో " అందామె. భోషాణం తీశాడు. దాని నిండా ఒక రూపాయి నోట్ల కట్టలు చూసి కళ్ళు తేలేశాడు. ఇందులో కాగితాలు ఏవమ్మా అని అడిగితే, "ఇవేగా నువ్వు అడిగిన కాగితాలు" అందామె. అంతే! ఆమెకేమి తెలియదని అర్థమై, హడావిడిగా ఆ నోట్ల కట్టలని తన దగ్గర వున్న సంచుల్లో కుక్కుకుని వెళ్ళి పోయాడు. మర్నాడు పక్క ఊరిలో వున్న ఆమె తమ్ముడు వచ్చాడు. మాటల మధ్యలో ఆమె భోషాణంలోని కాగితం కట్టలని పళ్ళ పొడి వ్యాపారికి ఇచ్చానని చెప్పింది. నిర్ఘాంతపోయిన తమ్ముడు, భోషాణం తీసి చూశాడు.

'అక్క! బావగారు నీకు ఎంతో డబ్బు కూడబెట్టి ఈ పెట్టెలో పెట్టి పోయారు. నీ అజ్ఞానంతో అంతా పోగొట్టుకున్నావు' అని బాధపడ్డాడు. ఇది ఆనాటి స్త్రీల పరిస్థితి. ఆమెకు చదువు కాదు కదా రూపాయి నోటును కూడా తన కళ్లతో చూడలేదు. ఆనాడు, రూపాయి నోట్లన్నీ ఇంగ్లాండులో తయారయ్యేవి. నేటి వంద రూపాయల నోటంత పెద్దవి. సామాన్యులకి దమ్మిడీ, కాణీ, బేడ, అణాలు మాత్రమే తెలుసు. ఆడవారికి కుటుంబ విషయాలు తెలియనిచ్చేవారు కాదు. ఆదాయం, ఖర్చు అనేవి ఆడవారికి సంబంధం లేని విషయాలుగా భావించారు. భర్త ఆమె కోసం ఎంతో సంపాదించి పెట్టాడు. ఏనాడూ అది డబ్బని, ఆ మగ మహారాజు ఆమెకి చెప్పింది లేదు. హఠాత్తుగా కాలంచేశాడు. ఆమె ఎవ్వరో కాదు, మహానటుడు చిత్తూరు నాగయ్య గారి కుటుంబంలో స్త్రీ.

★★★

మోతర్ఫ పన్ను / తల పన్ను

బ్రిటిష్ వారు పన్ను బకాయులపై ప్రత్యేక శ్రద్ధతో ఉండేవారు. బకాయులు ఎక్కువగా ఉన్నప్పుడు బ్రిటిష్ వారు 'ముస్తకపోళ్ళ'ను ప్రయోగించేవారు. వీరి పని, బాకీ శిస్తులను బలవంతంగా రైతుల దగ్గర నుంచి ముక్కు పిండి వసూలు చేయటం. గ్రామానికి ముస్తకపోళ్ళు రాకుండా, కష్టాలను అందరు కలిసి పంచుకోవాలనేది డోకిపర్రు మునసబు, పామిరెడ్డి సాంబిరెడ్డి గారి అభీష్టం.

కృషితో నాస్తి దుర్భిక్షం అన్నట్లు, వీరు ప్రతి సంవత్సరం శిస్తులు క్రమం తప్పకుండా కట్టేవారు. గ్రామ మునసబులకి గ్రామ జ్యూడీషియరీ అధికారాలు కూడా ఉన్నాయి. గ్రామంలో జరిగే చిన్నచిన్న వివాదాలను న్యాయ విచక్షణా జ్ఞానంతో పరిష్కరించేవారు. బ్రిటీషు వారు గ్రామంలో 'మోతర్ఫ పన్ను(తల పన్ను) అమలు చేయడం ద్వారా, గ్రామీణ కులవృత్తుల మీద ఆఖరుకి పేదవాడు తాగే గంజిలో కలుపుకునే ఉప్పు పైన కూడా పన్ను కట్టే పరిస్థితి.

పన్ను అంశం (ఒక తలకి)	రూ.	అ	పై
మంగళ్ళు	2	5	8
కమ్మరి వాళ్ళు	2	5	8
వడ్రంగులు	2	5	8
కల్లు గీత	0	9	5
చాకలి	2	5	8
జోళ్లు కుట్టే మాదిగలపై	2	5	8
మాలవారు	0	14	2
రెండెడ్ల బళ్ల పైన	2	5	8

వందేమాతరం మలుపు దగ్గర

1876 లో గవర్నరు జనరలుగా భారతదేశానికి వచ్చిన కారన్ వాలీసు భూమిపై హక్కును ప్రవేశపెట్టాడు. వస్తు విక్రయం వలే, భూమి కూడా విక్రయ స్థితిని పొందింది. దీనితో దేశంలోని వారందరివలెనే డోకిపర్రు గ్రామంలో కూడా భూమిని సొంతంచేసుకొని పంటలు పండించడం ప్రారంభించారు. వీరమాచినేని వెంకట కృష్ణారావు 500 ఎకరాల భూమి కొనుగోలు చేసి, షావుకారుగా పేరుపొందారు.

గ్రామంలో మగపిల్లలందరు బడికి వెళ్లి చదువుకొంటున్నారు. పాఠశాల స్థాపకులైన దాసు శ్రీరాములు వృత్తి రీత్యా బందరు నుండి ఏలూరు వెళ్లిన కూడా గ్రామంలోని పెద్దలు వారిని కలుస్తూ, ఇచ్చిన సలహాలు తీసుకుంటూ పాఠశాలని ఇంకా అభివృద్ధి చేశారు. గ్రామ పెద్దలు పామిరెడ్డి రామ శాస్త్రులు, పోలవరపు రామయ్య ఇరువురు విద్య ఒక యజ్ఞం లాంటిదని, అది ముందు తరాల జీవితాలను సమూలంగా మార్చగలదని బలంగా నమ్మేవారు.

వీరి నమ్మకం ఒమ్ముకాకుండా, పాఠశాలలో నైతిక విలువల ఆధారంగా విద్యాబోధన జరిగింది. 1891లో దాసు శ్రీరాములు కుమారుడైన కేశవరావు బెజవాడలో 'జ్ఞానోదయం' అనే వార పత్రికను స్థాపించారు. 1902 లో కృష్ణా పత్రిక వ్యవస్థాపక సంపాదకులు కొండా వెంకటప్పయ్య, దాసు నారాయణరావు 'కృష్ణాపత్రిక' ను ప్రారంభించారు.

1905లో వైస్రాయ్ కర్జన్ బెంగాలుని విభజన చేయడం వల్ల రక్తసిక్తమయ్యింది. ఇది దేశంలో వందేమాతర ఉద్యమంగా మారింది. దాసు శ్రీరాములు అధ్యక్షతన బిపిన్ చంద్రపాల్ ని బందరు, బెజవాడ పర్యటనకు ఆహ్వానించారు. బెజవాడలో 'స్వదేశీ–ఆధ్యాత్మిక స్వాతంత్ర్యం' అనే అంశంపై బిపిన్ చంద్రపాల్ అద్భుతంగా ప్రసంగించారు.

శ్రీరాములు పిలుపు మేరకు కవుతరం మరియు డోకిపర్రుకి చెందిన పూర్వ విద్యార్థులు సభకు కార్యకర్తలుగా పనిచేశారు. డోకిపర్రు నుండి పామిరెడ్డి రామ శాస్త్రులు మరియు కవుతరం నుండి బొబ్బ పద్మనాభయ్య '**వందేమాతరం –మనదే రాజ్యం**' అనే కరపత్రాలను గ్రామాలలోని గోడలపై అతికించారు. గ్రామాల్లోకి చొచ్చుకొచ్చిన 'విప్లవ శక్తి' తో, అక్కడి వాతావరణం చెడగొడుతున్నారని, బ్రిటిష్ వారు సౌమ్యుడైన కృష్ణాజిల్లా కలెక్టర్ మారిస్ కి బదులుగా అనంతపురం కలెక్టర్ స్కాట్ ని రంగంలోకి దింపారు. కలెక్టర్ స్కాట్ రిజర్వుడు పోలీసులను ఉరికించాడు. అప్రమత్తంగా ఉన్న గ్రామ స్వాతంత్ర్య పోరాట యువకులు చాకచక్యంగా తప్పించు కొన్నారు.

★★★

పామిరెడ్డి నాగిరెడ్డికి పుత్రుడు (**మూడవ తరం**) జన్మించాడు. 'పామిరెడ్డి పిచ్చిరెడ్డి' గా వారి పూర్వీకుల పేరుని నామకరణం చేశారు. తరువాత మరో ఇద్దరు మగ పిల్లలు పామిరెడ్డి సుబ్బారెడ్డి, పామిరెడ్డి గోపాలరెడ్డి జన్మించారు. కుటుంబ గౌరవం కాపాడవలసిన బాధ్యత గృహ యజమానిది. కుటుంబంలో వచ్చే మంచి చెడులకు ముందుగా స్పందించేది కూడా కుటుంబ యజమానే.

కుటుంబ పెద్దకొడుకు పామిరెడ్డి పిచ్చిరెడ్డి, వ్యవసాయాన్ని చాల ప్రీతిగా చేసేవారు. లోకజ్ఞానం ఎరిగిన మనిషి. కృష్ణ డెల్టా కాలువల ద్వారా నీరు సమృద్ధిగా రావడంతో, వరి పండించడంలో మెళకువలు తెలుసుకొని ఎక్కువ పంట దిగుబడి సాధించడంలో గ్రామంలో ప్రథముడిగా నిలిచారు. విత్తనాలను సొంతంగా తయారు చేసుకునేవారు. పండిన పంటను మేలురకం విత్తనాలుగా మార్చి విక్రయించేవారు. ఉమ్మడి కుటుంబ 30 ఎకరాల ఆస్తికి కొత్తగా మరొక 35 ఎకరాలు జతచేర్చి మొత్తం అరవైదు ఎకరాలతో ఆర్థిక బాధలు లేకుండా చేశారు. తమ్ముడు (సుబ్బారెడ్డి) ఆకస్మిక మరణంతో, సుబ్బారెడ్డికి పిల్లలు లేకపోవడంతో, కట్టుబాట్ల బట్టి మరదలకి మనువర్తి ఇచ్చి, మరో తమ్ముడు గోపాలరెడ్డికి 35 ఎకరాల భూమిని పంచారు. తన వాటాగా 30 ఎకరాలు తీసుకున్నారు. **'ఇవ్వడంలోనే ఆనందం ఉందని'** అనేవారు. పామిరెడ్డి పిచ్చిరెడ్డి, భార్య లక్ష్మికి (మంద వారి ఆడపడుచు)కుమారుడు కృష్ణారెడ్డి (**నాల్గవ తరం**) జన్మించాడు.

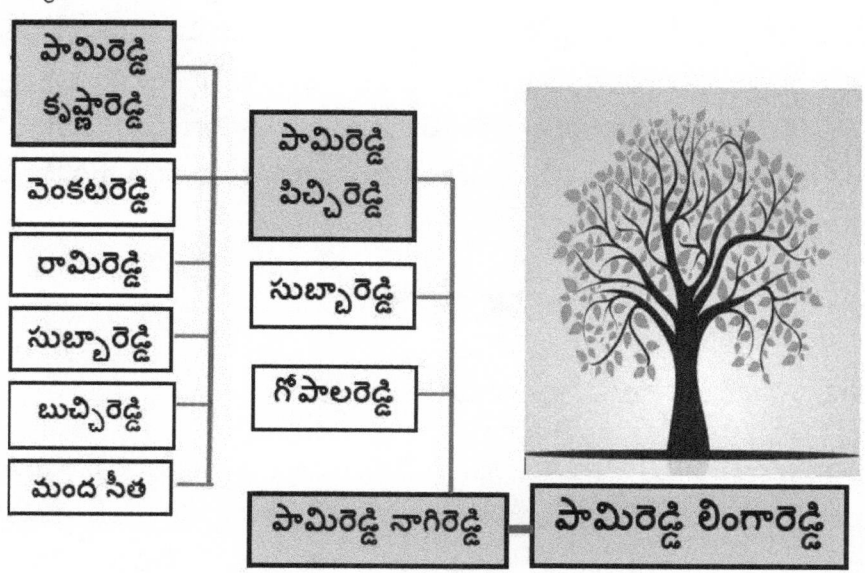

పామిరెడ్డి కృష్ణారెడ్డి గొప్ప సంస్కారి, పట్టుదల చాలా ఎక్కువ. గ్రామం అంతా నాదే అన్నట్లుగా అందరితో స్నేహంగా ఉండేవారు. తమ్ముళ్లు వెంకటరెడ్డి, రామిరెడ్డి (రామయ్య), సుబ్బారెడ్డి, బుచ్చి రెడ్డి కలిసి చెల్లెలు సీతను మురిపెంగా చూసుకునేవారు. రామిరెడ్డి, సుబ్బారెడ్డి అన్న కృష్ణారెడ్డితో కలిసి ఒక జట్టుగా ఉండేవారు. మరో తమ్ముడు వెంకటరెడ్డి ఎక్కువగా కబుర్లతో కాలక్షేపం చేస్తూ అందరినీ నవ్విస్తూ ఉండేవారు. మాటలు ఎక్కువ చెప్పడం వల్ల కుటుంబానికి కొన్ని ఇబ్బందులు వచ్చేవి. కృష్ణారెడ్డి, తమ్ముణ్ణి ప్రేమతో కూడిన వ్యంగ్యంతో 'ప్లీడర్ వెంకటరెడ్డి' అని పిలిచేవారు. ఉమ్మడి కుటుంబంలో ఒకళ్ళిద్దరు పని చేయకపోయినా సరిపెట్టుకునేవారు. అందరూ పని చేస్తే చాల బాగుంటుందనేది వారి తపన. చిన్న తమ్ముడు బుచ్చి రెడ్డి ఆంధ్ర క్రిస్టియన్ కాలేజీ, గుంటూరులో బి. ఏ. చదివాడు.ప్రతి విషయాన్నీ హేతువాద దృష్టితోనూ, తార్కిక బుద్ధితోనూ చూసేవాడు. పెద్ద అన్నగా కృష్ణారెడ్డి అన్నీ సంగతులు తెలుసుకునేవారు, కానీ దేనిలో జోక్యం చేసుకునేవారు కాదు.

ఊరిలో ప్రజలు, రోజు కావడితో మంచి నీరు తీసుకురావడానికి పడే ఇబ్బందులని చూసి, ప్రతిస్పందనగా తన స్నేహితులతో కలిసి కొత్త ప్రాంతాలలో నుయ్యిలు తవ్వడానికి పథకాలను రచించేవారు. ఆ విధంగా తవ్విన కొన్ని నుయ్యిలలో మంచి నీళ్ళు పడితే, మరికొన్ని వాటిలో ఉప్పు నీరు పడేవి. ఓటమిని ఎదుర్కోటానికి ఏవిధమైన సంకోచం లేని కృష్ణారెడ్డి, ఊరు నుంచి ఉప్పు నీటిని పోగొట్టే ప్రయత్నాన్ని నిరంతరం కొనసాగించేవారు. ఈ నిరంతర ప్రయత్నంలో భాగంగా గుమ్మడి దొడ్డిలో తవ్విన కనకమ్మ బావిలో మంచి నీరు పడటం వల్ల ఆ ప్రాంతం వారు అక్కడి నుండి తెచ్చుకునేవారు.

★★★

ప్రపంచ యుద్ధాలు చేసిందెవరు?

'**యుద్ధావం తధ్రువతి**', బ్రిటన్ ఆలోచనల వలనే మొదటి మరియు రెండవ ప్రపంచ యుద్ధాలు జరిగాయి. ప్రపంచ యుద్ధాల్లో పాల్గొందని బ్రిటన్ చరిత్ర పుస్తకాలకెక్కితే, భారతదేశం మాత్రం బ్రిటిష్ ఇండియా తరపున పాల్గొని కష్టాన్ని,

నష్టాన్ని తలకెత్తుకుంది. యుద్ధాల్లో పాల్గొని చనిపోయిన భారతీయ సైనికుల పేర్లను ఇండియా గేట్ నిర్మాణ గోడల మీద ఎక్కించారు. మొదటి ప్రపంచ యుద్ధ సమయంలో దేశ సంస్థానాలు తొమ్మిది వందల కోట్ల రూపాయల్ని విరాళాలిచ్చాయి. యుద్ధం జరిగిన నాలుగు సంవత్సరాలలో భారతదేశం 14 లక్షల సైనికుల నియామకాలు జరిపితే, వారిలో 74 వేల మంది సైనికులు ప్రాణాలు కోల్పోయారు. యుద్ధం తరువాత భారత స్వాతంత్ర్యాన్ని అమలు చేస్తామని బ్రిటన్ తప్పుడు వాగ్దానాలు చేసింది. భారతదేశం నుంచి సంపూర్ణ మద్దతును, సహకారాన్ని పొంది నమ్మక ద్రోహం చేసింది. రెండవ ప్రపంచ యుద్ధం సమయంలో భారతదేశం అభిప్రాయం తెలుసుకోకుండానే భారతదేశం యుద్ధంలో పాల్గొంటుందని బ్రిటన్ ప్రకటించేసింది.

మొదటి ప్రపంచ యుద్దానికి భారత్ పడిన కష్టానికి ఫలితమివ్వకపోతే వారు దోషులవుతామని, 1919 సం.లో బ్రిటిష్ ఇండియా ద్వంద్వ నిర్వహణా చట్టం ప్రవేశపెట్టింది. ఈ చట్టం కేంద్రీయ, ప్రాంతీయ శాసనసభలని మరియు ఓటు హక్కుని ఏర్పరిచింది. భారతదేశం నుండి ఎన్నుకోబడిన శాసన కర్తలు, బ్రిటీషు ప్రభుత్వం నియమించిన అధికారులు కలిసి అధికారాన్ని పంచుకున్నారు. వ్యవసాయం, ప్రాంతీయ ప్రభుత్వాలు, ఆరోగ్యం, విద్య లాంటివి భారత ప్రభుత్వానికి అప్ప చెప్పి, కీలక శాఖలైన ఆర్థిక, పన్నులు, శాంతి భద్రతలు మాత్రం బ్రిటీషు నిర్వాహకులు అట్టి పెట్టుకున్నారు.

పెళ్లి చదివింపులు....గ్రంథాలయాలు, పత్రికలకి

శ్రీ పామిరెడ్డి వెంకట సుబ్బారావు రెడ్డి (కృష్ణా జిల్లా రైతుసంఘ అధ్యక్షుడు) గ్రంథాలయ ఉద్యమంలో పాల్గొన్నారు. ఈయన దోకిపర్రు గ్రంథాలయ స్థాపనకు మూల కారకుడు. సుబ్బారావు రెడ్డి, వారి స్నేహితులకు, గ్రామ ప్రజలకు స్వరాజ్య స్థాపనలో వచ్చే ఇబ్బందులను వివరిస్తూ, తాను బ్రిటిష్ అధికారులచే బంధీనయితే తన కుటుంబానికి అండగా ఉండాలని, తాను ఉద్యమంలో ప్రాణాలర్పించడానికైనా సిద్ధమని చెప్పేవారు. వారి మిత్రబృందంతో చేసుకున్న ఒప్పందం ప్రకారం, వివాహ

వేడుకలకి విందులకి వచ్చిన కట్నాల చదివింపులను డోకిపర్రు గ్రామ గ్రంథాలయానికి చెందేటట్లుగా ప్రజలలో చైతన్యం తీసుకొచ్చారు. వీరి ప్రభావంచే, పేకేటి వీరారెడ్డి, వారి కుమార్తె వివాహానికి జమిందారీ పత్రికకు చందాలు ఇచ్చినట్లు జమీన్ రైతు పత్రికలో 26-05-1944 నాడు ప్రచురితమైంది.

శ్రీ పామిరెడ్డి వెంకట సుబ్బారావు రెడ్డి

రామిరెడ్డి సూర్యనారాయణరెడ్డి రూ.4500/- విలువ చేసే భవనాన్ని ధర్మ సత్రంగా మార్చారు. సమాజంలో ప్రజలు 'టీ' త్రాగటం ఖర్చు దండగని భావించేవారు. 'టీ' త్రాగటం వల్ల బ్రిటిష్ వారికి మాత్రమే ఉపయోగం. భారతీయులు 'టీ' కి చెల్లించే డబ్బులు పూర్తిగా బ్రిటిష్ ఖజానాకి చేరతాయని, చాలాకాలం సగటు పల్లె ప్రజలు 'టీ' కు దూరంగా ఉండేవారు.

జమీందారీ శిస్తు

గ్రామాలలో జమీందారులే రైతులని పీక్కుతినే దయ్యాలు. బ్రిటిషు వారికి చెల్లించే పేష్కషులకు మరియు రైతుల దగ్గర నుంచి వసూలు చేసే శిస్తు తేడాను ఇక్కడ గమనించవచ్చు. 1936 సం. కి జమీందారులు బ్రిటిషు వారికి చెల్లించే పేష్కషుల విలువ క్రమేపి తగ్గితే, రైతుల దగ్గర నుంచి వసూలు చేసే శిస్తు మాత్రం రెండు రెట్లుగా పెరిగింది. జమీందారులు ప్రజల దగ్గర వసూలు చేసే శిస్తుకి వారు బ్రిటిషు వారికి చెల్లించే పేష్కషులకు చాల మొత్తం తేడాగా ఉండేది.

వివిధ సంస్థానాలు శిస్తులు మరియు పేష్కషుల వివరాలు 1936 నాటికి

పిఠాపురం సంస్థానం	రూపాయలలో పేష్కషు	ఆదాయం(రైతు శిస్తు)
1802	2,58,979.00	3,92,182.00
1874	2,58,979.00	5,51,231,00
1936	2,31,438.00	8, 02,721.00

జమీందారు	రూపాయలలో పేష్కషు	ఆదాయం(రైతు శిస్తు)
విజయనగరం	4,66,464.00	20,90,394.00
బొబ్బిలి	83,446.00	8,33,000.00

పిఠాపురం	2,32,438.00	8,02,721.00
పోలవరం	10,855.00	72,065.00
చల్లపల్లి	78,067.00	3,51,230.00
ముక్త్యాల	17,511.00	78,882.00
మునగాల	4,008.00	1,20,000.00
వేంకటగిరి	3,68,734,00	14,46,222.00

జమీందారుల అంతరంగం

1936సం. తరువాత పూర్తిగా జమీందారులకి సంధి యుగం. రైతులతో కలుస్తున్న రోజులు. సీత కష్టాలు సీతవి, పీత కష్టాలు పీతవి. అలాగే జమీందార్ల కష్టాలు జమీందారులవి. రాజ్యానేలి ప్రజలను బాధించిన వారికి అకస్మాత్తుగా జమిందారీ విధానం రద్దనే చట్టం వస్తుందని, ప్రజలలోకి రావటానికి ప్రయత్నాలు మొదలెట్టారు.రైతులపై, రైతుబిడ్డ సినిమా తీశారు, మాలపిల్ల లాంటి సాంఘిక చిత్రాలలో మేము పూర్తిగా మారిపోయా మన్నారు. పత్రికలు, సాహిత్యాన్ని పోషిస్తున్నాం అని ఫోజులు కొట్టారు[52].

ప్రజలకు దగ్గరవాలనే చల్లపల్లి జమీందారు జోకిపత్రు గ్రంథాలయానికి విరాళం ఇచ్చారు. భద్రారెడ్డి చెరువు దగ్గర ఉన్న 60 ఎకరాల ఏక బిట్టు పొలం స్కూల్ కట్టుకోవడానికి ఇస్తానన్నారు. గ్రామ ప్రజలందరు విరాళాలు పోగుచేసి, అయ్యవారిని ఏనుగెక్కించి సన్మానం చేశారు. చల్లపల్లి జమిందారు మాట నిలుపుకోలేదు.

ఈ పొలం పక్కనే చెరుకూరి రామయ్య గారికి నాలుగెకరాలు పొలం ఉంది . వీరికి నిత్యం చల్లపల్లి జమిందారు పొలంతో సరిహద్దు తగాదాలు ఉండేవి. ఈ చికాకులు పడలేక వీరు ఈ పొలం అమ్మేసి గుడివాడ దగ్గర పెద్దపారుపూడి గ్రామంకు వలస వెళ్లారు. వెంకటరామయ్య గారి మనుమడే ఈనాడు పత్రికాధిపతి రామోజీరావు.

ప్రజల్లోకి వచ్చి నిలబడిన జమీందారులు కొందరైతే, అటు కలువలేక, ఇటు వారి ఆస్తులను నిలబెట్టుకోలేక నేలమట్టమైనవారు మరికొంతమంది. ముఖ్యంగా జమీందార్లు అయిదు కారణాలచేత, వారి ఆస్తులను పూర్తిగా పోగొట్టుకున్నారు.

దురహంకారం

దురహంకారం అంటే ఆత్మతో అజ్ఞానాన్ని కలిపి ఉంచటం. జమీందార్లు, మొదటి రెండు తరాలు జ్ఞానంతో వ్యవహరించి, రైతుల పట్ల కొంత ప్రేమతో వున్నారు. చుట్టూ మందీమార్బలం(కరణములు,మునసబులు,తాహసీల్దారులు) వారి సరళిని మార్చారు. పిల్లలని మరింత గారం, మురిపెం పెట్టి చెడు అలవాట్లు చేశారు. జమీందార్ల పిల్లలను పనివాళ్ల పెంపకంలో పెంచడంతో జరిగిన ఈ నష్టం, వారు గమనించే సరికి పుణ్యకాలం పూరించింది. అజ్ఞానంతో చిన్న వాటికి విపరీతంగా ప్రవర్తించేవారు.

పిచ్చుక మీద బ్రహ్మాస్త్రంలా పనివాళ్లకు మరణదండనను విధించిన సందర్భాలు ఉన్నాయి. దీనంతటికీ కారణం, వారి జీవన విధానంలో కలిసిపోయిన దురహంకార గుణం. మనిషి స్వతహాగా మంచివాడే కానీ ఎదురయ్యే పరిస్థితులు అటు దుర్మార్గుడిగానో, ఇటు సన్మార్గుడిగానో మారుస్తాయి. మనిషిలో చోటు చేసుకున్న దురాశ క్రమంగా పరాకాష్టకు చేరుకొని ఆ వ్యక్తి నాశనం చూసి కానీ వదలదనేది చరిత్ర చెబుతోంది. వెంకటాద్రి నాయుడు, జమీందారీ పదవి గురించి చెంచు నాయకులను భోజనానికి పిలిచి, ఊచకోత కోసి బ్రిటిషు వారి మన్ననలను పొందటానికి దురహంకారం ఆయుధంగా వాడుకున్నాడు.

నిర్లిప్తత

భయం మరియు సందేహం కలిసి నిర్లిప్తత పుడుతుంది. జమీందార్లకీ రోజు సమస్యలు ఎదురవుతూ ఉండేవి. చుట్టూ సమస్యలు ముంచెత్తినప్పుడు, ఆలోచనలు కమ్మినప్పుడు నిర్లిప్తతతో ముడుచుకుపోయేవారు. జమీందార్లకి ఎస్టేటు సరిహద్దు అవతల వున్న మోతుబరి గ్రామ పెద్దలకి గట్టి పోటీ ఉండేది. తానూ తెలివైనవాణ్ణి కాదు, తగినంత ప్రతిభ లేదు అన్న భావనలు కోకొల్లలు. పేరుకుపోయిన సందేహాలు జమీందార్లను తీవ్ర నిర్లిప్తతకు గురిచేశాయి.

నిర్లిప్తత, జమీందార్ల పేదరిక ఆలోచనల నుంచి పుట్టిన జాడ్యం. వీరు, జాగ్రత్తపడటం మాత్రమే నేర్చుకున్నారు. సందేహాలు, భయాలు వీరిని పేద వారిగా మార్చాయి. నిర్లిప్తతగా ఉండేవారు గెలవరు. గెలుపును విమర్శిస్తూ ఉంటారు. గెలిచే వారెప్పుడూ విశ్లేషిస్తారు. విశ్లేషణతో ఇతరులు చూడలేకపోయిన అవకాశాలు విజేతకి కనిపిస్తాయి. ఇతరులకి కనిపించనిది కనుక్కోవటమే విజయానికి కీలకం. నిర్లిప్తత గుణంతో సాధ్యమయ్యే పని కూడా అసాధ్యంగా మారిపోతుంది.

భయం

డబ్బు పోతుందనే భయం జమీందారుల్లో నిత్యం ఉండేది. మనుషులు, డబ్బు పోగొట్టుకోవడానికి ఇష్టపడరు. ఒక్కో సందర్భంలో, వీరికి ఈ భయాన్ని ఎలా భరించాలో కూడా తెలిసేది కాదు. ఓడిపోవడం ఎవరికీ ఇష్టం ఉండదు. ఓడిపోకుండా ఉండేందుకు వీరు రైతుల నుండి ఎక్కువ శిస్తులు వసూలు చేసేవారు. ఆర్థికంగా గెలిచామని భ్రమించారు. సమాజానికి దూరమయ్యారు. ఓటమి, గెలిచే వారికి స్ఫూర్తినిస్తుంది. రహస్యమేమిటంటే, ఓటమి అనేది గెలిచేటట్టు ప్రేరేపించే సాధనం. గెలుపంటే ఓటమికి భయపడక పోవటమే. ఓటమి నుండి తప్పించుకోవాలన్న వారి ప్రయత్నంలో 90% జమీందారులు ఆర్థిక సమస్యల్లో కొట్టుమిట్టాడారు. వైఫల్య మనస్తత్వంగా కలిగిన వీరికి ఓటమే దిక్కయింది. వీరికి డబ్బు అప్పుగా పుట్టేది కాదు. ఓటమిని చూసినప్పుడల్లా, అనుకున్నది జరగనప్పుడల్లా వకీలుకి ఫోను చేసి వాడిమీద వడిమీద కేసు వేద్దామని మరింత డబ్బునీ, మనశ్శాంతినీ పోగొట్టుకున్నారు. ఎస్టేటులన్నీ వ్యాజ్యాలతో మునిగి వుండటానికి జమీందారుల భయమే కారణమయ్యింది. వీరు పిల్లలతో "డబ్బు చెట్లకు కాస్తుందని అనుకుంటున్నావా!!"అని, డబ్బు సంపాదించడాన్ని మరింత కష్టతరం చేస్తూ ముందు తరాన్ని భయపెట్టారు.

బద్ధకం

ఎప్పుడూ పనిలో మునిగివుండే జమీందార్లు తరచూ అందరికన్నా బద్ధకస్తులుగా ఉండేవారు. వీరిని వీరుగా తప్పించుకు తిరగటానికి సాహిత్య పోషణ, చేపలుపట్టడం, ఒంటరిగా దీవుల్లో జీవించడం చేస్తూ, బద్ధకం నుండి తప్పించుకు తిరుగుతున్నామని భావించే వారు. పైగా "తప్పించుకు తిరుగువాడు ధన్యుడు సుమతీ" అని నీతులు వల్లించి సంతృప్తిపడేవారు. మనిషిలో ఉండే స్ఫూర్తి చాలా శక్తి వంతమైనది. పని ఎలా చేయాలో స్ఫూర్తికి తెలుసు. బద్ధకంతో ఉండే మెదడు 'నేను ఈ పనిని చెయ్యలేనని' తనకు తాను చెప్పుకోవటం ద్వారా మన లోపల అంతర్యుద్ధం మొదలవుతుంది. మనిషిలో ఒక రకమైన ఒత్తిడి తలెత్తి విషాదానికీ, విధ్వంసానికి, నిస్పృహకు దారి తీసేటట్లుగా చేస్తుంది. జమీందారు కుటుంబాల్లో ఇదే జరిగింది. అపరాధ భావం. మన శరీరంలో ఆత్మ శక్తిని హరించే శక్తి కల్గిఉంటుంది. జమీందారీ తల్లిదండ్రులు అసంకల్పితంగా వారి పెంపకం, మాటల రూపంలో పిల్లలలో వున్న సహజ చురుకుదనాన్ని చంపేశారు.

చెడ్డ అలవాట్లు

అలవాట్లనేవి మనలో ఉంటూనే జీవితంలో భాగంగా మారిపోతాయి. చదువూ సంధ్యల కన్నా అలవాట్లే ఎక్కువ ప్రభావితం చూపే శక్తిని కల్గిఉంటాయి. జమీందార్లుకు అందరి మాట కాదనే లోపలి వాడు, ఎదుటి వారినుండి వినలేని అలవాటు చేశాడు. జీవిత ఆటలో నెగ్గాలంటే, అలవాట్లు చెరసాలగా మారి, మనిషిని బంధీ చెయ్యకూడదు. నీ అలవాట్లు తగు రీతిగా ఉండేటట్టుగా చూసుకున్నప్పుడే, నీకు, కొత్త ఆలోచనలు బయటకు రావడం మొదలెడతాయి. నా వంశం, నా వంశ ప్రతిష్ఠ అనే ఈ పదాలు.. చెడ్డ అలవాట్ల చెరసాలలో బయటపడలేని వారు వాడే పదజాలం.

స్వరాజ్యం నా జన్మ హక్కు

స్వేచ్ఛ, ఏ దేశ పౌరుడైన ప్రాథమికంగా కోరుకునేది స్వేచ్ఛనే. స్వాతంత్ర పోరాటంలో భారతదేశం ప్రజాస్వామ్య దేశంగా మారటానికి జాతీయోద్యమాన్ని నడిపి ప్రజలని సంఘటిత పరిచి ఎన్నో నొప్పుల నడుమ దేశ స్వాతంత్ర్యం పొందింది.

శ్రీ బాల గంగాధర్ తిలక్

'స్వరాజ్యం నా జన్మ హక్కు... దాన్ని సాధించి తీరుతాను' అంటూ స్వాతంత్రోద్యమం పోరాటంలో 'స్వరాజ్య స్వీయ-పాలన' వాదాన్ని వినిపించిన జాతీయ వాది బాల గంగాధర తిలక్ (లోకమాన్య తిలక్), స్వాతంత్ర్య పోరాటానికి దిశానిర్దేశం చేసి, బ్రిటిష్ వారిచే రాడికల్ అని పిలవబడ్డారు. బాలగంగాధర తిలక్ గణపతి ఉత్సవాలను నిర్వహించచడంతో, ప్రజలను పెద్దఎత్తున ఒకచోట చేర్చి, ఉద్యమ భావాలు నాటారు. 1903 సం. లో బొంబాయి రాష్టంలో, మద్యపానం ద్వారా ప్రభుత్వానికి 60 లక్షల ఆదాయముంది. తిలక్ మద్యపానం మంచిది కాదని, నిషేధించడానికి ఉద్యమం ప్రారంభించి, తీవ్రతరం చేశారు. ఉద్యమం కారణంగా బ్రిటిష్ ప్రభుత్వానికి ఆదాయం తగ్గడంతో, ఉద్యమంలో పాల్గొన్నవారిని నేరస్తులుగా పరిగణించి ప్రభుత్వం శిక్షలు విధించడం చేసింది. బాలగంగాధర తిలక్ శాంతియుతంగా కల్లు, సారాయి దుకాణాలను పికెటింగ్ చేయడంతో, 1906 సం. లో రాజద్రోహం నేరం క్రింద ఆరేళ్లు ప్రవాస శిక్ష విధించారు. బ్రిటిషు వారు, ఎదురు తిరిగి పోరాడిన వాళ్లను మరియు వారికి ఆదాయం తగ్గించిన వాళ్లను బాగానే గుర్తు పెట్టుకున్నారు. రాజద్రోహ నేరం మోపబడిన బాలగంగాధర తిలక్ ఈ నేరం కింద నన్ను శిక్షిస్తున్నారంటే.. దీనిని దేశ మాత సేవలో గౌరవంగా భావిస్తానని ప్రకటించారు.

తెలుగింటి కోడలు సరోజినీ శాసన ధిక్కారం

'జాతి వేరనీ, దేశం వేరనీ, నువ్వు వేరనీ విడిగా ఉండకు నీకు జరిగితే దేశానికి జరిగినట్టే దేశం అనుభవించే బానిసతనం నువ్వు అనుభవించాల్సిందే' అంటూ దేశమంతా తిరిగి దేశభక్తిని నూరిపోసింది, సరోజినీనాయుడు. ఈమె స్వాతంత్ర్య సమర యోధురాలు, కవయిత్రి, కాన్పూర్ లో జరిగిన అఖిలభారత జాతీయ కాంగ్రెస్ మహాసభలకి తొలి మహిళా అధ్యక్షురాలు, తెలుగింటి పాకనాటి కోడలు. ఈవిడ భర్త ముత్యాల గోవింద రాజులు నాయుడు. వీరిది కులాంతర వివాహం అవ్వడంతో బంధువులు తండ్రిని కన్యాదానం చెయ్యనివ్వలేదు. కందుకూరి వీరేశలింగం కన్యాదానం చేసి వివాహం జరిపించారు. ముత్యాల గోవింద రాజుల నాయుడు, పాకనాటి బలిజ సైనిక కుటుంబానికి చెందినవారు.వీరి కుటుంబం పాకనాటి నుండి నైజాం రాష్ట్రానికి వలస వెళ్లారు. వీరు నైజాం సైన్యంలో వైద్యాధికారిగా నియమిత డయ్యారు.

బ్రిటిష్ ప్రభుత్వం, స్వాతంత్ర్యోద్యమ చరిత్ర పుస్తకాలు అమ్మవద్దని ఆజ్ఞలు జారీచేసింది. సరోజినీనాయుడు, భారతదేశ చరిత్రకి సంబంధించిన పుస్తకాలు వీధుల్లో అమ్మి శాసన ధిక్కారం జరిపారు. ఉపన్యాసాలతో ప్రజానీకంలో దేశభక్తిని నూరిపోసి చట్టాలకు భయపడని తెగింపును తీసుకొచ్చారు.

దండి యాత్రలో గాంధీజీతో సరోజినీ నాయుడు

సైమన్ గో-బ్యాక్

భారత ప్రభుత్వ చట్టం 84వ సెక్షన్ ప్రకారం, ప్రతి పదేళ్లకు రాజ్యాంగం ఎలా నడుస్తుందో సమీక్ష చేయడానికి బ్రిటన్ నుంచి వచ్చిన 'సైమన్' దేశ మంతటా పర్యటిస్తున్నారు. స్వాతంత్ర్య పోరాట యోధులు "సైమన్ గో-బ్యాక్!" (సైమన్ తిరిగి వెళ్ళిపో) నినాదాన్నిచ్చారు. నినాదం దేశమంతటా (1928) ప్రతిధ్వనించింది. కమిషన్ సభ్యులు రైలులో కలకత్తా వెళ్తూ బెజవాడలో ఆగినప్పుడు, మున్సిపల్ చైర్మన్ అయ్యదేవర కాళేశ్వరరావు, రామిరెడ్డి సుబ్బారెడ్డి(కాజ) ద్వారా బంట్రోతు వేషధారణలో సైమన్‌కు కవరు పంపారు. అందులో సైమన్ బహిష్కార తీర్మాన పాఠం **'సైమన్ తిరిగిపో'** అన్న పత్రాలున్నాయి. కవరు విప్పి చూసిన సైమన్ కి కళ్ళు ఎర్రబడ్డాయి. కవరు ఇచ్చిన రామిరెడ్డి సుబ్బారెడ్డి (బంట్రోతు వేషం) ధైర్యానికి చిరెత్తుకొచ్చినా ఏమిచేయలేక పళ్ళు నూరి, కాళ్లు కొట్టుకున్నాడు[53]. భారతీయులలో పెరుగుతున్న స్వాతంత్ర్య కాంక్షను బ్రిటనుకి నివేదికలో తెలియచేశాడు.

భగత్ సింగ్ నాటకం

అందరికి ఆశలుంటాయి. కొందరు ఆశలతో కలలుకంటారు. మరి కొందరు ఆచరణలో పెడతారు. కొందరి కలలు పండుతాయి. ఆశయాలు సిద్ధిస్తాయి.

శ్రీ కనుమూరి రామిరెడ్డి

దేశ స్వాతంత్ర్యం భారతీయుల ఆశయం. వేలత్యాగధనుల ఫలితమే నేటి స్వాతంత్ర్యం. భగత్ సింగ్ జీవితంలో జరిగిన ఘటనలాధారంగా డోకిపర్రు వాస్తవ్యులయిన పోలవరపు రామారావు, పోలవరపు గోపాలకృష్ణయ్య, కనుమూరి రామిరెడ్డి మరియు పామిరెడ్డి శేషారెడ్డి నిర్వహణలో, వడాలి గ్రామ నాటక సమాజం నటులచే నాటకం ప్రదర్శనకు సిద్ధమయ్యారు. నాటక కధనం నిజజీవిత ఘట్టాలతో జరిగిన సంఘటనల ఆధారంగా రాసుకొన్నారు. నాటకంలో భగత్ సింగ్ పాత్ర కీలకం.

స్వాతంత్ర్య సమరంలో విప్లవాగ్నిని జ్వలింప చేసిన మేటి దేశభక్తుడు భగత్ సింగ్. బతికింది కొద్ది కాలమే కానీ, చరిత్రలో చిరకాలం నిలిచిపోయాడు. తన జీవితకాలంలోను, మరణానంతరం భారతీయులను ఉత్తేజితులను చేశాడు.

నాటక వేదిక వద్ద వున్న రెండు పెట్రోమాస్ లైట్లలో ఒకటి ఆపి, రంగస్థలం మీద వున్న లైటుతో నాటకం మొదలయింది. దేశం అనుసరిస్తున్న స్వాతంత్ర్య పోరాట పంథాలో మార్పు తేవాలన్న ఆలోచనతో భగత్ సింగ్ ప్రభృతులు చిన్నపాటి సాహస చర్యతో, శాసనసభలో బాంబులు వెయ్యాలని పథకం వేశారు. పేలినా కూడా గట్టి చప్పుడే కానీ, పెద్దగా ప్రమాదకరం కానీ, రెండు బాంబులు తయారుచేశారు. ముందుగా భగత్ సింగ్ స్నేహితుడు బతుకేశ్వర్ దత్తు అసెంబ్లీలోకి ప్రవేశించాడు. పైనుంచి శాసన సభలోకి భగత్ సింగ్ ఒక బాంబును విసిరాడు. వెను వెంటనే దత్తు తన దగ్గర వున్న మరో బాంబును విసిరాడు. పెద్ద పేలుడు జరిగింది. ఈ ఘటనలో అయిదుగురు వ్యక్తులు కొద్దిపాటిగా గాయపడ్డారు.

భగత్ సింగ్, దత్తు అనుకున్నట్లు ప్లాను ప్రకారం పోలీసులకు లొంగి పోయారు. పోలీసులు వారిపై కేసులు పెట్టారు. కోర్టులో విచారణ మొదలయింది. బ్రిటిష్ వారి కుట్ర కోణంలో దీనికి అనుబంధంగా కొన్ని వేల బాంబులు మరియు బాంబుల ఫ్యాక్టరీలను స్వాధీనం చేసుకున్నామని కొత్త కేసులు బనాయించారు. బాంబుల ఫ్యాక్టరీలో ఏడు వేల బాంబుల తయారి సామాగ్రి వుందని చాలామంది అమాయకులను పట్టుకుని లాహోరు కుట్రలో ఇరికించారు. ఇందులో భగత్ సింగ్ మొదటి ముద్దాయి.

శ్రీ భగత్ సింగ్

1930 అక్టోబర్ 7 న, ఈ కేసుకు తీర్పు వచ్చింది. భగత్ సింగ్, రాజగురు, సుఖదేవ్ లకు మరణదండన విధించారు. ఇతరులకు జీవిత శిక్షలు వేశారు. స్వాతంత్ర్య సమరయోధులు గాంధీజీచే ప్రాణ భిక్ష పెట్టాలని అడిగించారు. బ్రిటిష్ ప్రభుత్వం విప్లవ కారులకు ప్రాణ భిక్ష పెట్టడానికి నిరాకరించింది. ఉరి కంభం ఎక్కుతూ భగత్ సింగ్ గుప్పెట పట్టిన మట్టిని చూపిస్తూ '**ఈ పిడికెడు మట్టి ప్రపంచాన్ని ప్రభావితం చేస్తుంది**' అన్న సన్నివేశంతో నాటకం పూర్తయింది.

బ్రిటిష్ ప్రభుత్వం భగత్ సింగ్ ను రహస్యంగా ఉరితీసి, గుట్టుచప్పుడు కాకుండా అతి రహస్యంగా అంత్యక్రియలు జరిపించింది. ఉరితీత వార్త పైకి పొక్కిన

శ్రీ పోలవరపు రామారావు

తర్వాత దేశం అట్టుడికిపోయింది. దేశచరిత్రలో ఇది ఒక ప్రముఖ ఘట్టం. వడాలి గ్రామ నాటక సమాజం ప్రతి సీనులో ఎంతో ఉత్కంఠత రేకెత్తిస్తూ భగత్ సింగ్ నాటకాన్ని రక్తి కట్టించారు. ఈ నాటకం నిర్వహించినందుకు నిర్వాహకులయిన పోలవరపు రామారావు[54], పోలవరపు గోపాలకృష్ణయ్యపై పోలీసులు దొంగ కేసులు పెట్టారు. కనుమూరి రామిరెడ్డి మరియు పామిరెడ్డి శేషారెడ్డి నాటక సమాజం వారికి భోజన వసతులు కల్పించినందున, గ్రామంలో శాంతి భద్రతలకు విఘాతం కలిగించారని అరెస్టు చేసి రాజమండ్రి, అల్లీపురం జైలుకి తరలించారు.

శభాష్ ఆంధ్రా!!

1930 సం. నుండి 1940 సం. వరకు జాతీయం గాను, అంతర్జాతీయం గాను, తెలుగు వారిలో గొప్ప మార్పులొచ్చాయి. ఈ పదేళ్లను 'హంగ్రీ థర్టీన్' అని పిలిచేవారు. గుంటూరులో ప్రారంభించబడిన పన్నుల నిరాకరణ ఉద్యమం ఉధృతంగా సాగింది. పేకేటి రంగారెడ్డి(కాజ), శాసనోల్లంఘనంలో (1932) గుంటూరులో లాఠీచార్జీకి గురయ్యారు[55]. వందలాది మునసబులు, తమ ఉద్యోగాలకు రాజీనామాలిచ్చారు. వడాలి గ్రామా మునసబు మంద సీతా రామిరెడ్డి రాజీనామాను ప్రకటించి మిగతా వారికి ఆదర్శంగా నిలిచారు.

శ్రీ పేకేటి రంగారెడ్డి

జోకిపర్రు గ్రామంలోని, ప్రముఖులైన పామిరెడ్డి వెంకట సుబ్బారావు రెడ్డి, కృష్ణాజిల్లా రైతు సంఘ అధ్యక్షులుగాను, నిమ్మగడ్డ వెంకట కృష్ణారావు కాంగ్రెస్ సంఘ కార్యాలయ కార్యదర్శిగా పనిచేశారు. గాంధీజీ, 14.4.1929 న బందరు, జోకిపర్రు, నిడుమోలు, చినముక్తేవి చల్లపల్లి గ్రామాల మీదుగా పర్యటించి ప్రజలలో జాతీయ భావాన్ని పెంపొందించి విరాళాలు సేకరించారు. ఈ కార్యక్రమంలో గొట్టిపాటి బ్రహ్మయ్య, కనుమూరి వెంకట కృష్ణారెడ్డి పాల్గొన్నారు. గాంధీజీ, జిల్లా పర్యటనకు వచ్చినప్పుడు, నిమ్మగడ్డ వెంకట కృష్ణారావు గాంధీజీకి అతి దగ్గరగా మెలిగారు. జిల్లా స్వాతంత్ర్య

సమరయోధుల వివరాలన్నింటినీ సేకరించి, పరిపుష్టమైన రికార్డును నిర్వహించారు. తరువాత కాలంలో స్వాతంత్ర్య సమరయోధులకు ప్రభుత్వం నుంచి భరణం అందేటట్టు గా కృషి చేశారు.

మా ఉప్పు మేం చేసుకుంటాం..

'మా ఉప్పు మేం చేసుకుంటాం, మా ఉప్పు మేం తింటాం' అన్న నినాదంతో, 1930 మార్చి నెల 12 వ తేదీ నాడు గాంధీజీ దండియాత్ర ప్రారంభించారు. 34రోజుల కాలినడకన సాగిన ఈ ప్రయాణం జాతిని మేలుకొలిపింది. నిమ్మగడ్డ వెంకటకృష్ణారావు (డోకిపర్రు)[56] జిల్లా కాంగ్రెస్ సంఘ కార్యాలయ కార్యదర్శిగా పనిచేశారు. ఉప్పుసత్యాగ్రహంలో (1932) పాల్గొని, డోకిపర్రు నుండి మొదలై 55 కిలోమీటర్ల దూరంలో ఉన్న హంసల దీవి (కృష్ణానది సముద్రునితో సంగమ ప్రాంతం) కి వెళ్లి ఉప్పుని తయారు చెయ్యాలి. పోలీసులు నిమ్మగడ్డ వెంకట కృష్ణారావుని బందరు అడ్డ రోడ్డు వద్ద నిర్బంధించారు. నడి రోడ్డుపై 40 కొరడా దెబ్బలు కొట్టి అర్ధరాత్రి నిర్దయగా స్పృహలో లేని కృష్ణారావుని రోడ్డు ప్రక్కన పంటబోదిలో పడేసి చేతులు దులుపుకున్నారు. మరుసటి రోజు తరకటూరు గ్రామ రైతులు ఆయనను ఆసుపత్రికి తీసుకెళ్లి కాపాడారు[57].

శ్రీ నిమ్మగడ్డ
వెంకటకృష్ణారావు

కథనరంగ కర్మ యోగి..

పామిరెడ్డి వెంకట సుబ్బారావు రెడ్డి (డోకిపర్రు), జిల్లా రైతుసంఘం నాయకుడు. వీరిలో భగభగ మండే స్వతంత్ర భావాలు, దేశ స్వాతంత్ర్యం కొరకు సంఘటితమై ఉన్నాయి. "నా కష్టాలు తాత్కాలికం. దేశ స్వాతంత్ర్యం కోసం పోరాడుతున్న వారందరికీ ఇవి మార్గదర్శకాలు" అని చెప్పేవారు. వీరికున్న స్వాతంత్ర్య కాంక్షతో జిల్లాలోని పెక్కుమంది యువకులను ఉద్యమంలోకి తీసుకొచ్చారు. ఈయన రాజమండ్రి, బళ్లారిలలో రెండేళ్లు కఠిన శిక్ష అనుభవించారు. కర్కోటక పోలీసులు జరిమానా క్రింద డోకిపర్రులోని ఇంటి తలుపులు, ముక్కలుగా చేసి తీసుకుపోయారు. బహిష్టు గదిలో ఉన్న తల్లి నాగమ్మ కాళ్ల వెండి కడియాలు కూడా బలవంతంగా

సుత్తులతో బద్దలు కొట్టి లాక్కున్నారు. చుట్టపు చూపుగా వచ్చిన వారి పినతల్లి మాసమ్మ మెడలోని బంగారపు పట్టెడను నిర్బంధంగా స్వాధీనం చేసుకున్నారు. స్వాతంత్ర్య పోరాటంలో, డోకిపఱ్ఱులో వున్న వీరి 18 ఎకరాల మాగాణి భూమి కోర్టుల చుట్టూ తిరగటానికి ఖర్చయిపోయింది[58]. లలాటలిఖితాన్ని ఎవరు తప్పించుకోలేరు.

శ్రీ పామిరెడ్డి వెంకట సుబ్బారావు రెడ్డి

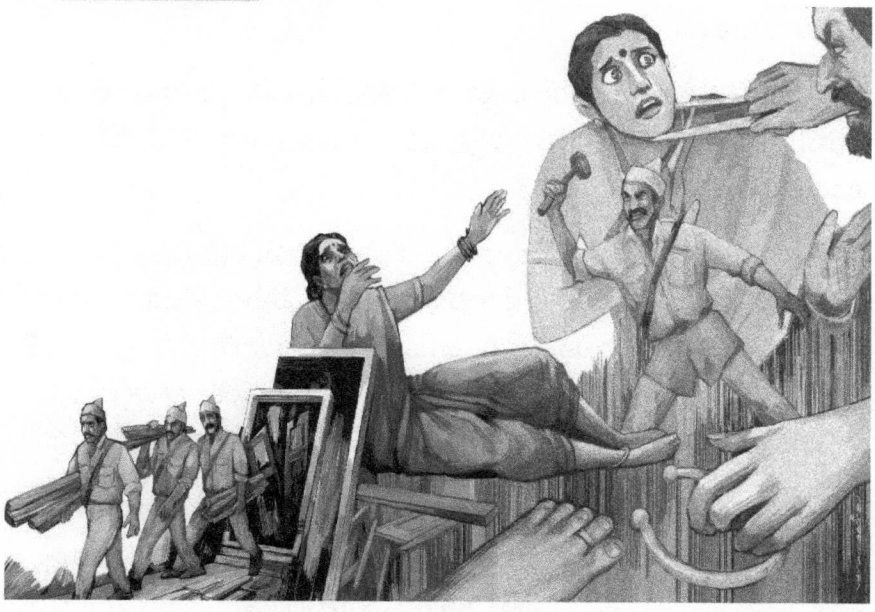

దేవుడు భరించగలిగే వారినే కష్టపెడతాడు. గ్రామ సర్పంచయిన కనుమూరి వెంకట కృష్ణారెడ్డి, పంచాయతీ మెంబరైన పామిరెడ్డి కృష్ణారెడ్డి మరియు మిత్ర బృందం, వారి కుటుంబానికి కావల్సిన వస్తువులను సమకూర్చి బాగోగులు చూసుకున్నారు. పోరాటాలకు వెనుదీయని వారి కుటుంబం మొత్తం మూడు నెలలు చెట్టు క్రిందే ఉండిపోయింది.

★★★

వ్యావహారిక భాషకి ఆహ్వానం చెప్పలేక..

1907 సం. లో తెలుగు భాష పూర్తిగా గ్రాంథికంలో ఉండేది. రాతపూర్వక పనులు సాంప్రదాయ బ్రాహ్మణ నియోగి కుటుంబాల పని. గ్రాంథిక భాషకు కట్టుబాట్లు, నియమాలు ఉంటాయి. గ్రాంథిక భాషలో ప్రాంతీయ భేదాలు ఉండవు. వ్యాకరణం, సంధులన్నీ కంఠస్థం చేయాలి. శుద్ధమైన తెలుగు భాష రాయడానికి సంస్కృత భాషతో సంబంధం లేని పల్లెటూరి వారితో పరిచయం ఉండాలి. భాషపై పెత్తనం చేసేవారికిది నచ్చలేదు. అటు సనాతన భాషని వదులుకోలేక ఇటు వ్యావహారిక భాషకి ఆహ్వానం చెప్పలేక సాంప్రదాయ బ్రాహ్మణులు ఒత్తిడితో పలికిన భాషా పలుకులు మచ్చుక్కి

'ఏరోయ్! బరంపురం వాసన గాని తగిలిందా? ఏమిటా భాష? అప్రాచ్యపు వెధవ! భాషను బొత్తిగా తగలేస్తున్నావు... బెంచి మీద నుంచో, గోడ కుర్చీ వెయ్యి, వంద గుంజీలు తియ్యి...

వాడుక భాష మన అమ్మ భాష, మన ప్రాంత భాష. ఏ ప్రాంతంలో పుట్టామో, ఏ మాండలికంలో పెరిగామో ఆ ప్రాంతంలోని యాస, విసురు, వెటకారం ఇతరత్రా అన్ని స్థానిక భాష మాండలికంలో ఉంటాయి. 1892 సం. లో గురజాడ రచించిన కన్యాశుల్కం నాటకం వ్యవహారికంగా వున్నా, 1909 సం. వరకు బ్రాహ్మణుల ఇంటి వద్ద వారు చదువుకోవడానికే కానీ, బడులలో చదవడానికి ఉపయోగపడనివ్వలేదు.

కట్టే వంకరలు పొయ్యి తీరుస్తుందన్నట్లు, గిడుగు వెంకట రామమూర్తిలో అంతకు మునుపే బీజ ప్రాయంగా వున్న వ్యవహారిక భాష ఆలోచన పెద్దదయ్యింది. వారిచే, వ్యవహారిక భాషోద్యమం తీవ్రతరమయ్యింది. స్వాతంత్ర్య పోరాటంలో వ్యవహారికం తప్పనిసరైంది. భాష కాలానుగుణంగా అనేక మార్పులకు లోనౌతూ ఉంటుంది. భాషా ప్రవాహానికి పూర్తిగా అడ్డుకట్ట వెయ్యలేం. శ్రీ ఉన్నవ లక్ష్మీనారాయణ జైలు గదుల నుండి పుట్టిన వ్యవహారిక నవల 'మాలపల్లి', సాంఘికంగా బ్రాహ్మణులను వ్యవహారిక భాషకు దగ్గర చేసింది[59].

1921 సం. లో ప్రజల ఓటుహక్కు సాలీనా ప్రభుత్వానికి 10 రూపాయలు శిస్తు చెల్లించే వారికే ఉండేది. గ్రామాలలో తక్కువ మందికి ఓటు హక్కు ఉండేది. 1926 సం. నీటి పారుదల రవాణా సౌకర్యాలు, రైల్వే లైన్స్ అనుసంధానం వచ్చి కరువు

కాటకాలు తగ్గడంతో, కృష్ణాజిల్లాలో ఎకరం భూమి రూ.40.00 నుండి ఒక్కసారిగా రూ.1500.00 ధర పెరిగింది. ఆదాయం తలా ఒక్కంటికి రెండున్నర రేట్లు పెరిగింది.

పూర్వం, బ్రిటిష్ వారి పాలనావసరార్ధం గ్రామీణ ప్రజలను కులాలుగా విభజించి పాలించారు. కులాల ప్రకారం, జనాభా లెక్కలు సేకరించి పెట్టారు. 1921 కాలం నుండి జనాభా లెక్కల్లో కులాల ప్రస్తావనను తొలగించారు[60]. గ్రామాలలో ఉన్న కోర్ట్ ల వ్యవస్థను తొలగించి జిల్లా కోర్ట్ లను ఏర్పాటు చేశామన్నారు. గ్రామీణ ప్రజలకు న్యాయ వ్యవస్థ దూరమయ్యింది. సరిగ్గా అదును చూసి సందడిలో సడేమియాగా బ్రిటిష్ వారు చాల చట్టాలను మార్చారు. ప్రజలకు న్యాయం, ధర్మం దూరం చేసేవారు గొప్ప పాలకులు ఎలా అవుతారు?

ప్రజలు కలిసి ఉంటే స్వాతంత్ర్యం గురించి ఆలోచిస్తారన్న బ్రిటిష్ పాలకుల కుటిల రాజనీతి అర్ధం చేసుకోవాలి.

అస్పృశ్యతతో అంబేద్కర్ పోరాటం

1928లో నూతన రాజ్యాంగ సంస్కరణలు సూచించేందుకు ఏర్పాటు చేయబడ్డ సైమన్ కమిషన్ భారతదేశంలో పర్యటించింది. సైమన్ నివేదికను చర్చించడానికి బ్రిటిష్ ప్రభుత్వం లండనులో మూడు రౌండ్ టేబుల్ సమావేశాలను ఏర్పరచింది. ఈ సమావేశాలు(1930..31..32) సం. లో జరిగాయి. మొదట జరిగిన సమావేశానికి హరిజనుల తరుపున అంబేద్కర్ కాకుండా గాంధీజీకే అనుమతివ్వాలని, అలా అయితేనే రౌండ్ టేబుల్ సమావేశాలకు గాంధీజీ హాజరు అవుతానని అన్నారు. బ్రిటిష్ వారు దానికి సమ్మతించలేదు. దాంతో గాంధీజీ సమావేశానికి హాజరుకాలేదు. ఈ మూడు సమావేశాలకు అంబేద్కర్ హాజరయ్యారు[61]. మొదటి సమావేశానికి భారతదేశ హరిజనుల ప్రతినిధిగా హాజరై తెలివిగా దేశ స్వాతంత్ర్యం గురించి మాత్రమే అనర్గళంగా థేమ్స్ నది ఒడ్డున లండన్లో ప్రసంగించారు. వ్యూహాత్మకంగా హరిజనుల ఊసెత్తలేదు. లండన్ పత్రికలు అంబేద్కర్ ని భారతదేశ గొప్ప స్వాతంత్ర్య యోధుడిగా అభివర్ణించి మర్నాడు పతాక శీర్షికలు రాశాయి. తన కొచ్చిన అంతర్జాతీయ పత్రికల ప్రశంసలతో గాంధీజీలో స్థితప్రజ్ఞత దెబ్బతింది. గాంధీజీ స్వయంగా రెండవ సమావేశానికి కాంగ్రెస్ తరుపున హాజరు

డా. బి.అర్. అంబెడ్కర్

అవుతున్నట్టు బ్రిటిష్ వారికి లేఖ పంపారు. బ్రిటిష్ వారు పన్నిన వలలో గాంధీజీ పడ్డారు.

రెండవ సమావేశంలో, కాంగ్రెస్ ప్రతినిధిగా గాంధీజీ హాజరయ్యారు. బ్రిటిష్ వారు, హరిజనుల హక్కుల రూపేణా అంబేద్కర్‌ని గాంధీజీపై ఉసిగొల్పారు. ఈ సమావేశంలోనే వారిరువురి మధ్య గట్టిగా భేదాభిప్రాయాలు ఏర్పడ్డాయి. అంబేద్కర్ దళితులకు ప్రత్యేక నియోజక వర్గాలివ్వాలని ఉడుం పట్టు పట్టగా, ఇస్తే హిందూ సమాజం విచ్ఛిన్నమవుతుందని గాంధీజీ ఒప్పుకోలేదు. వర్ణ వ్యవస్థ అనేది భారత సమాజం యొక్క ప్రత్యేక లక్షణమని, ఎవరి కుల వృత్తిని వారు అనుసరించడం పోటీలేని ఆర్థిక వ్యవస్థ భారత సమాజంలో ఉందని గాంధీజీ వాదించారు.

గాంధీజీ దృష్టిలో 'హరిజన సేవ మత సంబంధమైన బాధ్యత'. అస్పృశ్యత నివారణలో భాగంగా గాంధీజీ వీరికి **'హరిజనులని'** పేరు పెట్టారు. అంబేద్కర్, అంటరానితనం సమస్యపై ఒంటి కాలిపై లేశారు, గాంధీతో విభేదించారు. అంటరాని కులాలు ఆర్థికంగా బలపడనిదే, రాజకీయాధికారం పొందనిదే సమస్యకు సమగ్రమైన పరిష్కారం దొరకదని భావించారు. గాంధీజీకి అప్పటికర్థమయ్యింది, తను వ్యూహంలో చిక్కుకున్నాడని, పోగొట్టుకోవడమే గాని వచ్చేది ఏమీలేదని. ఏకాభిప్రాయం కుదరదని గ్రహించి, సభలో నుంచి అసంతృప్తితో వాక్-అవుట్ చేసి బయటకొచ్చేసారు.

అవమానంతో రగిలిపోయారు. ఇది కాంగ్రెస్ కు జరిగిన అవమానం అన్నారు. మూడవ సమావేశానికి కాంగ్రెస్ నాయకులెవరు హాజరుకాలేదు.

1932 సం. లో బ్రిటీష్ ప్రభుత్వం కమ్యూనల్ అవార్డును ప్రకటించింది. దాని ప్రకారం అస్పృశ్యులకు ప్రత్యేక స్థానాలు లభించాయి. తన మాట చెల్లని కారణంగా, ఎరవాడ(పూణే) జైలులో వున్న గాంధీజీ నిరాహారదీక్ష ప్రారంభించారు.

'మహాత్ములు వస్తుంటారు. పోతుంటారు. అంటరాని వారు మాత్రం అంటరాని వారిగానే వుంటున్నారు.' అని అంబేద్కర్ దళితుల పక్షాన ఒంటరిగా ఎదురు నిలిచారు. తన వాదంతో, ప్రజ్ఞతో ప్రపంచాన్ని ఒప్పించి గెలిచారు. హరిజనులకు ప్రత్యేక నియోజక వర్గాలు పొందారు. దీనికి ప్రతిగా 1946 సం. సెంట్రల్ ఎన్నికలలో కాంగ్రెస్ అనునయులు, గాంధీజీ శిష్యులు కక్షతో కుట్రలు పన్ని అంబేద్కర్ ని ఓడించారు.

వెస్ట్ బెంగాల్‌లోని జెస్సోర్ మరియు ఖుల్నా నియోజక వర్గాలలో జరిగిన ఉప ఎన్నికల ద్వారా అంబేద్కర్ గెలుపొందారు. అంబేద్కర్ ప్రాతినిధ్యం వహిస్తున్నాడన్న ఏకైక కారణంతో, కాంగ్రెస్ కక్షసాధింపు చర్యలో భాగంగా, 52 శాతం హిందువులున్న ఖుల్నా జిల్లా, చిట్టగాంగ్ కొండ ప్రాంతాలను, చిట్టగాంగ్ రేవు పట్టణాన్ని తూర్పు పాకిస్తాన్లో కలిపేశారు[62].

గాంధీజీ, తన అభిప్రాయాలను వ్యతిరేకించిన వారిని ఎప్పుడు సహన భావంతో చూడటం గాని లేక ఇతరుల అభిప్రాయాలకు విలువివ్వటం గాని జరగలేదు. ఇది నియంతృత్వ లక్షణం. అంబేద్కర్ భిన్న సందర్భాలలో అవమానపడ్డారు. దేశం గురించి అవమానపడి ఉండవచ్చు, అయితేనేం, విభిన్నంగా సందర్భానికి తగట్టుగా మెలిగారు. దేశ రాజ్యాంగం రాసి, అహింస సిద్ధాంతాన్ని అమలుచేసి చూపించారు. మన ప్రజాస్వామ్యాన్ని గొప్పగా బ్రతికించడానికి గట్టి పునాదులు వేశారు.

జన్మవల్ల ఆధిక్యం

కవి అన్నవాడు ధరణి సురుడు, ప్రశాంతుడు వంటి లక్షణాలు కలిగి ఉండాలని, బ్రాహ్మణేతరులకు కావ్యాలు రాసే అర్హత లేదని అప్ప కవి లక్షణ గ్రంథంలో సెలవిచ్చారు. చెళ్లపిళ్ల వెంకటశాస్త్రి 'కవిత్వం బ్రాహ్మణత్వం' శీర్షికతో వ్యాసం రాస్తూ "కవిత్వం బ్రాహ్మణుల సొమ్మని ఉద్ఘాటించారు". కవిరాజు, త్రిపురనేని రామస్వామి చౌదరి, ఐర్లాండ్ లోని డబ్లిన్ నగరంలో బారిస్టర్ విద్య పూర్తి చేసి, స్వదేశానికి తిరిగొచ్చారు. సాంఘిక సమానత్వాన్ని సాధించాలన్న గొప్ప

ప్రయత్నంతో, అంగలూరులో సూతాశ్రమాన్ని స్థాపించారు. ఈ సత్యాన్వేషిణి బ్రాహ్మణ ద్వేషిగా భావించి లోకం పొరబడింది. నిజం చెప్తే నిష్ఠూరమే మరి.

1910 సం.లో కృష్ణాజిల్లా కవుతరం గ్రామంలో కంఠంనేని వెంకట రంగయ్య, బొబ్బా పద్మనాభయ్య కలిసి కమ్మ కులానికి చెందిన తొలి మహాసభను జరిపారు. 1917 సం. నుండి తెలుగు నాట కూడా కుల మహాసభలు ముమ్మరంగా కొనసాగాయి. రెడ్డి జన సంఘాలు, ఆదియాంధ్ర సభలు, ఆది వెలమ సంఘాల తీర్మానాలన్నీ ప్రధానంగా ఉద్యోగావకాశాలు, విద్యా సాంస్కృతిక రంగాలలో అభివృద్ధిని సాధించాలని కోరుకోవడం కనిపిస్తుంది. 1920 సం.లో బందరు నుంచి కమ్మవారు, వారి కులం గురించి పత్రికను స్థాపించారు. కమ్మవారు, శూద్రులు కారని క్షత్రియులనే వాదన లేవనెత్తి వెర్రి ఆవేశాన్ని ప్రదర్శించారు. 1926లో బెజవాడలో జరిగిన కమ్మ మహాసభలో ఆచార్య ఎన్.జి.రంగా, గొట్టిపాటి బ్రహ్మయ్య మొదలైన వారు పాల్గొన్నారు[63].

మనం ఆశిస్తున్నదొకటైతే యదార్థం ఇంకొక లాగా కనపడుతుంది. జన్మవల్ల ఆధిక్యం రాదని, వేద పౌరోహిత్యాధికారాలు అందరివీ అన్న ఉద్యమం మొదలయింది. 1932 సం. లో, బ్రాహ్మణ–బ్రహ్మణేతరుల ఘర్షణలు ఎక్కువయ్యాయి. 'బ్రహ్మణులేం దోపిడి చేస్తున్నారు, వారికి భూములున్నాయా, పుట్రలున్నాయా, వాళ్ళకున్నదొక్కటే విజ్ఞానం' అనేది బ్రాహ్మణుల వాదన. బ్రాహ్మణ వ్యతిరేకత, కృష్ణాజిల్లా కమ్మ కులంలో బాగా వ్యాపించింది.

భూమి శిస్తు కట్టే వారందరూ బ్రహ్మణేతరులు అంటే 'కమ్మ, రెడ్డి, వెలమ, కాపు' మొదలైన వాళ్లను శూద్రులనే వారు. భూస్వాములందరూ బ్రాహ్మణేతర వర్ణాల వారే. తమ వర్ణాలకు వివాహాలన్నీ సంస్కృతంలో కాక తెలుగు పద్యాలలో నిర్వహిస్తుండటం ఆరంభమైంది. చల్లపల్లి జమిందారు సమర్పణలో చలం రాసిన కథ ఆధారంగా గూడవల్లి రామబ్రహ్మం దర్శకత్వంలో "మాలపిల్ల" చలనచిత్రం విడుదలయ్యింది.

దేవుడు కూడా కొందరివాడేనా

1935 సం. నాటికి డోకిపర్రు శివాలయంకు అనుబంధంగా ఉన్న సత్రాన్ని, గుడ్లవల్లేరు వార్పు రోడ్డులోకి పాకనాటి సత్రంగా మార్చారు. ఇది పూర్తిగా తరువాత రోజులలో అంగలూరు, కౌతవరం, డోకిపర్రు గ్రామాల స్వాతంత్ర్య యోధులకు ఆశ్రయమిచ్చింది. రహస్య సమాలోచనలు జరిపే కేంద్రంగా మారింది. ఎర్నేని సుబ్రహ్మణ్యం కృష్ణా జిల్లాలోని అంగలూరులో 'గాంధీజీ ఆశ్రమం' మరియు "దరిద్ర నారాయణ" తెలుగు వార పత్రికను స్థాపించారు[64]. మల్లికార్జున గుప్త వారి ఆస్తిపాస్తులన్ని ఆశ్రమానికి ధారపోశారు. అహింస సిద్ధాంతాన్ని ఆచరించే ఆశ్రమంలో చేరడం మేలని భావించిన పొట్టి శ్రీరాములు, సహచరుడు మల్లికార్జునగుప్త అంగలూరులో ఉన్నట్లు తెలిసి, శ్రీరాములు కూడా 1939 సం.లో అంగలూరు, గాంధీ ఆశ్రమంలో చేరారు. హరిజనోద్ధరణ ఉద్యమంలో భాగంగా, పొట్టి శ్రీ రాములు గారు డోకిపర్రులోని అగస్తేశ్వర శివాలయంలో హరిజనులకు ఆలయ ప్రవేశంపై తీర్మానం చేశారు. పామిరెడ్డి ఘంటారెడ్డి దీనిని అమలులోకి తెచ్చారు[65]. సమాజాన్ని మార్చాలన్నా, కులాల కట్టుబాటులను మరమ్మతు చేయాలన్నా, అది సమాజంలో నలిగిన మానవుల వల్లే సాధ్యమవుతుందని, ఏ దేవుడు వచ్చి ఉద్ధరించలేడని కవి కోకిల జాషువా విశ్వాసం. ఇదే ఆనాటి సామాజిక జీవన చిత్రాన్ని ప్రతిబింబిస్తూ ఇలా ప్రకటించారు.

శ్రీ పామిరెడ్డి ఘంటారెడ్డి

ధర్మ సంస్థాపనార్థంబు ధరణిమీద
నవతరించెద ననే నజ్జభవుని తండ్రి
మునుపు జన్మించి నెత్తికెత్తినదిలేదు
నేడు జన్మింపకున్న మున్గినది లేదు.

ఎన్నికల వేళ వ్యూహం

1937 సం. లో యం. యన్ రాయ్ ఆంధ్ర ప్రాంతమంతా పర్యటించారు. హేతువాద భావ బీజాలను నాటారు. ఆ మొలకలన్నీ తలెత్తడం ఆరంభించాయి. రాయ్ లక్షణాలనే పుణికి పుచ్చుకుని కొందరు ఉద్యమాలు చేశారు[66]. యుగ లక్షణాలను అవగాహన చేసుకొని, జీవన విధానంలో తగు మార్పులు తెచ్చుకోవాలన్న జ్ఞానం మార్గదర్శకులకే తెలుస్తుంది. దోకిపర్రు గ్రామం, అభివృద్ధి చెందాలంటే గ్రామంలో పాఠశాల, ప్రజలందరికి విద్య తప్పనిసరని పెద్దలు తీర్మానం చేసుకున్నారు. ఏ పనయినా జరగాలంటే లౌక్యం, వ్యూహం ఉండాలి. అమలు పరిచే కాలం సరిగ్గా చూసుకోవాలి. అప్పుడే, అనుకున్నది జరిగి తీరుతుంది.

1937 సం.లో రాష్ట్ర శాసనసభలకు ఎన్నికలు జరిగాయి. ఈ ఎన్నికలు దేశంలోని రాజకీయ వాతావరణాన్ని ఉద్విగ్న పరిచాయి. దోకిపర్రులో ఎన్నికల నిర్వహణ ఏర్పాట్లు జరిగాయి. 1937 సం. నాటికి, అందరికి ఓటు హక్కు లేదు. ఓటు వెయ్యాలంటే 80 పౌండులు లేదా వంద రూపాయలు కలిగివుండాలి. ఎన్నికల అధికారికి ఓటువేసేటప్పుడు వంద నోటు చూపిస్తేనే ఓటు వెయ్యనిస్తాడు. చేతిలో వందనోటు లేదంటే ఓటు లేదు. గ్రామంలోని పేద వర్గాలకైతే ఓటుతో సంబంధమే లేదు. క్యుమిలేటివ్ ఓటింగ్ పద్ధతిలో, మనిషికి రెండు ఓట్లు వేసే విధానం ఉంది. ఓటరు, రెండు ఓట్లు ఒక్కరికే వెయ్యొచ్చు లేదా ఒక ఓటు ఒకరికి, ఇంకో ఓటు వేరొకరికి కూడా వెయ్యొచ్చు[67]. గ్రామంలో ఎన్నికల పెట్టెలన్నీ కాంగ్రెస్ ఓటుతోనే వెళ్లాయి. గ్రామ ఓటర్లు ఒక ఓటు కాంగ్రెస్ కి వేసి, రెండవ ఓటుకు బదులుగా పాఠశాల కావాలన్న విజ్ఞాపన పత్రాన్ని బ్యాలెట్ బాక్స్ లో ఉంచారు. ఈ విషయం అప్పటి వార్త పత్రికలలో ప్రచురితమైంది. రాష్టంలో కాంగ్రెస్ మొదటిసారి అధికారంలోకి వచ్చింది.

శ్రీ కనుమూరి వెంకట కృష్ణారెడ్డి

వార్తాపత్రికలలో ప్రచురితమైన వార్త, రాజకీయ చైతన్యాన్ని పెంపొందించడానికి సహాయపడింది. తరువాతి దశాబ్దంలో, గ్రామ సర్పంచ్ శ్రీ కనుమూరి వెంకట కృష్ణారెడ్డి స్వయంగా మంత్రి బెజవాడ గోపాలరెడ్డిని కలిసి కృష్ణాజిల్లాలోనే రెండవ గవర్నమెంట్ స్కూల్(1947) దోకిపర్రుకి సాధించు కొచ్చారు.

పోలవరపు నరసింహరావు సంకల్ప వ్యూహం ఫలించింది. గ్రామ పెద్దలకు ఈ విజయం ఎంతో ఉత్సాహాన్నిచ్చింది.

నారాయణ!! నారాయణ!!

1940 సం. లో మచిలీపట్టణానికి మనుషులు లాగే రిక్షాలొచ్చాయి. ఆ రిక్షాలలో కూర్చొని వెళ్ళడానికి మనుషులు మొదట్లో మొహమాటం పడేవారు. ఎందుకంటే.. దారి పొడుగూతా ఆకతాయి పిల్లలు రిక్షా చుట్టూ చేరి.... కాళ్లు కళ్ళు లేవు నారాయణా.. ఊళ్లోకి నడవలేని కొత్త భిక్షగాడొచ్చాడు నారాయణా!! అంటూ పాట పాడి ఏడిపించేవారు. రిక్షా ఎక్కిన వాళ్ళకు అది చాల ఇబ్బందిగా ఉండేది.

★★★

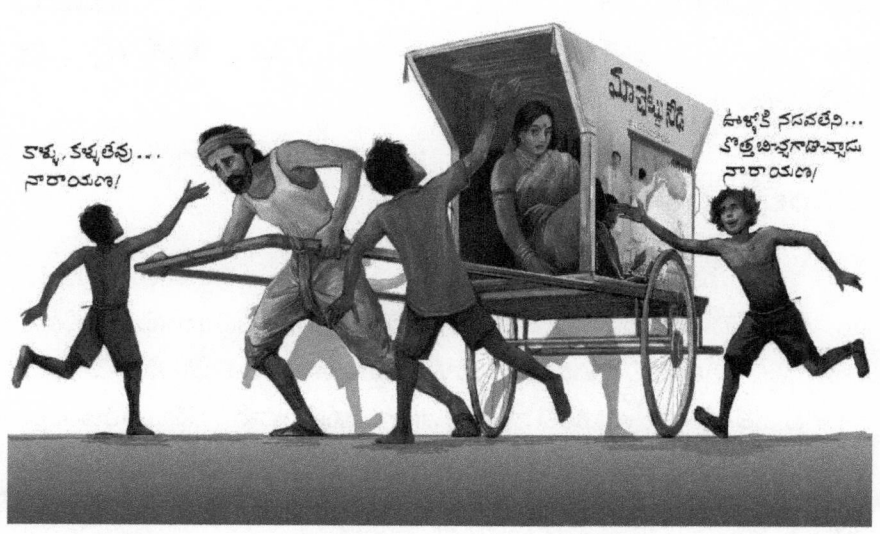

రెండవ ప్రపంచ యుద్ధోన్మాదం

1942సం. మార్చిలో, భారతదేశం యుద్ధ గుమ్మంలోకి తొంగిచూస్తుంది. విశాఖపట్నం,కాకినాడ పట్టణాలపై జపాన్ యుద్ధ విమానాలు బాంబులు వేసి వెళ్లాయి. కొంత ప్రాణనష్టం, ఆస్తినష్టం జరిగింది. మదరాసు మీద కూడా బాంబులు వేస్తారని భావించి 'భక్త పోతన సినిమా' షూటింగ్ కొన్ని నెలలు నిలిపేశారు.

హిట్లర్ యుద్ధోన్మాదంతో జర్మనీని పిచ్చిపట్టిన దేశంలా తయారుచేశాడు. వంద నోళ్లు, వెయ్యి చేతులతో ప్రపంచాన్నే కబళిద్దామని పరుగులు పెట్టాడు. రష్యా మీద యుద్ధంచేసి హిట్లర్ తన చావు తాను తెచ్చుకున్నాడు. దాంతో అమెరికా, బ్రిటన్ లకు గంగవెర్రులెత్తాయి. హిట్లర్ అంతంతో, జర్మనీ పతనంతో, రెండవ ప్రపంచయుద్ధం పూర్తయింది. భారత ప్రజలు ఆహార ధాన్యాలు, పేపరు, కలప మొదలైన వస్తువుల కొరతతో ఇబ్బందులు ఎదుర్కొన్నారు. తిండి పెట్టె రైతులు దేశ ప్రజలకు ఆహారాన్ని అందించేందుకు పూడిపోయిన చెరువులను, కాలువలను, మరమ్మత్తు చేయటం, బంజర్లను సాగు చేయటం దేశభక్తి యుత కర్తవ్యంగా భావించారు.

వారంలోనే దేశానికీ స్వాతంత్ర్యం!!

మెరుపు ముందు మెరుస్తుంది. ఉరుము తర్వాత ఉరుముతుంది. 1942 సం. ఆగస్టులో మెరుపువేగంతో "క్విట్ ఇండియా" (భారతదేశం నుంచి బ్రిటిష్ వాళ్ళు వైదొలిగిపోవాలి) ఉద్యమం ప్రారంభమైంది. బొంబాయి సమావేశంలో కాంగ్రెస్ ప్రతినిధులను ఉద్దేశించి గాంధీజీ ఇలా ఉపన్యసించారు, "నేను తక్షణం, ఈ రాత్రే స్వాతంత్ర్యం కావాలని కోరుతున్నాను. పుణ్యభూమి "భారతావని"కి సంపూర్ణ స్వాతంత్ర్యానికి మినహా మిగతాదేది నన్ను సంతృప్తిపరచదు. ఇదిగో ఒక మంత్రం చెబుతున్నాను. మీ హృదయాలపై దాన్ని ముద్రించండి. మీ ఉచ్ఛ్వాస నిశ్వాసల్లో దాన్ని ప్రతిబింబించనీయండి".

'విజయమో వీర మరణమో', 'మనం భారతదేశాన్ని స్వాతంత్ర్యమైనా చేస్తాం లేదా ఆ ప్రయత్నంలో మరణిస్తాం. అంతేగాని బానిసత్వం స్థిరీభూతమై వుండటానికి మనం బ్రతకబోవటం లేదు....'

గాంధీజీ ఉపన్యాస తీవ్రతను బట్టి వల్లభాయ్ పటేల్ వారంలోనే విజయానికి సంబంధించిన వార్త వింటామని అంచనావేశారు. శత్రువు తమకు వ్యవధిస్తాడని, విజయం తేలికగా లభిస్తుందని కాంగ్రెస్ నాయకులు వేసిన అంచనాలు పూర్తిగా తప్పయ్యాయి. బ్రిటిషువారు పదివేల నాయకులను ఆ రోజు రాత్రి అరెస్టుచేశారు. గాంధీజీని అగాఖాన్ ప్యాలెస్(పూణే) లో నిర్బంధించారు.

ఉద్యమాన్ని భారీగా అణచి వేయడంతో, సమన్వయం కుదరక దేశ వ్యాప్తంగా చిన్నపాటి హింస జరిగింది. క్విట్ ఇండియా ఉద్యమం అర్ధాంతరంగా ఆగిపోయింది. ఈ ఉద్యమానికి అమెరికన్ల నుండి మద్దతు వచ్చింది. చక్రవర్తి రాజగోపాలాచారి, క్విట్ ఇండియా ఉద్యమంలో తాను పాల్గోవబోవటం లేదని[68], ఇప్పుడు దేశానికీ స్వాతంత్ర్యం వస్తే దాన్ని మనం నిలుపుకోలేమన్న మాట, దేశ ప్రజలను బాగా బాధపెట్టింది.

బ్రిటిష్ మంత్రి వర్గ సభ్యుడు స్టాఫేర్ క్రిప్స్ అఖండ భారతదేశం నుండి పాకిస్తాన్ విభజన అంశం (1942)పై రాయబారం తెచ్చారు. రాజగోపాలాచారి క్రిప్స్ రాయబారాన్ని సమర్థించి అమలుచేయాలని గాంధీజీకి సిఫార్సు చేశారు. క్రిప్స్ రాయబారంను ఉద్దేశించి, గాంధీజీ, '**కుప్పకూలుతున్న బ్యాంకు, ఇచ్చే పోస్ట్ డేటెడ్ చెక్ లాంటిది క్రిప్స్ రాయబారం,ఇది మాకు సమ్మతం కాదు**' అని తెలిపారు.

ఆజాద్ హింద్ ఫౌజ్

'**మీ రక్తాన్ని ధారపోయండి. మీకు స్వాతంత్ర్యాన్ని ఇస్తాను..**' పిలుపుతో "**ఆజాద్ హింద్ ఫౌజ్**" ను దేశ స్వాతంత్ర్యం గురించి ముందుకు ఉరికించిన నేత నేతాజీ.

సుభాష్ చంద్ర బోస్ ఐ.సి.యస్ ఉద్యోగానికి రాజీనామా ఇచ్చి, స్వాతంత్ర్య ఉద్యమానికి ఉరికారు. సాయుధ పోరాటం ద్వారా ఆంగ్లేయులను దేశం నుంచి తరిమి కొట్ట వచ్చునని నమ్మి, ఆచరణలో పెట్టిన మహనీయుడు. రెండుసార్లు భారత జాతీయ కాంగ్రెస్ అధ్యక్షుడిగా ఎన్నికయ్యారు. గాంధీజీ యొక్క అహింసావాదం మాత్రమే స్వాతంత్ర్య సాధనకు సరిపోదని, పోరుబాట కూడా ముఖ్యమని అతని భావన. 10 సార్లు ఆంగ్లేయులచే కారాగారంలో నిర్బంధించ బడ్డారు. త్రిపుర కాంగ్రెస్ అధ్యక్ష పదవికి (1939) జరిగిన పోటీలో, భోగరాజు పట్టాభి సీతారామయ్య గారెపై 205

ఓట్ల ఆధిక్యతతో విజయం సాధించారు. గాంధీజీకి ఉడుకుబోతుతనంతో మొహం ఎఱ్రబడింది. పట్టాభి ఓటమి నా ఓటమేనని సభలోనే ప్రకటించేశారు.

శ్రీ సుభాష్ చంద్రబోస్

1939 సం. లో రెండవ ప్రపంచ యుద్ధం మొదలైంది. ఆంగ్లేయులను దెబ్బ తీయటానికి ఇది సువర్ణావకాశంగా బోసు భావించారు. యుద్ధం ప్రారంభం కాగానే, ఆంగ్లేయులపై పోరాడేందుకు కూటమి ఏర్పాటు చేసే ఉద్దేశంతో రష్యా, జర్మనీ, జపాను దేశాలలో పర్యటించారు. జపాను సహాయంతో భారత యుద్ధ ఖైదీలు, మలయా (మలేషియా) లోని రబ్బరుతోట కూలీలతో, భారత జాతీయ సైన్యాన్ని ఏర్పాటుచేశారు.

జపాను ప్రభుత్వం అందించిన సైనిక, ఆర్థిక, దౌత్య సహకారాలతో '**ఆజాద్ హింద్ ఫౌజ్**' ప్రభుత్వాన్ని ఇప్పటి సింగపూర్ లో ఏర్పరచారు. సుభాష్ చంద్రబోస్ ఏర్పాటు చేసిన తాత్కాలిక ప్రభుత్వానికి (స్వతంత్ర భారత) అధ్యక్షుడు ఆయనే. తాత్కాలిక ప్రభుత్వం, బ్రిటన్ మరియు అమెరికాలపై యుద్ధం (1943,అక్టోబరు23) ప్రకటించింది. ఈ విషయాన్నీ, తానే స్వయంగా రేడియోలో ప్రకటించారు. తన ప్రభుత్వాన్ని జపాను, జర్మనీ, ఇటలీలతో కలిపి మరో ఆరు దేశాలు గుర్తించాయి.

జపాన్, భారత భూభాగంలోని అండమాన్ దీవులను బోస్ కు అప్పగించింది. అండమాన్ దీవుల పేరును షహీద్ దీవులనీ, నికోబార్ దీవుల పేరును స్వరాజ్య దీవులనీ పేరు మార్చానని బోస్ ప్రకటించారు. అయితే ''ఆజాద్ హింద్ ఫౌజ్'' కి జపాన్ నుండి సరియైన శిక్షణ, ఆయుధ సరఫరాలేక అపజయాల బాట పట్టింది. అంతుచిక్కని రీతిలో బోస్ మరణించారన్న పుకార్లతో, ఆజాద్ హింద్ ఫౌజ్ ఉద్యమం అంత్య దశకు చేరింది. ఉద్యమం ప్రజల దృష్టిలో ఆదరణ పొందటం తో దేశీయ సిపాయిల విశ్వాసం బ్రిటిష్ పాలన నుండి దూరమైందని బ్రిటిషు పాలకులకు అవగతమైంది.

ఊరిలో ఆజాదీ

డోకిపర్రు గ్రామం నుండి లేళ్ల శరాబంది రాజు, కాజ గ్రామం నుండి శ్రీ మొహమ్మద్ హనీఫ్ ఆజాద్ హింద్ ఫౌజ్ తరుపున స్వాతంత్ర్య పోరాటంలో పాల్గొన్నారు[69]. శ్రీ శరాబంది రాజు తరువాత కాలంలో డోకిపర్రు హైస్కూల్లో రికార్డు అసిస్టెంట్గా పనిచేశారు. నిత్యం స్ఫూర్తిదాయకంగా పిల్లలకు రామాయణ, మహాభారతాలు బోధించేవారు. వీరు దినచర్యలో భాగంగా జరిగే సంఘటనల ఆధారంగా కవితలను చెప్పి, ఆశు కవిగా పేరుగాంచారు. జాషువా కవిత్వంలోని మానవత్వపు మధురిమలను సందర్భాన్ని బట్టి పరిచయం చేసి, పాఠశాలలోని విద్యార్థులకు సాహిత్యపు గొప్పదనాన్ని తెలియజేసేవారు. పదవి విరమణ అనంతరం, 1988 సం. మార్చిలో ఈయన గ్రామ సర్పంచ్ ఎలక్షన్స్ లో ఇండిపెండెంట్ గా పోటీ చేసి ప్రజాస్వామ్యంలో ఎన్నికల గొప్పదనం వివరిస్తూ, ఎన్నికల ప్రచారం వినూత్నంగా నిర్వహించారు. గెలుపోటములను సమానంగా తీసుకోవడం తెలిసిన స్థితప్రజ్ఞుడు. ఎల్లప్పుడు మోముపై చిరునవ్వుతో గ్రామ ప్రజల కష్ట, సుఖాలలో పాలు పంచుకునేవారు.

శ్రీ లేళ్ల శరాబంది రాజు

తాళిబొట్టు తలచుకుని..

గొప్ప వారి మనస్సు తుది దశలో కూడా గొప్పదనాన్ని కోల్పోదు. ఉన్నతం గానే ఉంటుంది. విడియాలా కాళహస్తి లింగం(డోకిపర్రు), దేశం మీద వున్న అమితమైన మక్కువతో స్వాతంత్రోద్యమం వైపు అడుగులు పడ్డాయి[70]. ఈయన, ఉద్యమంలో రహస్య కార్యకర్తగా పాల్గొన్నారు. నిత్యం వీరిపై బ్రిటిష్ వారి నిఘా ఉండేది. వీరికి 1930 సం. లో వీరమ్మ గారితో వివాహం జరిగింది. ఉద్యమాలలో పాల్గొని పోలీసులకు దొరకకుండా రహస్య కార్యకర్తగా, పక్క ఇళ్లలో వున్న

శ్రీ విడియాలా కాళహస్తి లింగం

పెద్ద కోళ్ల గంప కింద దాక్కుని, వీలు చూసుకుని ఇంటికి వచ్చేవారు. ఒకొక్క సారి, వీరి భార్యే వెతుక్కుంటూ కోళ్ల గంప దగ్గరికి భోజనం తీసుకువెళ్తుండేది.

కవుతరం రైలు పట్టాల దగ్గర జరిగిన ఉద్యమంలో పోలీసుల నుంచి తప్పించుకుని వచ్చి కోళ్ళగంపల్లో నక్కారు. ఆ రోజు జరిగిన పోలీసుల వెతుకులాటలో పై చెయ్యి పోలీసులదయ్యింది. ఆయన ఆచూకీ కుటుంబానికి తెలియజేయకుండానే, అరెస్ట్ చేసి జైలుకు తరలించారు. భార్య, తల్లిదండ్రులు రోజు అన్నం పట్టుకొని పక్క ఇళ్లల్లో వున్న కోళ్ల గంపల దగ్గరికి వెళ్లడం గ్రామస్తులను కలచివేసింది. భర్త ఏమయిపోయాడో అన్న బాధతో గుండె ఎర్రటికుంపటయ్యింది. పొలిమేరలు దాటిపోయిన బావ ఎప్పుడు తిరిగొస్తాడోనని, వీధి చివరి వైపుకు చూస్తూనే ఉంది. తాళిబొట్టు తలచుకుని, అంతఃసంద్రంలోని ఉప్పొంగే కెరటాలను మౌనంగా భరించింది.

దేశం కోసం నీకొక్కడికే పట్టిందా?, నల్ల పూసల బంధం నా ఒక్క దాని భాధ్యతేనా? అని గింజుకునేది. మరుక్షణం, మజ్జిగ పులుసన్నం కలుపుకుని, కోళ్ల గంప దగ్గరకు వెళ్ళేది. ఈ మాదిరి ఇంచుమించుగా రెండేండ్లు గడిచాయి. శిక్ష పూర్తి చేసుకుని, ఇంటికి నడిచి వచ్చిన భర్తని చూసి ఆవిడ ఊర్లో చేసిన హడావిడి, భార్యాభర్తల మధ్య వున్న అనుబంధ గొప్పదనాన్ని తెలియజేసింది, గ్రామంలోని పెద్దలకు కంటనీరు తెప్పించింది.

బ్రిటిష్ వారు, భారత స్వాతంత్రీయుల ప్రాధమిక హక్కులను హరించిన విధానం, వారి కుటుంబాలు పడిన మానసిక వేదన, ఈ ఘటన ద్వారా మనకు కొంత అవగతమవుతుంది. మరొక సారి బందరు కోనేరు సెంటర్లో కల్లు అమ్మకాలకు వ్యతిరేకంగా ధర్నా చేసినందుకు కాళహస్తి లింగం గారిని అరెస్టుచేసి పామర్రు పోలీస్ స్టేషన్ లో కొరడా దెబ్బల శిక్ష వేశారు.

స్వాతంత్ర్య పోరాట ఖైదీలకు ప్రత్యేక సౌకర్యాలు లేవు. తలకు మురికి టోపీ, కాళ్లకు ఇనుప కడియాలు తగిలించడం, మట్ట లాగులు తొడగడం, జైలు వరండాలలో పడుకోవడం, నెయ్యి, మజ్జిగ లేకుండా పప్పు పులుసుతో మట్టి చిప్పలో అన్నం తినడం, మురికి పట్టిన మట్టి ముంతతో నీరు త్రాగడం, జైల్లో పిండి విసరడం, ఇతర జైలు పనులు చేయడం లాంటివి ఉండేవి[71]. మానసికంగా ఏమాత్రం బలహీనంగా ఉన్న పిచ్చిపట్టె పరిస్థితులవి. స్వాతంత్ర్య పోరాటంలో జైలులో వున్న కొందరికి పిచ్చిపట్టిన

సందర్భాలున్నాయి. అలాగే మరికొందరి కుటుంబ సభ్యులు ఆంగ్లేయ పోలీసులు పెట్టె ఒత్తిడి కారణంగా మానసిక వ్యాధి బారిన పడ్డారు.

నట్టింట్లో చెరసాల

గొన్నూరు సర్రెడ్డి(కాజ), స్వాతంత్ర్య ఉద్యమంలో వీరోచితంగా పాల్గొన్నారు. కథన రంగంలోకి దిగాక వెనుదిరగని మనస్తత్వం గొన్నూరు సర్రెడ్డిది. ఉద్యమం పేరుతో ప్రతి నిత్యం నట్టింట్లో కొచ్చి పడిన గొడవలతో, వీరి మండువా ఇల్లు స్వాతంత్ర్య కథన రంగానికి కార్యక్షేత్రమయింది. మరోపక్క తీవ్రమైన మానసిక ఘోషతో భార్య నారాయణమ్మ, వేరొక గదిలో బంధీగా ఉండేది. డాక్టర్లు, ఆవిడకి స్థల మార్పిడి చేస్తే ఆరోగ్యం మెరుగవుతుంది, మంచిదని సూచించారు[72]. భార్య మానసిక ఆరోగ్య నిమిత్తం ఊర్లో మూడు ఎకరాల పొలం అమ్మి, నైజాం రాష్ట్ర, బోధన్ ప్రాంతంలో హంగిర్గఫారం వద్ద పదిహేను ఎకరాల భూమి కొనుగోలు చేశారు. కుటుంబం మొత్తాన్ని నైజాంకి

శ్రీ గొన్నూరు సర్రెడ్డి

మార్చారు. వీరు, నైజాం ప్రాంతం నుండి రజాకార్లకు వ్యతిరేకంగా కూడా పోరాటం జరిపారు. భారత స్వాతంత్ర్య సంగ్రామంలో మరియు నైజాం రాష్ట్ర స్వాతంత్ర్య పోరాటంలో రెండింటితో పాల్గొన్న అతికొద్ది స్వాతంత్ర్య సమర యోధులలో గొన్నూరు సర్రెడ్డి ఒకరు.

దేశవిభజన – రాజాజీ పథకం

గాంధీజీ అనుమతితో రాజగోపాలచారి(రాజాజీ) ఒక పథకాన్ని రూపొందించి, దాన్ని (1944,జూన్) జిన్నాకు అందించారు. ముస్లింలీగ్(1940) చేసిన లాహోర్ తీర్మానాన్ని దాదాపు ఇది అంగీకరించినట్లే అవుతుంది. మౌలానా ఆజాద్ దీనికి అభ్యంతరం తెలియచేశారు [73].

1947, మార్చిలో మౌంట్ బాటెన్ ఢిల్లీ వచ్చి, వైస్రాయి పదవిని స్వీకరించారు. పథకం ప్రకారం బెంగాల్, పంజాబ్, అస్సాంలో కొంతభాగం మత ప్రాతిపదికపై చీల్చబడతాయని, బ్రిటిషు ఇండియా రెండు ముక్కలవుతుందని, జూన్ లో మౌంట్ బాటెన్ ప్రకటించారు. అయిష్టంగానే దేశ నాయకులు ఈ చీలికకు అంగీకరించారు. “కొన్ని సమయాల్లో కొన్ని నిర్ణయాలు రుచించకున్నా అంగీకరించాల్సి ఉంటుందని” గాంధీజీ పేర్కొన్నారు.

1947 ఆగస్టు 14 అర్ధరాత్రి దాటింది. ఆగస్టు 15వ తేది ప్రవేశించింది. భారతదేశ బానిసత్వం పటాపంచలైంది, స్వాతంత్ర్య భారతదేశం అవతరించింది.

రాజాజీ మెరుపుల మరకలు

శ్రీ చక్రవర్తి రాజగోపాలాచారి

చక్రవర్తి రాజగోపాలాచారి (1878–1972), సేలం జిల్లా న్యాయవాది, రచయిత, రాజనీతిజ్ఞుడు, నిత్య అసమ్మతి వాది. రాజకీయాల్లో 'నెమ్మది నెమ్మదిగా' అడుగులెయ్యాలని శిష్య వర్గానికి బోధించేవారు. ప్రతి స్నేహాన్ని రాజకీయ ధర్మంలో నిచ్చెనలుగా వాడిన రాజనీతిజ్ఞుడు. రాజాజీ, గాంధీజీతో వియ్యమొంది బంధుత్వం కలుపుకున్నారు. ముస్లింలీగ్ ప్రత్యేక మాతృభూమి (పాకిస్తాన్) కోసం చేసిన డిమాండ్‌ను, భారతదేశం స్నేహ స్ఫూర్తితో వ్యవహరించాలని ముందుకొచ్చిన రాజాజీ, మదరాసు రాష్ట్ర విభజనని సంశ్లిష్టం చేసి, మదరాసు జిల్లాలో ఉన్న తొమ్మిది తాలూకాలలోని తెలుగు ప్రజలను తమిళ నాట ఉంచి బలవంతంగా తమిళ సంస్కృతిని రుద్దిన ఉదార వాది. క్విట్ ఇండియా(1942) ఉద్యమానికి తాను వ్యతిరేకమని ప్రకటించి, భారతదేశపు అన్ని ప్రెసిడెన్సీలలో కెల్లా మదరాసు ప్రెసిడెన్సీ గవర్నర్ (రాజాజీ) పరిపాలన బాగుందని బ్రిటిష్ వారిచే పొగిడించుకున్నారు.

రాజాజీలో ఏదో ఇంద్రుని అంశ ఉంది. గాంధీజీ ఆశీస్సులు వున్న రాజాజీ.. పాకిస్తాన్ వాదియైనా, క్విట్ ఇండియా ఉద్యమంలో పాల్గొనకపోయినా కూడా నెహ్రూ మంత్రివర్గంలో, దేశ పరిపాలనలో భాగస్వామయ్యారు. మౌంట్ బాటెన్ గవర్నర్ జనరలు పదవినుంచి విరమించగానే, భారతదేశానికి తాను గవర్నర్ జనరలు అయ్యారు. స్వాతంత్ర్యం వచ్చిన పిదప బెంగాల్ గవర్నరుగా ఎన్నికయ్యారు. భారతదేశ మొదటి ప్రెసిడెంట్ కావల్సినవారు, కానీ క్విట్ ఇండియా ఉద్యమ సమయంలో చేసిన వ్యాఖ్యలు అడ్డుపడ్డ కారణంగా తన ప్రయత్నం ఫలించలేదు. రాజాజీ యొక్క ఒత్తిడి మేరకు మద్రాసు ప్రెసిడెన్సీ, అప్పటి సేలం జిల్లా కలెక్టర్‌గా ఉన్న శొంఠి వెంకట రామమూర్తిని (తెలుగువాడు అయినందున) కలెక్టర్‌గా పనికిరాదని తొలగించి, అతని స్థానంలో ఏ.ఫ్.డబ్ల్యూ డిక్సన్ అనే ఆంగ్లేయుడని కలెక్టర్ గా నియమించారు[74].

ఆంధ్రులు ఆరంభశూరులు!! అన్న మాటలతో మదరాసు ముఖ్యమంత్రి రాజాజీ, తెలుగువారిని రెచ్చగొట్టి ప్రత్యేక రాష్ట్ర ఉద్యమాన్ని హింసాత్మకం చేశారు. 58 రోజుల నిరాహారదీక్ష చేసిన శ్రీ పొట్టి శ్రీరాములు గురించి శాసనసభలో ఒక్క మాట ప్రస్తావన కూడా తీసుకురాని గొప్ప రాష్ట్ర పెద్ద. భారతదేశ శాస్త్రవేత్తలు, ఇంజినీర్లు దేశ విధాన సభలలోకి అనర్హులని, వీరికి రాజకీయాలు తెలియవని, మంత్రి పదవులు అవసరం లేదని విమర్శిస్తూ స్వతంత్ర పార్టీ తరుపున రాజాజీ తన అక్కసును వెల్లడించినట్లు కే.ఎల్.రావు ఆయన ఆత్మ కథలో రాసుకున్నారు.

★★★

గోదావరి గలగలలు

గోదావరి తూర్పు కనుమలలోకి ప్రవేశించిన తర్వాత దాదాపు 40 కి. మీ. ప్రాంతం తన హొయలను ప్రదర్శించి, రమ్యంగా ప్రకృతి దిద్దిన సౌందర్యంతో, కవుల చేత చిక్కి, కవిత్వమై పుస్తకాలకెక్కింది. గోదావరి తూర్పు కనుమల లోకి చొచ్చుకు రావడం ప్రారంభమయినప్పుడు (కొయిదా, కొండపూడి, టేకూరు, కొండమొదలు ఏజెన్సీ గ్రామాల మీదుగా) మొదటి 7 కి. మీ ల నది వెడల్పు అతి చిన్న సందు(656 అడుగులు) మాత్రమే. ఈ గ్రామాలు సముద్ర మట్టానికి 3,500 అడుగుల ఎత్తులో ఉన్నాయి. తూర్పు కనుమల కొండలు నిట్టనిలువుగా ఉండి గోదావరికి క్రమశిక్షణ నేర్పుతున్నాయా అన్నట్లు ఉంటుంది.

సూదంటు కొండలపై వున్న చెట్ల నీడ గోదావరిలో ప్రతిబింబిస్తూ, ఒక ఆకుపచ్చ తివాచీని పరిచినట్లు మన కళ్ళు మనల్ని మాయచేస్తాయి. ఈ సన్నని మార్గంలో నీటి ఒరవడి సెకనుకు రమారమి 20 అడుగులు, గంటకు 24 కి. మీ ఉంటుంది. భూగర్భ పరిణామ యుగంలో తూర్పు కనుమల వరకు సముద్రం విస్తరించి ఉండవచ్చునని, అందుకే గోదావరి నదీగర్భం సముద్ర మట్టానికి 50 అడుగులు తక్కువగా ఉందని భూగర్భశాస్త్రజ్ఞులు చెబుతున్నారు. పోలవరం కనుమకు దిగువన 32 కి. మీ ల తర్వాత, గోదావరి వెడల్పు 1.6 కి. మీ లు ఉంటుంది. రాజమండ్రి పట్టణ రైల్వే క్రాసింగ్ వద్ద దీని వెడల్పు సుమారు 3.5 కి. మీ లు ఉండి, ధవళేశ్వరం దగ్గర 9 కి. మీ లుగా ఉంటుంది.

అమెరికాలోని ఆనకట్టలు నిర్మించడంలో అనుభవం కల్గిన ఇంజనీర్ డా.జె.ఎల్.సావేజ్ శ్రీ రామపాదసాగర సర్వే (1947) నిమిత్తం వచ్చినప్పుడు, తూర్పు కనుమలలోని గోదావరి సౌందర్య ప్రవాహ భంగిమలని చూసి.. గోదావరి అమెరికా నదులు కన్నా, చాల అందంగా, వైవిధ్యాన్ని కల్గివుందని కొనియాడారు. ఆర్థర్ కాటన్ గోదావరి గురించి చెబుతూ, బ్రిటన్ లోని థేమ్స్ నది ఒక సంవత్సర ప్రవాహం, వరద గోదావరి ఒక రోజు నీటి ప్రవాహం కన్నా, తక్కువగా ఉంటుందని కితాబిచ్చారు.

నైరుతి ఋతుపవనాల ప్రభావంతో గోదావరి నది జూలై-డిసెంబర్ నెల వరకు వరద గోదావరిగా, జనవరి-జూన్ నెల వరకు తక్కువ నీటి ప్రవాహంతో పిల్ల గోదారిలా ఉంటుంది. గోదావరి ప్రవాహ రికార్డు లెక్కలను బట్టి కనిష్ఠ ప్రవాహం 930 టి.ఎం.సిలు(1920-21) కాగా, గరిష్ఠ ప్రవాహం 33 లక్షల క్యూసెక్కు (1953) గా ఉంది.

ఉధృతమైన ఋతుపవన గోదావరి నీటిని సద్వినియోగం చేసుకోవాలంటే ఆనకట్టలు కట్టి నీటిని నిలవచేసి, సాగుభూమికి మళ్లించాలని, డా. శ్రీ శొంఠి వెంకట రామమూర్తి, డా. శ్రీ కే.ఎల్.రావు కలిసి ప్రధాని నెహ్రూకి ప్రతి సంవత్సరం గోదావరి నదిలోకి వచ్చే వరద నీటిని గురించి వివరించి, ఆ నీటిని వినియోగించుకోవడానికి కట్టే రిజర్వాయర్ల నిర్మాణం పంచవర్ష ప్రణాళికలలో చేర్చడానికి తమ వంతు ప్రయత్నం చేశారు.

ప్రధాని నెహ్రూకి ఉత్తర భారతదేశంపై వున్న ప్రేమతో ప్రాజెక్టులైన హిరాకుడ్, భాక్రానంగల్, ఫరక్కా డ్యామ్ లు అత్యవసరం అనిపించి, కే. ఎల్ రావుని రామపాదసాగర్ ప్రాజెక్ట్ నుండి ఉత్తర భారతదేశ ప్రాజెక్ట్ ల పర్యవేక్షణకు పంపారు. ఉత్తర భారతదేశ నాయకులైన కొందరు తెలుగు, తమిళ రాష్ట్రాల మధ్య నీటి వివాదాలు సృష్టించి చలి మంటలు కాచుకున్నారు. అప్పటి రాజకీయాలు రాజాజీ (తమిళనాడు) మరియు ప్రకాశం పంతుల (ఆంధ్ర) మధ్య విభజన రేఖ తీసుకొచ్చాయి.

డా. శొంఠి రామమూర్తి భగీరథ ప్రయత్నం

భారతదేశం తీవ్ర కరువులతో తినే తిండిగింజల కోసం కూడా పొరుగు దేశాల వైపు చూస్తున్న రోజులలో, గోదావరి జలాలు 7% మాత్రమే ప్రజలకి ఉపయోగపడుతూ తక్కిన నీరంతా వృధాగా సముద్రంలో కలిసిపోతుంది. మద్రాసు రాష్ట్ర చీఫ్ సెక్రటరీగా విధులు నిర్వర్తిస్తున్న డా. శ్రీ శొంఠి రామమూర్తి, ఆంధ్ర రాష్ట్ర

అభివృద్ధిని కాంక్షించి గోదావరిపై ఆనకట్టను నిర్మించాలని, ఆ నీటిని గ్రావిటీ ద్వారా కృష్ణానదికి మళ్లిస్తే ఎన్నో ఎకరాల భూములు సస్యశ్యామలమవుతాయన్న ఆయన ఆలోచనను ఒక వ్యాసం ద్వారా 1937 సం.లో ఆంధ్రపత్రికలో ప్రచురించారు. వ్యాసంతో కదలి కొచ్చిన మద్రాసు ప్రెసిడెన్సీ, శ్రీ.ఎల్.వెంకటకృష్ణ అయ్యర్ ని సర్వే నిమిత్తం నియమించారు.

అయ్యర్, 1941 సం. లో సర్వే చేసి, ధవళేశ్వరంకు 50 కి. మీ దూరంలో వున్నకొయిదా, ఇప్పూరు గ్రామాల మధ్య డ్యామ్ కి అనుకూల ప్రదేశమని, స్లిప్-వే కట్టి గ్రావిటీ ద్వారా నీటిని కాలువల ద్వారా మళ్లించవచ్చని మొదటిసారిగా నివేదికను ప్రభుత్వానికి సమర్పించారు.

శ్రీ శొంఠి వెంకట రామమూర్తి

డా. శ్రీ శొంఠి రామమూర్తి నివేదికలోని లోటుపాటులను ప్రముఖ ప్రాజెక్ట్ ఇంజనీర్ శ్రీ. కె. ఎల్ రావుతో చర్చించారు[75]. 1860 సం. లో గోదావరిపై డ్యామ్ నిర్మాణ కొరకు ఆర్థర్ కాటన్ సూచనలతో, నిజాం ప్రభువుల సమ్మతితో భద్రాచల ప్రాంతంను సెంట్రల్ ప్రావెన్సీకి, ఆ తర్వాత మదరాసు ప్రావెన్సీకి బదిలీ చేయబడింది. గోదావరి నదిపై కట్ట బోయే ప్రాజెక్ట్ కి **"రామపాదసాగర్"** గా నామకరణం జరిగింది. ప్రాజెక్ట్ నిర్మించ బోయే ప్రాంతంలో భౌగోళిక పరిస్థితులను, ప్రాజెక్ట్ రాతి కట్టడ నిర్మాణాలపై మరింత లోతైన అవగాహనకు అమెరికా దేశస్థుడు డా.జె.ఎల్ సావేజ్ ను భారతదేశంకు పిలిపించారు. అమెరికా ఆహారధాన్యాల ఉత్పత్తిని పెంచాలన్న ప్రణాళికతో, 1939సం. నాటికి కొలరాడో రాష్ట్రంలో పార్కర్ అనే ప్రాజెక్ట్ ను డా.జె.ఎల్ సావేజ్ చే పూర్తిచేసింది.

దరిద్రుడి పెళ్ళికి వడగళ్ళ వానన్నట్టు, మదరాసు ప్రావెన్సీలో వున్న తమిళులు కొంతమంది, భద్రాచల ప్రాంతంలో కట్ట బోయే, రామపాదసాగర్ ప్రాజెక్ట్ వలన హైదరాబాద్ రాష్ట్రంలో వున్న సింగరేణి గనులు మునిగిపోతాయని నిజాంకు తప్పుడు నివేదికని పంపించారు. ఆ ఉత్తుత్తి నివేదికతో నిజాం ప్రభుత్వం రామ పాద సాగర్ ప్రాజెక్ట్ కు అడ్డుపడింది. అపోహలను నివృత్తి చేయడానికి డా. శ్రీ శొంఠి రామమూర్తి హైదరాబాద్ వెళ్లి మంత్రి నీర్జా ఇస్మాయిల్, ఇంజనీర్ అలీ నవాజు జుంగులతో చర్చలు జరిపి, గోదావరి నదిపై కట్టే ప్రాజెక్ట్ తో సింగరేణి గనులకు

ఎటువంటి ముప్పువాటిల్లదని స్పష్టంచేశారు. తన పదవీవిరమణ తర్వాత కూడా ప్రాజెక్ట్ ఇంజనీర్ కె. ఎల్ రావుతో కలిసి ఢిల్లీకి వెళ్లి ప్రధానమంత్రి నెహ్రూ, ఆర్థిక మంత్రి జాన్ ముత్తయ్యను కలిసి, రామ పాద సాగర్ ప్రాజెక్ట్ కై గుర్తుచేసేవారు. అదే సమయంలో తమిళులు ఈ ప్రాజెక్ట్ కారణంగా 120కోట్లు ఖర్చవుతుందనీ, ఎటువంటి ఉపయోగం లేదన్న అడ్డు పుల్ల నివేదికను కేంద్రానికి పంపారు. రామమూర్తి దానికి ప్రత్యుత్తర నివేదికను కేంద్రానికి పంపినా ఉపయోగం లేకుండా పోయింది. భగీరథ ప్రయత్నానికి విరామం వచ్చింది.

డా. శౌంఠి రామమూర్తి ప్రజా సోషలిస్ట్ (ప్రకాశం పంతులు గారి) పార్టీ తరుపున రాజమండ్రి నుండి(1952) పోటీచేశారు. నా విజయం పోలవరంకు నాందని ఎన్నికల ప్రచారంలో వెల్లడించారు. కానీ కొంతమంది గిట్టనివారు, రామమూర్తి ఎన్నికల నామినేషన్స్ ప్రక్రియ నుంచి తప్పుకున్నారని తప్పుడు ప్రచారం చేయడంతో, ఎన్నికలలో పరాజయం పొందారు. ఈ విషయాలన్ని ఆయన ఆత్మకథ అయిన 'లుకింగ్ ఏక్రోస్ ఫిఫ్టీ ఇయర్స్' బుక్ లో పొందుపరిచారు. వీరు రాసిన 'సైన్స్ అండ్ స్పిరిట్' కి డా. సర్వేపల్లి రాధాకృష్ణ పీఠిక రాశారు.

అరవ రాష్ట్రంతో.. ఆంధ్రా కష్టాలు

తల్లి రత్నగర్భ, తనయుడు గర్భ దరిద్రుడు. తేలుకుట్ల(గురజాల) దగ్గర కృష్ణా నదికి ఆనకట్ట కట్టి, కాలువలు తవ్వి పినాకినితో కలిపితే "కృష్ణా రిజర్వాయర్ ప్రాజెక్ట్". కాని, మెట్టూరు దగ్గర (1930) కావేరి నదిపై ఆనకట్ట కట్టడం ఆవశ్యకమని చెప్తూ మదరాసు ప్రెసిడెన్సీ తీర్మానించింది. శాసనసభలో ప్రశ్నించగా, ముఖ్యమంత్రి హోదాలో వున్న పి. సుబ్బరాయన్ "నేను పదవి స్వీకరించే నాటికి, రెండు ప్రాజెక్టుల రిపోర్టులు వచ్చాయి. ఒకటి మెట్టూరు ప్రాజెక్టు, రెండు 'కృష్ణా రిజర్వాయర్ ప్రాజెక్ట్'. రెండిట్లో ఏదో ఒకటి ఆమోదించాలి. రెండింటిని ఆమోదించడానికి ప్రభుత్వం దగ్గర డబ్బు లేదు. మెట్టూరు ప్రాజెక్టు ఆమోదించాం" అని వెల్లడించారు. ఆంధ్ర ప్రాంతంలో గల నీటిపారుదల ప్రాజెక్టులపై ఉమ్మడి ప్రభుత్వం దృష్టి ఈ విధంగా చులకనగా ఉండేది.

తెలుగువారి స్వరాష్ట్రకాంక్షకు అనుగుణంగా తెలుగు ప్రజలు ఆంధ్ర మహా సభలను వరుసగా 1913-1916సం.లో బాపట్ల, బెజవాడ, విశాఖపట్నం, కాకినాడ, నెల్లూరులో జరిపారు. అయితే జాతీయ కాంగ్రెస్, ఆంధ్ర ప్రజలకు ప్రత్యేక

రాష్ట్ర కాంగ్రెసు విభాగాన్ని ఏర్పాటుచేసి తాత్కాలికంగా ప్రత్యేక రాష్ట్ర ఉద్యమాన్ని ఆపింది. బ్రిటిష్ ఇండియా ప్రభుత్వం (1936)లో బీహారు, ఒరిస్సా రాష్ట్రాలను ఏర్పరిచింది. దాంతోపాటు తెలుగు ప్రాంతాలైన గంజాం జిల్లా ఉత్తర భాగం, జయ పుర సంస్థాన భాగాలు ఒరిస్సాలో చేర్చారు.

ఆంధ్రా ప్రాంతం నుండి ఎన్నికైన శాసన సభ్యులందరు ప్రత్యేక రాష్ట్ర నిర్మాణం జరగాలని ఒత్తిడి చేశారు. శాసనసభ స్పీకర్ బులుసు సాంబమూర్తి ఆంధ్ర రాష్టం ఏర్పాటు విషయంలో ఆంగ్లేయ పాలకులకు వివరించడానికి లండన్ వెళ్లాలనుకున్నారు. మరోవైపు ముఖ్యమంత్రి రాజాజీ ప్రత్యేక రాష్ట్ర నిర్మాణ ఉద్యమ భావాలపై నీళ్లు జల్లడం ఆరంభించారు. రాజాజీ మంత్రాంగంతో, అధిష్టాన కాంగ్రెస్, బులుసు సాంబమూర్తి లండన్ ప్రయాణాన్ని రద్దు చేసింది. ఆంధ్ర శాసనసభ్యులలో ఆగ్రహావేశాలు కలుగజేసింది.

రాజాజీ అంతిమ ఆశయం, ఇతరులను గాంధీజీ దగ్గరకు చేరనియ్యకుండా తానే ఆశ్రయం పొందాలను కోవడం. దానిలో ప్రధానంగా, గాంధీజీ దగ్గర మెప్పు పొందటం కోసం ఆయనెంత గొప్పనాయకుడో చెప్పుకోవడం ఒక మార్గమైతే, ఆంధ్రనాయకలు గురించి చెడుగా చెప్పడం మరొక మార్గం.

మద్రాసు రాష్ట్రంలో రాజాజీ నాయకత్వంలో (1937) ఏర్పడిన మంత్రి వర్గంలో టంగుటూరి ప్రకాశం రెవిన్యూ శాఖ నిర్వహించారు. అరవ దేశంలో తమిళం మీద సంస్కృత ప్రభావం తక్కువ. బ్రాహ్మణేతర ఉద్యమ ప్రభావం బాగా ఉంది. తెలుగుదేశంలో తెలుగు భాష పై సంస్కృతం ప్రభావం మెండు. తెలుగు, తమిళం అనేవి రెండు విభిన్న సంస్కృతులు. ప్రజల ఆలోచనా విధానం వేరు.

రాష్ట్రంలో గల తమిళ, తెలుగు, కన్నడ, మలయాళ ప్రాంతాలు ప్రత్యేక పరిపాలనా రాష్ట్రాలుగా ఏర్పాటుచేయాలని బ్రిటిషు ప్రభుత్వానికి అభ్యర్ధన పెట్టె క్రమంలో, 1938 మార్చిలో మదరాసు లెజిస్లేటివ్ అసెంబ్లీలోను, కౌన్సిల్‌లోను తీర్మానం పాసయింది. రాజాజీ ముఖ్యమంత్రిగా ఉండగానే పి.డబ్ల్యూ.డి మంత్రి నూటికి 75 నుంచి 95 శాతం దాకా తెలుగు ప్రజలున్న గ్రామాల పేర్లను అరవ అక్షరాలతో రాయించడం మొదలెట్టారు. రహదారిపై వున్న మైలు రాళ్ల మీద అరవ అంకెలను చెక్కించనారంభించారు. చెన్నపట్నంలో 'పాపయ్య వీధి' అని ఒక వీధి ఉంది. పాపయ్య ఆంధ్ర వారు. తెలుగు, ఇంగ్లీషు దుబాసిగా ఉండేవారు(1809). ఆయన ఇంటి పేరు 'అవధానం వారు'. వీరి పేరుతో వున్న వీధికి, ఇంగ్లీషులో పాపయ్య

స్ట్రీట్ అని రాసి ఉండగా, తగాదాలు బలమైనప్పుడు పాపయ్య అన్న పేరుకి చివర "ర్" అన్న అక్షరం చేర్చి, 'పాపయ్యర్ స్ట్రీట్' గా మార్చారు[76].

క్విట్ ఇండియా ఉద్యమంలో యావన్మంది కాంగ్రెసు వాదులు జెళ్ళలోకి పోవడం, కొందరు ఆస్తిపాస్తులను పోగొట్టుకోవడం జరిగిన సమయంలో, రాజాజీ పాకిస్థాన్ కు అనుకూలంగా ప్రచారం చేశారు. వీరి పలుకుబడి సంపూర్ణంగా నశించింది. 1942 సం. లో బలవంతంగా రాజాజీని కాంగ్రెసు నుంచి తొలగించిన అజాద్, తిరిగి ఎన్నికల ముందు కాంగ్రెసు సభ్యునిగా చేర్చుకున్నారు [77].

1946 సం.లో మదరాసు రాష్ట్ర ముఖ్యమంత్రిని ఎన్నుకోవలసిన సందర్భంలో, ఆంధ్రా ప్రావిన్షియల్ కాంగ్రెస్ కమిటీ అధ్యక్షులైన టంగుటూరి ప్రకాశం పంతులు, తమిళ ప్రాంత కాంగ్రెస్ కమిటీ అధ్యక్షులు కామరాజనాడార్, కేరళ కాంగ్రెస్ కమిటీ అధ్యక్షులు కె.మాధవమేనోన్ కలిసి ముఖ్యమంత్రి అభ్యర్థిత్వ నియామకంపై ఢిల్లీలో భంగీ కాలనీకి వెళ్లారు. గాంధీ గారి నోట వెంట విన్నది ఒక్కటే మాట, "మీరు రాజాజీని నాయకునిగా ఎన్నుకోవలసింది. ఎన్నుకోండి.!!!"[78]

నీటిలో వున్న హంస, లోతుకు భయపడక నీటిలో ఎలా ఈదుతుందో, ప్రకాశం పంతులు రాజకీయాలలో అలా జీవించారు. అధిష్ఠాన వర్గం ముఖ్యమంత్రి అభ్యర్థిత్వంపై సలహా అంగీకరించడమా, వద్దా అన్న ప్రశ్నకు ఓటింగ్ పెట్టగా, రాజాజీకి అనుకూలంగా 38 ఓట్లు, వ్యతిరేకంగా 148 ఓట్లు వచ్చాయి. కాంగ్రెసు (గాంధీజీ) అధిష్టాన అభీష్టాన్ని ఎదిరించిన ముఖ్యమంత్రి మొనగాడు ప్రకాశం పంతులు. రాజాజీ ఓటమిని గాంధీజీ భరించలేక పోయారు. తేలికగా తీసుకోలేదు. ప్రకాశం పై అవినీతి ఆరోపణలు చేశారు.

ప్రకాశం పై గాంధీజీ చేసిన అభియోగం

శ్రీ టంగుటూరి ప్రకాశం పంతులు

నేను, ఒరిస్సా నుంచి చెన్నపట్నం హిందీ ప్రచార సభ రజతోత్సవానికి వస్తుండగా రైలు బండి ఆంధ్ర దేశం ప్రవేశించే ముందు, నాకు స్వాగతం చెప్పడానికని వచ్చి, నాతో కలిసి ప్రయాణం చేసిన రాష్ట్ర కాంగ్రెసు సంఘ కార్యదర్శి కళా వెంకటరావుని 'కోర్టులో న్యాయవాద వృత్తి జరుపుతూ, ప్రకాశం ప్రజాసేవ ఎలా చేస్తున్నారని' అడిగాను. దానికి వారు సమాధానంగా,

'మీరు ప్రాక్టీసు మానేశారని, ప్రజల సొమ్ము తిని జీవిస్తున్నారని చెప్పారు'.

మీరు జైలు నుంచి విముక్తులైన తర్వాత, బహిరంగ సభలలో ప్రజలు మీకు చందాలిస్తే, ఆ ధనం కాంగ్రెసుకు జమకట్టక మీరు స్వయంగా వాడుకున్నారట? ఇది చాలా అవినీతికరమైన పని. అందుచేత మీరు, శాసనసభలో ఉండడానికి గాని, నాయకత్వం వహించడానికి గాని వీలు లేదు. మీ యత్నం మానుకోవలసింది.

ప్రకాశం పంతులు ప్రత్యుత్తరపు సారాంశం

'ఈ దేశంలో ప్రజాసేవ చేసేవారు జీవించడానికి రెండు పద్ధతులున్నాయి. ఒకటి, ఎవరైనా గొప్ప వారు అభిమానించి ఒక నిధి ఏర్పాటుచేస్తే, ఆ నిధి నుంచి వెచ్చాలకు డబ్బు వాడుకునే పద్ధతి. రెండవది, ప్రజాసేవకుడికి ఎప్పటికప్పుడు ఏ అవసరం వస్తే, దానికి సరిపోయేంత డబ్బు ప్రజలే ఖర్చు పెట్టడమో- లేక నెలకో, సంవత్సరానికో ప్రజలు అభిమానించి ఇచ్చిన డబ్బును ఖర్చు పెట్టే పద్ధతి. నాకు మొన్న వచ్చిన యాభై వేల రూపాయలు, ప్రజలు ఈ రెండవ పద్ధతి ప్రకారం ఇచ్చినదే'.

నేను రోజుకు వెయ్యి రూపాయలు ఫీజు పుచ్చుకొని న్యాయస్థానాలలో న్యాయవాద వృత్తి సాగించి సంపాదించినప్పుడు కూడా ఆ డబ్బు ప్రజాధనమనే అనుకునేవాడిని. ఏ పద్ధతైనా, ప్రజాసేవకుడు వాడిన ధనం ప్రజల ధనమే. అని ఘాటుగా బదులు ఇచ్చారు. ప్రకాశం పంతులు ఎంతో నీతిగా బతికారు. చనిపోయిన రోజున వీరు వేసుకున్న కోటు జేబుకున్న చిల్లులే దానికి సాక్ష్యంగా చెప్పవచ్చు.

పొట్టి శ్రీరాములు ఆత్మ త్యాగం

1948 సం.లో ప్రత్యేక ఆంధ్రరాష్ట్ర విషయం పరిశీలించడానికి కేంద్ర ప్రభుత్వం థార్ కమిటీని నియమించింది. కానీ, థార్ కమిటీ రాజధాని తగాదాను తేల్చడంలో విఫలమవ్వడంతో, ఆ తరువాతి సంవత్సరం జె.వి.పి కమిటీని ఏర్పాటుచేసింది. ఈ కమిటీలో జవహర్, వల్లభాయ్, పట్టాభిలు సభ్యులు. ఈ కమిటీ కూడా ప్రత్యేక రాష్టం కోసం ఎదోచేస్తున్నట్టు నటించటమే తప్ప మనకు ఒరిగిందేమి లేదు.

శ్రీ పొట్టి శ్రీరాములు

1951 సం. లో మద్రాస్ రాష్ట్ర ప్రభుత్వం రాయలసీమకు 100 టి.ఎం.సి ల సాగునీరు ఇస్తూ, తమిళ జిల్లాలకు కూడా సాగునీరు

సరఫరా చేసే కృష్ణా-పెన్నా ప్రాజెక్టు ఆలోచన చేసి, ప్రణాళికా సంఘం ఆమోదం కూడా పొందింది. కృష్ణా-పెన్నా, పెన్నా-కావేరి నదులను అనుసంధానం (1952) చేసి తమిళ రాష్టానికి ఆ నీటిని మళ్లించాలని రాష్ట్ర ముఖ్యమంత్రిగా వున్న శ్రీ సి. రాజగోపాలచారి ప్రతిపాదించారు. అది తెలిసిన తెలుగు ప్రజలు ఉవ్వెతున ఎగిసి ఉద్యమం ఆరంభించారు. 1952 అక్టోబర్ 18 న పొట్టి శ్రీరాములు రాష్ట్ర సాధనకు ఆమరణ నిరాహారదీక్ష మొదలుపెట్టారు. శాసనసభలో ఈ ప్రసక్తి తెచ్చినప్పుడు, ముఖ్యమంత్రి రాజాజీ చులకనగా మాట్లాడారు. శ్రీ రాములు నిరాహారదీక్ష 50 వ రోజు దాటి 52వ రోజు, 54 వ రోజు 56 వ రోజు, జరిగే సరికి చెన్నపట్నం రాజ వీధులన్నీ గజగజలాడాయి. దృఢ నిశ్చయం కల్గిన పొట్టి శ్రీ రాములు 58 వ రోజు కన్నుమూశారు[79].

ఆంధ్రదేశం దుఃఖం కట్టలు తెంచుకొంది. మైలాపూరు నుంచి రెండెడ్ల బండిపై భౌతిక దేహాన్ని, లక్షల మంది ప్రజలు తోడుగా నడుస్తూ, రుద్ర భూమికి తీసుకొచ్చారు.తెలుగుదేశం అట్టుడికింది. తెలుగునాడు మంటల్లో మునిగింది. శ్రీరాములు నిరాహారదీక్షకు బలయ్యారనడం పొరపాటు. స్వాతంత్ర్యం వచ్చి అయిదేళ్ళయి, కమిటీ నివేదకలిచ్చినా కూడా అవి మూలన పడేసి ఉంచిన, ప్రభుత్వ నిరాదరణ. మన నాయకుల ప్రాంతీయ దురాభిప్రాయానికి, వ్యక్తి దురహంకారాలకు శ్రీ రాములు బలయ్యారు.

1953 సం. అక్టోబర్ లో ఆంధ్రరాష్టం ఏర్పడింది. రాజాజీ, ఆంధ్ర రాజధానిని తాత్కాలికంగా మద్రాసులో కొనసాగిస్తే, తెలుగువారు భవిష్యత్తులో ఇక్కడే కొనసాగే పరిస్థితి ఉంటుందని మూడోరోజే ఆంధ్రులకు మద్రాసులో ఏం పనని వెళ్లగొట్టారు. ఆంధ్రరాష్ట్రం ఏర్పడిందన్న ఆనందంలో, నేతలు అసలు సంగతుల్ని వదిలేశారు. ఆస్తుల పంపకంలో ఆంధ్ర రాష్ట్రానికి వచ్చినవి శూన్యం. కర్నూలును రాజధానిగా చేసుకునేందుకు, కేంద్రం తగినన్ని నిధులిస్తానని, తమిళనాడు ప్రభుత్వం నుంచి కూడా ఇప్పిస్తానని హామీ ఇచ్చింది. 1956లో ఆంధ్రప్రదేశ్ ఏర్పడి, రాజధాని హైదరాబాద్‌కు మారిన తర్వాత ఇక నిధుల అవసరమేముందని... కేంద్రం, తమిళనాడు ప్రభుత్వం చేతులెత్తేశాయి.

ఉద్యోగ ధర్మం నిబద్ధత

బెజవాడ దగ్గర కాటన్ కట్టిన కృష్ణా డెల్టా వర్క్స్ ఆనకట్టకు 100 సం.లు నిండి పగుళ్లు ఇవ్వడంతో, ఏ నిమిషంలోనైనా ఆనకట్ట కొట్టుకుపోయే ప్రమాదం ఏర్పడింది. ఆంధ్ర రైతులు, ఆనకట్ట పగుళ్ల విషయంలో ఆందోళన చేసినా మదరాసు ప్రభుత్వం ఉపేక్షించింది. భయపడినట్టే 1952లో కృష్ణానదికి వచ్చిన వరదలతో ఆనకట్టలో కొంతభాగం కొట్టుకుపోయింది. ముఖ్య ఇంజనీరుగా ఉన్న వేపా కృష్ణ మూర్తి, కర్తవ్య నిర్వహణలో భాగంగా ఇసుకతో నింపిన బస్తాలను గండి పడిన చోట అడ్డు వేయడానికి యత్నించారు. ఆ యత్నంలో ఆయనతో పాటు మరో ఆరుగురు ఉద్యోగులు నదీ వేగానికి ప్రాణాలర్పించారు[80]. ఆంధ్రులందరినీ కన్నీట ముంచిన దుస్సంఘటనది. ప్రకాశం పంతులు ఆగమేఘాల మీద కేంద్రంపై వత్తిడి తెచ్చి కొట్టుకుపోయిన ఆనకట్ట స్థానంలో కొత్తది కట్టారు. తరువాత కాలంలో, దీనికి ప్రకాశం బ్యారేజిగా పేరు పెట్టారు.

శ్రీ వేపా కృష్ణమూర్తి

శంకుస్థాపన	కృష్ణా డెల్టా వర్క్స్ –1852, ప్రకాశం బ్యారేజి –1954
నీటి కేటాయింపు	181.20 టి. ఏం. సి లు
బ్యారేజి సామర్థ్యం	3.071 టి. ఏం. సి లు
ఆయకట్టు	13.08 లక్షలు
ప్రధాన కాలువ పొడవు	తూర్పు కాలువ –370 కి. మీ పడమర కాలువ – 322 కి. మీ
అంచనా వ్యయం	కృష్ణా డెల్టా వర్క్స్ 2 కోట్లు (ఆనకట్ట మరియు కాలువల నిర్మాణం) ప్రకాశం బ్యారేజి 2.78 కోట్లు(ఆనకట్ట నిర్మాణ
నిర్మాణ దశ	కృష్ణా డెల్టా వర్క్స్ 1855 లో పూర్తయింది. ప్రకాశం బ్యారేజి 1957 లో పూర్తయింది.

★★★

గ్రామీణ ఆటలు.. వ్యూహాలు

'దాడి' అనేది గ్రామీణ ఆట. వ్యూహం మరియు ప్రణాళికలో నైపుణ్యాలను పరీక్షించే చదరంగపు ఆట. దాడి ఆట, వేటగాడు మరియు వేటాడిన వారి మధ్య శక్తి పోరాటాన్ని రేకెత్తిస్తుంది. ఆట గెలవడానికి ఆటగాళ్లలో శ్రద్ధ, ప్రణాళిక మరియు తర్కం

చాల అవసరం. ఇద్దరు నలు చదరమైన గళ్లలో పావులను కదిలిస్తూ; ఒకరి పావుల్ని మరొకరు చంపుతుంటారు. పావును చంపే దశలో 'దాడి' అని అరచి ఎదుటి వారి పావును గడి నుంచి తీస్తారు. ప్రత్యర్థిని, ఎదుర్కొంటూ తానూ చంపుతూ 'దాడి' అంటాడు. ఈ ఆట ద్వారా జీవితంలో వచ్చే ఇబ్బందులని మానసికంగా ఎదుర్కొనే ధైర్యం అలవడుతుంది. దీనిని పామిరెడ్డి కృష్ణారెడ్డి ఎక్కువగా వారి తమ్ముళ్లతో ఆడేవారు.

కృష్ణారెడ్డి తండ్రి (పిచ్చిరెడ్డి) మరణించిన తర్వాత ఆస్తి పంపకాలలో భాగంగా అన్నదమ్ములు ఒకొక్క రు ఆరేసి ఎకరాల వ్యవసాయ భూమిని పంచుకొన్నారు. తండ్రి మరణించేనాటికి, చిన్న తమ్ముడు బుచ్చిరెడ్డి ఎనిమిది సం. వయస్సు వాడవడంతో,చిన్న తమ్ముడి బాధ్యత తీసుకుని, అమితమైన వాత్సల్యాన్ని చూపించారు. తమ్ముడు బుచ్చిరెడ్డి చదువు (బి. ఏ) పూర్తిచేసిన తర్వాత, వివాహ సమయానికి బుచ్చిరెడ్డి వాటాగా వచ్చిన ఆరు ఎకరాల భూమిని పది ఎకరాలు చేసి ఇచ్చారు.

వారి ఇంట్లో వ్యవసాయ పనులను చక్కబెట్టడానికి, పాలేరు 'గంటయ్య' ఉండేవాడు. ఇంటిల్లిపాది గంటయ్యను ఇంట్లో మనిషి గానే చూసేవారు. ఇంటిలో అందరు పనిచేయాలనే కృష్ణారెడ్డి, గంటయ్యకు అప్ప చెప్పిన పొలం పనులలో కొన్నింటిని తానూ పూర్తిచేసి, మరి కొన్నింటిని తమ్ముళ్లకు అప్ప చెప్పేవారు. వ్యవసాయానికి సహజ వనరులైన సేంద్రీయ ఎరువులపై ఎక్కువగా మొగ్గు చూపేవారు. అప్పుడే కొత్తగా, భారతదేశంలో యూరియా దిగుమతులు మొదలయ్యాయి. యూరియాపై ఆధారపడి పంటలు పండించడం మంచిది కాదని, గ్రామ పంచాయతీ మెంబర్ గా ఉన్నప్పుడు పట్టుబట్టి తీర్మానం చేశారు. గ్రామ రైతుల ఆలోచనలు విరుద్ధంగా ఉండటంతో ఆ తీర్మానం అమలు కాలేదు.

కృష్ణారెడ్డి, తమ్ముడి పెళ్ళి సంప్రదాయ కట్టుబాటు ప్రకారం పాకనాటి సమూహంలో వారితోనే జరిపించాలని నిర్ణయించుకున్నారు. కానీ తమ్ముడు చదువుకొన్న అమ్మాయినే భార్యగా స్వీకరిస్తానని ఖచ్చితంగా చెప్పాడు. ఆ కాలం నాటికి పాకనాటి వారిలో చదువుకున్న ఆడపిల్లలు లేరు. దాంతో వేరే రెడ్డి శాఖకు చెందిన వారితో వివాహం నిశ్చయమైంది. నూతన భావాలకు, అన్నగారు కొంత అయిష్టంగానే మెత్తబడ్డారు. పెళ్లి ఘనంగా జరిగింది. పాకనాటి వారికి వేరే రెడ్డి శాఖ పెళ్లి సంబంధాలతో నూతన అధ్యాయం మొదలైంది.

సాంప్రదాయ కట్టుబాట్లు, మనిషిని మానసిక క్షోభకు గురిచేస్తాయి. మానసిక సంకెళ్లు వేస్తాయి. ఒప్పును తప్పుగా చూపిస్తాయి. వెనుకటి తరానికి ఊరు విడిచి వెళ్లడమంటే పెద్ద శిక్ష... తమ్ముడి వివాహం తర్వాత కట్టుబాట్లు తూర్పు ప్రాంతం (జములపల్లి)లో బాగా జరుగుబాటవుతాయన్న ఉద్దేశ్యంతో, పిల్లలతో సహా తన కుటుంబాన్ని జములపల్లికి మార్చాలని నిర్ణయించారు. ఇది విధి విసిరిన పాచిక. కృష్ణారెడ్డి దీనిలో చిక్కుకున్నారు. ప్రయాణానికి సిద్ధమైన అన్నగారిని సాగనంపడానికి వారితో పాటు వారి తమ్ముళ్లు (సుబ్బారెడ్డి,రామిరెడ్డి) బయలుదేరారు. సుబ్బారెడ్డి, వారి ప్రయాణ విశేషాలు ఈ విధంగా పంచుకున్నారు.

"జములపల్లి ప్రయాణానికి సిద్ధంగా మేమంతా కవుతరం రైలు నిలయానికి చేరుకున్నాం. రైలు కోసం కుడి వైపు ఎత్తుగా వున్న మట్టిదిబ్బపై నిలబడ్డాం. ఉదయం ఎనిమిది గంటలవుతుంది. చిన్న మూతలున్న రాగి బిందెలలో పాలు పట్టుకొని పాల వ్యాపారులు బెజవాడకి బయలుదేరారు. రైలు పడమర వైపు నుండి పెద్ద శబ్దం చేస్తూ ఎత్తుగా ఉన్న మట్టి దిబ్బ దగ్గరకు వచ్చి ఆగింది. మాకు చాల సామాను వుంది. అందరం తలా ఒకటి పంచుకున్నాం. ప్రయాణంలో తినడానికి అన్నం, పప్పు, కూరలు, చిరు తిండ్లు పెట్టిన చిన్న పెట్టెను మా వదిన భద్రమ్మ పట్టుకుంది. అన్న కృష్ణారెడ్డి బట్టలు పెట్టిన పెద్ద పెట్టె పట్టుకున్నారు. మేము ఎక్కవలసిన భోగిలోకి సామాను చేర్చడానికి, మా తమ్ముడు బుచ్చిరెడ్డి స్నేహితులతో వచ్చాడు.

రైలు వచ్చి ఆగగానే బుచ్చిరెడ్డి స్నేహితుల సహాయంతో సామాను భోగిలోకి చేర్చాడు. రైలులో కూర్చోవడానికి మాకందరికి సీట్లు దొరికాయి. థర్డ్ క్లాస్ భోగిలు సన్నటి పొడవాటి చెక్క పెట్టేల్లా ఉన్నాయి. కూచునేందుకు ఉత్త చెక్క బెంచీ లు ఒకదానికొకటి ఎదురుగా ఉన్నాయి. నెత్తి మీద చిన్న చిన్న ఫ్యానులుండి, కిక్కిరిసి వున్న భోగిలోకి ఆ ఫ్యాన్ గాలి సరిపోకుండా వుంది. చాల స్టేషన్లలో ఒకే జత రైలు

పట్టాలున్నాయి. ఎదుటి వైపు నుంచి వేరొక రైలు వస్తే , మన రైలు ఏదో ఒక స్టేషన్లో చాల సేపు ఆగిపోవాల్సిందే. ఆవిరి ఇంజన్ల వల్ల రైలు తక్కువ వేగంతో నడుస్తూ, ఎక్కువ పొగ వదులుతున్నాయి.

రైలు కొవ్వూరు స్టేషన్ నుండి రాజమహేంద్రవరం గోదావరి వంతెన పైకి చేరే సరికి, రైలు డ్రైవర్ ప్రయాణ వేగం పూర్తిగా తగ్గించి నడుపుతున్నాడు. నీళ్లు ఎర్రగా ఉన్నాయి. దూరంగా ఉన్న ఇసుక పర్రల పైన మనుషులు తిరుగుతున్నారు. మధ్యలో ఉన్న ఆకుపచ్చని గడ్డి దుబ్బుల పైన పశువులు విశ్రాంతి తీసుకుంటున్నాయి. సూర్యుడు పడమర వైపుకి వచ్చి ఎర్ర గోదావరి రంగులో కలిసి పోయాడు. నది మీద రైలు వెడుతూ ఉంటే ఒళ్లు పులకరించింది. అది ఓ గొప్ప అనుభూతి. రైలు కొన్నిసార్లు ఉయ్యాల ఊగుతున్నట్లు ఊగుతూ వెళ్లడం బాగుంది.

మా రామయ్య అన్న దగ్గర నుంచి ఒక అణా అప్పుగా తీసుకుని గోదావరిలో అర్పణం చేశాను. అన్న దీర్ఘంగా ఏదో ఆలోచిస్తున్నాడు. పెద్దన్న దూరంగా వెళ్ళి పోతున్నాడేమోనని అనుకుంటా. రైలు పిఠాపురం చేరింది. ఒక పగలంతా రైలు ప్రయాణం నాకు, రామిరెడ్డి అన్నకు కొత్త అనుభవం.

మా అందరి గురించి మూడు ఎద్దులు బండ్లు స్టేషన్లో ఎదురుచూస్తున్నాయి. సామానులను బండ్లలో సర్ది, బండిలో కూర్చున్నాం. నిదానంగా జములపల్లికి బండ్లు దారితీశాయి. పచ్చటి పొలాలు మధ్యలో వరసగా బండ్లు వెళ్తున్నాయి. ఇంటికి చేరి,

పక్కనే ఉన్న ఏలేరు నదిలో స్నానం చేశాం. తలకు పట్టిన పొగతో కూడిన దుమ్ము పోవడం వల్ల చాల ప్రశాంతంగా అనిపించింది. ఇక్కడ నీళ్లు బాగా తేటగా, త్రాగితే తియ్యగా ఉన్నాయి." ఈజిప్టులో నైలు నది ఉత్తరవాహినికు ప్రవహిస్తుంది. నైలు పరివాక ప్రాంతం చుట్టూ అల్లుకున్న మధ్య యుగపు చరిత్రను చూస్తే, మధ్య యుగం వాస్తు ప్రకారం నది ప్రవాహం ఉత్తరవాహినికు ఆనుకున్న గ్రామాలలో యుగ పురుషులు జన్మిస్తారని వారి నమ్మకం. మన భారతదేశంలో కూడా దేవాలయాల వాస్తు ప్రకారం, నది ఉత్తర వాహినిగా ప్రవహించే దగ్గర అద్భుతాలు జరుగుతాయన్న నమ్మకం. వారణాసిలోని 'కాశీ విశ్వనాథుడి' ఆలయం వద్ద పుణ్య గంగానది ఉత్తరవాహినికు ప్రవహిస్తున్నది. శ్రీశైలంలో 'భ్రమరాంబ మల్లికార్జునస్వామి' దేవాలయం (కృష్ణానది) ఉత్తర వాహిని వాస్తు ప్రకారం కట్టినదే. ఏలేరు నది ఒడ్డున ఉన్న జములపల్లి గ్రామం దగ్గర, ఏలేరు నది ఉత్తర వాహినిగా ప్రవహిస్తుంది. కృష్ణారెడ్డికి ఆరుగురు సంతానంలో మొదటి ముగ్గురు డోకిపర్రులో,తరువాత ముగ్గురు జములపల్లిలో జన్మించారు.

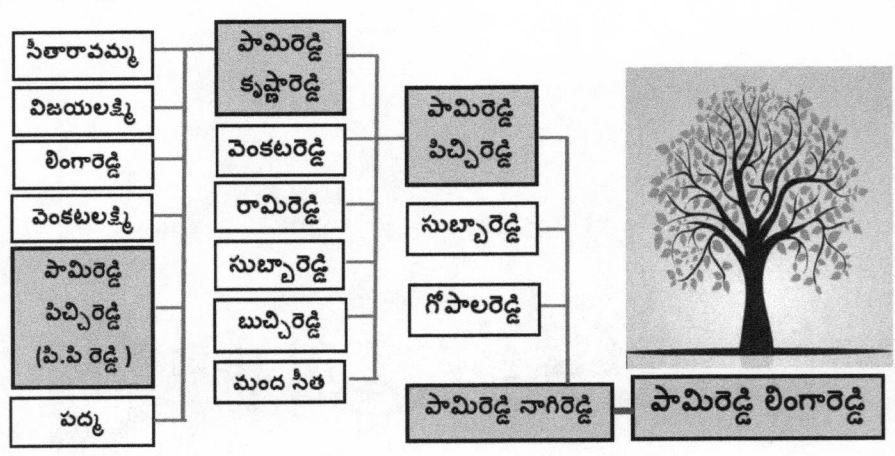

నాన్న చేయి పట్టుకుని

స్వచ్ఛమైన పల్లెటూరు వాతావరణం, మానసికంగా ఎంతో ఆహ్లాదం కలిగిస్తుంది. పామిరెడ్డి కృష్ణారెడ్డి, జములపల్లిలో అందరితో కలసిమెలసి మండువా లోగిలిలో ఉండేవారు. వెల్లివిరిసిన అనుబంధాలు *నభూతో నభవిష్యతి.* బంధాలు అనుబంధాలు కేరింతలు కొట్టేది మండువా లోగిలిలోనే. గ్రామంలో అందరు కలసిమెలసి పని చేసుకుంటూ, కష్టసుఖాలు కలిసి పంచుకునేవారు. పగలంతా పొలంలో కాయకష్టం చేసి సాయంకాలం రామాలయం దగ్గర కబుర్లు చెప్పుకుని, రాత్రికి ఉమ్మడి కుటుంబ సమేతంగా భోజనాలు చేసేవారు. పిల్లల ఆట పాటలతో గ్రామం నిత్యం సంతోషాలతో వెల్లివిరిసేది.

విచక్షణాపరుడైన పామిరెడ్డి కృష్ణారెడ్డి వివేచనా శక్తి కలిగి ఎల్లప్పుడూ సత్ప్రవర్తనతో మెలిగేవారు. తాను మంచిగా ఉంటూ ఇతరులు కూడా మంచిగా ఉండాలని, తన లాగే అందరు సుఖ జీవనం గడపాలని కోరుకునేవారు. దాంతో పాటు తన తోటి మానవులు కూడా అభ్యుదయ పరులు కావాలని ఆకాంక్షించేవారు. కృష్ణారెడ్డి ఆలోచనలు ప్రతి నిత్యం ఉన్నత సమాజాన్ని కోరుకునేవి. మానవుడు సర్వ స్వతంత్రుడు కావడానికి కేవలం సుఖ సంపదలు సరిపోవు. వాటితో పాటు మానసిక అభివృద్ధిని కూడా మెరుగు పరచుకోవాలి. ఆర్థికరంగంతో బాటు వివిధ రంగాలలో వైజ్ఞానికంగా, సాంస్కృతికంగా విస్తృత ప్రవేశం, అనుభవం పొంది ఉత్తమ సమాజాన్ని నిర్మించాలి.

సంస్కృతి – అట్లతద్ది

మన గ్రామాలలో సాంప్రదాయ పండుగలు బాగా జరుపుతారు. జములపల్లిలో అట్లతద్ది ఒక ప్రసిద్ధ పండుగ. పెళ్లైన ఆడవారికి అట్లతద్ది పండుగ రోజున వాయనాలు తీర్చడం ఒక ఆనవాయితి. వాయనం తీర్చడం గ్రామం అంతా కుటుంబ సమేతంగా పాల్గొని ఒక గొప్ప వేడుకగా సంతోషంగా జరుపుకుంటారు.

ఇక ఊరిలోని యువకులు అట్లతద్ది రోజు పూల పొట్లాలు తయారుచేస్తారు. దీనిని ఉప్పు పొట్లం అని కూడా అంటారు. ఎండిన తాటిగులకలతో ఉప్పును కలిపి ఒక గుడ్డలో ప్రత్యేకంగా కూరి, పచ్చితాటి కమ్మను మూడు ముక్కలుగా విడదీసి మధ్యలో పూల పొట్లాన్ని ఉంచుతారు. సాయంత్రమయ్యేసరికి జములపల్లి యువకులందరూ రెండు రామాలయాల మధ్య పూల పొట్లాలకు నిప్పు అంటించి విన్యాసాలు చేస్తూ కాలుస్తారు. గ్రామంలో పిల్లలందరూ సంతోషంగా కేరింతలు కొడుతూ ఈ కార్యక్రమంలో పాల్గొంటారు. జములపల్లి గ్రామ దేవత మారెమ్మ. మారెమ్మ జాతర ఉత్సవం ప్రతి సంవత్సరం గ్రామస్తులు కనుల పండుగగా జరుపుకుంటారు.

చిన్నతనంలో సరదాలు

జములపల్లిలో నాగరాజు మాస్టారుచే వీధి బడి నడపబడింది. నాగరాజు మాస్టారు విద్యార్థులు నేర్చుకున్న విద్యను నిత్య జీవితంలో ఎలా ఉపయోగించాలో వివరంగా చెప్పేవారు. తరగతిగదిలో అల్లరిచేసే వారిని కంటి చూపుతో భయపెట్టేవారు. బడిలోని పిల్లలు పుస్తకాల మధ్యలో నెమలి కన్నులు ఉంచి, రోజు ఏంతో ఉత్సుకతతో నెమలి పింఛం పెరిగిందా లేదా అని చూసుకునేవారు. పింఛం పెరగాలని దానికి "మొవ్వ" ని చెట్ల ఆకుల నుంచి తెచ్చిపెడతారు. దాని గురించి తాడి చెట్లు, ఈత చెట్లు దగ్గర ముళ్లగట్లపై పరుగులు పెట్టేవారు. కాళ్లలో పెద్ద పెద్ద ముళ్లు గుచ్చుకున్నా లెక్క చేసేవారు కాదు. చదువుకోవడానికి కూర్చొన్నప్పుడు మాత్రం ముళ్లు గుచ్చుకున్న దగ్గర నొప్పి గుర్తుకొచ్చే ది. అదేంటో ఆడుకొనేటప్పుడు ఏ నెప్పులు గుర్తుకు రావు పిల్లలకి. రాత్రయ్యేసరికి మండువా ఇంటి వసాట్లో కాగడా దీపాలు వెలిగించేవారు. ఆ దీపాల కింద పిల్లలందరూ క్రమం తప్పక చదువుకునేవారు.

పామిరెడ్డి కృష్ణారెడ్డి పెద్ద కుమారుడైన పామిరెడ్డి లింగారెడ్డి వారి తండ్రిగారితో వున్న అనుబంధాన్ని ఇలా పంచుకున్నారు.

"నాన్న చిటికెన వేలు పట్టుకొని పొలం వెళ్లడం, నాన్నతో కబుర్లు చెప్పడం మా అందరికి ఎంతో ఇష్టం. పొలంలో చిన్న చిన్న పనులు సొంతంగా చేసుకోవాలని నాన్న నిరంతరం మాతో చెప్పేవారు. పొలం వెళ్లడం, పశువులకు గడ్డి తీసుకుని రావడంలో నాన్నకు ఎవరో ఒకరు తప్పక సాయం చెయ్యాలిసిందే. అసలు విషయం ఏమిటంటే, ఈ విధంగా పిల్లలకు పని అలవాటు చేసేవారు. ఎండ కారణంగా పొలంలో దాహం వేస్తే బస్తాలవుతాయో ఊహించి చెప్పమనేవారు. కరెక్టుగా చెప్పిన వారిని ప్రేమతో ఎత్తుకొని ముద్దుపెట్టేవారు. రానురాను ఇది పోటీ అయ్యింది. ఈ పోటీలో తమ్ముడు పి. పి రెడ్డి ఎక్కువ సార్లు నెగ్గేవాడు. మేము చెప్పిన మాట మీద నిలబడినప్పుడు మమ్మల్ని దగ్గరకు తీసుకుని ప్రేమగా తల నిమిరేవారు. అండగా నేను ఉంటానని, చెప్పిన మాట మీద నిలబడమని నాన్న మమ్మల్ని మరింత ప్రోత్సహించేవారు.

1965 సం. నాటికి సైకిలుకి లైసెన్సు బిళ్ళలు ఇచ్చేవారు. అలాగే రేడియోకి కూడా లైసెన్సు ఉండేది. ప్రతి సంవత్సరం వాటికి డబ్బు కట్టి, లైసెన్సు తీసుకోవాలి. సైకిలు లైసెన్సు కోసం పొద్దునే నాన్నతో కలిసి పిఠాపురం మున్సిపల్ ఆఫీస్ కి వెళ్లి క్యూలో నిలబడి కొత్త లైసెన్సు తీసుకునేవాళ్ళం. పని త్వరగా అయిపోతే మమ్మల్ని తీసుకుని వెళ్లి ఏదో ఒక సినిమా చూపించేవారు. ఆలా చూసిందే 'రాముడు-భీముడు'

సినిమా. తరువాత కాలంలో ప్రభుత్వం, లైసెన్సు రూలు తొలగించింది. బాల్యంలో అత్యంత ఎక్కువగా ప్రేమాభిమానాలు పొందినవారే, ఎదుటి వారికి ప్రేమని ఇవ్వగలుతారు.

సంక్రాంతి పండుగకి నాన్న మా అందరిని డోకిపర్రు తీసుకుని వెళ్లేవారు. బాబాయ్ వాళ్లతో పండుగ చాల సంతోషంగా జరుపుకొనేవాళ్ళం. ఎంత దూరంగా ఉంటే అంత ప్రేమ పెరుగుతుందన్నట్లు, పండగకు వెళ్ళినప్పుడు బాబాయిలందరూ మాతో చాల ప్రేమగా ఉండేవారు. నాన్నకు రక్త సంబంధీకులు అంటే ఎంతో ఇష్టం. వారికి మనం ఉన్నాం అనే భరోసా కలిగించాలని, వారి కష్టసుఖాలను కలిసి పంచుకోవాలన్న నాన్న చేతలు మాకు ఆదర్శంగా ఉండేవి".

★★★

ముందే మేలుకున్నాం

మనది వ్యవసాయ ప్రధాన దేశం. దేశంలో 90 శాతం మంది ప్రజలు వ్యవసాయంపై పడి ఉన్నారు. అనేక పరిశ్రమలు వ్యవసాయం ఆధారంగానే నడుస్తున్నాయి. పరోక్షంగా, ప్రత్యక్షంగా కోట్లాది మందికి ఉపాధి ఈ వ్యవసాయం. దేశంలో స్వాతంత్ర్యం వచ్చిన తర్వాత కొత్తగా వచ్చిన ఇరిగేషన్ సౌకర్యం కోటీ అరవై లక్షల ఎకరాలను సస్యశ్యామలం చేసింది. జాతీయాదాయం మొత్తంగా 18శాతం పెరిగింది. తలసరి ఆదాయం 11%, తలసరి వస్తు వినియోగం 9% పెరిగాయి. జమీందారుల రద్దు, కౌలు దార్ల చట్ట సంస్కరణలు సరికొత్త వాతావరణాన్ని సృష్టించాయి. భాక్రానంగల్ ప్రాజెక్టు, హిరాకుడ్ ప్రాజెక్టు వంటి పలు ఉత్తర భారత భారీ నీటిపారుదల ప్రాజెక్టులు నిర్మించాలనే ఉద్దేశ్యానికి ప్రేరణ కలిగింది.

తొలి పంచవర్ష ప్రణాళిక విజయవంతంగా ముగిసింది. తరువాతి రెండు, మూడు పంచవర్ష ప్రణాళిక కాలంలో దేశమంతటా నీటిపారుదల ప్రాజెక్టులు కట్టే ప్రయత్నాలు ప్రారంభించారు. రెండవ పంచవర్ష ప్రణాళికలో అద్భుతమైన ఉత్కంఠ మలుపులతో నాగార్జున సాగర్ ప్రాజెక్ట్ పథకం వచ్చి చేరింది. 10.12.1955 నాడు ప్రధాని జవహర్ లాల్ నెహ్రూ చేతుల మీదుగా నాగార్జునసాగర్ ప్రాజెక్ట్ కు పునాది రాయి పడింది.

ముక్త్యాల రాజా వాసిరెడ్డి

వాసిరెడ్డి రామగోపాలకృష్ణ మహేశ్వర ప్రసాద్

నాగార్జునసాగర్ ప్రాజెక్ట్ తెలుగు రాష్ట్రాలలో బహుళార్థక సాధక ప్రాజెక్ట్. మన రాష్ట్రంలో నిర్మితమైన నాగార్జునసాగర్ ప్రాజెక్ట్ కలల సాకారం, ఇప్పటి సస్యశ్యామల కృష్ణా డెల్టాకు కారణమైన ధీశాలి ముక్త్యాల జమీందారు 'శ్రీ వాసిరెడ్డి రామ గోపాలకృష్ణ మహేశ్వర ప్రసాద్'. ఆంధ్ర రాష్టంలో కృష్ణానది పరవళ్లు పరుగెడాలన్న ఆయన పరితపనతో, ఆనకట్టను నిర్మించి పంటపొలాలకు నీటిని ఇవ్వాలని, తన సొంత ఖర్చులతో ఒక రిటైర్ ఇంజనీర్స్ బృందాన్ని ఏర్పాటు చేసి నాగార్జునసాగర్ ప్రాజెక్టుకు అనుకూల వాతావరణం సృష్టించారు.

గాలికి అగ్ని తోడన్నట్టు వీరికి, కే.ఎల్.రావు జత కలిసి, ప్రాజెక్ట్ నిర్మాణం పంచవర్ష ప్రణాళికలలో చేర్చడానికి కృషి చేశారు. ముక్త్యాల రాజా ప్రసాద్, ప్రజలందరికి కృష్ణానది ఉపయోగాలను వివరిస్తూ 'కృష్ణా రైతు సంక్షేమ సంఘం' స్థాపించి, మదరాసు ప్రభుత్వం ద్వారా నాగార్జునసాగర్ ఆనకట్టకు అనుకూలంగా కేంద్రంపై ఒత్తిడి తెచ్చారు. అప్పటి భారతప్రభుత్వం సాధ్యాసాధ్యాల అధ్యయనం కోసం ఖోస్లా కమిటీని నియమించింది. కానీ ఈ కమిటీ నాగార్జునసాగర్ కట్టే ప్రాంతానికి రహదారి మార్గం లేదన్న సాకుతో సందర్శించడానికి రాకుండా మీన వేషాలు వేసింది. ఆ తరుణంలో ముక్త్యాల రాజా, కృష్ణా రైతు సంక్షేమ సంఘంలోని రమారమి 25 గ్రామ రైతులతో కలిసి సొంత ఖర్చులతో 4 రోజులు శ్రమించి కమిటికి రహదారిని ఏర్పాటు చేశారు.

కృష్ణానదీ జలాలను మద్రాసుకు తరలించుటకు నిరసనగా ఆచార్య రంగా ఆధ్వర్యంలో జగ్గయ్యపేటలో బహిరంగసభ జరిగింది. ఆ ఆందోళన ఫలితం, ముక్త్యాల రాజా పట్టు వదలని తత్వంతో ఖోస్లా కమిషన్, కృష్ణాజిల్లాలో పర్యటనకు వచ్చి నందికొండ ప్రాజెక్ట్ (నాగార్జున సాగర్) నిర్మాణంకు స్థల నిర్ణయం చేశారు.

ముక్త్యాల రాజా నాగార్జునసాగర్ నిర్మాణానికి 55 వేల ఎకరాల భూమిని, 52 లక్షల రూపాయలు విరాళంగా ఇచ్చి పండిట్ జవహర్లాల్ నెహ్రూచే ప్రశంసించబడ్డారని కే. ఎల్ రావు రాసిన 'మెమరీస్ అఫ్ ఏ ఇంజనీర్స్' పుస్తకంలో పొందుపరిచారు.

1966 సం. లో ప్రాజెక్ట్ నిర్మాణం జరిగి, ప్రధానమంత్రి ఇందిరాగాంధీ చేతుల మీదుగా నీటిని విడుదల చేశారు[81]. నాగార్జున సాగర్ డ్యామ్ కి రెండు వైపులా (కుడి,ఎడమ) కాలువల నిర్మాణం జరిగి, కుడి (జవహర్) కాలువ ద్వారా గుంటూరు, ప్రకాశం జిల్లాలకు, ఎడమ (లాల్ బహదూర్ శాస్త్రి) కాలువ ద్వారా నల్లగొండ, ఖమ్మం, కృష్ణా, పశ్చిమ గోదావరి జిల్లాలకు సాగు, త్రాగు నీటిని అందిస్తుంది. నాగార్జున సాగర్ ఆనకట్ట పొడవు 15,080 అడుగులలో 3,900 అడుగుల రాతి కట్టడమయితే 11,180 అడుగులు మట్టి కట్ట (ఎడమ వైపూ 7,960 అడుగులు మరియు కుడి వైపు 3,220 అడుగులు) గాను నిర్మించారు.

పూర్తి పేరు	**నాగార్జున సాగర్**
శంకుస్థాపన	1955
నీటి కేటాయింపు	281 టి ఏం సి ల నికర జలాలు
బ్యారేజి సామర్థ్యం	408 టి ఏం సి
ఆయకట్టు	21.43 లక్షల ఎకరాలు
ప్రధాన కాలువ పొడవు	రైట్ కెనాలు 203 కి. మీ లెఫ్ట్ కెనాలు 179 కి. మీ
అంచనా వ్యయం	120.67 కోట్లు

ప్రాజెక్టుల నిర్మాణ వాస్తు శిల్పి (కే. ఎల్ రావు)

అనగనగా ఓ నది. నది పేరు కృష్ణా. ఈ నదికి ఎన్నడు స్వార్థం తెలియదు. భాషా బేధం అసలే లేదు. రైతుల పొలాల్లోకి వెళ్ళి అన్నం ముద్దగా మారి పది మందికి అన్నదాత కావాలనుకుంటున్న నది, వృధాగా సముద్రంలో కలిసిపోవడం తనని కలిచి వేసింది. నదీ జలాలంటే రాజకీయ నాయకుల కాళ్ల చుట్టూ తిరిగే పెంపుడు జంతువులు కాదు. నదిపై ఒక్కసారి ప్రాజెక్టులు కడితే, ఆ నది అలుపెరగక రైతు మరియు పారిశ్రామిక కూలీల చుట్టూనే తిరుగుతూ సేవ చేస్తుంది. నదీ ప్రవాహం అవిశ్రాంత విద్యుత్ వలయాలుగా మారి అభివృద్ధి గాలులు వీస్తుంది.

నదిని, నదీమతల్లిగా గుర్తించిన గొప్ప మానవతావాది శ్రీ కానూరి లక్ష్మణరావు(కే. ఎల్ రావు), కృష్ణానది పలికే వాక్యమయ్యారు. ఆంధ్రప్రదేశ్ ప్రజలకు ప్రాణ ధార కావాలన్నదే తన హృదయ సంకల్పంగా పెట్టుకున్నారు. తనకున్న సంస్కారంతో, నదిపై ప్రాజెక్టులు నిర్మించి పదికాలాలపాటు చిరస్మరణీయుడై, తెలుగు ప్రజలకు ఒక సూర్యుడయ్యాడు... ఒక చంద్రు డయ్యాడు... సూర్య చంద్రుల్ని మించిన ఓ మహా గోళ తేజమయ్యాడు.

శ్రీ కె.ఎల్ రావు

భారత మొదటి ప్రధాని జవహర్ లాల్ నెహ్రూ ఆనకట్టలను దేశంలోని ఆధునిక దేవాలయాలుగా అభివర్ణించారు. డా. కే. ఎల్ రావు ఇలాంటి అనేక దేవాలయాలకు వాస్తుశిల్పి. మొదటి నాలుగు పంచవర్ష ప్రణాళికా కాలంలో ఈయన నాగార్జునసాగర్, కోసి, హీరాకుడ్, భాక్రానంగల్, ఫరక్కా, శ్రీశైలం మరియు తుంగభద్ర ప్రాజెక్టులకు రూపకల్పన చేశారు. ఈయన ఆధ్వర్యంలో రూపొందించిన ఆనకట్టల ద్వారా ఎన్నో మిలియన్ రైతు కుటుంబాలకు ఉపాధి కల్పించడమే కాకుండా దేశ ఆహారోత్పత్తుల పెంపుదలకు దారితీసింది.

డా. కే. ఎల్ రావు 15.07.1902 న కృష్ణా జిల్లాలో విజయవాడ దగ్గర వున్న కంకిపాడులో జన్మించారు. ఈయన తండ్రి న్యాయవాది. దురదృష్టవశాత్తు ఆయన తొమ్మిది ఏళ్ళ వయసులో తండ్రిని, స్కూల్లో ఆడుకుంటున్నప్పుడు ఒక కంటిని కోల్పోయారు. అయినా, ఆత్మ విశ్వాసాన్ని కోల్పోలేదు.

కే. ఎల్ రావు మదరాసు విశ్వవిద్యాలయం నుంచి ఇంజనీరింగ్ మాస్టర్ డిగ్రీని పొంది బర్మాలోని రంగూన్ లో అసిస్టెంట్ ప్రొఫెసరుగా పనిచేశారు. 1939 సం. లో యూ. కే లోని బర్మింగ్హామ్ నుంచి పిహెచ్.డి పట్టాను పొంది, ప్రొఫెసర్ గా పనిచేస్తున్నప్పుడు, 'స్ట్రక్చరల్ ఇంజనీరింగ్, రీ ఇన్ ఫోర్స్ డ్ కాంక్రీట్ సైన్స్' అనే పుస్తకాన్ని రచించారు. తరువాత తన స్వదేశం మీద ప్రేమతో తిరిగొచ్చి మదరాసు ప్రభుత్వంలో డిజైన్ ఇంజనీర్ గా పనిచేశారు. అదే సమయంలో శ్రీ శొంఠి వెంకట రామమూర్తి కలల ప్రాజెక్టయిన రామ పాద సాగర్ డిజైనులు అందించడం జరిగింది. ఈయన చేసే ప్రతి పనిలో మానవత్వం పరిమళించేది. ఉదాహరణకి నాగార్జునసాగర్ ప్రాజెక్ట్. ఆ ప్రాజెక్ట్ నిర్మాణంలో (మాచర్ల), సహజసిద్ధంగా ఏర్పడి సమృద్ధిగా వున్న

రాతికొండరాళ్ళతో నిర్మాణం చేసే అవకాశం వున్నా, ప్రాజెక్టులో కొంతభాగం మట్టి కట్టడం ఉండాలని, తద్వారా పేద కూలీలు లబ్ది పొందాలని భావించారు. ఆ భావనతో లక్షల మంది కూలీలకు పని కల్పించారు. ఆ ఘటన ఆయన మానవత్వానికి మచ్చుతునక.

1962 నుండి 1977 సం. వరకు మూడు పర్యాయాలు విజయవాడ లోకసభ నియోజకవర్గం నుండి కాంగ్రెస్ పార్టీ అభ్యర్థిగా ఎన్నికయ్యారు. నెహ్రూ, లాల్ బహదూర్ శాస్త్రి, ఇందిరాగాంధీల మంత్రివర్గంలో పది సంవత్సరాల పాటు కేంద్ర నీటిపారుదల మరియు విద్యుచ్ఛక్తి శాఖమంత్రిగా పనిచేశారు. నీటి సంబంధిత సమస్యలపై, తన అపారమైన అనుభవంతో 'ఇండియన్ వాటర్ వెల్త్ ' అనే పుస్తకాన్ని రచించారు. భారత ప్రభుత్వం ఈయనకు పద్మభూషణ్ పురస్కారాన్ని ఇచ్చి గౌరవించింది.

1966-69 సం. ల మధ్య కాలంలో చైనా, పాకిస్తానులతో యుద్ధాలు రావడంతో పంచవర్ష ప్రణాళికలకు బదులు వార్షిక ప్రణాళికలను అమలు పరిచారు. దేశం భద్రత దృష్ట్యా, కేంద్రం తన ప్రాధాన్యతలను మార్చుకొని మిలటరీ బుడ్జెట్టును పెంచాల్సి వచ్చింది. కేంద్రం నీటిపారుదల ప్రాజెక్టుల నిర్మాణం రాష్ట్రాలకి వదిలేసింది. దానితోపాటు కేంద్రం రాజకీయ కోణంలో, బాషా ప్రయుక్త రాష్ట్రాల మధ్య నీటి గొడవలని ఎగదోసి ప్రజలని ఏమార్చింది.

నదీ వసంతం

జములపల్లి వాస్తవ్యులైన శ్రీ పెద్దింటి సుబ్బి రెడ్డి నీటి పారుదల రంగంలో (1965–2000) విధులు నిర్వర్తించారు. కార్య నిర్వహణ అధికారిగా పదవీ విరమణ పొందారు. ప్రాజెక్ట్ డిజైన్ వర్క్స్, కృష్ణా-గోదావరి నదుల కాలువల నిర్వహణ, పోలవరం ప్రాజెక్ట్ డిజైన్ కి తుది మెరుగులు దిద్దారు. పదవి విరమణ తరువాత సుబ్బి రెడ్డి వృత్తి పరమైన సలహాదారునిగా (2001 -2010) పనిచేసి దేశ సేవ చేశారు. వీరిని ఆదర్శంగా తీసుకొని తరువాతి తరం పాకనాటి యువకులు మరికొందరు వీరి ద్వారా నీటిపారుదల రంగంలో ఉపాధి పొందారు. సుబ్బి రెడ్డి గారికి కృష్ణారెడ్డి గారంటే

శ్రీ పెద్దింటి సుబ్బిరెడ్డి

అమిత గౌరవం. వారి మద్య వున్న గౌరవ సానిహిత్యానికి గుర్తుగా కుమార్తెకు కృష్ణవేణిగా పేరు పెట్టుకున్నారు.

★★★

తెగిన లంగరు

1966 సం. లో సంక్రాంతి పండుగకు డోకిపర్రు వచ్చిన కృష్ణారెడ్డిని ప్రతిసారీ అడిగినట్టే కుటుంబంతో డోకిపర్రు వచ్చేయమని తమ్ముళ్లు రామిరెడ్డి, బుచ్చిరెడ్డి కోరారు. అటు పని కాకపోతే ఇటన్నట్లు, వెంకటరెడ్డి, సుబ్బారెడ్డిలు వదిన దగ్గరికి చేరి డోకిపర్రు వచ్చేయాలని వదిన మద్దతు కోరారు. ఈసారి ఎందుకనో కృష్ణారెడ్డి తమ్ముళ్ల మాట మన్నించాడు. కుటుంబం మొత్తం ఆ సంవత్సరం పొలం పనులు, పిల్లల చదువులు పూర్తయిన తర్వాత, కుటుంబంతో సహా డోకిపర్రుకి తిరుగు ప్రయాణమయ్యారు.

'సముద్రంలోని అలలవలే, జీవితం ఆటుపోట్లకు గురికాక తప్పదన్నట్టు', డోకిపర్రుకి వచ్చిన సంవత్సరకాలం తరువాత కృష్ణారెడ్డి కొంత అనారోగ్యానికి గురయ్యారు. ఈ నిరంతర జీవిత ప్రవాహంలో పుట్టిన వాడు గిట్టక మానడు, ఏదోక నాడు మరణించక తప్పదు. అయితే బతికినంతకాలం ఎలా బతికామనేదే ప్రశ్న!!. జీవిత నిరంతర ప్రవాహంలో కొట్టుకుపోయేది కొంతమందైతే, ఎదురీదేవారు ఇంకొందరు. అసలు దాని దరిదాపుకే వెళ్లని వాళ్ళు మరికొందరుంటే, ప్రవాహాన్ని సృష్టించే వాళ్ళు మరొకరు.

నయాగరా జలపాతాలు, హిమాలయ పర్వతాలు, కృష్ణా, గోదావరి నదులవలె తండ్రి ఎల్లప్పుడు తనతోనే ఉండిపోతాడనుకున్నాడు పి. పి రెడ్డి. తండ్రి మరణంతో ఒక్కసారిగా నక్షత్ర మండలం కూలిపోయినట్టు, సముద్రాలూ పొంగి లోకాన్ని ముంచేసినట్లు, భూమి విడిపోయి లోకాన్ని మింగేసినట్టు అనిపించింది. తండ్రి లేకుండా తన జీవితమే లేనట్టుగా అంతా అయోమయంగా వుంది. సృష్టి వెనక్కి వెళ్ళినట్లయింది. ఇక లంగరు లేదు. ఏదో శక్తి తనని వదిలిపోయింది. కాలం ఆగిపోయినట్లనిపించింది. శక్తి, బలం, సంతోషం, ఆదర్శం అన్నింటినీ నాన్న తీసుకుపోయాడు. అంతా అయిపోయింది. చివరికి మిగిలింది తను ఒక్కడే. నాన్న లేకుండా!!.

ఇంట్లో ఎవ్వరికీ ఎటువంటి ఆరోగ్య సమస్య వచ్చినా ఆయుర్వేద వైద్యుని వద్దకు భుజాన వేసుకొని పోయి ప్రాణం రక్షించిన ప్రాణదాత నాన్న. ఊర్లో ఎవరు చనిపోయినా దిగులు పడకండని అందరికీ ధైర్యం చెప్పి శవ దహనానికి కావాల్సిన సరంజామా పురమాయించేవాడు నాన్న. దహన సంస్కారాలన్నీ పద్ధతిగా పూర్తి చేయించేవాడు. ఇప్పుడు ఆ నాన్నే ఆవలి ఒడ్డున విగతజీవుడిగా ఉన్నాడు. దీపావళి నాడు తెల్ల పట్టు చొక్కాలో మతాబా కాలుస్తుంటే మురిసిపోయిన నాన్న గుర్తుకు వస్తుంటే కన్నీటితో గడ్డి పోచలు తడిచిపోయాయి. ప్రాణానికి ఎంత విలువ వుంది. గడ్డిపోచకెంతో అంతే. !! తర తరాల జీవుల ఎడబాటు కోసం దాచి ఉంచిన కన్నీటి ధారలు.. ప్రాచీన మానవులకు అర్థంకాని కన్నీరు. ఎన్నో యుగాలుగా ఊరుతున్న కన్నీరు, పి. పి రెడ్డి తనలో తాను పొంగి పొరలిపోయే కన్నీటి ధారలను ఆపలేక పోతున్నాడు.

శ్రీ పామిరెడ్డి కృష్ణా రెడ్డి　　　　శ్రీ పామిరెడ్డి భద్రమ్మ

నాన్న పార్థివ దేహానికి బాబాయి రామిరెడ్డి స్నానం చేయిస్తున్నాడు. గుండెల్లో తట్టుకోలేనంత బాధగా వుంది. కళ్ల నిండా నిండి వున్న నీటితో అన్న లింగారెడ్డి వైపు చూస్తూ బాధతో,'నాన్న ఇక లేదు'! అన్నాడు. భద్రమ్మ తన పిల్లల్ని చూసి గుండె రాయి చేసుకొంది. తనలోని పోరాట స్త్రీని మేలుకొలిపింది. పరిస్థితులకు ఎదురు నిలిచింది. తోచినంతలో ఇబ్బందులపై తిరగబడింది. మానవత్వం ఆమెలో అధికం. ఆడది

అబలనే సంఘ వాదంలో అర్థంలేదని, మౌనంతో సంఘానికి సమాధానం చెప్పింది. పిల్లల భవిష్యత్తుకై ఎక్కువ కష్టపడింది. కష్టానికి ఎదురెళ్లి కష్టాన్నే ఓదార్చింది. తమ్ముళ్లు, మరిది గార్లు ఆమె వెంటే వున్నా అది కొంత వరకే.

గుచ్చుకున్న ముళ్లు

ఊహించలేనిదే జీవితం. భద్రమ్మ ప్రశాంతమైన ఋషి ఆశ్రమం లాంటి గ్రామీణ వాతావరణంలో పెరిగింది. తను కాపురానికి వచ్చాకే కృష్ణ-గుంటూరు ఉమ్మడి కుటుంబాలలో ఆడవాళ్ళు ఎలా పోట్లాడుకుంటారో, ఇంట్లో ఎక్కువ సంపాదించే మగవాడి భార్యకి,తక్కువ సంపాదించే మగవాడి భార్యకి తారతమ్యాలు ఎలావుంటాయో గమనంలోకి వచ్చాయి. పూర్వీకులు కష్టపడి సంపాదించిన సంస్కారాన్ని, నాగరికతని తగలెయ్యడంలో ప్రథమస్థానం కృష్ణ-గుంటూరు జిల్లాల వాళ్లదే అనిపించింది. ఈర్ష్య, సోమరితనం, ఆరంభ శూరత్వం, కుళ్ళు, దగా, మోసం, స్వార్థపరత్వం అనేవి ఈ ప్రాంతంలోని వారిలో సాధారణ లక్షణాలుగా ఆమెకి తోచాయి.

ఏ ఆకు రాలినా ఈతాకు రాలదన్నట్టుగా మనిషిలో చెడు పోదు. మహా పురుషుల పతనానికి ఒక్కోసారి వారిలో గల పశు ప్రవృత్తి ,ఈర్ష్య ద్వేషాలే కారణం. ఒంటరిగా భద్రమ్మ పడుతున్న ఇబ్బందులు ఎవ్వరికీ పట్టలేదు సరికదా, ఈ సంఘానికి ఎవరైనా బాధపడుతుంటే భలే సరదా. బాధపడే వ్యక్తి తన ప్రయత్నంలో భాగంగా సంఘం వేసిన, తారు రోడ్లమ్మట నడవక, పొదల్లోంచి వేరే కాలి మార్గం చేసుకుని నడిస్తే, వింతగా చూసి, ప్రతిదీ చెడెనని నిర్ణయించి, ఆ చెడుగుడులో ఆనందం పొంది తృప్తిపడుతుంది ఈ లోకం.

పునర్జన్మ ఉందో లేదో తెలీదు. భారతీయుల నమ్మకం ప్రకారం సంగీతం లాంటి లలిత కళలు పరంపరా గతంగా రావడం చూస్తాం. మరణానంతర జీవితం అంటే ఈ జన్మకి సంబంధించిన ప్రారబ్దకర్మను మరుజన్మలో పూర్తిచేయడమన్నట్లు, పామిరెడ్డి కృష్ణారెడ్డి ఆశలు, ఆశయాల కొనసాగింపుగా అన్నట్లు, ఆయన మరణించిన పదమూడవ రోజున, రెండవ కుమార్తె శ్రీమతి పురిటిపాటి విజయలక్ష్మికి కొడుకు పుట్టాడు. భర్తే తిరిగి పుట్టాడన్న భావనతో భద్రమ్మ, మనవడికి వెంకట కృష్ణారెడ్డి అని పేరు పెట్టింది. మనవడు వెంకట కృష్ణారెడ్డి ఆట పాటలతో భద్రమ్మలోని బాధ కొంత తగ్గింది.

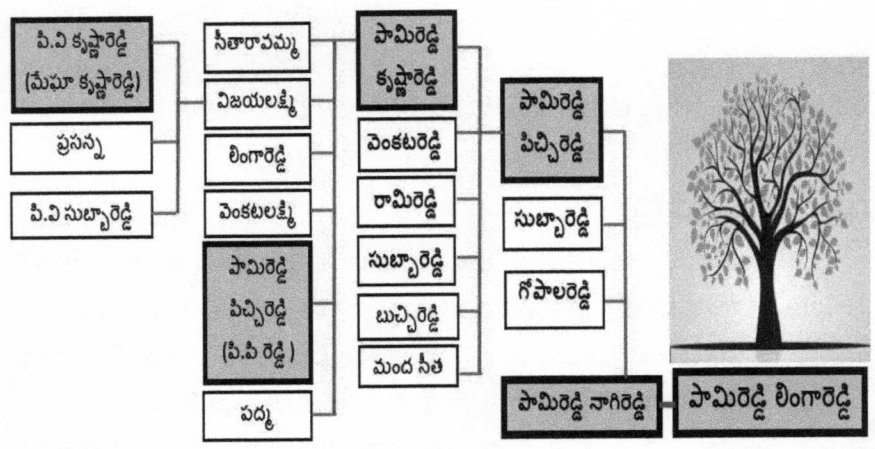

మోసే వారికి తెలుసు కావడి బరువు. ఒకనాడు భద్రమ్మ, కొంత డబ్బు అవసరమయ్యి ఒక పెద్దమనిషిని చే బదులు అడిగింది. అంటే ఎంతో యాతన ఉందని గమనించాలి. నడి మంత్రపు సిరి వచ్చినా, నడ్డి మీద కురుపు లేచినా.. వాళ్లను పట్టలేరన్నదో సామెత మాదిరి, ఆ పెద్దమనిషి "రేపురా–మాపురా" అని తిప్పుకున్నాడు. సకాలానికి సాయంచేయని వారి వల్లే కష్టాలలో ఉన్నవారు సరైన సమయంలో సాయం అందక 'పిచ్చెత్తి పోతారు', 'ఖూనీకోరులుగా' మారతారు. కష్ట కాలానికి మాట సాయం కూడా చెయ్యకుండా ఎగసిగాలాడటం, పొగరు అణిగిందని మనస్సులో సంతోషించడం అనేది, మానవుని సంస్కారం ఎక్కడికి దిగజారి పోయిందన్నది తెలియజేస్తుంది.

కష్టాలలో ఉన్న వారికి కొన్నిసార్లు దిక్కు మొక్కు తోచదు, ఏమి చేయాలో తెలియదు. ఎటువైపు పయనించాలో తెలియదు. అలాంటి పరిస్థితులలో మనుష్యులు మానులవుతారు. రాళ్ళగుట్టగా మారిపోతారు. మానవత్వం పాషాణంగా గడ్డ కట్టి పోతుంది. అటు ఆత్మహత్యకైనా పురిగొల్పుతారు, ఇటు దారుణాలు చేసే ఖూనిగానో మారతారు. మరోవైపు చూస్తే ఎందరో మహానుభావులు, గొప్పవాళ్లు చాలామంది బీదవాళ్లేనని చరిత్ర చదివిన వారికి తెలుస్తుంది. బీదతనమే వారి కృషికి ప్రధాన కారణం. జీవితంలో కష్టాలను ఎదుర్కొనే వ్యక్తి యితరులనైనా బాగు చేద్దామని సంకల్పిస్తే అన్నీ పేచీలే. తన జీవితంలో అన్నీ బాగున్న వ్యక్తికి ఇతరుల గురించి పట్టదు. ఇతరులు బాగోలేకపోతేనే తాను బాగుండటం జరుగుతుందని కొందరి భావన. మంచి చెడ్డల విలువలు నిర్ణయించేది యితరులే.

మనిషికి కావాల్సింది మూడు; **ప్రేమ, ధనం, కీర్తి;**

ప్రేమ యవ్వనంలో, **కీర్తి** చివరలో అవసరం, మధ్యలోనిది మాత్రం నిత్యం కావాల్సిందే. **ధనం** ఉంటే, మొదటిది, చివరిది ఇట్టే లభ్యమవుతాయి.

భద్రమ్మ తన పుట్టింటి వివాహ శుభకార్య నిమిత్తం, డోకిపర్రు నుండి పి. పి రెడ్డిని తీసుకొని, పిఠాపురం కి రైల్లో బయలుదేరింది. రైలులో ప్రయాణిస్తున్న పి. పి రెడ్డికి తన దగ్గర వున్న నాణెం చూస్తే, ఒక నాణెం ఎన్ని విధాలుగా చేతులు మారివుంటుందో అన్న ఆలోచనలు బుర్రలో గిర్రున తిరిగాయి.

రాగి అణాతో ఆలోచనలు

"మొదటగా పెద్ద రాగి ముక్కని కరిగించారు. కరిగిన రాగి ముక్కని ఒకే సైజులో చిన్నవిగా కత్తిరించారు. దానిని తీసుకెళ్లి టంకశాలలో నాలుగక్షరాలు ముందు వెనుక ముద్రించి అణా పేరు పెట్టి బ్యాంకులో పడేశారు. ఒక వ్యాపారి దాన్ని బ్యాంకు నుండి తీసుకెళ్లాడు. అతడు పరమ లోభి. చచ్చేనాడు కూడా దాచే చచ్చాడు. తర్వాత రాగి అణా వ్యాపారి కొడుకుల చేజిక్కింది. అందులో ఒకడు వెలయాలికి ఇచ్చాడు. ఆమె దినసరి సరుకులకు వస్తువుల దుకాణంలో చేర్చింది. నూనె దుకాణంలో కొద్ది రోజులున్నా, మధ్య మధ్యలో ధనికుల జేబుల్లో పడి సుఖంగానే ఉంది. ఒక పర్యాయం రిక్షా వాడి దగ్గర నుండి జారి రోడ్డు మీద పడి పిల్లలకి దొరికింది. ఆ పిల్లలు పండ్ల వాడి దగ్గరకు చేర్చారు. అక్కడినుంచి చిరుతిండి అమ్మేవాని దగ్గరకు అలా ఒక్క క్షణం కూడా ఒకచోట ఉండకుండా తిరిగి తిరిగి, డోకిపర్రు చేరింది. చివరికి రైల్లో పిఠాపురంకు బయలుదేరిన పి. పి రెడ్డి చొక్కా జేబులో కూర్చొంది".

పి. పి రెడ్డి ఆలోచన పరంపరతో చూస్తుండగానే రైలు కొవ్వూరు, రాజమండ్రి రైల్వే బ్రిడ్జి పైన ప్రయాణిస్తుంది. రైల్లో అందరు పుణ్యం వస్తుందని నాణాలను గోదావరిలో విసురుతున్నారు. పి.పి రెడ్డి కూడా తన దగ్గరున్న రాగి అణాను గోదావరిలో విసిరి తల్లి గోదావరికి నమస్కరించాడు. గోదావరిలో చేరిన అణా తన మనసులో ఎంతో ఆనందాన్ని అనుభవించింది.

అందరు అవునన్నది కాదనడానికి చాల ధైర్యం, సమయస్ఫూర్తి కావాలి. అలాంటి తత్వం కలిగిన వారే కొత్త దారిలో ప్రయాణానికి సిద్ధపడతారు. ఒకరు నడిచిన బాట వీరికి నచ్చదు. వీరికి కొత్త దారిలో ఎదురయ్యే కష్టాలు మరింత శక్తిని కలిగిస్తాయి. భద్రమ్మ కిటికి దగ్గర కూర్చొన్న పి. పి రెడ్డి ని ప్రేమగా దగ్గరకు తీసుకుంది. డబ్బు విలువ గురించి వివరిస్తూ, "పంచ భూతాలకు (గాలి, నీరు, అగ్ని, భూమి, ఆకాశం) నమస్కారం పెట్టడం తప్పు కాదు, కానీ అలా చేయడమంటే నీ ఎదుగుదలను నీవు కోరుకోవడం లేదని అర్థం. నీ ఆలోచనలు సామాన్యంగా ఉంటే, నలుగురిలో ఒక్కడి గానే మిగులుతావు. పంచభూతాలను లొంగదీసుకునే ఆలోచనలు చెయ్యి. ప్రతి పనికి కార్యకారణాలు తెలుసుకో. గుడ్డిగా నదిలో నాణాలు వెయ్యడం లాంటివి చేయకు". అని చెప్పింది. ఇంతలో 'నీరు పల్ల మెరుగు నిజము దేవుడెరుగు' అన్న సామెతను రైల్లో ఎవరో వారి పిల్లలకి గోదావరి ప్రవాహాన్ని వివరిస్తూ చెప్పడం వినిపించింది. తన ఆలోచన ప్రశ్నావళిని ఇప్పుడు ముందుకి సాగించాడు.

నీరు అంటే ఏమిటి?
నీరు ఎత్తుకు ఎలా వెళ్తుంది?
కొండల మీద చెట్లు ఎలా బ్రతుకుతున్నాయి?
మానవ శరీరంలో నీటి శాతం 70% కన్నా తగ్గితే ఏమవుతుంది?
భూమిపై 96.5 శాతం నీరు ఎందుకు త్రాగటానికి పనికిరాదు?

పి.పి రెడ్డి అంతర్ముఖ ప్రశ్నల శోధనతో రైలు పిఠాపురం చేరింది. భద్రమ్మగారు, పి.పి రెడ్డి ఎద్దుల బండిలో జములపల్లికి బయలుదేరారు.

★★★

చైనా దురాక్రమణ

భారతదేశ గ్రామాలలో, అక్రమ పద్ధతులలో ప్రజలను మభ్యపెట్టి, ప్రలోభాలు కలిగించి ఉన్మాద వాతావరణం సృష్టించే పార్టీలు, అభ్యర్థులు... పల్లె ప్రశాంత వాతావరణాన్ని చెడగొట్టడం మొదలైంది. రాజకీయ, ఆర్థిక, సాంఘిక చర్యలతో చట్ట నిర్మాణంలో నైతిక విలువలకు ప్రధాన స్థానం ఇవ్వాలని సూత్రాలు వల్లించిన ప్రజా ప్రతినిధులు ప్రజలకు కాక పార్టీకే విధేయులుగా మారారు. ఒక అబద్ధం

కప్పడానికి వెయ్యి అబద్ధాలు చెప్పారు. పార్టీ క్రమశిక్షణకు లోబడి గ్రామాలలో ఓట్ల కోసం నిత్యం ప్రజల మధ్య చీలిక తెస్తుండేవారు.

వర్గ దృష్టిలో మానవుడు, మానవ విలువలు బలై పోతున్నాయి. తమ లక్ష్య సాధన కొరకు, చేపట్టిన మార్గాలు భిన్నమైనా, రెండింటి గమ్య స్థానం ఒక్కటే. ఒకటి అధికారం హస్తగతం చేసుకోవడానికి హింసా పద్దతులను ముందుగా చేపట్టి తరువాత అధికారాన్ని సుస్థిరం చేసుకోవడానికి ప్రయత్నించగా; రెండవది అధికారం చేపట్టిన తర్వాత తన హింస కాండను ఇనుమడింప చేసింది.

ప్రపంచ మానవాళికి యీ రెండిట్లో దేనిని చేపట్టినా మానవ స్వేచ్ఛ, స్వాతంత్ర్యాలకు భంగం వాటిల్లక తప్పదు. ఒకటి మహమ్మారయితే, రెండవది అంతు దొరకని అగాధమైన మహాసముద్రం. ఒకటి నియంతృత్వం, రెండోది భరించరాని సామ్రాజ్య తత్వం.

కమ్యూనిజం, మాటలు చెప్పడం, పుస్తకాలలో రాతల వరకు బాగానే ఉంటుంది. కబుర్లతో కడుపు నిండదు. ప్రశ్నించిన వారిని 'దేశ ద్రోహులుగా', 'విప్లవ ద్రోహులుగా', 'సంఘ ద్రోహులుగా' చిత్రించి నానా వ్యధలకు గురిచేయడమనేది కమ్యూనిజం పార్టీకి పరిపాటి.

చైనా దండయాత్ర చేసింది. చైనా, భారతదేశ నమ్మకంపై దాడి చేసింది. **"ఏ దుష్ట బుద్ధి ఎంత ప్రయత్నించినా సరే ఇండియా, చైనా, సోవియట్ దేశాల గాఢమైన స్నేహ బంధాలను విచ్ఛిన్నం చేయలేరు"** అని శ్రీశ్రీ 'మాస్కో యాత్ర' లో చెప్పింది పూర్తిగా తప్పయింది. కమ్యూనిష్టు దేశాన్ని గుడ్డిగా నమ్మడమనేది భారతదేశం చేసిన పెద్ద తప్పు. భారతదేశంలోని కమ్యూనిస్టులకు నోరు పూర్తిగా మూత పడింది. చైనాలో అలా, రష్యాలో ఇలా అని రాసిన పత్రికలు పూర్తిగా కిరాణా కొట్లో పొట్లాలుగా మారాయి. కమ్యూనిజం సిద్ధాంతంపై ప్రజల విశ్వాసం సడలింది. తెచ్చిపెట్టుకొన్న గొడవలతో కమ్యూనిస్ట్ పార్టీ మూడుగా చీలిపోయింది.

చైనా నుంచి ముప్పు తప్పదని, భారతదేశం అతిగా చైనాను నమ్మడం తప్పని చాలామంది విజ్ఞులు ముందుగానే హెచ్చరించారు. సరిగ్గా అదే జరిగింది. ప్రధాని నెహ్రూకు తల కొట్టేసినంత పనైంది. మన కాళ్ల మీద మనం నిలబడక అమెరికా సహాయం కోసం ఎదురు చూడవలసి వచ్చింది.

ప్రధాని సంతకం.. రక్తపు మరకలు

'జై జవాన్ జై కిసాన్' అన్న నినాదంతో భారతదేశ ప్రజలను చైతన్యవంతులను చేయడమే కాకుండా- దేశ పురోభివృద్ధికి మార్గం సుగమం చేసిన నిరాడంబరుడు లాల్ బహదూర్ శాస్త్రి. ప్రధాని జవహర్ లాల్ నెహ్రూ మరణం(1964) తర్వాత, భారతదేశ రెండవ ప్రధానిగా పదవీ స్వీకారం చేశారు. 1965 సం. లో భారత్, పాకిస్తాన్‌ల సరిహద్దు తగాదాలు తారాస్థాయికి చేరుకోవడంతో, భారత్ పాక్ యుద్ధం ప్రారంభమైంది. పాకిస్తాన్ అంతర్జాతీయ సరిహద్దును దాటి వచ్చి యుద్ధోన్మాదంతో ప్రవర్తించింది.

శ్రీ లాల్ బహదూర్ శాస్త్రి

భారతదేశాన్నే కబళించాలని చూసింది. పాకిస్తానుతో ఏకధాటిగా 17 రోజుల యుద్ధం కొనసాగింది. కుండ బద్దలు కొట్టే స్వభావం గల లాల్ బహదూర్ శాస్త్రి ప్రత్యేక పర్యవేక్షణలో భారత సైన్యం దాయాది పాకిస్తాన్‌కు ముచ్చెమటలు పట్టించింది. శాస్త్రి నిర్ణయం వెనక దేశమంతా ఒక్క తాటిపై నిలిచింది. ఐక్య రాజ్య సమితి, అమెరికా, రష్యాలు కలిసి తాష్కెంట్(ఇది ప్రస్తుతం ఉజ్బెకిస్థాన్‌లో ఉంది) లో శాంతి ఒప్పందం పేరిట బలవంతపు పెద్దరికాలు జరిపాయి. సరిహద్దులలో జరుగుతున్న యుద్ధ విరమణ ఒప్పందంపై దాదాపు అయిష్టంగానే 10.01.1966 న, ఇరు దేశాధి నేతలు, అయూబ్ ఖాన్, ప్రధాని లాల్ బహదూర్ శాస్త్రి సంతకాలు చేశారు.

యుద్ధాన్ని తొలిగా మొదలుపెట్టి కాలుదువ్విన పాకిస్తానుకు ఈ తాష్కెంట్ ఒప్పందం కొంత అనుకూలంగానే ఉందని చెప్పొచ్చు కానీ, యుద్ధంలో గెలిచిన భారతదేశం యొక్క హక్కులను పూర్తిగా కాల రాసింది. పాకిస్తాన్ కాశ్మీర్లో జరిపే ప్రచ్ఛన్న యుద్ధాన్ని అడ్డుకునే హక్కును తాష్కెంట్ ఒప్పందం ద్వారా భారతదేశం కోల్పోయింది. ఆ మర్నాడే 11.01.1966 నాడు లాల్ బహదూర్ శాస్త్రి రష్యాలో అనుమానాస్పదంగా కన్నుమూశారు.

ఆయన భార్య లలితా శాస్త్రి , భర్త పై రష్యాలో విష ప్రయోగం జరిగి మరణించినట్లు ఆరోపణలు చేశారు[82]. విష ప్రయోగం జరిగిందని ప్రాథమికంగా అనుమానాలు ఉన్నప్పటికీ, ఆయన మృతదేహానికి తాష్కెంట్‌లో కానీ, భారత్‌లో కానీ

పోస్ట్‌మార్టం నిర్వహించలేదు. భారత ప్రభుత్వమైతే గుండెపోటుతో మరణించినట్లు ప్రకటించింది. రష్యా దేశస్థుడైన "బట్లర్" అనే వంట మనిషి భారత ప్రధానికి విషపూరితమైన ఆహారం ఇచ్చాడని, రష్యా ప్రభుత్వం అరెస్టు చేసింది. కానీ దానిపై భారతదేశం నుండి ఎటువంటి ప్రతిఘటన లేకపోవడంతో వంటగాడిపై వచ్చిన ఆరోపణలు నిజం కాలేదని రష్యా మాట మార్చింది. దేశ కాంగ్రెస్ పార్టీ, ప్రధాని శాస్త్రి అనుమానాస్పద మృతి విషయంలో నిమ్మకు నీరెత్తినట్టు ముభావంగా పోయింది. తరువాతి కాలంలో ఈ మరణం వెనుక అమెరికా సి.ఐ.ఏ కూడ ఉన్నట్లు ఆరోపణలొచ్చాయి.

భారత ప్రధాని కార్యాలయం వారు "అసలు సత్యాన్ని" బయటకు చెబితే, భారత దేశ విదేశీ సంబంధాలకు హాని కలుగుతుందని, ప్రధాని మరణంపై నివేదికను వెల్లడించలేదు. ఇది భారత ప్రభుత్వానికి చెందిన రహస్య పత్ర మన్నారు. ప్రజల హృదయాలలో లాల్ బహదూర్ శాస్త్రి "బాహుబలి" గా నిలిచారు.

జనతా పార్టీ ప్రభుత్వం అధికారంలో ఉన్నప్పుడు, ఆయన మరణంపై దర్యాప్తు కోసం రాజ్ నారాయణ్ కమిటీని నియమించారు. కమిటి ముందు వివరాలు చెప్పడానికి వెళుతున్న శాస్త్రి గారి వ్యక్తిగత వైద్యుడు మరియు సహాయకుడు రామ్ నాథ్ లపై ఎవరో గుర్తు తెలియని మనుషులు రోడ్డు ప్రమాదం చేసి వాహనంలో వేగంగా పారిపోయారు. ఈ ప్రమాదంలో వ్యక్తిగత వైద్యుడు మరణించగా, సహాయకుడు రామ్ నాథ్ తీవ్రంగా గాయపడి గతం మర్చిపోయారు.

ఆపరేషన్ ఫోకస్ లో

పెద్దింటి బుచ్చిరెడ్డి, 04.09.1937న జములపల్లి గ్రామంలో జన్మించారు. వీరు బి. ఏ పూర్తిచేసిన తర్వాత, ఏరోనాటికల్ సొసైటీ ఆఫ్ ఇండియా వారు ప్రవేశపెట్టిన, ఏరోనాటికల్ ఇంజనీరింగ్ లో పట్టభద్రులై, ఆ విభాగంలో అసోసియేట్ మెంబర్ షిప్ పొందారు. కలైకుండ వైమానిక దళం స్టేషన్ మొదలుకుని దేశం మొత్తం విస్తరించి వున్న ఎయిర్ లైన్స్ స్టేషన్స్ లో ఉద్యోగ బాధ్యతలు నిర్వర్తించారు. ప్రత్యక్షంగా ఇండో–పాకిస్తాన్ యుద్ధంలోను, పరోక్షంగా బాంగ్లాదేశ్ విమోచన యుద్ధంలో పాల్గొన్నారు. 1965 సం. లో, ఆడంపూర్ ఎయిర్ ఫోర్స్ స్టేషన్, జలంధర్ లోని రన్ వేపై విధులు నిర్వర్తిస్తూ ఉండగా, భారతదేశ రాడార్ సిగ్నల్స్ ని తప్పించుకుని, పాకిస్తాన్ యుద్ధ విమానాలు 20 మీటర్ల ఎత్తు నుండి రన్ వేపై బాంబుల దాడి చేశాయి. దీని

శ్రీ పెద్దింటి బుచ్చిరెడ్డి సతీమణి శ్రీమతి సీతారావమ్మ

ప్రభావంతో ఎయిర్ ఫోర్స్ రన్వే కు కొంత ఇబ్బంది కల్గగా, పార్కింగ్ లో వున్న విమానాలు దెబ్బతిన్నాయి. ఆ సందర్భంలో పెద్దింటి బుచ్చిరెడ్డి ప్రాణాపాయాన్ని తృటిలో తప్పించుకున్నారు. మర్నాడే, దేశ ప్రధాని లాల్ బహదూర్ శాస్త్రి, ఆడంపూర్ ఎయిర్ ఫోర్స్ స్టేషన్ కు విచ్చేసి, బుచ్చిరెడ్డి గారి భుజంపై చేయి వేసి, జరిగిన విషయం కూలంకుషంగా తెలుసుకున్నారు.

ఇండో పాకిస్తాన్ యుద్ధ అనుభవాలను బుచ్చిరెడ్డి గారి మాటల్లో, "ప్రధాని స్వయంగా పాడైన రన్ వేపై సమావేశం నిర్వహించి, ఎయిర్ ఫోర్స్ సిబ్బందిలో మనో స్థైర్యాన్ని నింపారు. మరొక సారి ఇలాంటి ప్రయత్నానికి పాల్పడితే, పాకిస్థానే ఉండదని", ఆడంపూర్ రన్ వేపై నుంచే, పాకిస్తాన్ కు తీవ్ర హెచ్చరికలు జారీ చేశారు[83].

1971, డిసెంబర్ లో భారత వైమానిక దళం, ఇజ్రాయిల్ ఎయిర్ ఫోర్స్ తో కలిసి నిర్వహించిన "ఆపరేషన్ ఫోకస్" పేరుతో, ఆరు రోజుల యుద్ధం జరిగినప్పుడు, బుచ్చిరెడ్డి గారు అస్సాంలోని సిల్చార్ విమానాశ్రయంలో పనిచేస్తున్నారు. ఈ విమానాశ్రయం బాంగ్లాదేశ్ విమోచన యుద్ధంలో వ్యూహాత్మకంగా, పాకిస్తాన్ ను చావు దెబ్బకొట్టింది. యుద్ధ సమయంలో ప్రధాని ఇందిరా విచ్చేసి, సైనికులను ఉత్తేజ పరిచారు. బుచ్చిరెడ్డి, హెలికాప్టర్ లాండింగ్ ఆఫీసర్ (HLO) గా, అత్యంత కీలకమైన బాధ్యతలను చేపట్టారు. వీరు తరువాతి రోజులలో, కొచ్చిన్ ఎయిర్ లైన్స్ స్టేషన్ కు ఇంఛార్జ్ గా పనిచేశారు.

ముల్కీ నిబంధన

1968 సం. లో వచ్చిన హిందీ వ్యతిరేక ఉద్యమంతో సర్కారు జిల్లాల కాలేజీ విద్యార్థులు అందరు ఉద్యమ బాట పట్టారు. ఆ సంవత్సరం పిల్లల చదువులు చట్టుబండలయ్యాయి. చాలా మంది విద్యార్థులు విద్యాసంవత్సరం కోల్పోయారు.

విద్యార్థి నాయకులు, అప్పటి ముఖ్యమంత్రైనా కాసు బ్రహ్మానంద రెడ్డిని, వారి విద్యాభ్యాసంలో బలవంతాన హిందీ భాష పెట్టవద్దని వినతి పత్రం సమర్పించి ఉద్యమాన్ని విరమించారు. తదుపరిగా మూడు భాషల విద్యా విధానం ఏర్పడింది.

ముల్కీ అనే ఉర్దూ పదానికి అర్థం 'స్థానిక'. ప్రాంతీయంగా ఉన్న ఉద్యోగాలలో స్థానికులనే నియమించాలని 1915 లో హైదరాబాద్ నిజాం ముల్కీ నిబంధనాన్ని ప్రవేశపెట్టారు[84]. 1956 సం.లో జరిగిన పెద్ద మనుషుల ఒప్పందంలో ఏ మాత్రం చర్చలు జరపకుండా ఈ ముల్కీ చట్టాన్ని గుడ్డిగా ఆమోదించారు. కాని ఆచరణ సాధ్యం కానీ ఈ నియమాలను పట్టించుకోక పోవడం వల్ల తెలంగాణ ప్రజలు ఉమ్మడి ఆంధ్రప్రదేశ్ రాష్ట్రంలో అసంతృప్తిగానే వున్నారు.

రాష్ట్రంలో రాజకీయాలు మారిపోయాయి. కాసు బ్రహ్మానందరెడ్డి మంత్రివర్గంలో స్థానం లభించని జలగం వెంగళరావు(వెలమ), తదితరులు ప్రోత్సాహంతో ఖమ్మంలో ప్రారంభమైన ప్రత్యేక తెలంగాణ ఆందోళన రాజధానికి పాకింది. ముల్కీ నిబంధన ప్రకారం, 1969 ఫిబ్రవరి 28 లోగా ఆంధ్రా కి సంబంధించిన ఉద్యోగస్థులంతా తెలంగాణా నుండి బదిలీ చేయబడతారని, మిగులు నిధులు పంచడానికి కేంద్రం ఆడిటర్ జనరల్ను పంపిస్తుందనే సరికి విద్యార్థులు రెచ్చిపోయారు. ఒక్కసారిగా తెలంగాణ ఉద్యమం ఊపందుకుంది.

మర్రి చెన్నారెడ్డి, కొండా లక్ష్మణ్ బాపూజీల ఆధ్వర్యంలో తెలంగాణ ప్రజా సమితి (టి.పి.ఎస్) అనే పార్టీ ప్రారంభించారు. దీనికి ఒ. యు క్యాంపస్ వేదికయ్యింది. విద్యార్థులు ఉద్యమంలోకి ఉరికారు. తెలంగాణ అంతటా, గవర్నమెంట్ ఆఫీసులు, బస్సులు, రైళ్లు ఆపేశారు. ఎప్పుడు చూసినా బందులు, రాస్తారోకోలు, పోలీసు కాల్పులు. పరిస్థితి ఏ విధంగా దారిలోకి వస్తుందో తెలియలేదు. స్కూలు తరుపున టీచర్లు కూడా రిలే నిరాహారదీక్షలో రాజధాని రోడ్లపై కూర్చొన్నారు. తెలంగాణ ఉద్యమం కారణంగా విద్యార్థుల చదువులు పూర్తిగా నాశనమయ్యాయి. ఈ ఉద్యమంతో నగరంలో వున్న వ్యవస్థలన్నీ స్తంభించాయి. ఏ ప్రభుత్వ సర్వీసులు నడవ లేదు. సినిమాలు కూడా లేవు. రైళ్లు, ఆఫీసులు సరిగ్గా నడిచేవి కావు. బయటకు వెళ్లిన వారు ఇంటికి చేరే దాకా కంగారు పడేవి కుటుంబాలు.

1969 ప్రత్యేక తెలంగాణ ఉద్యమానికి ప్రతిగా1972లో సీమాంధ్ర ప్రాంతంలో ''జై ఆంధ్ర'' ఉద్యమం మొదలైంది. తెలంగాణలోని ముల్కీ నిబంధనల వల్ల తమ అవకాశాలు సన్నగిల్లుతాయని భావించిన సీమాంధ్ర విద్యార్థులు ప్రత్యేక

ఆంధ్రరాష్ట్ర ఉద్యమాన్ని కొనసాగించారు[85]. వీరి కోరికలను సంతృప్తి పరుస్తూ 1973లో ప్రధానమంత్రి ఇందిరాగాంధీ నేతృత్వంలో కేంద్ర ప్రభుత్వం ఆరు సూత్రాల విధానాన్ని ప్రకటించడంతో ఈ ఉద్యమం చల్లారింది. ఇందిరా ఒక స్త్రీ, అయినా "దేశానికీ మగ దిక్కు" అనేవారు. ప్రజలు అమ్మగా కొలిచేవారు. ఆమె తెలంగాణ రాష్ట్రం ఏర్పాటు చేయడం కుదరదని కరా ఖండిగా చెప్పారు. వెనుకబాటుతనం కారణంగా రాష్టాలను ఏర్పాటు చేసుకుంటూ పోతే దేశాన్ని చాల రాష్ట్రాలుగా చేయాల్సి ఉంటుంది, కాబట్టి వెనుకబాటుతనాన్ని అభివృద్ధితో ఎదుర్కోవాలని ధైర్యంగా తేల్చి చెప్పారు. తెలంగాణ ఉద్యమాన్ని నిర్దాక్షిణ్యంగా అణిచి వేశారు.

పుట్టి నూరుకి తిరుగు ప్రయాణం

వెల్లంకి పూర్ణచంద్రరావు, 1943 సం.లో డోకిపర్రు గ్రామంలో జన్మించారు. తండ్రి కుటుంబరావు. ఈయన 1968 సం.లో మెదక్ జిల్లాలో ప్రభుత్వ ఉపాధ్యాయ వృత్తిలో ఉండగా, ముల్కి నిబంధనల నేపథ్యంలో రేగిన ప్రత్యేక తెలంగాణ ఉద్యమాలలో, తన ఉపాధ్యాయ వృత్తికి రాజీనామా ఇచ్చి, స్వగ్రామ మైన డోకిపర్రుకు తిరుగు ప్రయాణమయ్యారు. అజ్ఞానం అభివృద్ధికి అడ్డుగోడగా భావించి, గ్రామంలోని విద్యార్థులను తీర్చిదిద్దే నేపథ్యంలో, విద్యా సంస్థను స్థాపించి, ఎంతోమంది విద్యార్థుల భవితకు బంగారు బాట వేశారు.

శ్రీ వెల్లంకి పూర్ణ చంద్రరావు

పూర్ణచంద్రరావు గారిచే మెరికలుగా తీర్చి దిద్దబడిన కొందరు విద్యార్థులు ఐ ఏ ఎస్, ఐ పి ఎస్, లాయర్ల వంటి ప్రజా సర్వీసులలో స్థిరపడి దేశానికీ, సమాజానికి సేవ చేస్తుండటం గర్వ కారణం.

ఎడారి ఎండమావులు

దేశంలో నదీజలాల పంపిణీ విషయంలో రాష్ట్రాలలో అగ్ని జ్వాలలు రాజుకున్నాయి. చెప్పుడు మాటలతో ఎగువ రాష్ట్రాలు నది జలాల పునఃపంపిణీకి పట్టుపట్టాయి. మరోవైపు అవే ఎగువ రాష్టాలు, ట్రిబ్యునల్ చొరవతో న్యాయ పరిష్కారానికి బదులుగా రాజకీయ పరిష్కారానికి ఒప్పుకున్నామని చెప్పుకుంటూ వచ్చాయి.1973 సం.లో కేంద్ర ప్రభుత్వ పుణ్యమా అని ఆంధ్రప్రదేశ్ లో జరుగుతున్న రెండు ప్రాంతీయ ఉద్యమాలు అప్పుడప్పుడే చల్లారుతున్న సమయానికి బచావత్ ట్రిబ్యునల్ తీర్పు వచ్చింది. ఈ తీర్పుతో ఆంధ్రప్రదేశ్ కి కొంత మంచి జరిగితే, రాయలసీమ మాత్రం కృష్ణాజలాల పై హక్కుని కోల్పోయింది.

ముందు కూర్చొన్నవాడి ఆకుకే ఎక్కువ అన్నం (Doctrine of Prior appropriation) అన్నట్లు, ముందు కట్టుకున్న ప్రాజెక్టులకే భరోసా నీరు (నికర జలాలు) అన్నారు. నీటి దేవుడు కె. ఎల్ రావు కృషితో, ఆంధ్ర రాష్టంలో అప్పటికే ప్రాజెక్టులు నిర్మించుకోవడంతో, ఇబ్బంది ఎదురుకాలేదు. కానీ మహారాష్ట్ర, కర్ణాటక రాష్ట్రాలకు ప్రాజెక్టులు లేకపోవడంవల్ల కొంత ఇబ్బందయ్యింది. జస్టిస్ బచావత్ ట్రిబ్యునల్ కృష్ణానదిలో వున్న 2060.00 టి.ఎం.సి ల నికర జలాల నుంచి 1693.36 టి.ఎం.సి ల నీటిని తగ్గించి అప్పటి మూడు రాష్ట్రాలలో అమలవుతున్న ప్రాజెక్టులకు కేటాయించింది. దానిలో తమిళనాడుని మినహాయించారు.

బచావత్ ట్రిబ్యునల్ తీర్పు వచ్చేసరికి, కృష్ణానదిలో ఆంధ్రా నీటి వాటా 56.3% (1165 టి.ఏం.సి). నికరజలాలు తగ్గించడంతో, వాటాకు 44.5% (754 టి.ఏం.సి) నీరు మాత్రమే వచ్చింది. కొత్తగా వచ్చిన బచావత్ అవార్డు ప్రకారం, కర్ణాటకకు 600 టి.ఎం.సి, మహారాష్ట్రకు 400 టి.ఏం.సి నీటిని పంచారు. తరువాతి కాలంలో హాఫిజ్ మహ్మద్ ఇబ్రహీం అవార్డు ప్రకారం ఆంధ్రా వాటాను మరల 44.5% నుంచి 38.9% తగ్గించారు. ఆ మేరకు కర్ణాటక వాటాగా 33.3% నుంచి 33.7%, మహారాష్ట్ర 22.2% నుంచి 27.4% కు పెరిగింది. స్థూలంగా 1951 సం. నాటి నుంచి పోల్చినట్టయితే, ఆంధ్రవాటా నష్టపోయిన కృష్ణానది నికర జలాలు 17.4%.

పదిమందికి ఉపకరించే గోదావరి నదీజలాలపై కేంద్రప్రభుత్వం వివాదాలు రాజేసింది. వివాదాలు, పదిహేనేండ్లలో ఎన్ని విధాలుగా పెంచాలో అలా పెంచారు. బచావత్ ట్రిబ్యునల్ కి ముందు ఆరేండ్ల నుంచి సాగుతున్న ఈ నాన్చుడు బేరం, ఈ పునఃపంపిణీ లతో మొక్కుబడిగా కొలిక్కి వచ్చిందనిపించారు. అదే సమయంలో కేంద్ర ఇరిగేషన్ మంత్రిత్వంతో శాశ్వత ఒప్పందానికి ఒప్పుకొన్న రాష్ట్రాలు (ఆంధ్రప్రదేశ్, మహారాష్ట్ర, కర్ణాటక, మధ్యప్రదేశ్, ఒరిస్సా) నీటి విలువని గుర్తించడం మొదలెట్టాయి.

దశాబ్దాల కాలం నుంచి కృష్ణా, గోదావరి నదులలో బోలెడంత వరద గంగ వృధాగా పారి, కడలిపాలవుతుంది. దేశానికి మేమే దిక్కని ప్రగల్భాలు పలుకుతున్న తెలుగు రాజకీయ నాయకులు నీటి పారుదల ప్రాజెక్టుల ఊసెత్తలేదు. నదీ జలాల వినియోగం గురించిన వివాదాలు-రాజకీయ శక్తుల సృష్టి మాత్రమే గాని, ప్రజలలో నుంచి వచ్చింది కాదు.

సాగర సంగమం

ఆర్థర్ కాటన్ తవ్విన పుల్లేరు కాలువకు, చిన్న పిల్లకాలువ రాముల కాలువ. ఇది పామర్రు నుండి మామిడికోళ్ల గ్రామం వరకు వచ్చి ఆగిపోయింది. డోకిపర్రు ఆయకట్టు రైతులు, రాముల కాలువకి శివారు రైతులయ్యారు. ఎలుక ఎంత ఏడ్చినా, పిల్లి కనికరిస్తుందా అన్నట్లు, వీరు ఈ కాలువ మీద ఆధారపడటంతో, పండేపంటలకన్నా ఎండిపోయిన పంటలు ఎక్కువయ్యాయి. సమస్య ఉన్నచోటే పరిష్కారం ఉంటుందన్నట్లు, కానూరి దామోదరయ్య (కవుతరం), కనుమూరి కృష్ణారెడ్డి (డోకిపర్రు), బూరగడ్డ నిరంజన్ రావు (కంకట), వారి సొంతఖర్చులతో గుడ్లవల్లేరు దగ్గర పుల్లేరు నుండి డోకిపర్రు మీదుగా కంకట వరకు కొత్త గ్రావిటీ కాలువను తవ్వారు. దీనిని సింగరాయి కాలువని పిలిచారు.

ఈ కాలువను తవ్వే మార్గంలో డోకిపర్రులో ఉన్న నాగేంద్రస్వామి గుడికి ఎటువంటి ఇబ్బంది రాకుండా పక్కనుండి కాలువ తవ్వి సమస్యను సామరస్యంగా పరిష్కరించారు. తద్వారా డోకిపర్రు గ్రామప్రజలకు నీటి ఎద్దడితీరింది. ప్రభుత్వం మీద ఒక్కోసారి ఎక్కువ ఆధారపడటం వలన సమస్యలు అలాగే ఉండిపోతాయి. అభివృద్ధి అనేది ప్రజలను ఒప్పించి జరగాల్సిందే. అభివృద్ధి పేరుతొ అహంకారంగా ప్రవర్తిస్తే ప్రజల నమ్మకాలకు ఇబ్బంది వస్తుంది. మొత్తం పని ఆగిపోతుంది.

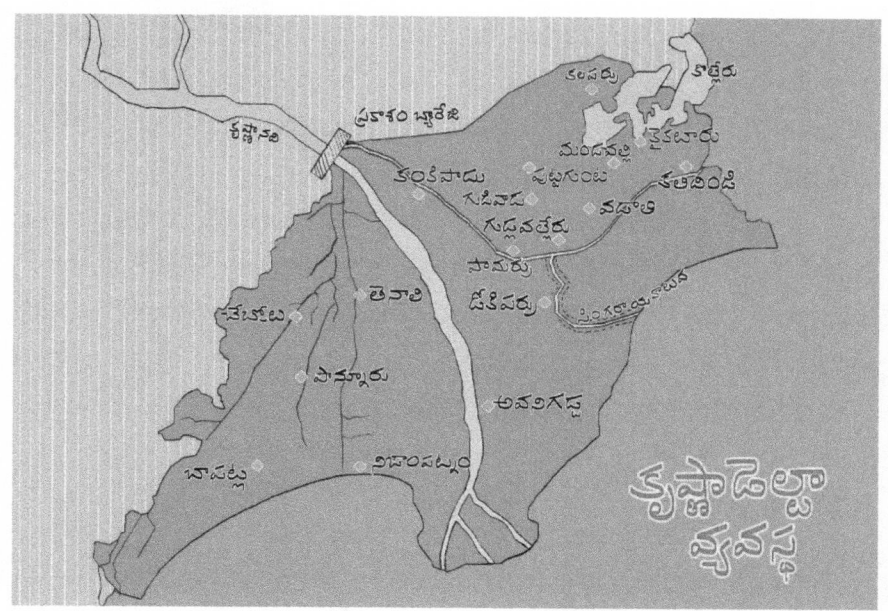

రైతు–నీరు

'నెర్రలు పరిచిన కరువు భూమి.. కారు మేఘం కోసం ఎదురు చూసి..', భారతమాత బిచ్చగత్తెలాగ భిక్షాపాత్రికతో 'గుప్పెడు అన్నం, గుక్కెడు నీళ్ల' కోసం చట్ట సభ్యుల ఇంటి ముందు నిలబడి సాక్షాత్కరించింది. 'ఆకలి.., దాహం.., దాహం..' అంటూ అలమటించింది. వెర్రి వేయి విధాలు, పైత్యం పదివేల విధాలన్నట్లు, కేంద్ర, రాష్ట్ర ప్రభుత్వాలకు లెవీలు, డ్రైనేజి సెస్సులు, ఇతర పన్నుల మీద వున్నంత ఆసక్తి.., వ్యవస్థను మార్చి రైతుకు సాయం చెయ్యడం మీద ఎంత మాత్రం లేదు. రైతు భూమి మీద పంటలు పండించుకుని, తన బ్రతుకేదో తాను బ్రతుకుతూ, కుటుంబాన్ని బ్రతికించుకుంటాడు. కృషీవలుడు ఎంత కష్టపడ్డా అమాయకత్వంతో, పెరుగుతున్న పాడు వడ్డీతో అప్పులలో మునిగిపోతున్నాడు. **'రైతుకి కావాల్సింది మతాలు, దేవుళ్లు, కుల రాజకీయాలు కావు... కావాల్సింది నీరు, అది కొంచెమైనా చాలు'**.

1976సం. లో ఇందిరా ప్రభుత్వం తమిళనాడులోని డి. ఏం. కె ప్రభుత్వాన్ని రద్దు చేసి రాష్ట్రపతి పరిపాలన తెచ్చింది. 1977సం.లో తమిళనాడు ఎన్నికల ప్రచారంలో శ్రీమతి ఇందిరాగాంధీ ప్రధాన మంత్రి హోదాలో, "తెలుగు గంగ" ప్రాజెక్టుతో తమిళనాడుకు కృష్ణా జలాలను తీసుకొస్తానని హామీ ఇచ్చారు.

ఆంధ్రప్రదేశ్, మహారాష్ట్ర కర్ణాటక రాష్ట్రాలలో కూడా కాంగ్రెస్(ఐ) ప్రభుత్వాలే ఉన్నందున, ఆయా రాష్టాల మెడపై కత్తి పెట్టి హక్కులను కాల రాసి నదీజలాల పంపిణీలలో సాధకబాధకాలను పరిగణించకుండానే, తమిళనాడుకు ఇచ్చిన హామీని బలవంతంగా అమలుచేయడానికి ఒప్పందం కుదిరింది.

ఒక్కొక్కరు అయిదు టి.ఎం.సి ల నీటి చొప్పున ఆంధ్రప్రదేశ్, మహారాష్ట్ర, కర్ణాటక రాష్ట్రాలు 15 టి.ఏం.సి ల నీరు తమిళనాడుకి ఇవ్వాలని నిర్ణయించాయి. ఇందిరాగాంధీ సమక్షంలో కుదిరిన ఒప్పందం మేరకు, అప్పటి కేంద్ర రాజకీయ పెద్దలు తమిళనాడుకి నీటిని అందించడమే ప్రధాన కర్తవ్యంగా భావించారు. శ్రీ కె. ఎల్ రావు "తెలుగుగంగ" అను పానుల అభిప్రాయాలను కుండ బద్దలు కొట్టినట్లు ఖండించారు.

దివిసీమ ఉప్పెన

కృష్ణానది రెండుగా చీలి ఏర్పడిన ద్వీపం, దివిసీమ. దివిసీమ ప్రాంతం తెలుగు నాట్యకళలకు పుట్టినిల్లు. కూచిపూడి, ప్రముఖ వాగ్గేయ కారుడు క్షేత్రయ్య పుట్టి పెరిగిన మొవ్వ గ్రామం దివిసీమ ప్రాంతంలోనివే[86]. 1977 నవంబర్ 19 వ తేదీన కృష్ణాజిల్లాలో ఒక భయంకర అనుభవం. మధ్యాహ్నం నుంచి ఉప్పెన-తుఫాన్ ప్రారంభమైంది. ఈ ఉప్పెన కృష్ణాడెల్టా, అవనిగడ్డ ప్రాంతంపై తీవ్ర ప్రభావాన్ని చూపింది. ఇంచుమించుగా ఆరు మీటర్ల ఎత్తున సముద్రపు అలలు ఎగసిపడ్డాయి. ఘోరమైన ధ్వనితో ఈదురు గాలులు కృష్ణా, గుంటూరు జిల్లాలను ఊపేశాయి.

ఈ వర్షం తెల్లవారేనా? తగ్గేనా? అనే అంతగా నిరంతర ధారగా కురుస్తూనే వుంది. గాలి తీవ్రత గంటకి 200 కి.మీ వేగంతో నమోదయ్యింది[87]. ఆ ఉధృతికి, ఊరంతా చెట్లుపడి, ఎలక్ట్రిక్ స్తంభాలు, టెలిఫోన్ స్తంబాలు వంగిపోయాయి. కేవలం రెండు గంటల వ్యవధిలోనే అంతా జరిగిపోయింది. ఉప్పెన-తుఫాన్ తర్వాత వేలాది శవాలు నీళ్ళలో తేలుతూ కనిపించాయి. తుఫాన్ కల్గించిన తీవ్ర నష్టంతో, ఆంధ్రరాష్ట్రం తీరం పొడవునా వాతావరణ హెచ్చరిక కేంద్రాలను ఏర్పాటు చేశారు. దివిసీమ పరిస్థితి పై తెలుగు పత్రికలు ప్రత్యేక ఎడిషన్ లు వేసి విరాళాలు సేకరించాయి.

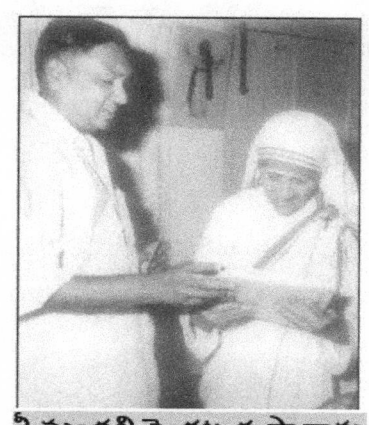

శ్రీ మండలి వెంకట కృష్ణా రావు

తెలుగు సినిమా నటుడు నందమూరి తారక రామారావు, జోలెపట్టి విరాళాలు సేకరించారు. ఊరురా తిరిగి ప్రజలకు ధైర్యం చెప్పారు. రాయకీయ నాయకులు, ఎన్టీఆర్ పర్యటనలో రాజకీయ కోణం ఉందని పసిగట్టారు.రామకృష్ణా మిషన్ వారు కొన్నివేల నివాస గృహాలు నిర్మించి, అక్కడి పేదప్రజలకు అందించారు. ప్రభుత్వం కోస్తా తీరం వెంట తుఫాను షెల్టర్లు నిర్మించాలని సంకల్పించింది.

దివిసీమ ఉప్పెన ప్రభావిత ప్రాంతాన్ని మదర్ థెరీసా ప్రత్యేకంగా సందర్శించి, అక్కడి ప్రజలకు సేవ కార్యక్రమాలు అందచేశారు. మండలి వెంకటకృష్ణారావు దివిసీమ పునర్నిర్మాణానికి రేయింబవళ్లు పనిచేస్తూ, స్వచ్ఛంద సంస్థలను దివిసీమ తీసుకు వచ్చి, అత్యవసర సేవలు ప్రజలకు అందేలాగా కృషిచేశారు.[88]

పోలవరం తొలి అడుగు

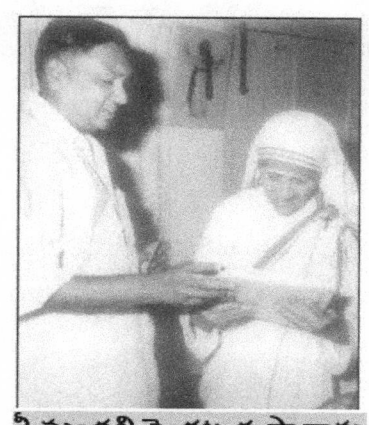

1980 సం. లో రాష్ట్ర ముఖ్యమంత్రి మర్రి చెన్నారెడ్డి ప్రభుత్వంపై వచ్చిన అసమ్మతితో, కాంగ్రెసు అధిష్టానవర్గం చెన్నారెడ్డిని ముఖ్యమంత్రి పదవి నుంచి తొలగించింది. ఇందిరాగాంధీ మంత్రి వర్గంలో కార్మిక శాఖమంత్రిగా చేస్తున్న అంజయ్య ను ముఖ్యమంత్రిగా నియమించింది.

శ్రీ టంగుటూరి అంజయ్య

అంజయ్య 1919,ఆగష్టు 16న మెదక్ జిల్లా భానూరు గ్రామంలో జన్మించారు. తండ్రి శ్రీ టంగుటూరి పాపిరెడ్డి. ఈయన జీవితంలో అన్ని ఉత్కంఠ భరితమైన మలుపులే. మానవత్వపు మట్టి వాసన తన జీవితంలో జరిగిన సంఘటనలకు కారణమైంది. బాల్యంలోనే తల్లితండ్రులను పోగొట్టుకున్నారు. దాయాదులుకి ఆస్తి మీద వున్న ప్రేమ, తన మీద ఏమాత్రంలేదని గ్రహించి, వారి దగ్గర

ప్రాణానికే ముప్పుగా భావించారు. ఒకనాటి రాత్రి ఇల్లు విడిచి, పక్క గ్రామమైన శంకరపల్లి రైల్వేస్టేషన్లో రైలు ఎక్కి హైదరాబాద్ లోని నాంపల్లి స్టేషన్లో దిగారు. అక్కడ నుంచి కాలి నడకన సుల్తాన్ బజారుకి చేరి, అనాథ బాలల గృహంలో కొంతకాలం తలదాచుకున్నారు. ఈయన అస్సలు పేరు టంగుటూరి రామ కృష్ణారెడ్డి. తన ఉనికి తెలిస్తే తన ప్రాణానికే ముప్పని, సొంత ఊరు–పేరు ఎక్కడా చెప్పకుండా మౌనం వహించారు. బాలల సంరక్షణాధికారి యాదవ కులస్తుడు. ఆయన ఇంటి పేరు తాళ్ల. ఈ ఇంటి పేరే తన ఇంటి పేరుగా పెట్టుకుని తాళ్ల అంజయ్యగా మారారు. హరిజన వారి ఇళ్లల్లో పెరిగి పెద్దవాడయ్యాడు.

అనాథగానే వుంటూ హైదరాబాద్–సుల్తాన్ బజారు ఉన్నత పాఠశాలలో మెట్రిక్యులేషన్ వరకు చదువుకున్నారు. తరువాతి కాలంలో, వెనుకబడిన తరగతులకు ప్రతినిధి అన్నట్లు జీవితం గడిపారు. హైదరాబాదు ఆల్విన్ పరిశ్రమలో ఆరు అణాల రోజువారీ కూలీగా జీవితం ప్రారంభించారు. కార్మిక నాయకునిగా కష్టాలను కార్మికుల వైపు నుండి చూసి, వారి కష్టాలను పరిష్కరించిన నేత.

అంచెలంచెలుగా ఆయన చూపిన సమర్థత రాజకీయాల వైపు అడుగులు వేయించింది.ఆయనకున్న లౌక్యంతో రాజకీయాల్లో నిలదొక్కుకున్నారు. తెలంగాణ ప్రజాసమితి పార్టీ(టి.పి.ఎస్) తరపున ఎన్నికలలో పోటీ చేసి ఎం.పిగా గెలుపొందారు. తరువాత రోజులలో ప్రజాసమితి పార్టీ కాంగ్రెసులో విలీనమైనప్పటి నుంచి, క్రమేపి సంజయ్ గాంధీకి దగ్గరవుతూ వచ్చారు. కేంద్ర కార్మిక మంత్రిగా పదవిని పొందారు. పి.వీ నరసింహారావు గారితో చాల సన్నిహితంగా మెలిగేవారు.

సంజయగాంధీకి ఇష్టుడు కావటం చేత, హిందీ, ఉర్దూ మాట్లాడటం, కల్మషం లేకుండా మాట్లాడటం తనకు కలిసొచ్చాయి. ఇందిరాగాంధీ అంజయ్యను ముఖ్యమంత్రిగా ఎంపిక చేసింది. ఆంధ్రప్రదేశ్ రాష్ట్ర ముఖ్యమంత్రిగా ఎన్నికయ్యాక రామాయంపేట నియోజకవర్గం నుంచి గెలుపొందారు.

నాయకత్వంలో యువనాయకత్వాన్నీ ప్రోత్సహించాలన్న తన మనః సంకల్పాన్ని, అధిష్టాన సిపార్సులను దృష్టిలో పెట్టుకుని దేశంలోనే పెద్ద మంత్రి వర్గాన్ని, 61 మందితో ఏర్పరిచారు. తాను యువ నాయకత్వానికి మంత్రి పదవి ఇవ్వలేదన్న అపప్రథ నుండి తెలివిగా బయటపడ్డారు. ఈ కొత్త దారి అప్పటి రాజకీయాలకు పూర్తిగా కొత్తే. విలేకర్ల సమావేశంలో గడుసుగా ఏ మంత్రికి ఎవరి సిఫారసు ఉన్నదో బయటపెట్టారు. కేంద్రం ఒత్తిడి పేరు చెప్పి, తరువాతి కాలంలో సీనియర్

మంత్రివర్యులను సాగనంపారు. మంత్రివర్గంలో యువ రాజకీయ నాయకులైన చంద్రబాబునాయుడుకి గ్రంథాలయా, సినిమాటోగ్రఫీ మంత్రిగా, వై.ఎస్. రాజశేఖరరెడ్డికి గ్రామీణ అభివృద్ధి శాఖామంత్రి గాను తొలిసారి మంత్రి పదవులు ఇచ్చారు. ఇరువురి రాజకీయ భవిష్యత్తుకు గట్టి పునాది వేశారు. తన శిష్యుడుగా పేరు పొందిన మరో యువమంత్రి పి.జనార్ధనరెడ్డి. తను ముఖ్యమంత్రిగా ఉన్నపుడే ఎన్టీఆర్ కు రాజ్యసభ సభ్యుడు అవ్వాలనే తలంపు వచ్చింది. లాబీయింగ్ ప్రతిపాదన కూడా అప్పుడే వచ్చింది.

తను ముఖ్యమంత్రిగా చేసిన సాహసోపేతమైన నిర్ణయంలో, ఓటింగ్ వయస్సును 21 నుండి 18కి తగ్గించడం, పంచాయతీ రాజ్ సంస్థలు, మునిసిపాలిటీలకు ఎన్నికలు నిర్వహించడం, గ్రామ పంచాయతీల సర్పంచ్, పంచాయతీ సమితుల అధ్యక్షులను తెలుగు రాష్ట్ర ఓటర్లు నేరుగా ఎన్నుకోనే అవకాశం కలిపించడం ప్రధానమైనవి. ఈ సాహసోపేత చర్యతో చాలా ప్రశంసలు లభించాయి.

ఇందిరా గాంధీ చిన్న కుమారుడు సంజయ్ గాంధీ విమానదుర్ఘటనలో మరణించడంతో, అంజయ్యకి రాజకీయ కష్టాలు మొదలయ్యాయి. తన మంత్రివర్గంలో నాదెండ్ల భాస్కరరావుకు వ్యవసాయ మంత్రిగా ప్రాధాన్యత ఇచ్చినా, ఒక స్థాయిలో భాస్కరరావు అంజయ్యను లెక్కచెయ్యనట్లుగా ప్రవర్తించారు. భాస్కరరావు షాడో ముఖ్యమంత్రిగా వుంటూ (నెం.2), మంత్రివర్గ సహచరులపై, *ఎం.ఎల్.*ఏ లపై తెచ్చిపెట్టుకున్న పెద్దరికాన్ని ప్రదర్శించారు. దానిపై ఆగ్రహించి, భాస్కరరావును మంత్రివర్గం నుంచి బర్తరఫ్ చేశారు.

పూర్వపు చెన్నారెడ్డి మంత్రిత్వంలో భాస్కరరావు ఇలానే ప్రవర్తిస్తే చెన్నారెడ్డి భాస్కరరావుని పురావస్తుశాఖకు బదిలీ చేసి సరిపెట్టారు. అంజయ్య చేసిన బర్తరఫ్ విషయంపై భాస్కరరావు 17 పేజీల ఫిర్యాదును ఇందిరాగాంధీకి పంపించారు. ముఖ్యమంత్రి అంజయ్య చాల సామాన్యమైన జీవనాన్ని గడిపారు. సామాన్యు లకు అతి దగ్గరగా ఉన్నారు. రాజకీయ సమావేశాలలో ముందుగా 'డ్రైవర్లకు,ప్రెస్ వాళ్ళకు భోజనాలు పెట్టుండ్రి' అని సదుద్దేశం తో వారి గురించి ప్రేమతో పట్టించుకొనేవారు. నాడు కవి దాశరథి, అంజయ్య మాట్లాడేదే అసలైన తెలుగని వ్యాఖ్యానిస్తే, రాజకీయ ముసుగులో ఉన్న పత్రికలు తన భాషపై వ్యంగ్య చిత్రాలు వేసి ఎగతాళి చేశాయి. ఒక జోకర్ గా చిత్రీకరించాయి.

తను ముఖ్యమంత్రిగా ఉన్నప్పుడు, రాజీవ్ ప్రధాని కాదు. ప్రధాని గారి కొడుకు మాత్రమే. రాజీవ్ గాంధీ తిరుపతి వెళ్తూ మార్గమధ్యలో హైదరాబాద్ విమానాశ్రయంలో ఆగారు. ఆయనికి ఘనంగా స్వాగతం ఇవ్వాలన్న ఉద్దేశ్యంతో, బేగంపేట విమానాశ్ర యానికి పార్టీ కార్యకర్తలతో, పూలదండలతో వెళ్లారు. స్వాగతానికి అంతా సిద్ధమయింది. స్వయంగా పూలదండలతో రన్-వే పై నించున్నారు. దండ నుండి పూలరేకులు విడివడి విమాన ప్రొపెల్లర్లలో పడితే ప్రమాదమన్న ఉద్దేశ్యంతో, పైలట్ హెచ్చరికపై రాజీవ్ గాంధీ అంజయ్యను మందలించాడు. చెప్పడం ఘాటుగానే చెప్పాడు. బఫూన్ అని అందరిముందు మాటజారాడు. అంజయ్యకు తను చేసింది ఎయిర్‌పోర్టు రూల్సుకు పూర్తిగా వ్యతిరేకమని తెలుసు. పత్రికలలో ఇది పతాక శీర్షికలలో వచ్చింది.

1954 సం.లో ప్రధాని జవహర్లాల్ నెహ్రూ, దేశంలో వున్న నీటిపారుదల ప్రాజెక్టులను ఆధునిక దేవాలయాలతో పోల్చారు. మూడవ పంచవర్ష ప్రణాళిక నాటికి దక్షణాది రాష్ట్రాల నుండి వస్తున్న ప్రాజెక్టుల అభ్యర్ధనలు పెరిగి పాముకు తేలుకి ఒకటే మంత్రం అన్నట్లు, అన్ని ప్రాజెక్ట్ అభ్యర్ధనలకి కేంద్రం నుంచి ఒకటే సమాధానం వచ్చింది. చివరికి నీటి పారుదల ప్రాజెక్టులు అంటేనే "డిసీస్ ఆఫ్ గిగాంటిజం" అని మాట మార్చారు.

'గార్లాండ్ ఆఫ్ హోప్' అనే పథకంద్వారా వరద నీటిని కరువు ప్రాంతాలకు బదిలీ చేయొచ్చని కెప్టేన్ దిన్షా దస్తూర్ ప్రతిపాదించారు. దీనితో దేశ నీటిపారుదల సామర్ధ్యం పెరిగి, నదుల ద్వారా నావిగేషన్ సదుపాయాలు ఏర్పడతాయని, ఆర్ధికంగా, సామాజికంగా ఎన్నో ప్రయోజనాలు చేకూరుస్తుందని తెలిపారు. తొలిసారిగా ఏర్పడిన జనతాప్రభుత్వం 1978 లో "ది గార్లాండ్ ఆఫ్ హోప్"[89] అనే పథకాన్ని దుమ్ముదులిపి బయటకుతీసింది. అనుకోకుండా మూడేండ్లకే జనతా ప్రభుత్వం కుప్పకూలింది.

మంచి కొంచెమైనా చాలు, విత్తనం చిన్నదైనా చాలన్నట్లు, ఈ పథకం ద్వారా స్ఫూర్తిపొందిన ముఖ్యమంత్రి అంజయ్య నది జలాల విషయంలో ఆంధ్రప్రదేశ్ ని సుసంపన్నం చేయాలంటే, తల్లి గోదావరికి ఆనకట్ట కట్టి, నీటిని కృష్ణలో కలపాల్సిందేనని సంకల్పించారు. అప్పటివరకు పరిపాలించిన ముఖ్యమంత్రు లెవ్వరికి పట్టని గోదావరి గోష విని, సదుద్దేశంతో పోలవరం ప్రాజెక్టు తొలిఅడుగులో భాగంగా 19.5.1981న శంకుస్థాపన చేశారు. రాష్ట్ర నీటిపారుదలశాఖ అధికారులకు ఎస్టిమేషన్ వేయవలసిందిగా ఉత్తర్వులు జారీచేశారు.

ఆగమేఘాల మీద

పాకనాటి వారి గ్రామానికి చెందిన ఓలేటి రామిరెడ్డి గారు 1976 సం.లో నీటి పారుదల శాఖలో ఉద్యోగిగా నియమితులయ్యారు. 1980 నాటికి కొవ్వూరు డివిజన్లో పనిచేస్తున్నప్పుడు ముఖ్యమంత్రి శ్రీ అంజయ్య ఉత్తర్వులను అనుసరించి ఆగమేఘాల మీద మూడునెలల పాటు రాష్ట్ర నీటిపారుదల ప్రధాన కార్యాలయంలో, పోలవరం ప్రాజెక్టుకు 750 కోట్ల రూపాయల మొదటి ఎస్టిమేషన్ వేయడంలో భాగమయ్యారు [90].

శ్రీ ఓలేటి రామిరెడ్డి

అప్పటి నివేదిక పూర్తిగా టైపు మెషిన్లను ఉపయోగించి తయారు చేయబడింది. వీరు తరువాతి కాలంలో నీటి పారుదల రంగంలో ధవళేశ్వరం డివిజన్ నందు వివిధ విభాగాలలో పనిచేసి, 2013 సం.లో పదవీ విరమణ చేశారు.

తెలుగు వారి ఆత్మ గౌరవానికి ఏమైంది?

క్రికెట్ ఆట ఎంతో ఉత్కంఠంగా ఉంటుంది. తరువాత పడబోయే బంతి ఎవరికి అనుకూలంగా ఉంటుందో ఆటగాళ్లు ఇరువురికి తెలియదు. అలాగే రాజకీయాలలో సంఘటనలు కూడా అతి విచిత్రమైన క్రికెట్ ఆట లాంటివే. కాంగ్రెస్ నుంచి బహిష్కరించ బడిన నాదెండ్ల భాస్కరరావు, తన వర్గంతో కలసి రామారావు అధ్యక్షుడిగా స్థాపించిన తెలుగుదేశం పార్టీలో ఏకమయ్యారు. ఎన్టీఆర్ ఒక్క రాజ్యసభ సీటు అడిగితే ఎటుతేల్చని కాంగ్రెస్ పార్టీపై అమీ–తుమీ తేల్చడానికి తెలుగువాడి 'ఆత్మగౌరవం' పదాన్ని అందిపుచ్చుకొన్నారు.

1982లో తెలుగుదేశం పార్టీ స్థాపించిన ఎన్టీఆర్, ఏదిచేసినా రాజకీయ కోణంలోనే చేశారు. ప్రతిపనిలో సినిమాటిక్ గా తన మార్క్ చూపించారు. ఒక సంవత్సరకాలం పాటు తన సినీ జీవితంలో చాలా జాగ్రత్తగా రాజకీయ సందేశాత్మక సినిమా కథలను ('జస్టిస్ చౌదరి', 'బొబ్బిలి పులి', 'నా దేశం'...) ఎన్నుకొని ప్రజలకు దగ్గరయ్యారు.

తనవెంట ఉన్న నాదెండ్ల భాస్కరరావుకి రాజకీయ అనుభవంలో కొదవేలేదు. ఇందిరాగాంధీ బలం పూర్తిగా తెలిసినవారు. సంజయ్ గాంధీ మరణానంతరం, సంజయ్ భార్య మేనకాగాంధీ ఇందిరమ్మతో విభేదించి, 'సంజయ్ విచార్ మంచ్' అనే పార్టీని స్థాపించింది. నాదెండ్ల భాస్కరరావు సహకారంతో[91], 1983లో జరిగిన ఎన్నికలలో తెలుగుదేశం పార్టీ మేనకాగాంధీ నాయకత్వంతో జతకట్టింది. ఎన్నికల ఫలితాలలో విజయం పూర్తిగా తెలుగుదేశం పార్టీదే అనేంత వరకు పార్టీ శ్రేణులలో ఎవ్వరికి అహంకార పూరిత ఆవేశం లేకుండా నాదెండ్ల ఆపగల్గారు.

శ్రీ ఎన్.టి రామారావు

తెలుగుదేశం పార్టీ గెలిచి ఎన్టీఆర్ ముఖ్యమంత్రి పదవి చేపట్టారు. జీవితంలో ఏమి జరిగినా ఒంటరిగా జరగదన్నట్టు, ముఖ్యమంత్రి పదవిలో వున్నది ఎన్టీఆర్ అయినా, మొదటిస్వారీతో గెలుపు రధమెక్కిన తెలుగుదేశంపార్టీకి ఎక్కడా లేని అహంకారం వచ్చింది, ఆకాశమంత అయ్యి కూర్చుంది. పార్టీని, ఎన్టీఆర్ నేను గెలిపించానంటే, నాదెండ్ల వ్యూహాలు నావన్నారు, రామోజీరావు ప్రచారకష్టం నాదంటే నాదని గొడవ మొదలైంది. చూస్తుండగానే ఆరు నెలలు పూర్తయ్యాయి.

ఈనాడు పత్రికలో వచ్చిన 'శాసనమండలిలో గలాభా' అన్న వార్తకు, శాసనమండలి క్షమాపణ కోరమని రామోజీరావుకు నోటీసులు జారీచేసింది. సదరు నోటీసుకు స్పందించకపోవడంతో ఆయనను అరెస్ట్ చేసి సభకు తీసుకురావలసిందిగా నగర పోలీసు కమిషనర్‌ను ఆదేశిస్తూ నిర్ణయం తీసుకుంది. చివరకు ఈ వ్యవహారం రాజ్యాంగ వ్యవస్థల మధ్య ఘర్షణకు దారితీసింది. ఎన్టీఆర్ స్వయంగా రామోజీకి ఫోన్ చేసి, విషయం చాలచిన్నది, పెద్దది చెయ్యొద్దని చెప్పారు. అయితే రామోజీ మాత్రం, పార్టీ గురించి ఇంత కష్టపడితే నాకిలాంటి సలహాలు ఇస్తారా అని బహిరంగానే ఆయన అక్కసు వెళ్లగక్కారు.

శాసనసభ హక్కుల ప్రకారం, సభని గౌరవించడం అనే సంప్రదాయం ముందు, క్షమాపణ ఏమాత్రం లెక్కలోకి రాదన్న ఉద్దేశ్యంతో మిగతా పత్రికలూ ఎప్పుడు దీనిపై వివాదంకు ఆస్కారం ఇవ్వలేదు.

23.03.1984న గుంటూరులో జరిగే సభకు ఇందిరాగాంధీ హాజరవుతున్నారని, ఆ సభకి వారంరోజుల ముందే(18.03.1984), పోటీగా ఏడు కాంగ్రేసేతర పార్టీలతో కలిసి తెలుగుదేశంపార్టీ పోటీసభను జరిపింది. విజయవంతమైన సభలో, సభాస్థలి పైనుండే ఇందిరాగాంధీపై అవాక్కులు చవాక్కులు విసిరారు. ఎన్టీఆర్ దైవాంశ సంభూతుడని, రాజయోగం ఉందని, దేశ ప్రధాని పదవిచేపట్టడం తథ్యమని రాష్ట్ర సమాచారశాఖ మంత్రి హరిరామజోగయ్య ప్రకటించారు[92].

రామోజీరావు శాసన మండలికి క్షమాపణ కోరడం ఇష్టంలేక విషయం సుప్రీంకోర్ట్ కు లాగారు. గోటితో పోయేదానిని గొడ్డలిదాకా తీసుకొచ్చారు. ఎన్టీఆర్ కు రామోజీని వెనకేసుకురాక తప్పలేదు. 06.04.1984 తేదీన ఈనాడు వ్యవహారంపై కొనసాగుతున్న ప్రతిష్ఠంభన ఇలాగనే కొనసాగితే రాష్ట్రపతి పాలన విధించడం తప్పకపోవచ్చని కేంద్రం బెదిరింపు ప్రకటన చేసింది[93].

కేంద్ర ప్రకటనపై నుండి ప్రజల దృష్టి మరల్చడానికి, కార్మిక శాఖామంత్రైనా శ్రీ. ఎం.రామచంద్రరావుపై సొంత ప్రభుత్వమే అవినీతి ఆరోపణలు చేసి, ఆంధ్రభూమిలో ప్రచురించారు. రెండో స్థానంలో వున్న నాదెండ్ల భాస్కరరావు అన్ని విషయాలలో కల్పించుకుంటున్నారని పుంఖాను పుంకాలు జోడించి వివాదాలు లేవనెత్తారు. రాజ్యసభ ఎన్నికలలో నాదెండ్ల వర్గం క్రాస్ ఓటింగ్ చేస్తారని ముందే ప్రచారం చేయనారంభించారు.

రాజ్యసభ ఎన్నికలలో క్రాస్ ఓటింగ్ జరిగినా, అది ప్రచారం కన్నా తక్కువే ఉంది. తెలుగుదేశం పార్టీ ఎం.ఎల్.ఏ లు జరిపిన ఈ క్రాస్ ఓటింగ్ పై చర్యలు తీసుకోవాలా వద్దా అన్న సందిగ్ధత నెలకొంది. దీనిలో నాదెండ్ల పాత్రకి ఋజువులు లేకపోయినా, కావాలని విశాఖపట్నంలో జరిగిన మహానాడు సభలో నాదెండ్ల, నల్లపురెడ్డిలను అవమానించారు. పార్టీ ప్రధాన కార్యదర్శి ఉపేంద్ర ఇది తప్పని వారించినా, ఎవరో వెనక నుండి జరిపినట్టుగా పనికట్టుకుని చేశారు.

క్రాస్ ఓటింగ్ కి సంబంధంలేని ఏం.ఎల్.ఏ లను కూడా కమిటి ముందు క్షమాపణ కోరమని బలవంతపెట్టారు.ముద్రగడ పద్మనాభానికి, ఈ విషయంపై ఎంటువంటి సంబంధం లేకపోయినా, తనని కూడా క్షమాపణ కోరే జాబితాలో చేర్చేశారు. అహం దెబ్బతిన్న ముద్రగడ పార్టీలో తప్పులు జరుగుతున్నాయని ప్రకటన చేస్తే, యనమల రామకృష్ణుడి (18.05.1984) ఇంట జరిగిన సమావేశంలో,

గోరంట్ల బుచ్చియ్య చౌదరిని ఉసిగొల్పి, ముద్రగడని అవమానించారు. అన్నగారి ఆరోగ్య నిమిత్తం అమెరికాకు ప్రయాణమైతే, నాదెండ్లకు అధికారం అప్పచెప్పొద్దని అనుకూల పత్రికలు సంపాదకీయాలు ప్రచురించాయి.

24.07.1984 తేదీన ఇందిరాగాంధీ మెదక్ సభలో పాల్గొన్నారు. అదే సమయంలో, ఎన్టీఆర్ అమెరికా వైద్యానికి అయ్యే ఖర్చులకు కేంద్రం అలవెన్సులు సరిగ్గా ఇవ్వకపోవడంపై, తెలుగువారి ఆత్మగౌరవానికి అవమానం జరిగిందని ఆరోపణలు చేశారు. జాతీయాభివృద్ధి మండలి మీటింగ్ లో ఐదుగురు సి.ఎంలతో కలసి వాకౌట్ ప్రహసనం జరిపి మీడియా ముందు ప్రధానిని తక్కువచేసి మాట్లాడారు.

రాష్ట్రంలో మొదటిసారిగా కాంగ్రెస్ అధికారం కోల్పోయి, కనిపించని ఉక్రోషంతో సమయం కోసం వేచి చూస్తుంది. ఇందిర మెదక్ సభకు వచ్చినప్పుడు, ఏడాదిన్నర తెలుగుదేశం పార్టీ పరిపాలన తీరును, వైఫల్యాలను విమర్శిస్తూ, తొమ్మిది గంటల రాష్ట్ర పర్యటన జరిపారు. అదే సమయంలో ప్రధాని ఇందిరా స్వయంగా నాదెండ్ల ఇంటికి వెళ్లి 30 నిముషాలు వారి కుటుంబ సభ్యులతో గడిపారు. ఆ తర్వాత, రాష్ట్ర అధికార పార్టీపై తిరుగుబాటుకి నాదెండ్ల సమాయత్తమయినట్లు ప్రజలను సిద్ధంచేశారు[94].

1984 ఆగష్టులో రాష్టంలో పెద్ద సందడే మొదలయింది. నాదెండ్ల భాస్కరరావు గారి లోపలి మనిషి బయటికి రావడంతో, ఎన్టీఆర్ ప్రభుత్వం పతనమైంది. భాస్కరరావు ముఖ్యమంత్రి అయ్యారు. గవర్నర్ రామ్ లాల్ 30 రోజుల గడువు ఇచ్చి, భాస్కరరావుని పార్టీలో తనకున్న బలాన్ని నిరూపించుకోవాల్సిందిగా తెలిపారు. కానీ ఇచ్చిన గడువు ఎక్కువ కాలం ఉండటంతో, తనకి మద్దతుగా నిలిచిన ఎం.ఎల్.ఏ సొంత ఆస్తులను ఎన్టీఆర్ అనుచరులు నష్టం చేకూర్చడంతో, ఏమి చేయలేని స్థితిలో వారు నిదానంగా జారుకున్నారు. జారుకున్న వారిని, రామారావు వైపున మిగిలిన కొద్దీ ఎం.ఎల్.ఏలను కలిపి కర్ణాటక తీసుకెళ్లి, అక్కడ ముఖ్యమంత్రి రామకృష్ణ హెగ్డే సహకారంతో దాస్ ప్రకాష్ అనే హోటల్లో ఉంచారు. భారత రాజకీయాల్లో, పార్టీ ఎం.ఎల్.ఏలను సురక్షితమైన ప్రదేశంలో గడపదాటకుండ బంధించడం ఇదే మొదటిసారి.

తొలిసారిగా ఎన్నికైన కాంగ్రెసేతర ప్రభుత్వాన్ని కూలదోస్తున్నారని, కేంద్ర స్థాయిలో మద్దతు కూడగట్టారు. కొంత ఉద్యమం నడిపి, విజయవాడలో బహిరంగ సభ జరిపారు. ఎన్టీఆర్ తరుపున మీడియా ఆరాటమే గానీ, నిజానికి ప్రజలలో పోరాట

ఛాయలు లేవు. సత్యం చెప్పుల్లో కాళ్ళు పెడుతూంటే, అసత్య మీడియా ప్రచారం ప్రపంచమంతా చుట్టి వచ్చింది.

కరణం కక్షా కాటికి పోయినా పోదన్నట్లు!. పి.వీ నరసింహారావు తెలుగువాడు, పండితుడయితే కావచ్చు, కానీ డర్టీ పాలిటిక్స్ చేయడంలో ఎవరికీ తీసిపోరు. ఎన్టీఆర్ పదవి గురించి ఆచార్య ఎన్.జి.రంగా, కె.ఎల్. ఎన్ ప్రసాద్ (రాజ్యసభ ఎం.పి), డా. వై నాయుడమ్మ (గుంటూరు) ప్రత్యేకంగా పీవీ నరసింహరావుతో సమావేశం అయ్యారు. సమావేశానంతరం పి.వి..., "అమ్మ, ఇందిరమ్మ దగ్గరకి వచ్చి క్షమాపణలు చెబితే ఆలోచిస్తాం" అని ఎన్టీఆర్ కు కబురు పంపారు[95]. ఎన్టీఆర్ కిది ఇబ్బందిగా అనిపించింది. మొదటగా ఒప్పుకోలేదు. మిగిలిన వారు ఇందిరాగాంధీకి క్షమాపణ చెప్పడం కుల పెద్దల పంచాయితీ లాంటిదేనని ఒప్పించారు.

సరిగ్గా 20 రోజుల తరువాత ఇందిరా బెంగుళూరు వచ్చినప్పుడు, ఎన్టీఆర్ ప్రత్యేకంగా బెంగుళూరు రాజ్ భవన్ కి వెళ్లి ఆమెతో సమావేశమయ్యారు. మధ్యవర్తిగా ఏం.జి.అర్ ఉన్నాడని వార్తలొచ్చాయి. తమిళ రాష్టానికి వచ్చే తెలుగుగంగ నీటి కోసమని, ఏం.జి.అర్ కాంగ్రెస్ కు లొంగిపోయాడని కర్ణాటక ముఖ్యమంత్రి రామకృష్ణ హెగ్డే విమర్శించారు.

ఇందిరాగాంధీని గుడ్డిగా నమ్మినందుకు నాదెండ్ల భాస్కరావు పరిస్థితి మొదటి ప్రయత్నానికే మొన విరిగిన్నట్లయింది. చంద్రబాబునాయుడు పార్టీలో చేరిన నాటినుండి తనకు కష్టాలు వచ్చాయన్నారు.

కేంద్ర హోమ్ మంత్రిగా పనిచేస్తున్న పి.వి రాష్ట్రానికి వస్తే, అప్పటి రాష్ట్ర హోమ్ మంత్రి హరిరామజోగయ్య వెళ్లి పి.వి ని గౌరవార్థం కలిశారు. వారి మధ్య జరిగిన సంభాషణలో, పి.వి కలిపించుకొని, నాదెండ్ల ఉదంతం తర్వాత మీ ప్రభుత్వానికి సంఖ్యా బలం బొటాబొటిగా వున్నా కూడా, మన ఇరు పార్టీలు కలసి పనిచేద్దామని 'నా మాటగా ఎన్టీఆర్ కి చెప్పు' అన్నారు. మరుసటి రోజు, అదే విషయాన్ని సావధానంగా చెప్పబోతు, పి.వి పేరెత్తగానే ఎన్టీఆర్ కస్సుమన్నారు. జోగయ్య అతి కష్టం మీద పి.వి చెప్పిన సమాచారాన్ని తెలియజేసి, మౌనం వహించారు. ఎన్టీఆర్ కు పి.వి పేరెత్తితే ఎందుకంత కోపమో తనకి అర్ధం కాలేదు[96].

ఆ తర్వాత జరిగిన ఎన్నికలలో, జోగయ్యకు టికెట్ ఇవ్వడానికి ఎన్టీఆర్ నిరాకరించారు. ఉపేంద్ర, జోగయ్యకున్న కుల బలం వివరించి,టికెట్ ఇవ్వడానికి

ఒప్పించారు. ఎన్నికలలో గెలిచిన తర్వాత ఎన్టీఆర్ జోగయ్యను మంత్రి పదవికి దూరం పెట్టారు.

ఎన్టీఆర్ మనస్సులో పి.వీపై ఉన్న ఉక్రోషానికి ప్రతిచర్యగా, 1985 సం.లో మలి ముఖ్యమంత్రి పదవి చేపట్టాక, రాష్ట్రంలోని కరణం, మునసబు వ్యవస్థను ఒక్క కలం పోటుతో రద్దుచేశారు. దాంతో, మునసబు వృత్తి చేస్తున్న రెడ్డి కులస్తులకు పెద్ద ఇబ్బంది ఎదురుకాకున్నా, కరణం వృత్తిగా జీవిస్తున్న నియోగులు పూర్తిగా బజారులో పడ్డారు. పూలమ్మిన గ్రామాలలో కట్టెలమ్మలేక పట్నం బాట పట్టి, చాల కుటుంబాలు రోడ్డున పడ్డాయి. ఇంతటి విపత్కర పరిస్థితులలోను, కరణాలకు ప్రజల నుండి పెద్దగా సానుభూతి రాలేదు.

నందమూరి తారక రామారావు తెలుగు గంగ

తాగు నీటి సమస్యతో అతలాకుతలమవుతున్న మదరాసు నగరానికి నీటిని అందించే ప్రక్రియలో తెలుగుదేశం హయాంలో (1984) "తెలుగు గంగ" ప్రాజెక్ట్ తిరిగి ప్రాణం పోసుకుంది. ఒప్పందం ప్రకారం ఈ ప్రాజెక్టుకు అయ్యే ఖర్చు తమిళనాడు రాష్టం పెట్టుకోవాలి. ఆంధ్రప్రదేశ్, శ్రీశైలం నుంచి పూండి వరకు లైన్ కెనాల్ వేసి, 15 టి.ఎం.సిల నీటిని మద్రాసుకు సరఫరాచేస్తుంది. తెలుగుగంగ నిర్మాణం వలన ఆంధ్రప్రదేశ్ కు వచ్చిన పెద్ద ఉపయోగమేమి లేదు. ఎందుకంటే, ఈ కాలువ ద్వారా వెళ్లే నీరు మధ్యలో రాయలసీమ రైతులు వ్యవసాయానికి వాడరాదని తీర్మానించారు[97]. వెన్నతిన్నవాడు వెళ్ళిపోతే చల్లతాగిన వాడ్ని కొట్టినట్లు, ఎవరైనా రైతులు అనుమతి తీసుకోకుండా వరిపంటను సాగు చేస్తే, నిర్దాక్ష్యిణంగా అధికారులు ధ్వంసం చేసేవారు.

మన హక్కును కాదని కేంద్రం ముందు సాగిలాపడి రాష్ట్రప్రభుత్వం అసంబద్ధ ఒప్పందాలు చేసుకుంది. కరువు ప్రాంతమైన రాయలసీమ వ్యవసాయానికి అవసరమైన సాగునీటి వనరులకు వినియోగించుకునే హక్కును కోల్పోయింది. పూర్వం 1977 సం.లో చేసుకున్న ఒప్పందం ప్రకారం, తమిళనాడుకు శ్రీశైలం రిజర్వాయరు నుంచి సంవత్సరానికి 3-4 మాసాల మాత్రమే నీటిని కెనాల్ లోకి వదలాలన్న షరత్తు. కానీ అది ఉల్లంఘించి కొత్త షరతులను కూలంకుషంగా మార్చదలిచినప్పుడు ముఖ్యమంత్రి ఎన్టీఆర్, కర్నాటకతో మాట మాత్రంగా కూడా సంప్రదించలేదు. ముందు చేసుకొన్న ఒప్పందాలు ఎందుకు మార్చారన్న కర్ణాటక ప్రభుత్వ ప్రశ్నలకు తన దగ్గర సమాధానం లేదు.

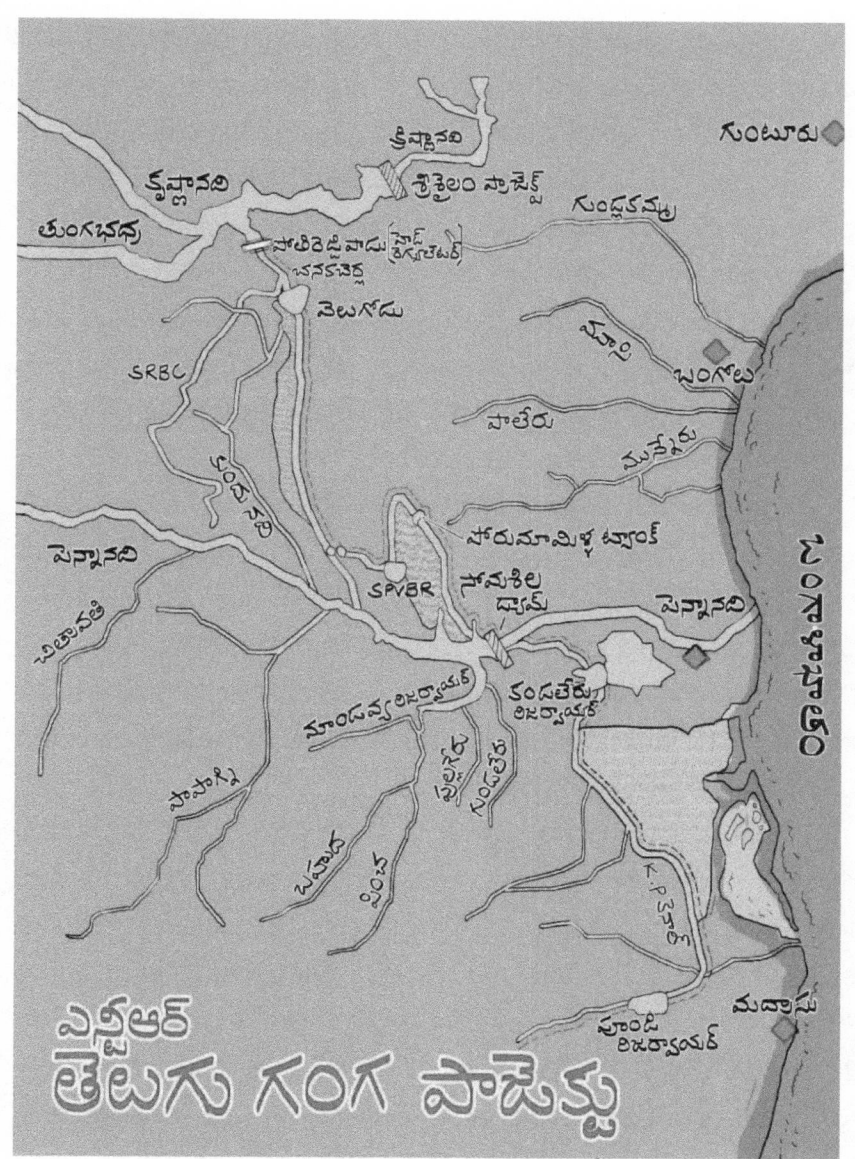

ఎన్టీఆర్
తెలుగు గంగ ప్రాజెక్టు

"తెలుగు గంగ" ప్రాజెక్టును మద్రాసు నగరంలో వున్నాను కాబట్టి, అందుకు గుర్తుగా ఈ ప్రాజెక్టును తమిళనాడుకు అంకితమిస్తున్నానని ఏం.జి.అర్ తో, ఆనాడు ముఖ్యమంత్రి హోదాలో ప్రకటించారు. ఇలా చెప్పించడం వెనుక బెంగళూరు రాజభవన్ సమావేశమే కారణం. మన దురదృష్టం, తెలుగువారి ఆత్మగౌరవం అంతా మీడియాలోనే, ఆంధ్రప్రదేశ్ హక్కుల సాధించడంలో లేదు.

ఇందిరాగాంధీ మరణానంతరం ఆమె భిక్షతో వచ్చిన ప్రభుత్వాన్ని నడపడం సహించక, బొటాబొటి మెజారిటీ ప్రభుత్వంతో ఎప్పటికైనా ఇబ్బందిగా భావించి 1985 మార్చిలో ప్రజల తీర్పు కోరుతూ మధ్యంతర ఎన్నికలకు వెళ్ళారు. ఆ ఎన్నికలలో 202 స్థానాల్లో గెలిచి తిరిగి బలమైన ముఖ్యమంత్రిగా అధికారంలోకి వచ్చారు. కాకపోతే ప్రజలకు మంచి చెయ్యాలని వచ్చిన తెలుగుదేశం పార్టీని అడ్డం పెట్టుకుని మీడియా యజమానులు దోచుకున్నోడికి దోచుకున్నంత! అన్నట్లుగా, ప్రకటనల రూపంలో వందల కోట్ల ప్రజా ధనాన్ని వారి ఇనుప పెట్టెలలో నింపుకొని, ప్రజలకు మాత్రం నీతులు చెప్పడం మొదలుపెట్టారు. ప్రజల భావోద్వేగాల మీద ఓట్లు పిండుకోవడం తప్ప రైతుల అవసరాలు వారి ప్రభుత్వానికి పట్టలేదు. శ్రీరంగ నీతులు చెప్పేవారేగాని, రైతులకు నీరందించేవారులేరు

రైతుల నీటిఎద్దడికి నిరసనగా సీమ నాయకులు, 13రోజులు..13 కోరికలు..13 ఎం.ఎల్.ఏలు..అన్న పేరుపై దీక్ష ప్రారంభించారు. ముఖ్యమంత్రి ఎన్టీఆర్ పిలుపుతో 1988 నవంబర్ 1న సీమనాయకులు నీటిచర్చల నిమ్మిత్తం సచివాలయంలో ముఖ్యమంత్రి గురించి ఎదురుచూస్తున్నారు. ఎన్టీఆర్ ఇంటినుండి సచివాలయానికి బయలుదేరారు. కానీ మార్గమధ్యంలో హఠాత్తుగా కారు ఆపమని, రాజుగారి బిందెలో పాలుపోసినట్లు, అక్కడే రోడ్డుపై తుండు పరచి రెండుగంటలు పడుకొని తరువాత ఇంటికి తిరిగి వెళ్లిపోయారు.

అనుకూల పత్రికలన్నీ ఎన్టీఆర్ ముఖ్యమంత్రిగా నడిరోడ్డుపై పడుకొన్న జగన్నాటకం గురించి రాశాయి, కానీ సచివాలయంలో ఆయన గురించి ఎదురు చూస్తున్న13 మంది ఎం.ఎల్.ఏ ల సంగతి ఒక్క ముక్క రాయలేదు. చివరికి దృఢ నిశ్చయంతో వున్న సీమనాయకుల భాధపడలేక, ప్రధాని రాజీవ్ ఇంటి ముందు ప్రదర్శన చేయాల్సి వచ్చింది. తెలుగు గంగ పనులకి ఆంధ్రప్రదేశ్ ఖర్చు పెట్టిన మొత్తం 92 కోట్లలో మిగిలిన 52 కోట్లు తమిళనాడు నుండి ఇప్పించాల్సిందిగ సాగిలాపడ్డారు. దాంతో పాటు రాయలసీమ ప్రజలు 'తెలుగుగంగ' నీరు వాడుకోవడానికి అనుమతికోరారు. ఢిల్లీకి పోయి.ఉల్లిగడ్డ తెచ్చినట్లు!, ఎలాగోలాగ చివరకి కేంద్రం రాయలసీమ ప్రజలకు అనుమతి మంజూరు చేసింది.

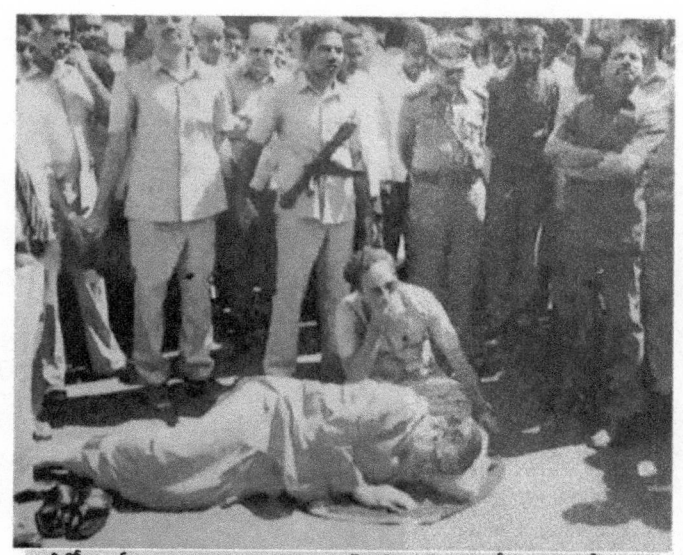

నడిరోడ్డు మీద ముఖ్యమంత్రిగా ఎన్.టి ఆర్, రాజకీయ భావోద్వేగం

1985లో తిరిగి గెలిచిన తర్వాత, పార్టీ పూర్తిగా కుటుంబ పార్టీగా మారిపోయింది. ఒకవరలో రెండుకత్తులు ఇమడవన్నట్లుగా, పార్టీలోను ప్రభుత్వం లోను ఇద్దరి అల్లుళ్లు నేనంటేనేనని ముందుకు వచ్చి రామారావు పరువు తీశారు. వీరిరువురు పార్టీలో పెత్తనం చెయ్యడంతో, పార్టీ ఎం.ఎల్.ఏ లు నలిగిపోయారు. పార్టీ అప్రతిష్ట పాలయింది. ప్రజల్లో నిరసన భావం కలగడానికి ఇది ఒక కారణం. 1989 ఎన్నికలకు కొద్ది నెలల ముందు మొత్తం మంత్రివర్గాన్ని ఏకపక్షంగా రద్దు పరచి కొత్త మంత్రుల్ని తీసుకున్నారు. ఈ కాలంలోనే జరిగిన కులఘర్షణలు, వంగవీటి రంగా హత్య[98] పూర్తిగా ఎన్టీఆర్ ప్రభుత్వ ప్రతిష్ఠను దెబ్బతీశాయి. దీని వెనుక చంద్రబాబు ఉన్నట్లు ఆరోపణలు వచ్చాయి. 1989 ఎన్నికల్లో ఈ అంశం తీవ్రప్రభావం చూపింది. "మీడియాను కట్టడి చేయడం వల్ల అధికారంలో వున్న వాళ్ళు శాశ్వతంగా అధికారంలో కొనసాగుతారా? అంటే ఖచ్చితంగా అవ్వరని తరువాతి కాలం రుజువులతో సహా తెలియజేసింది".

రైతు ఆనందం – ఉద్యోగులకు సన్మానం

కాజ గ్రామంలో జన్మించిన పేకేటి నాగేశ్వరరెడ్డి 1978 సం.లో నీటిపారుదలరంగం లోకి అడుగుపెట్టారు. మొదటిగా నాగార్జున సాగర్ లెఫ్ట్ కెనాల్ లోని క్వాలిటీ డిపార్ట్మెంట్ లో విధులు నిర్వర్తించారు 1985-1990 సం.లో, తెలుగుగంగ ప్రాజెక్టుపై, ఆళ్లగడ్డలో పనిచేసినప్పుడు, దశల వారిగా తెలుగు గంగ ప్రాజెక్టు పనులలో ప్రత్యక్షంగా పాల్గొన్నారు. అదే సమయంలో, తెలుగు గంగ నీటిని రాయలసీమ రైతులు వాడు కోవడానికి ఎన్టీఆర్ ప్రభుత్వం కొత్తగా జీవో తెచ్చింది. ఇక రాయలసీమ రైతులకు ఆనందానికి అవధులు లేవు, వారి సంతోషానికి నిదర్శనంగా, అక్కడి విధులలో వున్న నీటిపారుదల ఉద్యోగులను సన్మానించారని, అది రైతు ఆనందానికి నిదర్శనమని నాగేశ్వరరెడ్డి పేర్కొన్నారు.[99]

శ్రీ పేకేటి నాగేశ్వరరెడ్డి

వీరు తరువాతి కాలంలో, గన్నవరం, మైలవరం, గుడివాడ ఇరిగేషన్ డిపార్ట్మెంట్ ఆడింటింగ్ సెక్షన్ లో పనిచేశారు. ఉద్యోగ విరమణ అనంతరం కూడా, రైతు సేవలో భాగంగా, నీటి పారుదల కన్సల్టెంట్ గా వుండి, ఎన్నో ఎత్తిపోతల పథకాలకు విరివిగా సేవలందించారు. వీరిలో పాకనాటి వారి నెమ్మదితనం, ఎదిగిన కొద్దీ ఒదిగిన విధానం వారిలో ఉంది.

ఇందిరా క్యాబినెట్ లో ఏకైక మగాడు ఇందిరే !!

1917 నవంబర్ 19 న జన్మించిన ఇందిరాగాంధీ, భారతదేశపు తొలి మహిళా ప్రధాని. జవహర్‌లాల్ నెహ్రూ ఏకైక కుమార్తె. అసలు పేరు ఇందిరా ప్రియదర్శిని. తన ప్రాథమిక విద్యాభ్యాసం అలాహాబాదులో, తరువాత పూణెలో మెట్రిక్ పరీక్షలలో ఉత్తీర్ణురాలైంది. కొంతకాలం రవీంద్రనాథ్ ఠాగూర్ స్థాపించిన శాంతినికేతన్ లో, ఆపై లండన్‌లోని ఆక్స్‌ఫర్డ్ విశ్వవిద్యాలయంలో చదువును కొనసాగించారు. లండన్ లో చదువుకునే సమయంలో, స్నేహితుడైన జర్నలిస్ట్ ఫిరోజ్

తో ప్రేమ ఏర్పడింది. వివాహం చేసుకోవాలని నిర్ణయించుకొని, నెహ్రూకి సంగతి తెలియజేశారు. కానీ వారి వివాహానికి నెహ్రూ సుముఖత చూపలేదు. గాంధీజీ ప్రమేయంతో వివాహం జరిగింది. ఇద్దరు పిల్లలు రాజీవ్, సంజయ్ లు జన్మించారు.

శ్రీమతి ఇందిరాగాంధీ

ఇందిరాగాంధీ భర్త ఫిరోజ్ తో అన్యోన్యతగా ఉన్న రోజులు చాలా తక్కువ. వారు ఇరువురు సర్దుకుపోయింది తక్కువే. పంతాలు, పట్టింపులు వారి సంసారాన్ని ఎక్కడికో తీసుకెళ్లాయి. భర్తతో కలిసి అలహాబాదులో ఉంటున్న రోజులలో, తన భర్తతో విభేదాలు ఏర్పడి, అవి తీవ్రతరం అవ్వడంతో ఆమె అలహాబాదును వదలి ఢిల్లీలో తండ్రి చెంతకు చేరారు. మొదటి సార్వత్రిక ఎన్నికలలో జవహర్ లాల్ నెహ్రూపై పోటీగా అల్లుడు ఫిరోజ్ గాంధీ రాయ్‌బరేలీ నియోజక వర్గంలో పోటీచేశారు. ఆ ఎన్నికలలో తన తండ్రి తరుపున ప్రచారంచేశారు. 1964 లో నెహ్రూ మరణించిన తర్వాత, తండ్రి పార్లమెంటు స్థానం నుండి పోటీచేయమని పార్టీ పెద్దలడిగితే, అప్పటికే చైనాతో భారత్ యుద్ధంలో ఓడిపోవడం, ప్రజలలో తండ్రిపై ఉన్న వ్యతిరేకత తన పార్లమెంటు ఎన్నికలపై పడే అవకాశం ఉందని, రాజ్యసభ నుండి ఎం.పిగా ఉండటానికే సుముఖత చూపారు. లాల్ బహుదూర్ శాస్త్రి మంత్రి వర్గంలో సమాచార మరియు ప్రసార మంత్రిగా (1964-66) పనిచేశారు. శాస్త్రి గారి ఆకస్మిక మరణానంతరం రాజ్యసభ నుంచి సరాసరి ప్రధాని పదవిని చేపట్టిన తొలి వ్యక్తి. తరువాత నాలుగు సార్లు దేశ ప్రధానిగా పనిచేశారు.

మనుషుల్లో కొందరికి అధికారం చెలాయించడమంటే మహా మోజు. చుట్టుతా పదిమంది చేరి భట్రాజు పొగడ్తలు పొగిడితే, అదే నిజం అనుకొని వింత వింతగా ప్రవర్తిస్తారు. ఇందిరను క్యాబినెట్ లో ఏకైక మగాడుగా వర్ణించేవారు. రాష్ట్రస్థాయిలో కాంగ్రెస్ పార్టీకి చెందిన ఏ గట్టినాయకుడైన సరే, వారి కింద ఎర్రటి కుంపటిపెట్టి, అసమ్మతి రాజేసి, దానిని ప్రోత్సహించి, ప్రతి రోజూ రాష్ట్ర సీ.ఎంలు శరణు శరణు అంటూ ఢిల్లీకి ఎక్కే విమానం, దిగే విమానంతో తన వద్దకు పరిగెత్తుకుని వచ్చేటట్లుగా చేసి.. దశాబ్దంన్నర పాటు దేశం మొత్తంమీద సరైన నాయకుడంటూ లేకుండా చేసిన గొప్పవ్యక్తి. భారతదేశానికి తానే దిక్కని, తాను లేకపోతే దేశం మనగ

గలిగే పరిస్థితిలేదని ఆమె ప్రగాఢ విశ్వాసం. పాలనాపరంగా ప్రజాస్వామ్య రాష్ట్ర ప్రభుత్వాలంటే విలువ లేదు. నియంతృత్వ, నిరంకుశత్వ పోకడలే ఎక్కువగా ఆమె పరిపాలనలో కనిపించేవి. ఇందిర అంటే గొప్ప శక్తివంతురాలు, బలవంతురాలు అని ప్రజలు నిరంతరం చెప్పుకోవాలని, దాని గురించి యుద్ధాలు చెయ్యడం, పార్టీలో గొడవలు పెట్టుకోవడం రివాజుగా చేస్తూపోయారు. ఆవిడకి పార్టీ నాయకులు గుడ్డిగా హారతులు పట్టారు. గట్టిగా విమర్శించి, ఇందిరమ్మని పోగొట్టుకుంటే దేశం గతేమిటి? భారతదేశం అనాథ అయిపోదా!! అని బెంబేలు పడిపోయారు. దానిని అదనుగా చేసుకుని ఆమె స్వార్థానికి 21 నెలల పాటు ఎమర్జన్సీని విధించారు[100]. ఇందిర కాలంలో కొత్తగా నీటి పారుదల ప్రాజెక్టు ఒక్కటంటే ఒక్కటి కూడా కట్టింది లేదు!. హోరుగాలిలో దీపంపెట్టి ఓరి దేవుడా! అంటున్న రైతుల వేదన ఎవ్వరికీ పట్టలేదు

మన నిజస్వరూపం మనం చూసుకోలేం. ఇతరులు చెబితే సహించలేం. మనమందరం, మనలని మనం మోసగించుకుంటూ ఆత్మ వంచనకి లోబడి, రోజులు గడిపే మా గొప్పనటులం. ఒక రాజకీయ పార్టీ ప్రభుత్వం చేసింది, తరువాత ఎన్నికైన మరోపార్టీ ప్రభుత్వం కొనసాగించదు. ఒకవేళ కొనసాగించి ఆ పనిని పూర్తిచేస్తే, క్రెడిట్ ముందర పార్టీ వారికి దక్కుతుందేమోనన్న సంకుచిత మనస్తత్వం.

1980 సం.లో ఇందిరాగాంధీ ప్రభుత్వం అధికారంలోకి వచ్చి చేసిందదే. నదుల అనుసంధాన ప్రతిపాదనని పక్కన పెట్టి, 'హరిత విప్లవం' పేరు మీద అవసరానికి మించి ఎరువులు, పురుగు మందులు వాడి, ఎక్కువ పంట దిగుబడి సాధించే విధానాలను రైతులకు అలవాటు చేశారు. రైతుల పంట దిగుబడి పెరిగింది. కానీ, అధిక పురుగు మందుల వాడకంతో ఆహారపదార్థాలు విషపూరితమయ్యాయి. దేశంలో మహమ్మారి క్యాన్సర్ కుంపటి రాజుకుంది.

భారతదేశ విభజనతో, మతపరంగా ఘర్షణల మధ్య 1947 సం.లో పంజాబు భూభాగం విడిపోయింది. పంజాబులో లక్షలమంది చనిపోయారు. అప్పటి పంజాబు రాజధాని "లాహోర్" పాకిస్తానుకి తరలింది. భారతదేశ తూర్పు పంజాబుకు సరైన రాజధాని లేకుండా పోయింది. ప్రత్యేక ఆంధ్రరాష్టంతో మొదలైన భాష సంయుక్త రాష్ట్రాల ఏర్పాటు, తూర్పు పంజాబుకి కొత్త కష్టాలు తెచ్చిపెట్టింది. ప్రధాని నెహ్రూ 1956లో పాటియాలా, తూర్పు పంజాబు సంయుక్త రాష్టాన్ని కలిపి పంజాబు రాష్ట్రంలో విలీనం చేసి కొత్త పంజాబు రాష్ట్రం ఏర్పరిచారు.

అకాలీదళ్, పంజాబుకి చెందిన సిక్కు సాంప్రదాయవాద పార్టీ. అకాలీదళ్ సిక్కుల సమస్యలపై పోరాడే నిమిత్తం ఏర్పడింది. 1956లో ఏర్పడిన కొత్త పంజాబు రాష్టంతో, అకాలీదళ్ ఆధ్వర్యంలో మతఉద్యమాలు పెరిగాయి. దీని వెనుక ప్రధానంగా మాస్టర్ తారాసింగ్, ఫతేసింగ్ ఉన్నారు. 1966 నవంబరు 1న ఇందిరాగాంధీ, హిందువులు ఎక్కువగా ఉన్న పంజాబు ఆగ్నేయ ప్రాంతాన్ని, హిందీ మాట్లాడే ప్రజల భాష పేరు మీద కొంత భూభాగం వేరుచేశారు. దానిని హర్యానా రాష్ట్రం అన్నారు. పంజాబు మధ్యలో వున్న చండీగఢ్ ని కేంద్రపాలిత ప్రాంతంచేసి పంజాబు, హర్యానా రాష్ట్రాలకు ఉమ్మడి రాజధానిని చేశారు. పంజాబులోని మరికొన్ని జిల్లాలను హిమాచల్ ప్రదేశ్ రాష్టంలో చేర్చారు. ఈ అసంబంధమైన విభజన తీరు సిక్కుల మనోభావాలకు పూర్తిగా విరుద్ధం.

ఇందిరా కాంగ్రెస్, షాహీద్ జర్నైల్ సింగ్ బింద్రాన్వాలేను అకాలీదళ్ కు వ్యతిరేకంగా ప్రయోగించి కొంతకాలం సంబరపడ్డారు. బింద్రాన్వాలే కూడా రెండు మతాల మధ్య చిచ్చునిపెట్టి తొందరగానే ఎదిగాడు. చివరకి సిక్కులకు ప్రత్యేకంగా ఒక దేశమే కావాలన్నాడు. దానితో ఖలిస్థాన్ వ్యవహారం మొదలయింది. అవకాశం కోసం ఎదురుస్తున్న పాకిస్తాన్, బింద్రాన్వాలేకు విరివిగా ఆయుధాలను సమకూర్చింది. బంగ్లాదేశ్ విమోచన యుద్ధంలో, బంగ్లాదేశ్ ముక్తిబాహినికి శిక్షణనిచ్చిన మాజీ మేజర్ జనరల్ షూబేగ్ సింగ్ భింద్రన్ వాలే పక్షాన చేరి, అమృత్సర్ లోని స్వర్ణదేవాలయాన్ని యుద్ధ కోటగా మలచనారంభించారు.

కేంద్ర హోమ్ మంత్రి పి.వీ నరసింహారావు జరిపిన మధ్యవర్తిత్వం విఫలమైంది. దేశం సమస్య తీవ్రతను తొందరగానే గుర్తించింది. గోల్డెన్ టెంపుల్ నుండి జర్నైల్ సింగ్ భింద్రాన్వాలేను మరియు తిష్ట వేసిన ఖలిస్థాన్ టెర్రరిస్టులను పారద్రోలేందుకు లక్ష మందికి పైగా సైనికులు "ఆపరేషన్ బ్లూ స్టార్" లో పాల్గొన్నారు[101].13 యుద్ధట్యాంకుల ద్వార ఆలయద్వారాలను పగలగొట్టాల్సి వచ్చింది. శత్రువుల రక్షణ ఏర్పాట్లను విరగొట్టి, ముందుకు కదిలారు. సైనికులు 500 కన్నా పైగా చనిపోతే, 3 వేల మందికి పైగా సామాన్య జనం ఈ సైనిక చర్యలో చిక్కుకుని ప్రాణాలు విడిచారు. ఇందులో భక్తులెవ్వరో, తీవ్రవాదులెవ్వరో గుర్తించ లేకపోయారు. ఈ బ్లూస్టార్ ఘటనతో ప్రధాని ఇందిరగాంధీ ప్రాణాలకు ప్రమాదం ఉందని ఇంటెలిజెన్స్ హెచ్చరించి, ప్రధాని వ్యక్తిగత అంగరక్షకుల జాబితాలో సిక్కులను ఎట్టి

పరిస్థితులలో చేర్చరాదని, వారిని ప్రస్తుత బాధ్యతల నుంచి తొలగించి, బదిలీ చేయాల్సిందిగా సూచించారు.

బియాంత్ సింగ్, సత్వంత్ సింగ్ వీరు ఇరువురు ప్రధాని ఇందిరాగాంధీ అంగ రక్షకులుగా వున్నారు. అక్టోబర్ 31, 1984 న ఉదయం 8.00 గంటలకు ఇందిరాగాంధీ ఇంటి నుండి ప్రధాని ఆఫీస్కు నడుచుకుంటూ వెళుతున్న సమయంలో కాల్పులను జరిపారు. కర్కశంగా 23 రౌండ్ల కాల్పులను ఆమె నేల కూలే వరకు కాల్చారు. అంతా అయిపోయిన తర్వాత ఇద్దరూ వారి ఆయుధాలను నేలపై ఉంచి, లొంగిపోయి మేము ఇది ఆపరేషన్ బ్లూస్టార్ కు ప్రతీకారంగా చేసామని ప్రకటించారు.

మధ్యాహ్నమయ్యేసరికి అన్ని పత్రికలూ ప్రత్యేక బులిటెన్లో ఇందిరా మరణ వార్తను ప్రచారం చేశాయి. ప్రభుత్వం ఎంత శ్రద్ధతీసుకున్నా, ప్రధానికి భద్రతా పరమైన రక్షణ సిబ్బంది ఉన్నా, హత్యకు గురయ్యారు. రక్షణ సిబ్బంది వారు డ్యూటీలో ఉన్నంత మేరకే రక్షణ ఇస్తారు. నేరస్తుడయితే 24గంటలు తనలక్ష్యంపై అప్రమత్తంగా ఉంటారు. ఇందిరాగాంధీ విషయంలో రక్షకభటులే హంతకులయ్యారు. ప్రధాని మరణానంతరం మొదలైన కాంగ్రెస్ పార్టీ ప్రేరిత అల్లరిమూకలు,అమాయక సిక్కులపై మరణకాండను జరిపాయి. 3,500 వరకు సిక్కులు మరణించారు. వేల కుటుంబాలు వీధినపడ్డాయి. అప్పటి సమాజం చర్యకి ప్రతిచర్య అంటూ ఊగిపోయింది. జీవితంలో "చాలు" అనుకోవడం, అనడం రెండు మనిషి పరిపక్వతకు నిదర్శనం.

నీలం సంజీవరెడ్డి – స్థితప్రజ్ఞుడు

శ్రీ నీలం సంజీవ రెడ్డి

1977 లో జరిగిన సార్వత్రిక ఎన్నికలలో దేశమంతటా జనతాపార్టీ గాలి వీచింది. అప్పటికే ఇందిర చేసిన తిక్కపనులతో విసిగిన ప్రజలు, కాంగ్రెసును చిత్తుగా ఓడించారు. భారతదేశం రాజకీయ చరిత్రలో ఎన్నికలలో ఓడిపోయిన తొలి ప్రధానిగా రికార్డుకెక్కింది. నంద్యాల నియోజకవర్గం నుండి జనతాపార్టీ అభ్యర్థిగా పోటీ చేసిన నీలం సంజీవరెడ్డి, ఆంధ్ర రాష్ట్రం నుండి ఎంపికైన ఏకైక అభ్యర్థిగా పార్లమెంట్ లో ప్రవేశించారు. పార్లమెంటుకు ఆరవ లోక్ సభ స్పీకర్గా ఏకగ్రీవంగా ఎన్నికయ్యారు.

నంద్యాల నియోజకవర్గం నుండి జనతాపార్టీ అభ్యర్థిగా గెలిచిన వీరు, లోక్ సభ స్పీకర్ పదవికి రాజీనామా ఇచ్చి, రాష్ట్రపతి పదవికి ఏకగ్రీవంగా ఎన్నికయ్యారు. ఎన్నికలలో ఓడిపోయిన ఇందిరమ్మ, ప్రతిపక్షహోదాలో మద్దతిచ్చారు.

దీనికి పూర్వం సంజీవరెడ్డి గారు ఐదవ లోక్‌సభ సభాపతిగా ఎన్నికయ్యారు. కానీ,రాష్ట్రపతి పదవికి పోటీ చేయడంతో సభాపతి పదవికి రాజీనామా చేశారు. కాంగ్రెస్ పార్టీ తరుపున రాష్ట్రపతి అభ్యర్థిగా నిలుచున్నారు. నామినేషన్ దాఖలు వేసేటప్పుడు ప్రధాని ఇందిరా ఆయన వెంటే ఉన్నారు. కానీ, మరో వైపు వి.వి. గిరి తాను కూడా రాష్ట్రపతి ఎన్నికలకు పోటీచేస్తున్నట్లు, ఇందిరా మద్దతు తనకు కూడా ఉన్నట్లు తెలిపారు. ఇందిరా వెనకనుంచి మంత్రాగం నడిపారు. ఆత్మ ప్రభోదానుసారం ఓటువేయమని పార్టీ ఏం.పి,ఎం.ఎల్.ఏలకు చెప్పారు. తన తప్పిదంతో కాంగ్రెస్ పార్టీలో చీలికొచ్చింది. నీలం సంజీవ రెడ్డి ఓటమికి కారణ మయ్యింది.

వి.వి.గారు ఇందిర చెప్పిన మాట తు.చ. తప్పకుండా అనుసరించి, ఎమర్జన్సీ విధించిన సమయంలో44 సార్లు రాజ్యాంగాన్ని మార్చి, రాష్ట్రపతి అంటే రబ్బరు స్టాంప్ అని పేరు తెచ్చుకున్నారు. రాష్ట్రపతి ఎన్నికలలో ఓటమిని హుందాగా తీసుకున్న నీలం సంజీవ రెడ్డి, ఇక ఢిల్లీ రాజకీయాలకు విరామం ఇచ్చి, తాను పుట్టిన అనంతపురం జిల్లాకు తరలి, వ్యవసాయ పనుల్లో నిమగ్నమయ్యారు. తాను రాష్ట్రపతిగా ఓడినా, గెలిచినా హుందాగానే వ్యవహరించారు.

పురిటిపాటి రామిరెడ్డి (డోకిపర్రు), శంషాబాదు లో హిందీ భాష పండిట్ గా పనిచేస్తున్నసమయంలో, రాష్ట్రపతి నీలం సంజీవరెడ్డి నుంచి వచ్చిన పిలుపుతో ఢిల్లీ వెళ్లారు[102]. అక్కడ సంజీవరెడ్డి పర్సనల్ అసిస్టెంట్ మరియు ట్రాన్స్ లేటర్ గా వివిధ సేవలందించారు. వారిలోని స్వచ్ఛత, నిరాడంబరత, నమ్రత, సంజీవరెడ్డి కుటుంబీకులను ఎంతగానో ఆకర్షించాయి. రాష్ట్రపతి పదవివిరమణ వరకు రామిరెడ్డి రాష్ట్రపతి భవన్ లో ఆయన బాధ్యతలను సమర్థవంతంగా నిర్వర్తించారు.

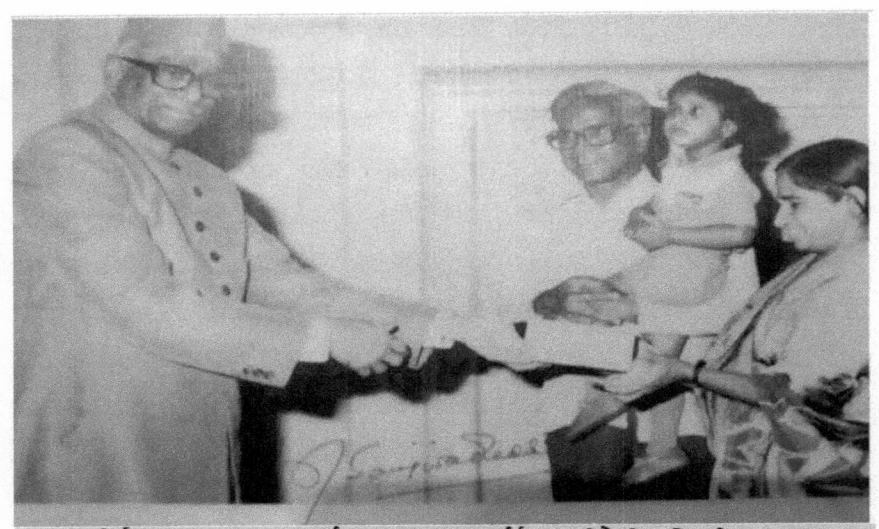

రాష్ట్రపతి శ్రీ నీలం సంజీవరెడ్డి గారితో,రాష్ట్రపతి భవన్‌లో శ్రీ పురిటిపాటి రామిరెడ్డి గారి కుటుంబం

★★★

నీరు మెరక ఎరుగు

గోరుచుట్టు మీద రోకలి పోటులాగా, కష్టాల దొంతరలో పడ్డ బాధ చిన్నదేం కాదు. కొన్ని సందర్భాల్లో మనిషికి తన బాధలు చెప్పుకుందామంటే వినే నాధుడు లేనప్పుడు, చెప్పుకుంటే పదిమందిలో తేలికవ్వచ్చని అనుకున్నప్పుడు, తన వీపు తానే చరుచు కుంటూ గుండెదిటవు చేసుకోవడం అవసరం. కష్టాల దొంతరలో వున్న భద్రమ్మగారికి, తన ఆత్మాభిమానం దెబ్బతింటుందనిపించినప్పుడు, ఆవిడ జీవితాన్ని 'గాలిలో తెగిన గాలిపటం'లా వుంచటానికైనా అంగీకరించింది కానీ, కష్టాలతో సర్దుకు పోవాలనుకోలేదు. తన కుటుంబాన్ని పట్టిపీడిస్తున్న దుఃఖాన్ని పారద్రోలాలని భావించారు. ఆవిడ జీవితాన్ని శిశిరంలా కాకుండా వసంతంలా మార్చుకోవాలని, స్థబ్దుగా ఉండటంకన్నా, జీవంతో కదలడం ఉత్తమమని ధైర్యం చెప్పుకున్నారు.

సాహసంలో బలం, జీవం, ఆశ, భవిష్యత్తు వున్నాయి. బంగారం, కొలిమిలో రంగు తేలి అలంకార రూపంలోకి మారుతుందే కానీ, దాని విలువ తగ్గదు. ఏవ్యక్తి జీవితంలోను అన్ని రసవత్తరమైన ఘట్టాలుండవు.ఒక వ్యక్తి కొంతకాలం

మహత్తరమైన అనుభవాలకు గుర్రై, తరువాత చాలాకాలం మామూలుగా జీవించవచ్చు.

పి.పి రెడ్డి జీవితంలోకి చొచ్చుకొచ్చిన ఇబ్బందులు, ఆంధ్రప్రదేశ్ లో వచ్చి పడిన ఉద్యమాల కారణంగా, ఆయన చదువు డోకిపర్రు స్కూల్లోనే ఆగిపోయింది. కుటుంబబాధ్యతలు భుజానవేసుకుని కొద్దికాలం వ్యవసాయం మరియు గోసంరక్షణ చేయడం మొదలుపెట్టారు. తరువాత విజయవాడలో, అర్.బి శాస్త్రి గారి దగ్గర క్రొవ్వత్తుల ఫ్యాక్టరీలో పనిచేశారు.

వాగులు,కాలవలు ,నదులు కష్టసుఖాలోంచి ప్రవహించి మహాసముద్రం లోకి చేరుకొని, నిశ్చలత్వంతో పరిపూర్ణతని పొందుతాయి. పి.పి రెడ్డి ప్రతి పనిని ఎంతో శ్రద్ధగా చేస్తూ, తనని తాను మెరుగు పరుచుకోవడం మొదలుపెట్టారు. ఆ ప్రయత్నంలో తన జీవితం నిర్జీవంగా ఎలావున్నా దాన్ని అలా స్వీకరించడానికి మనస్సు అంగీకరించలేదు. అప్పటికి నష్టంజరిగినా సాహసించి, క్రొత్తగా ప్రయత్నించి జీవించడం ఉత్తమం అని అభిప్రాయపడ్డారు.

పాఠశాల విద్యను మధ్యలో ఆపిన కుర్రాడు, పల్లెటూరు నుండి హైదరాబాదుకి జీవిత పాఠాలను చదవడానికి తల్లి ఆశీస్సులతో, నాన్న పామిరెడ్డి కృష్ణారెడ్డి చేసిన మంచి పనులను గుర్తుంచుకున్న మరికొద్దిమంది శ్రేయోభిలాషుల దీవెనలతో ప్రయాణమయ్యారు. తొలిగా బాలానగర్ లో, ఎలక్ట్రికల్ స్తంభాల కాంట్రాక్ట్స్ చేసే ఓ.వి రావు దగ్గర పనిచేసి, కాంట్రాక్టర్ యొక్క కష్టనష్టాలను అవగతం చేసుకున్నారు. తన తొలిప్రయత్నంలో ఉమ్మడి భాగస్వామ్యంలో చిన్నచిన్నలిఫ్ట్ ఇర్రిగేషన్ కాంట్రాక్టులను చేయడం మొదలుపెట్టారు. వ్యాపారంలో తొలినాళ్లలో నేల మీద నడుస్తూ, అనుకోకుండా నీళ్లలో దిగినట్లుగా వుంది. ఈత చేతనైతే కానీ నీళ్లలో దిగలేం. నీటిలో దిగితే కానీ ఈత రాదు. వ్యాపారంలో కూడా అంతే. మెత్తగా ఉంటే పెట్టిన పెట్టుబడి కూడా మనకి తిరిగి రాదు. పనిని వందశాతం పక్కాగా పూర్తి చేసినా కూడా ప్రతిఫలానికి ఎదురు చూడాల్సిందే.

నీటి పారుదలలో కాంట్రాక్టు పనులు చేసే వాళ్ళకి అర్హత ఎంత అవసరమో? మొదటిసారిగా పి.పి రెడ్డికి తెలిసింది. ఎవరికి పని చేసే అర్హత ఉంటుందో, వారికి పనులు లభిస్తాయి. ఒకరి అవసరాలు ఒకరు పట్టించుకోరు. అవసరాలు తీరడమనేది వారి వారి అర్హత మీద ఆధారపడి ఉంటుంది. మనమేం పనులు పూర్తిచేయగలమో అవి చేస్తాం, మనమేం పొందగలమో అవి పొందుతాం.

దానినెవ్వరు ఆపలేరు. జీవితానికి లక్ష్యం ఉన్నప్పుడే బుద్ధి మేల్కొంటుంది. అప్పుడు ఇంద్రియాలు ఎంత ఊరించినా కూడా, బుద్ధి గట్టిగా వారిస్తుంది. మన లోపల ఉన్న లక్ష్యమే మనకు దగ్గర దారి చూపిస్తుంది. ఇదంతా మానసికంగా జరిగే ప్రక్రియ. పి.పిరెడ్డికి తనకంటే తన జీవిత ప్రయోజనం ఎంతో ఉన్నతమైందిగా అర్థమయ్యింది. గమ్యం విశాలమైనదయినప్పుడు, ప్రయోజనాన్ని చేకూర్చడానికి తనవంతుగా, విశ్వమంతా సహకారం అందిస్తుంది. జీవితంలో ఒక నీటిపారుదల కాంట్రాక్టర్ గా ముందడుగు వేయడానికి మంచి మార్గం దొరికింది. సంకల్పం తన జీవితాన్ని సమూలంగా మార్చింది. సంకల్పధారణకు సరైన ఉద్దేశ్యాలతో, చిత్తశుద్ధితో కూడిన కార్యాచరణ తోడైతే మానవమాత్ర ఆకాంక్షలు నిజమవుతాయి.

గోదావరి బేసిన్లో, నది ప్రవాహం ఎత్తు బాగా తక్కువ. నీళ్లు కావాల్సిన భూ ప్రాంతం ఎత్తు చాల ఎక్కువ. సముద్ర మట్టం నుంచి గోదావరి ప్రవాహం సుమారుగా 75–80 మీటర్ల ఎత్తులో ఉంటుంది. గోదావరి జలాలు తెలంగాణకు ఇవ్వడం అనేది.. నీళ్లున్నాయి తీసుకోవచ్చు అనేంత సులభమైన విషయమేమి కాదు. భౌగోళికంగా చూస్తే తెలంగాణ, రాయలసీమలోని ప్రాంతాలు సముద్రమట్టానికి వందల మీటర్ల ఎత్తులో వున్నాయి. సముద్ర మట్టానికన్నా ఎత్తుగావున్న ప్రాంతాలకు నీరందించాలంటే ముందుగా దాని సాధకబాధకాలను తెలుసుకుని ఉండాలి.

తెలంగాణ ప్రాంతంలోని మహబూబనగర్ జిల్లా, రాయలసీమ ప్రాంతంలోని అనంతపురం జిల్లా, దేశంలోనే కరువు జిల్లాలుగా మా గొప్పపేరు సంపాదించాయి. పైన బీటలు వారిన పీఠభూమి పంటపొలాలు, కొన్నిమీటర్ల దిగువన చక్కని కృష్ణా,పెన్నా జీవ నదుల ప్రవాహం, చుక్క నీటిని కూడా పొలాలను తడుపుకోలేని రైతుల దౌర్భాగ్యం. వివిధ పార్టీల రాజకీయ నాయకులు రైతులను మోసంచేసే ప్రక్రియలో, ఒకొక్క ప్రాజెక్ట్ కి పలుమార్లు పునాదిరాళ్లు వేశారు. శ్రీశైలం ఎడమగట్టు కాలువకు, హంద్రీ–నీవాకు వేసిన పూనాది రాళ్ళకైతే లెక్కేలేదు.

కరువు రక్కసి గజ్జె కట్టి కరాళ నృత్యం చేసే పరిస్థితికి మారు పేరు పాలమూరు. ఇక్కడ పడిన వాన చినుకులు కొన్ని గంటల్లో తిరిగి కృష్ణమ్మలో కలిసి పోతాయి. సరైన నీటివనరులు లేని ఈ ప్రాంత పరిస్థితులలో కరువు విలయ తాండవం చేస్తుంది. కల్లో, గంజో తాగి ప్రాణాలు నిలుపుకుందాం అనుకుంటున్న ప్రజలకి త్రాగే నీటికి ఇక్కట్లే. ప్రజల దుస్థితే ఇలా ఉంటే, పశుపక్ష్యాదుల సంగతి ఇక చెప్పనక్కరలేదు. గడ్డి కూడ దొరకక పశువులు కబేళాలకు తరలిపోతుంటాయి. చేసేదేమి లేక ఇక్కడి

వారు వలస కార్మికులుగా మారి, నిత్యం పదుల సంఖ్యలో, పని గురించి వెళ్తూ బతుకువెళ్లదీస్తున్నారు. విచిత్రమేమిటంటే వీరందరికి తమ పేరిట సొంత పొలాలున్నాయి. కానీ నీటి వసతులు లేక దుర్భర క్షామ పరిస్థితులకు అలవాటై, వారు రైతులే అన్న విషయాన్నీ మరచిపోయారు.

హైదరాబాద్ కు 185 కిలోమీటర్లు, కర్ణాటక రాష్ట్రంకి ఆరు కిలోమీటర్ల దూరంలో వున్న పస్పుల, మురహరి దొడ్డి గ్రామాల దగ్గరలో కృష్ణా, భీమా అనే రెండు నదులు కలుస్తాయి. ఇలా రెండు నదులు కలిసే ప్రాంతాన్ని ప్రయాగ అంటారు. ఇక్కడ కృష్ణానది భూమట్టానికి కన్నా 90 అడుగుల లోతులో ప్రవహిస్తుంది. పస్పుల, మొరహరి దొడ్డి గ్రామ ప్రాంతంలో వ్యవసాయ భూములకు నీరు కావాలంటే, నీటిని 100 అడుగుల పైగా ఎత్తి పోయాల్సిందే. ఇదొక విచిత్ర పరిస్థితి.

ఎక్కడి నీరూ పల్లానికే చేరుతుందన్న నానుడికి భిన్నమైన సంకల్పం కల్గిన పి.పి రెడ్డి 1983 సం.లో చిన్నపాటి నీటిపారుదల కాంట్రాక్టరుగా మణికంఠ ఎత్తిపోతల-II ప్రాజెక్టులో పాలుపంచుకొన్నారు. బుద్ధుడు ఏ తరగతిగదులలోను చదివి బుద్ధుడు కాలేదు! అన్నమయ్య ఏ సంగీత పాఠశాలకి పోలేదు, వారంతా తమలో ఉన్న నిజమైన అంతరాత్మ తపనను కనుగొన్నారంతే. నీటిపారుదల ప్రాజెక్టు పనులతో రైతుల జీవితాలలో వచ్చే మార్పుని ముందే ఊహించిన తన మనస్సు సంతోషంతో ఉప్పొంగింది. ఈ కార్యం తన అంతరంగంలోని విషయమే అన్నట్లు తోచింది.

'నీ ప్రతిభ, నీ దేశ అవసరాలు ఎక్కడ కలుస్తాయో అదే నీ వృత్తి'. పస్పుల గ్రామం వద్ద మొదటిప్రయత్నం లోనే సఫలీకృతమైన ఎత్తిపోతల పథకంతో, మానవ ప్రయత్నంతో ఎంతకష్టమైన పనైనా సాధించవచ్చని అవగతమైంది. ఎటువంటి ప్రణాళికలు అవలంబించారు?, ఏవిధంగా కష్టపడ్డారనే దానిమీదే విజయం ఆధారపడుతుందని తెలిసింది. పనిని తీవ్రమైన తపనతో చేశామంటే మనకు తెలియకుండానే ఉత్తమమైనదిగా గుర్తింపు పొందుతుంది. రెండవ పని మొరహరి దొడ్డి ప్రాజెక్ట్ కూడ విజయవంతమైంది.

తనలో ఉన్న ప్రతిభేమిటో, తన దేశ రైతుల ముఖ్య అవసరమేమిటో తెలిసింది. అతితక్కువమంది మాత్రమే తమ అంతర్గత ప్రతిభ ఆధారంగా వృతులను ఎంచుకుంటారు. మన మనస్సులో ఎంత మంచి ఆలోచనలున్నా, నిత్య జీవితంలో అది నిజమైరావడానికి కారణంతో కూడిన ఒక్క గొప్ప సంకల్పం కూడా ఉండాలి.

అమ్మకు నేనివ్వగల్గిన కానుక

పి.పి రెడ్డి "నిత్య ప్రవాహిని" అయిన నదీ జలాలను ద్రవరూపంలో వున్న బంగారంగా భావించారు. దేశంలో అన్ని ప్రాంతాలలో జలకళను చూడాలని, బీటలు వారిన నేలను సశ్యశ్యామలం చెయ్యాలన్న తన తపనే దృఢ నిశ్చయంగా మారింది. ఒక్కసారి జీవితం పట్ల దృక్పథం మారితే, తదనుగుణంగా శరీరం కూడా మార్పు చెందుతుంది. ఒక గొప్ప లక్ష్యానికై స్ఫూర్తిపొందినప్పుడు, తపనతో జ్వలించినప్పుడు,

దేహబాష, నడక, నడత, మాట అన్ని మారిపోతాయి.శరీరంలోని అణువణువూ ఆత్మవిశ్వాసంతో రూపాంతరం చెందుతుంది. తను సమస్యను ఎప్పుడు ఎదుటి వారి దృష్టితో చూసి అర్థం చేసుకోవడానికే ప్రయత్నించారు. నిత్య భగీరథ ప్రయత్నంతో రైతుల కళ్ళలో చూసిన ఆనందంతో పాకనాటి బిడ్డకి సంతోషం పెల్లు బికింది.

తల్లి తండ్రులు ఏమీ కోరతారో అవే వాళ్ళ పిల్లలలో కనిపిస్తాయి. వేరేవి కనిపించవు. తన తల్లి భద్రమ్మ కొడుకుని ఎలా చూడాలనుకుందో, ఆ కోరిక తీరి సంతోషించింది. ఆమె తన పిల్లలని బాగాపెంచాలని, గొప్ప వాళ్లను చేయాలనీ తాపత్రయపడే అందరి తల్లుల లాంటిదే.

నదీ జలాలకు రాజకీయాలు తెలియవు

కాసు బ్రహ్మానంద రెడ్డి, ఆంధ్రప్రదేశ్ లో బిహెచ్ఇఎల్, ఐడిపిఎల్, ఇసిఐఎల్, బిడిఎల్, హిందుస్థాన్ కేబుల్స్, విశాఖ ఉక్కు కర్మాగారం వంటి భారీ సంస్థల స్థాపనలో ప్రధాన పాత్ర పోషించారు. పారిశ్రామిక మౌలిక సదుపాయాలను సృష్టించి రాష్ట్రాన్ని పారిశ్రామికంగా అభివృద్ధిచేశారు. 1964 సం.లో రాష్ట్ర ముఖ్యమంత్రిగా పదవిబాధ్యతలు చేపట్టారు. 1971 సం.లో జరిగిన తెలంగాణా ఉద్యమ సమయంలో ముఖ్యమంత్రి పదవికి రాజీనామాచేశారు. 1974 సం.లో కేంద్రమంత్రిగా కమ్యూనికేషన్, హోం, పరిశ్రమల శాఖలను నిర్వహించారు. 1977 సం.లో కాంగ్రెస్ అధ్యక్ష పదవికి ఎన్నికయ్యారు. అధ్యక్షుడిగా వున్నప్పుడు 1978 జనవరి 1 న ఇందిరాగాంధీని పార్టీ నుంచి బహిష్కరిస్తున్నట్లు ప్రకటించిన ధీశాలి. హైదరాబాదులో స్థాపించిన బిహెచ్ఇఎల్ సంస్థకు అనుబంధంగా బాలానగర్ చుట్టూ వందల కొద్ది అనేక ప్రైవేట్ సంస్థలు స్థాపించబడ్డాయి. దాంతో బాలనగర్ చుట్టుతా పరిశ్రమలకు అనుకూల వాతారణం ఏర్పడింది.

1989 సం.లో పి.పిరెడ్డి బాలానగర్ లో, వారి చిన్న కూమార్తె పేరు మీద మూడు షెడ్లతో, 'మేఘా ఇంజనీరింగ్ ప్రవైట్ లిమిటెడ్' అనే సంస్థ ప్రారంభించారు. మేఘా సంస్థలో సొంతంగా చిన్న తరహా నీటి ఎత్తిపోతల పథకాలకు పైపులను తయారుచేస్తూ, వాటితో పాటు నీటిపారుదల రంగంలో కాంట్రాక్ట్ పనులను అకుంఠిత దీక్షతో ప్రారంభించారు.

ప్రకృతి నుంచి ఉద్భవించిన మానవుడు తన చుట్టూ వున్న వాతావరణాన్ని చూడగల శక్తితో, దానికి ప్రతిగా వ్యవహరించి, ప్రకృతిని లోబరుచుకుంటున్నాడు. ఇతర జీవరాసులలో లేని మేధస్సే దీనికి ప్రధానకారణం. ఏదైనా కార్యం సాధించాలంటే ముందుగా సరైన ఆలోచన అవసరం. ఆలోచనతోనే మానవుడు కార్యసాధనకు పూనుకుంటాడు. సంకల్పాలు సఫలం కావాలంటే సరైన సాధనాలు కావాలి. మనసును బట్టి మార్గం, సమాజపు వీలును బట్టి వాలు అన్నట్లు ఇప్పటి వరకు "నీరు పల్ల మెరుగు"అన్నది మన బలమైన విశ్వాసం. కానీ మేఘా ఇంజినీరింగ్ సంస్థ, "నీరు మెరక ఎరుగు" అన్న తన నూతన ఆలోచనతో.. హైడ్రాలజీ సాంకేతిక విజ్ఞానంతో బలీయమైన స్నేహం చేసింది. లక్ష్యం ఉత్కృష్ట మైనదిగా భావించినప్పుడు సాధన కూడా ఉత్కృష్ట మైనది గానే ఉంటుంది.

నిండుగా కాసిన చెట్టు

పి.పి రెడ్డి క్రమశిక్షణ ఎదుటి వ్యక్తిని నిలదీస్తుంది. అదిలేని వ్యక్తులని భయపెడుతుంది. ఇనుప దూలాల పైపుల చప్పుళ్లతో, వెల్డింగ్ ఆర్క్ లాంప్ వెలుగులతో మేఘా ఫ్యాక్టరీలో నిత్యం పని నడుస్తుంది. ఎంతో కోలాహలంగా వివిధ రకాలైన పనులతో వాడిన రెంచులు, ఇతర పనిముట్లతో సైట్ అంతా సాయంకాలానికి చూడటానికి సంబరం మాదిరిగా మారిపోయేది.

పైపులను తయారు చెయ్యడం కొద్దిగా రిస్కుతో కూడుకున్న పని. ఇనుప పైపుని తయారు చేసేటప్పుడు పైపుని ఎత్తులో తాళ్లతో కట్టి నిలబెట్టాలి. అంత ఎత్తులో పైపుని నిలబెట్టి, ఫిట్టర్ మార్క్ చేసిన దగ్గర వెల్డింగ్ చేస్తారు. ఆ ఎత్తు అందుకోవడమే కష్టంగా ఉంటుంది. దీనికి తోడు వెల్డింగ్ వెలుతురు కంట్లో పడకుండా తగు జాగ్రత్తలు తీసుకొంటూ పని చేసుకుంటూ పోవాలి. ఈ పని చాల బాధ్యతా యుతమైనది. ఈ రంగంలో పనిచేసే వారు అంత ఎత్తు (10–50 అడుగులు) పై నుండి చిన్న చిన్న 4'', 6" వెడల్పు దూలాలపై నుండి అవలీలగా నడుస్తారు. వారిని చూస్తే మనకి భయం వేస్తుంది. ఒక్కోసారి చిన్న 2" కంటే తక్కువ పైపు తయారు చేసేటప్పుడు, దానిని ఏంగిల్ తిప్పడానికి పైపులో బాగా ఇసుక కూరి, ఎర్రగా కాల్చి పైపుని బలవతంగా వంచుతారు. ఇలాంటి కష్ట తరమైన పనులు ఆయా రంగాలలో పనిచేస్తేనే తెలుస్తుంది. ఆ కష్టం బయట నుండి చూసిన వారికి పెద్దగా అవగాహన ఉండదు. ఈ పని చాల ఆసక్తికరంగా ఉంటుంది.

కొన్నిసార్లు పెద్ద U ఆకారంలో వున్న గొట్టం 10 అడుగుల లోపు నిర్మించి దానిని 30 అడుగుల ఎత్తున బిగించాల్సి ఉంటుంది. ఇది చాల పెద్ద పని. సైటులో వున్న ఫిట్టరులందరు కలసికట్టుగా ముందు U గొట్టం 1 అడుగు వ్యాసంతో వున్నది తయారు చేసి, దానిని పైకి ఎక్కించడానికి ఏర్పాట్లు చేస్తారు. మరోవైపు వేరొక బృందం పుల్లీకి (గిలక) తాడు బిగించి దాని ద్వారా U గొట్టం పైకి లాగుతారు. నెమ్మదిగా U గొట్టం పైకి లెగుస్తుంది. చివరకు అది పెట్టవల్సిన ఎత్తుకు సులభంగా చేరుతుంది. ఫిట్టరులు, వెల్డర్లు పైకి వెళ్లి దానిని అనుకున్న విధంగా బిగిస్తారు. పని పూర్తికాగానే అందరిలో సాధించామన్న గర్వం కనపడుతుంది.

ఫ్యాక్టరీ నిర్మాణరంగంలో ఎన్నో రకాలైన పనులుంటాయి. వాటికి తగ్గ మెళకువలు అవసరం. వాటితోనే ఇబ్బందులు, ప్రమాదాలు పొంచిఉంటాయి. దీని వెనుక యాజమాన్యం ప్రణాళిక, శ్రమ, పట్టుదల, కార్మికుల కష్టం ఎంతో ఉంటుంది.

మనకు కావాల్సింది విజయవంతంగా తయారు చేయగలిగితే సంతృప్తిగా ఉంటుంది. జీవితంలో మనిషి యొక్క ఆనందం, ఏదో ఒకటి పొందటంలో వున్న దాని కన్నా, గొప్పదైన ఒక పనికి తనను తాను అంకితం చేసుకోవడంలో ఉంటుంది.

మేఘా సంస్థను స్థాపించిన తొలి రోజుల్లో, పి.పి.రెడ్డికి వివిధ రూపాలలో తగిలిన ఎదురుదెబ్బలతో వచ్చిన కొత్త కొత్త అనుభవాలకు తక్కువేం కాదు. సంఘం అనేక తెలివి తక్కువ ప్రశ్నలతో చాలానే విసిగించాలని చూసింది. ఆ ప్రశ్నల నుంచి ఓర్పుగా ఎంతో కొంత నేర్చుకోవడానికి అలవాటుపడిన ఆయనకి కొత్త తెలివి తేటలు అబ్బాయి. కానీ అప్పటి సంస్థ క్లిష్ట పరిస్థితులకి నిజంగా అది మూలిగే నక్క మీద తాటి పండు పడ్డట్లే. ఒక ఆలోచనని ఆచరణలో పెట్టాలంటే ధైర్యం,శక్తి సామర్థ్యాలతో పాటు ఎంతో విజ్ఞానం, గొప్ప సంస్కారం కావాలి. నీరు ఎత్తుకి ప్రవహిస్తుందా?, అన్న అభిప్రాయాలని చులకన చేయడం చాల సులభం.

ప్రజలలో పేరుకుపోయిన "నీరు పల్లమెరుగు" అన్న విశ్వాసాన్ని చెరపడంలో భాగంగా మేఘా సంస్థ, తెలంగాణ, రాయలసీమలోని ఎత్తయిన ప్రాంతాలకు నీరందించే ప్రయత్నంలో, ప్రపంచంలోని ఇతర సంస్థలు ఈ సమస్యను ఎలా అధిగమిస్తున్నారని పరిశీలించి సమస్యను లోతుగా ఆకళింపు చేసుకున్నారు. ఎన్నికల 6 నెలల ముందు మాత్రమే నిద్ర లెగిసే మన రాజకీయ నాయకులకు, పెండింగ్ లో ఉన్న భీమా, జూరాల, నెట్టెంపాడు, కల్వకుర్తి ఎత్తిపోతల పథకాలు శంకుస్థాపన రాళ్ళుపాతి, పనులు మొదలుపెట్టకుండా రైతులను ముంచుతున్నారు. మన సంఘం అభివృద్ధి చెందకపోవడానికి ఇలాంటి కొరగాని రాజకీయ నాయకులే కారణం.

రైతు నేల మనిషి

మానవ తప్పిదాలకు, ప్రకృతి ఆగ్రహానికి మధ్య నిత్యం నలిగేవాడు 'రైతు'. ప్రకృతికి–మనిషికి మధ్య వున్న బాంధవ్యానికి నిత్య పరిరక్షకుడు 'రైతు'. అనేకానేక మానవ తప్పిదాల తర్వాత ప్రకృతిపై అత్యాశతో కూడిన మనుషుల దాడి తర్వాత, ప్రకృతికి – మనిషికి మధ్య వున్న పేగుబంధం పోగులై తెగిపోతున్న తరుణంలో, ఎవరు నిద్రపోవడానికి సమయం కాదిది.

ఆకలిదప్పులు, అప్పులతో తీవ్రక్షోభ అనుభవిస్తున్న రైతన్నల కుటుంబాలకు నిద్రాదేవి ఏనాడో విడాకులిచ్చింది. అమాయకపు రైతన్న కుటుంబాలు, పురుగు

145

మందులను కూల్ డ్రింకులు తాగినట్టు తాగి.. విగత జీవులై పడివుంటే ఏ ప్రభుత్వాలకు పట్టలేదు!!

రైతు వ్యవసాయం చేసి పదిమందికి అన్నం పెట్టడం పెద్దతప్పయింది. దేశం యుద్ధాల్లో పడి వ్యవసాయాన్ని అశ్రద్ధ చెయ్యడంతో, రైతులు అప్పులతో వడ్డీల భారం పెరిగింది. ప్రభుత్వ విధానాల్లో వచ్చిన మార్పులు, చదువు, ఉపాధి దృక్పథంలో చేరిన మార్పులు, ప్రపంచీకరణ ప్రభావాల వల్ల వ్యవసాయ రంగం మొత్తం సంక్షోభంలో చిక్కుకుంది. ఈ సంక్షోభంలో రైతు ఒంటరివాడై దిక్కులేని వాడైపోయాడు. పనికిరాని పాతతరం వ్యవసాయ పనిముట్లతో పాటు, రైతు కూడా ఒక పనిముట్టై మూలన పడిపోయే స్థితికొచ్చాడు. ఎటూ తేల్చుకోలేని నిరాశ, ఓటమి చీకటిలో చావు వెతుక్కుంటున్నాడు. చావుకి బతుక్కి పెద్ద తేడాలేని దుర్భర పరిస్థితిలో పడ్డాడు. మందికి నీతి చెప్పాను కానీ నీకూ నాకూ కాదన్నట్లు, మీడియా వారు గత 30 ఏళ్లుగా వార్తాపత్రికలలో రాస్తున్న హెడ్ లైన్స్

అప్పుల బాధ తాళలేక కృషీవలుడు ఆత్మహత్య ---

బోరు చెడిపోయిందని రైతు ఆత్మహత్య ---.

కల్తీ పురుగుల మందుతో పంట నష్టం – అదే మందు తాగి అన్నదాత బలి----.

గిట్టుబాటు ధరలేక పెట్టుబడి కూడా తిరిగి రాక కర్షకుడు విలవిల---.

సరైన నీటి వనరులు లేని రైతుల బతుకు పెనం మీద పెసర గింజగా, దినదిన గండంగా, దెయ్యాలతో పోరుగా తయారయింది. తన చుట్టూతా వున్న అప్పులోళ్లు, కుటుంబ బాధ్యతలు, కరుణించని వరుణుడు, గుక్కెడు నీళ్లివ్వని మాటల రాజకీయ నాయకుల మధ్య నిత్యం నలిగిపోతున్న వ్యవసాయదారునికి, "మంచి పంటలు పండించండి, ఫలానా పంటకు లోన్ లు ఇస్తామని" ప్రభుత్వం ఏ పొద్దు చెప్పదు. కానీ అదే ప్రభుత్వం, "ఫలానా దానికి పార్టులు తయారుచేయండి.. సబ్బులు, పేస్టులు తయారుచేయండి...మినరల్ వాటర్ తయారు చేయండి.. లక్షలాది రూపాయల అప్పులిస్తాం, రాయితీలిస్తాం" అని ప్రకటిస్తుంది. అంతేగాని జత ఎద్దులు కొనండి లోన్ ఇస్తానని మాటివ్వదు. ఇది ప్రభుత్వాల స్వభావం.

ఈ దేశంలో 'వ్యవసాయం' ఒక పరిశ్రమ కాదు.వ్యవసాయం నుంచి వచ్చే ఉత్పత్తి, ఉత్పత్తే కాదు. వ్యవసాయం అనేది అదేదో తలకిమాసిన, పనికిమాలిన వాళ్ళు చేసే పని అనుకుంటుంది ప్రభుత్వం. పరిశ్రమలకి నీళ్లు, కరెంటు ఏర్పాటు చేసే ప్రభుత్వం, రైతులకి వ్యవసానికి అవసరమయ్యే నీళ్లు, కరెంటు ఏర్పాటు చేయాల్సిన

బాధ్యత తన మీద ఉందని గుర్తించక పోవడం ఎంతటి అమానుషం. పెద్ద పెద్ద ప్రాజెక్టులు కట్టడమనేది, ప్రభుత్వం ఎప్పుడో మానుకుంది. ప్రాజెక్టులు లేని చోట వ్యవసాయం చేసే రైతుల బాధలు ఎవరికి పడతాయి. కరువు సమయాలలో నీటి కొరత వల్ల మనుషుల వాడిన నీటిని, పశువులు తాగటానికి అలవాటుచేశారు. ఈ చర్య మూగజీవుల ఆరోగ్యానికి అంత మంచిది కాదని ఎవరికి అనిపించకపోవడం ఆశ్చర్యకరం..

1995-2002 మధ్య ఎనిమిదేళ్ల కాలంలో మన రాష్టంలో 12,716 మంది రైతులు ఆత్మహత్య చేసుకున్నారు. దేశం మొత్తం మీద 3 లక్షల మంది పైనే అర్ధాంతరంగా తనువు చాలించారు. ఇవి అధికారపు లెక్కలు మాత్రమే, అనధికారపు లెక్కలైతే దీనికి మూడు రేట్లు ఉండచ్చు. రైతులు వర్షపు నీటిని సరిగా వినియోగించుకోలేక పోవడంతో, ఎక్కువగా బోర్లపై ఆధారపడటం అధికమైంది. వెయ్యిమీటర్ల లోతు తవ్వినా, నీరు పడుతుందని చెప్పలేం. పదిహేనుచోట్ల ప్రయత్నిస్తే, ఒకదాంట్లో నీళ్లు పడే అవకాశం ఉంది. కానీ, రైతు పదిహేను బోర్ల తవ్వకానికయ్యే మొత్తం, వడ్డీకి తెచ్చి జూదం ఆడవల్సిందే. మాయదారి బోర్ల వ్యవసాయంతో రైతులపై అప్పుల భారం పెరిగింది. ఇప్పటికీ దేశంలో 58% మంది ప్రజలు వ్యవసాయ రంగంపై ఆధారపడి జీవిస్తున్నారు. ఇలాంటి దుర్భర పరిస్థితులతో రైతు బతకాలను కోవడం లేదు. ఆత్మహత్య అనేది రైతులకు తప్పించుకోలేని వ్యసనమయ్యింది. పుట్టెడు బాధలతో "ఎందుకు బతకాలి?" అన్న రైతు ప్రశ్నతో, వారిముందు ధైర్యంగా నిలబడగల శక్తి రాజకీయనాయకులకు, మన మీడియా శక్తులకు ఇంకా అలవడలేదు.

ఒక రైతు ఆత్మహత్య చేసుకుంటే ఆ ప్రభావం ఒక తరంపై ఎంత వ్యతిరేకంగా ప్రభావం చూపిస్తోందో చెప్పజాలం. భర్తను కోల్పోయిన రైతు భార్య అంతకంటే ఎక్కువ సమస్యలను ఎదుర్కోవలసి వస్తుంది[103]. ఏ రైతు మరణంతోనూ తన కుటుంబ కష్టాలు ముగిసిపోవు.తెచ్చిన అప్పులు తీరిపోవు. కొత్తగా అవమానాలు రెండింతలవుతాయి. రైతు ఆత్మహత్య, ఆ కుటుంబాన్ని ఆర్థికంగానే కాదు సామాజికంగా, మానసికంగా కూడా మరింత దిగజార్చుతుంది.

ఈ పొద్దు ఒక ముద్ద నోట్లో పెట్టుకుంటూ, రేపటి తిండి కోసం ఆలోచించే రైతు దుర్భర జీవితం అర్ధంచేసుకోవడానికి మనిషిలో నిలువెత్తు మానవత్వం ఉండాలి. రైతుభూమిని నమ్ముకొని బతుకుతాడు, ఎందుకంటే రైతుకి, ప్రకృతికి మధ్య ఉండేది నమ్మకం. రైతు తన ప్రాణం ఉనికిని, చావుతో ప్రకటిస్తున్నాడు. నీరు లేని రైతుకు ఎక్కడ

నుండి వస్తుంది బ్రతుకు మీద నమ్మకం. ఎవరికి చేతనైన సహాయం వారు చేసి, రైతన్న నీటి సమస్యలు తీర్చగల్గితే మంచిది. కానీ తగినంత నీరు లేక వచ్చే ఇబ్బందులు రాజకీయ నాయకులకి మరియు మీడియాకి పట్టలేదు. ఒకటి రెండు దశబ్దాల క్రితం, మనం జీవించిన బాల్యాన్ని వివరించడానికి ఒక్క ఆధారం కూడ చూపలేనంతగా నేటి పల్లె జీవనవిధానం మారిపోయింది.

1990 నుండి భారతదేశంలో సరళీకృత విధానాల మార్పులో వేగం హెచ్చింది. ఈ మార్పు వల్ల కొత్త సంపద సృష్టింపబడింది. కర్ణాటక, మహారాష్ట్ర, రాజస్థాన్ రాష్ట్రాలు కొత్తగా సృష్టించిన ధనంతో, ఆయారాష్ట్రాల ముందుచూపుతో, నీటి ప్రాజెక్టులు ప్రారంభించుకున్నాయి. రాష్ట్ర బడ్జెట్లో పరిపుష్టిగా నిధులు కేటాయించి కొన్ని ప్రాజెక్టులను కట్టుకున్నాయి. కర్ణాటకరాష్ట్రం కొత్తగా తలపెట్టిన 11 ప్రాజెక్టులు త్వరితగతిన పూర్తిచేసింది. ఆల్మట్టి ఎత్తును పెంచి నీటిని మరింత సమర్ధవంతంగా వాడుకొనే విధానాలపై మేధావులతో చర్చలు జరిపింది. ఎప్పటివో బూజుపట్టిన బ్రిటిష్ చట్టాలలో ఉన్న నీటి ఒప్పందాలు కుదరవంది. కర్ణాటక నీటిఅవసరం తమిళనాడును సుప్రీంకోర్టు చుట్టూతిప్పింది. తనవాటా నీరు పొందేవరకు పోరాడింది.

ప్రతిభను ఎక్కడ గుర్తిస్తారో మరియు వారి అవసరం ఎక్కడ ఎక్కువగా ఉందో అక్కడే మేధావులు ఉంటారు. పి.పి రెడ్డి చేపట్టిన నీటిపారుదల రంగంలోని ప్రాజెక్ట్ పనులకి ఈ ప్రాంతమని, ఆ ప్రాంతమని మడి కట్టుకొని కూర్చోలేదు. దేశంలోని నదులకు ఎక్కడ ఆనకట్టలు కడుతుంటే, అక్కడికి వెళ్లి వాటిలో పాలుపంచుకొన్నారు. నిరంతరపఠనం, లోకపరిశీలనంతో, ఆయనకి వేరే రాష్ట్రాలలో చాల మంది మిత్రులను తెచ్చిపెట్టింది. మానవుడు ఏ పనైనా నిరంతరం చేసుకుంటూ పోతుంటే, ఒక దశలో అత్యున్నత స్థితి చేరుకొని, నిరంతర జిజ్ఞాస యొక్క అంతిమ స్థాయి ఋషిత్వం పొందుతారు. పోను పోను నీటి ప్రవాహాలు నెర్రలు పరిచిన పంటపొలాల్లోకి కదలి రావడం తెలుగు సంస్థ మేఘా ఇంజనీరింగ్ ఫిలాసఫీగా మారింది.

బుద్ధి మరో ప్రపంచంలో ఉదయించిన సూర్యుడిలా వృధాగా చూస్తూ కూర్చుంటుంది. ఆంధ్రప్రదేశ్ రాజకీయ బుద్ధి విచిత్రమైంది. రైతుకి సాయ పడుతుందనుకున్న జలయజ్ఞాన్ని సమర్ధించడానికి రాష్ట్ర ప్రభుత్వానికి మనస్సు రాలేదు. దానికి ఎన్నో కారణాలు వెదికి, మీడియా ద్వారా చెప్పించారు. నీటి ధారలు లేక ఎండిపోతున్న పంట పొలాలకి పూర్వపు పాలన మాత్రమే కారణమన్నారు. తెలంగాణ

ప్రాంతంలోని కృష్ణా-గోదావరి బేసిన్లో, "మాస్టర్ ప్లాన్" ప్రకారం 1309 మైనర్ ఇరిగేషన్ ప్రాజెక్టులు చేపట్టవచ్చని నిపుణుల అంచనా. రాజకీయ కోణాలను బట్టి కొన్ని కడతామని ప్రజలకు ఎన్నికల వాగ్దానాలు చేశారు.

రామపాదసాగర్ నామకరణంతో బయలుదేరి.. ఇందిరా సాగర్ గా కొత్త బట్టలు కట్టిన పోలవరంలోని ప్రాజెక్ట్ అసలు పని మాత్రం మొదలుపెట్టలేదు. ఎవరిని నిందించాలి? దేశంలో ప్రాజెక్టులు కట్టకపోయినా, కట్టడం ఆలస్యమైనా అది కృషీవలుడి ఆత్మహత్యలకు కారణమైంది.

1995 ఆగష్టు 25వ తేదీన, శ్రీ ఎన్.టి రామారావు స్థాపించిన తెలుగుదేశం పార్టీ రెండుగా చీలిపోయింది. ఎన్టీఆర్ కి ఏవిధమైన మద్దతు రాలేదు. అదంతా ఎన్టీఆర్ స్వయం కృతాపరాదం అన్నారు. కొందరైతే అది పూర్తిగా కుటుంబ వ్యవహారమన్నారు. వారం రోజుల కుటుంబ ఘర్షణల మధ్య ఎన్టీఆర్ తన పదవికి రాజీనామా చేశారు. ఆరాటమే గాని పోరాటంలేదు. చంద్రబాబునాయుడు 1995 సెప్టెంబర్ లో తొలిసారి ముఖ్యమంత్రయ్యారు. 1999 అక్టోబర్ 11న ముఖ్యమంత్రి చంద్రబాబునాయుడు రెండవసారి పదవిని చేపట్టారు. దురదృష్టకరం ఏమిటంటే, నాయుడు గారి పాలనాకాలంలో ప్రజలు కరువు భారినపడ్డారు. 7 ఏళ్ల పాటు రాష్ట్రంలో రైతునిపట్టించుకొన్న నాధుడు లేడు. సాగు నీటి ప్రాజెక్టుల ఊసేలేదు. కట్టిన ఒక ప్రాజెక్ట్ కి మీడియాలో చెప్పేవారు వెయ్యిమందిగా తయారయింది, ప్రచార ఆర్భాటం.

ఆంధ్రప్రదేశ్ అంటేనే వ్యవసాయ ఆధార ఆర్థిక వ్యవస్థ కల్గిన రాష్ట్రం. తెలుగుదేశం ప్రభుత్వం నేలను విడిచి సాము చేసినట్లు, అప్పులతో ఆర్థిక వ్యవస్థను కకావికలం చేసింది. రైతులను పట్టించుకోకుండా రైతు అప్పులతో కృంగిపోయి ఆత్మహత్యలు చేసు కుంటుంటే, రాష్ట్ర ప్రభుత్వం శీతకన్ను వేసింది. నీళ్లు అంటే భూగర్భ జలాలు, ఇంకుడు గుంతలు మాత్రమే కాదు, ఉపరితల జలాలు కూడా. వీటికి సంబంధించి ఎటువంటి వార్తలు మీడియాలో రాకుండ కొన్ని కోట్ల రూపాయలు ఇంకుడు గుంతల ప్రచారం నిమిత్తం ప్రత్రికలకి ఇచ్చారు.

ముఖ్యమంత్రి చంద్రబాబు "ఆత్మహత్యలు చేసుకున్న రైతుల కుటుంబాలకు ఎక్స-గ్రేషియా ప్రకటిస్తే, ఆ పరిహారం మరిన్ని ఆత్మహత్యలకు రైతుల్ని ప్రోత్సహిస్తుందనంటే" అసలు సమస్యను అర్థంచేసుకోవడానికి ఆయన నిరాకరించడమే అయ్యింది. ఇరిగేషన్ ప్రాజెక్టులతో బాబుకి పెద్ద పనేముంటుందండీ అన్నట్లు, వాటిని పూర్తిగా పక్కన పెట్టేశారు. భూమి పూజ చేసుకుని అటకెక్కించేసిన

పోలవరం ప్రాజెక్టు వైపు చూడకుండానే బాబు గారు 9 సంవత్సరాల పాలన పూర్తి చేశారు. బచావత్ ట్రిబ్యునల్ చూపిన జల వినియోగపు అవకాశాన్ని వినియోగించుకోవడానికి కూడా బాబు గారికి సమయంలేదు. ఒక్క గోదావరి ప్రాంతంలోనే రమారమి 40 ప్రాజెక్టుల నిర్మాణం ఆగిపోవాల్సివచ్చింది.

కరువులో అధికమాసం అన్నట్లు, కడుపు నిండిన వాడి వ్యాఖ్యానాలైతే ఇలా ఉన్నాయి. "వ్యవసాయం ఆసాముల మీద కంటే ఎక్కువ, కూలీల మీదనే ఆధారపడి వున్నది; వ్యవసాయపు ఖర్చు పెరిగింది; పల్లెలో వ్యవసాయం గిట్టుబాటు వ్యవహారం కాదు; కూలివాడికి కడుపునిండా అన్నం ఉంటే కూలికి రాడు".

అధికార పార్టీని గద్దెదించాలంటే ప్రజలలో వ్యతిరేకత రావాలి. సంఘంలో అసహనం పుట్టాలి. ఓటర్లకు అసహ్యం అంకురమవ్వాలి. అధికార పార్టీని ఓడించి తీరాలనే కసిపెరగాలి. భారతీయ ఎన్నికల చరిత్రలో ఘోరపరాజయాలకు, ఘన విజయాలకు ఇదే మూల సూత్రం. వ్యక్తుల పాత్ర, పార్టీల ప్రమేయం కేవలం నిమిత్తం.

మీడియాకి మాత్రం బాబుగారి కరువుపాలన ఎంతోనచ్చింది. చంద్రబాబు చేసిన మీడియా మేనేజ్మెంట్ లేదా మీడియా కంట్రోల్!. ఈ రెండూ మీడియా స్వేచ్ఛను హరించేవే. ప్రజలబాధలని చూపని మీడియాకి, చెంపపెట్టు 2004 ఎన్నికల ఫలితాలు.

★★★

కల నిజమయ్యింది

అదృష్టం సాహసవంతులనే వరిస్తుంది. 1983 వరకు ప్రధానంగా వ్యవసాయం లేదా ఉద్యోగాల మీద ఆధారపడిన పాకనాటి రెడ్డి సమాజం, నెమ్మదిగా వ్యాపార ఆలోచలన వైపుగా పయనాన్ని మొదలుపెట్టి, వ్యాపార సామ్రాజ్యంలోకి అడుగులు వేశారు. అప్పటివరకు పూర్తిగా వీరు వ్యవసాక కుటుంబీకుల రైతు బిడ్డలు. మొదటితరం వ్యాపార యోధులుగా నిలిచారు.వ్యాపారాన్ని ధనంతో మొదలెడితే, అనుభవం మిగులుతుంది. అనుభవంతో మొదలెడితే, ధనం వస్తుంది. గతంలో వీరికున్న కొద్దిపాటి అనుభవం, జ్ఞానం, ప్రాధాన్యతలు వంటి వాటితో తీసుకొన్న చర్యలు వర్తమానంలో గొప్ప భవిష్యతుని సృష్టించాయి.

పురిటిపాటి వెంకటకృష్ణారెడ్డి, నీటిపారుదల రంగంలోకి వచ్చిన తరువాత తనచుట్టూ వున్న పరిస్థితులను గమనించి, అర్ధంచేసుకొని, సంఘంతో సర్దుకుపోయి

'మేఘా కృష్ణారెడ్డి'గా రూపాంతరం చెందారు. ఆయన పేరు 'మేఘా కృష్ణారెడ్డి'గా మారిన పరిస్థితులలో ఆయన మనస్తత్వం ఇది అని చెప్పవచ్చు.

శ్రీ మేఘా కృష్ణారెడ్డి

"ఒక వ్యక్తిని చిరుతపులి తరుముతుంది. పరిగెత్తి పరిగెత్తి ఒక లోయలోకి జారాడు. క్రిందకి పడుతూ, ఒక మామిడి చెట్టు చివరి కొమ్మని పట్టుకున్నాడు. పైనుంచి పులి ఆకలిగా చూస్తుంది. క్రింద లోతైన లోయ ఉంది. ఇంతలో పట్టుకొన్న మామిడి చెట్టు కొమ్మ విరుగుతున్న చప్పుడు తాను వేలాడుతున్న కొమ్మదే అని అర్థమయింది. పక్కన చూస్తే ఒక మామిడి పండు వేలాడుతుండటం గమనించాడు. తన చేతిని చాచి మామిడి పండు కొరుక్కుని తింటూ ఆహా!! ఈ పండు చాల రుచిగా వుంది అనుకున్నాడు. క్లిష్ట పరిస్థితులలో కూడా అంత నిగ్రహంగా వున్నాడంటే, ఖచ్చితంగా తాను చేసే పనిని సత్యమైన ఆత్మదృష్టితో చేస్తున్నాడు. జీవితంలో అన్నింటికన్నా ముఖ్యమైంది మన ఆలోచనవిధానం. నాపని అయి పొయిందను కుంటే, అయిపోయినట్లే, ఇప్పుడే నా అసలు జీవితం మొదలయింది అనుకుంటే మొదలైయినట్లే. ఏది ఏమైనా మన జీవితానికి మనమే ఎంపైర్. మనం అవుట్ అంటే అవుట్. కాదంటే కాదు. మన నిర్ణయమే ఫైనల్.

వ్యాపార అంశాలపై మేఘా కృష్ణా రెడ్డి అనుభవ పాఠాలు ఆయన మాటల్లో(104),

ఇష్టం కానిదే కష్టం. ఒక అజ్ఞాత ప్రాంతానికి ఏ గైడులేకుండా ప్రయాణించడం లాంటిదే వ్యాపార సామ్రాజ్యం. "ప్రస్తుత ప్రపంచం పునర్నిర్మాణ దశలో వుంది. ప్రపంచంలో వున్న అందరు శ్రేష్ఠ మైనవి మాత్రమే కోరుకుంటున్నారు. అది వస్తువైనా, సేవైనా. ఎవరు నాసిరకాన్ని ఆమోదించడానికి సిద్ధంగాలేరు. ప్రపంచానికి నువ్వు బెస్ట్ఇవ్వడానికి సిద్ధపడితే, ప్రపంచ మంతటి మార్కెట్ నీదే అవుతుంది. వ్యాపారంలో మార్పు ఒక పిల్ల కాలువలా వస్తే, ఎదురీదినా పర్వాలేదు కానీ, వరదలా వస్తే మాత్రం ఆ ప్రవాహంతో వెళ్లడమే వివేకం. జీవితం నిరంతరం మారుతుంటుంది. పరివర్తన అనేది జీవితం యొక్క లక్షణం. వ్యాపారంలో ముఖ్యంగా

ఉండకూడనిది "**మొహమాటం**". నీ వ్యాపారాన్ని నీ చేతులారా పాడుచేసుకొనే భావోద్వేగం పేరే మొహమాటం. "కాదు" అని చెపాల్సినప్పుడు ఎదుటివారు బాధపడతారనో లేక బాగుండదనో "అవును" అని చెప్పకూడదు. అలా మొహ మాటంగా చెప్పి భావోద్వేగ సమస్యలు తెచ్చుకోవడం ఒక గొప్ప వ్యాపారస్తుని లక్షణం కాదు.

సంస్థ సరైన సేవలందిస్తుందంటే నీచర్యలు, నీ భావోద్వేగాలు నీ అదుపులో ఉన్నట్లు. ఇప్పటి నీ చర్యలే రేపటి నీ ఫలితాలు. మొదట్లో మనకి ఎటువంటి ఫలితం కనపడకపోవచ్చు. కానీ నిన్ను నీవు అదుపులో పెట్టుకుని ప్రతిరోజూ చర్యల విత్తనాలు జల్లుకుంటూ పొతే కొన్నాళ్లకు నీ ఫలితం తప్పక నీకందుతుంది. నీ దినచర్యలోని వ్యాపార నిర్ణయాల అలవాట్లే విత్తనాలు. నీవు చేసే వ్యాపారం ఏదైనా కావచ్చు. ఒక్క రోజులో విజయమన్నది పూర్తిగా కల్పితం. నీ అపజయాలన్ని, నీ అనుభవాన్ని పెంచడానికి మరియు నీ వ్యాపారలక్ష్యాన్ని సరిచేసుకోవడానికి పనికొచ్చేవే. నిన్ను అదృష్టం వరించడం వలన నీ వ్యాపార జీవితం మారదు. నీ వ్యాపారంలో విజయమనేది ముఖ్యంగా నీ ఆలోచన స్థాయి, నీతో పనిచేసున్న వారి ఆలోచన స్థాయి మీద ఆధారపడి ఉంటుంది. ప్రధానంగా ఆలోచన 3 స్థాయిలలో ఉంటుంది.

1. బ్రతకడం.
2. గెలవడం.
3. సార్ధకత.

సంపదను సృష్టించాలంటే ఈనాటి యువతకు మానసిక దృఢత్వం తప్పనిసరి. స్వీయ క్రమశిక్షణ అవసరం. మీ జీవితంలో ఏది సృష్టించినా అది ప్రప్రథంగా ఆలోచన నుండే పుడుతుంది. ఆ తరువాతే వస్తురూపం దాలుస్తుంది. నీవు ఎదుటివారి పట్ల వ్యవహరించే విధానంతో నీ సంస్థలో తయారయ్యే వస్తువు యొక్క నాణ్యత అంచనా వెయ్యవచ్చు".

"విజయాలు చూసి నేనిలాంటివాడినో తీర్పు చెప్పకండి. నేను ఎన్నిసార్లు కిందపడ్డాను, ఎన్నిసార్లు తిరిగి లేచానో దానిని బట్టి తీర్పు చెప్పండి".

--నెల్సన్ మండేలా

శ్రీమంతులు

ఉండి చూడు ఊరు అందం, నానాటికి చూడు నా అందం అన్నట్లుగా, పాకనాటి సంస్థాగత ప్రముఖులలో విశిష్ట వ్యాపార ద్వయం పామిరెడ్డి పిచ్చిరెడ్డి (పి.పి రెడ్డి), వీరి మేనల్లుడు పురిటిపాటి వెంకట కృష్ణారెడ్డి(మేఘా కృష్ణారెడ్డి). మేఘా ఇంజనీరింగ్ సంస్థకు వ్యవస్థాపకులు పి.పి రెడ్డి గారైతే, సంస్థని సహస్ర చేతులతో అభివృద్ధి పరిచిన ముఖ్య కార్య నిర్వాహకులు మేఘా కృష్ణారెడ్డి. వీరిరువురు డోకిపర్రు వాస్తవ్యులే.

మేఘా కృష్ణారెడ్డి, స్వాప్నికుడిగా సంస్థ దీర్ఘకాల లక్ష్యాలను పదే పదే సవరించు కుంటూ, లక్ష్యాలను నిత్య నూతన మిషన్ గా రూపొందించారు. మేఘా సంస్థ ఆలోచనా సరళిని సమూలంగా మార్చారు. పి.పి రెడ్డి స్వప్నం సాకారం అయ్యే విధంగా, కృష్ణా రెడ్డి తన బృంద సభ్యులను నిమగ్నం చేయగలిగారు. MEIL అనే సంస్థను గతానికి సంబంధం లేని ఒక నూతన సృష్టిగా మరల్చారు. సంస్థ ఇచ్చిన మాటను, వాగ్దానాలను నిలబెట్టుకునే అకుంఠిత సామర్ధ్యం అలవాటు చేసుకున్నారు.

సంస్థలో పదవి, పాత్ర, హోదా, స్థాయి నుండి కాకుండా మానవత్వపు పరాకాష్ఠ మనస్సు నుండి ఆలోచించే సామర్ధ్యం వీరిది. MEIL సంస్థ, నీటిపారుదల ప్రాజెక్టుల పనులు నిమిత్తం భారతదేశంలో పదిహేడు రాష్ట్రాలలో కాలుమోపి, రైతుల

కళ్ళలో ఆనందాన్ని చూస్తుంది. ప్రాజెక్టు పనులు చేపట్టిన అన్ని రాష్ట్రాలలో, ఎంతో నిబద్ధతతో పనిచేసి విజయాన్ని రైతులకు అంకితం చేసిన తెలుగు రైతు బిడ్డలు.

MEGHA ENGINEERING & INFRASTRUCTURES LIMITED

స్థిత ప్రజ్ఞతతో MEIL సంస్థ, సరైన ప్రాజెక్టులు ఎన్నుకుని వాటిని ప్రణాళికబద్ధంగా నిర్వహిస్తుంది. నిత్యనూతన ఆలోచనలను కలిగి, సంస్థ స్వప్నాలను సునాయాసంగా అమ్ముతుంది. మానవ వనరులను, చిన్న చిన్న బృందాలుగా ఉంచి, ఆ బృందాల మధ్య చక్కటి స్ఫూర్తిని కల్గిస్తుంది. సభ్యుల ఆత్మని కదిలించి ఉత్తమ పనిని రాబడుతుంది. ఏ సంస్థకైనా ప్రధానంగా రెండు రకాల ఆస్తులుంటాయి.

1. కనపడే ఆస్తులు
2. కనపడని ఆస్తులు.

కనపడే ఆస్తి 'లక్ష్మి', సంస్థని, గొప్పగా ప్రపంచానికి పరిచయం చేస్తే, కనపడని ఆస్తి 'సరస్వతి', ఐశ్వర్యవంతంగా చేసి, లోకానికి పి.పి రెడ్డిని, కృష్ణారెడ్డిని శ్రీమంతులుగా చూపించింది. వీరు మిగతా అందరి కంటే బిన్నంగా ఉంటారు. విశ్వంలో అందరికి సరిపడినంత సంపద ఉందని నమ్ముతారు. విశ్వవిశాలమైన మనస్తత్వం (అబండెన్స్ మైండ్సెట్) వీరి సొంతం. వీరు కీర్తిని, సంస్థ లాభాలను ఎంతో బాధ్యతగా సంఘంతో పంచుకుంటున్నారు. 2017 సం. నుండి ప్రపంచ కుభేరుల జాబితాలో (ఫోర్బ్స్ లిస్ట్) వీరిరువురికి స్థానం దక్కుతూ వస్తుంది. పరిశీలిస్తే, వీరి అంతరంగంలో ధనవంతుడి పాత్ర కన్నా, శ్రీమంతుల పాత్ర గొప్పది, ఉదాత్తమైనది.

డబ్బు ఎవరిని మంచిగానో లేక చెడ్డగానో చేయదు. కాకపోతే డబ్బు వచ్చినప్పుడు వారి అసలు స్వరూపం బయటికి వస్తుంది. మంచి వారి మంచితనం ఈ ప్రపంచానికి ఉపయోగపడాలనుంటే, సంపద సృష్టించినప్పుడే అది జరుగుతుంది. దేశంలో సంస్థలు స్థాపించి దశాబ్దాలుపాటు ఉత్కృష్టంగా నిర్వహించడ మనేది, ఉపన్యాసాలు గుప్పించినంత ఆషామాషీగా ఉండదు. ఒక సంస్థను స్థాపించి, ప్రయోజనకరమైన ఉత్పత్తిని అందించి, ప్రభుత్వానికి (సమాజానికి) పన్నులు చెల్లించి, వేలమందికి ఉద్యోగం ఇచ్చిన వారు దైవంతో సమానం.

కాళేశ్వరం ప్రాజెక్టును దిగ్విజయంగా పూర్తిచేసిన సందర్భంలో, మేఘా రథసారధులు

పాకనాటి శ్రీమంతుల వ్యాపార పాఠాలు సహేతుకంగా..

నీవు ఒక సంస్థను స్థాపించి విజయపథంలో నడపాలంటే నీలో ఉండాల్సిన మూడు ముఖ్యమైన అంశాలు.

1. సాహసం
2. ధైర్యం
3. నాయకత్వం

సాహసం

జీతం తక్కువ.. కానీ నువ్వు కనే కల గొప్పగా ఉందంటే...నువ్వేదో సాహసం చెయ్యబోతున్నావని అర్ధం. నీ ఆలోచనలు తేలికగా ఉంటే నీ మనస్సు పగటి కలలు కనడం, లాటరీ టికెట్లు కొనడం లాంటివి చేస్తుంది. ముందుగా నీ ఆలోచన పరంపరని బలంగా మార్చుకో. నువ్వు మొదలు పెట్టే నీ వ్యాపార సంకల్ప ఆలోచనలు బలంగా ఉంటే, తొలిగా నీలోని బలాలు, బలహీనతల గురించి తెలుసుకొంటావు. సాహసమంటే నీ గురించి నీవు సరిగ్గా తెలుసుకోవడం. తదనుగుణంగా నీ ఉత్పత్తి లేదా సేవకు సంబంధించిన జ్ఞానాన్ని పొందటం. తద్వారా కార్యసాధనకు కర్తవ్యంలో

నిమగ్నమవడం. జీవితం ఓ గొప్ప నిధి. ఆ నిధిని సక్రమంగా పొందాలంటే నీకు సాహస ధర్మం తప్పక తెలిసుండాలి.

నీకున్న కోరికలను అప్పటికప్పుడు కాకుండా, వాయిదా వేయడం అలవాటు చేసుకోవడం మంచిది. అంతరంగ క్రమశిక్షణే మనుషులను మహనీయులుగా మారుస్తుంది. ఎప్పుడైతే నిన్ను నీవు ఒక పెద్ద ఆశయానికి సంధించుకుంటావో అప్పుడు నీ నిజమైన సాహసశక్తి బయట కొస్తుంది. జీవితంలో జరిగే సంఘటనలను మనం మార్చలేం, కానీ వాటికీ స్పందించే తీరు మారడం ద్వారా మనకు కావలిసిన సత్ఫలితాన్ని పొందవచ్చు. నీవు అవకాశాల కోసం ఎదురు చూడటంకన్నా, సమస్యల కోసం వెదకడం మొదలుపెట్టు. సమస్యల దగ్గరే అవకాశాల వజ్రాలగని ఉంటుంది.

నిజమైన వ్యాపార విజయమన్నది జీవితంలో రెండు విజయాలను స్వీకరించడం ద్వారా వస్తుంది. మొదటి విజయం, నీ ద్వారా ఆవలి వారి అవసరాలు పూర్తిగా తీరడం. రెండోవది, మొదటి విజయానికి నీవు చేసిన కృషితో నీ సంస్థ సమూలంగా రూపాంతరం చెందినప్పుడు వచ్చే మార్పు. గొప్ప విజయం పొందాలంటే ఎల్లప్పుడు ఏకాగ్రతతో ఉండాలి. విజయానికి నీ వంతు కృషి 20% మాత్రమే. మిగిలిన 80% నువ్వు స్పందిచే తీరును బట్టి, విజయం ఆధారపడి ఉంటుంది. రియాక్ట్ అవ్వడం సాధారణ వ్యక్తులు చేసే పని. నిదానంగా అలోచించి రెస్పాండ్ అవ్వడం అన్నది గొప్ప సంస్థ చేసే పని.

వ్యాపారంలో సంఘటనలు + సంస్థ స్పందన = సంస్థ ఫలితాలు

ధైర్యం

ధైర్యం మనిషి యొక్క అంతర్గత ఆస్తి. ఒక మనిషి ధైర్యం కనపడే ఆస్తిని బట్టి మాత్రమే ఉందనుకుంటే పొరపాటు. నీలో ధైర్యం నాలుగు విధాలుగా ప్రతిక్షణం నీవెంటే వస్తానంటుంది. ఈ నాలుగు ధైర్యాలు మనిషిని వ్యాపారవేత్తగా తీర్చిదిద్దుతాయి. సామాన్యుల నుండి అసామాన్యులను వేరుచేస్తాయి.

1. కలలు కనే ధైర్యం.
2. నీ వ్యాపార అంశాలపై ఏకాగ్రత నిలిపే ధైర్యం.
3. గెలవగల్గె సామర్థ్య ధైర్యం.
4. విశ్వ సూత్రాల కేంద్రంగా జీవించే ధైర్యం.

వ్యాపారంలో టైమింగ్ అనేది ఒక బలమైన అలలాంటిది. సంకల్ప బలం, ఆత్మ సంసిద్ధతతో ఉన్నవారికి లేదా దూకిన వారికి మాత్రమే వ్యాపార సముద్ర అల

కనిపిస్తుంది. ఒడ్డునచూస్తూ గమనించే వారికి, వ్యాపార ప్రవచనాలు వల్లెవించే వారికి కనిపించదు. నీ ఆత్మ అంతరంగంలో ఉత్తర ద్వారం నుండి వ్యాపారం రంగంకై పిలుపు వస్తే అటువైపు ఒక పెద్ద గెంతు వెయ్యి ధైర్యంగా!!. నీ అడుగే నీకున్న అడ్డంకులను తొలగించి దూసుకుపోయే ఒక పురోగతి పరివర్తన ఏర్పరుస్తుంది.

వ్యాపారం అంటే మార్కెట్ ప్రపంచంలో యోధుల పోరాటం. వ్యాపార యోధులు పూర్తిగా వారి సామర్థ్యాన్ని ధైర్యంగా ప్రదర్శిస్తారు. గొప్ప సంస్థ చుట్టూ, వారి పరిస్థితులు నిత్యం ప్రమాదపు అంచున ఉన్నట్లుగా ఉంటాయి. కానీ నిజంగా వ్యాపారాన్ని ఆస్వాదించేవారు దేనికి భయపడరు. వ్యాపారంలో ముందుకి పోయేందుకు దారి లేదంటే, మరింత దృఢంగా తయారవుతారు. నీవు వ్యాపార రంగంలో పోరాటానికి పూర్తిగా ధైర్యంగా నిబద్ధుడై ఉండు.

నాయకత్వం

నాయకత్వం అనేది మీ గురించి మీరు తెలుసుకోవడానికి చేసే ఒక యజ్ఞం. విశ్వం తటస్థం. ఎవరు సిద్ధంగా ఉంటే వారే సంస్థ నాయకుడు. నాయకత్వం సంస్థ ఫలితాలపై నిర్దేశించబడుతుంది. విశ్లేషణలు బట్టి కాదు. ఎవరైతే సహజ సిద్ధాంతాలను అనుసరించరో, ఇతరులను తొక్కి ఎదుగుదామనుకుంటారో, వారు వ్యాపార రంగంలో నిలబడటం కష్టం. వ్యాపారాత్మక వివేకం అనేది, ఆత్మ చైతన్యవంతులైన వారికి తన మనసాక్షి రూపంలో దిక్సూచిగా ఉత్తర ధృవాన్ని చూపించినట్లు, చూపిస్తుంటుంది. నాయకత్వం అంటే దిశా, నిర్దేశ, అధికార, మార్గదర్శక, నియంత్రణ, నిర్వహణ, పర్యవేక్షణ చేయగలిగే శక్తి, సామర్ధ్యం కలిగి ఉండటం.

మేఘా దాతృత్వం

భారతంలో కర్ణుడి, బలిచక్రవర్తి దాతృత్వం కథలు చాలానే ఉంటాయి. ఆదర్శాలు బోధించే వారిలో చాలామంది ఆచరించరన్నది జగమెరిగిన సత్యం. కానీ పాకనాటి శ్రీమంతులు దీనికి పూర్తిగా విరుద్ధం. నలుగురు చెప్పుకోవడం కోసమో.. పేపర్లో వేయించుకోవడం కోసమో.. సమాజంలో గొప్ప అవ్వడం కోసమో.. వీరు ఏనాడు దాతృత్వం చెయ్యలేదు. దాతృత్వ మనేది, మనస్సు ఎంతో గొప్పగా పరివర్తన చెందినప్పుడు పుట్టు కొచ్చే ఉత్తమమైన గుణం. ఇతరుల గురించి ఆలోచించడం, సాటి వారికి సాయపడటం, సంఘానికి, దేశానికి, లోకానికి మేలు చేయాలని తపన పడటం

లాంటివి ఈ రోజుల్లో ఎవరు చేస్తున్నారు అంటే ?, పాకనాటి గ్రామాలన్నీ, ముక్త కంఠంతో చెప్పే పేర్లు. శ్రీ పామిరెడ్డి పిచ్చిరెడ్డి, శ్రీ పురిటిపాటి వెంకటకృష్ణారెడ్డి.

మనం ఉన్న సంపదను అనుభవించగలమే కానీ మూటగట్టుకొని పోలేం. మంచి పనిచేసే అవకాశం అందరికీ రాదు, మంచి మనసున్నవాళ్ళకే వస్తుంది. నేటి సమాజానికి దాతృత్వం గల వ్యక్తుల ఆవశ్యకతను గుర్తుచేస్తూ, 'మేఘాదాతృత్వం' పుట్టుకొచ్చింది. వీరి దాతృత్వ లోగిళ్లలోకి తొంగి చూస్తే..

పాకనాటి గ్రామాలైన.. డోకిపర్రు, కాజ, జములపల్లి, నర్సింగపురం గ్రామాలలో మంచి నీటి ప్లాంటులను ఏర్పాటుచేశారు. ఇంటింటికీ మంచినీటి సరఫరా పథకాన్ని అమలుచేశారు. ప్రతి ఇంటికి నీటికుళాయి, ఉచిత సురక్షిత మంచి నీటి సరఫరా పధకాల ద్వారా, ప్రజలు ఆరోగ్యవంతులయ్యారు. డోకిపర్రు గ్రామంలో శ్రీ భూసమేత వెంకటేశ్వరస్వామివారి దేవాలయం నిర్మించడంతో, గ్రామం ఆధ్యాత్మికంగా మహాక్షేత్రంగా మార్పుచెందింది. పాకనాటి గ్రామాలలో కల్యాణమండపాన్ని నిర్మించి, గ్రామస్తుల శుభకార్యాల నిమిత్తం అందుబాటులోకి తీసుకొచ్చారు.

శ్రీ భూసమేత వెంకటేశ్వర స్వామి వారి దేవాలయం, డోకిపర్రు

దాతృత్వం అంటే దైవగుణమన్నట్లు, వీరు పాకనాటి గ్రామాలనే కాకుండా, తెలంగాణ, కర్ణాటకలలో పదులసంఖ్యలో గ్రామాలను దత్తత తీసుకొని మౌలిక సౌకర్యాలు కల్పించారు. నిజాం ఇనిస్టిట్యూట్ ఆఫ్ మెడికల్ కాలేజీ(నిమ్స్)లో,

అత్యాధునిక సదుపాయాలతో అంకాలజీ బ్లాక్‌ను పునరుద్ధరించారు. అనంతపురం పట్టణంలోని జనరల్ హాస్పిటల్ కు ఒక బ్లాక్ ను నిర్మించారు.

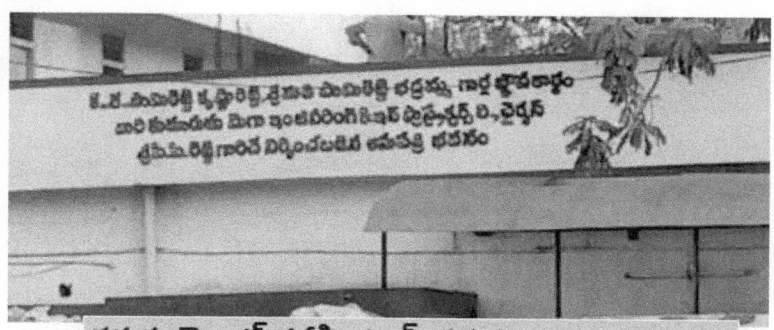

గవర్నమెంట్ హాస్పిటల్ భవనం, అనంతపురం

హైదరాబాద్ లోని నీలోఫర్ చిన్నపిల్లల ఆసుపత్రిలో, సిద్దిపేట, బోధన్ మార్కెట్ యార్డులలోని రైతన్నలకు భోజనామృతం పథకం పేరుతో, సంవత్సరానికి పది లక్షల మందికి పైగా ఉచితంగా అన్నదానం చేస్తున్నారు. ఈ మహాయజ్ఞాన్ని కొన్ని సంత్సరాలుగా నిరంతరంగా కొనగిస్తున్నారు.

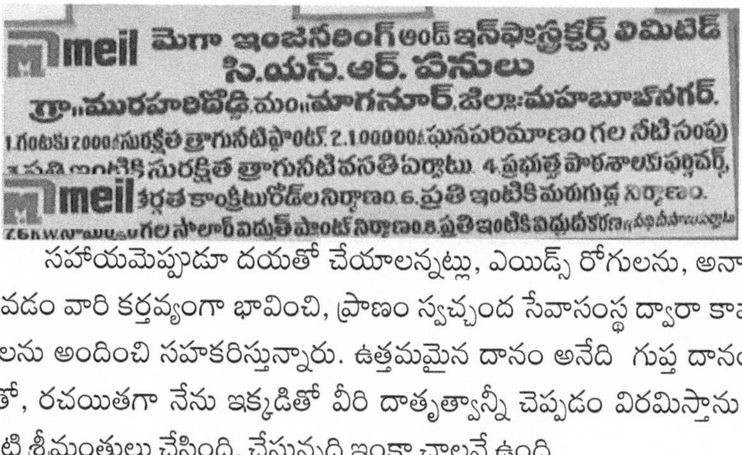

సహాయమెప్పుడూ దయతో చేయాలన్నట్లు, ఎయిడ్స్ రోగులను, అనాథలను ఆదుకోవడం వారి కర్తవ్యంగా భావించి, ప్రాణం స్వచ్ఛంద సేవాసంస్థ ద్వారా కావాల్సిన వస్తువులను అందించి సహకరిస్తున్నారు. ఉత్తమమైన దానం అనేది గుప్త దానం అన్న భావంతో, రచయితగా నేను ఇక్కడితో వీరి దాతృత్వాన్నీ చెప్పడం విరమిస్తాను. కానీ, పాకనాటి శ్రీమంతులు చేసింది, చేస్తున్నది ఇంకా చాలనే ఉంది.

ఫలించిన సుందర స్వప్నం

మన రాష్ట్రంలో 1983 నుండి 2004 సం. కాలం వరకు ప్రభుత్వాలు పెద్దగా ప్రాజెక్టుల మీద దృష్టి పెట్టలేదు. గట్టిగా చెప్పాలంటే ఎన్టీఆర్ హయాంలో తలపెట్టిన తెలుగుగంగ ప్రాజెక్ట్ ఒక్కటి మాత్రమే వుంది. ఆ సమయంలో రైతుని పట్టించుకున్న వారెవ్వరులేరు. నీటిపారుదల రంగంలో వున్న కాంట్రాక్టర్ లు ఎంత నాసిరకంగా పనులు చేసినా అడిగేవారు లేరు.

కాంట్రాక్టర్ ల అర్హత, సమాజం ధోరణి

మాటకే హరిశ్చంద్రుడి లాగా, కాంట్రాక్టులు పొందాలనుకునే వారికి తగిన అర్హతతో పని ఉండదు. చేయాల్సిన పని మీద దృష్టి ఉండదు. కానీ ప్రతి కాంట్రాక్టర్ రాజకీయ నాయకుల ప్రాబల్యంతో కాంట్రాక్టు దక్కించుకోవాలని తాపత్రయపడేవాడే. ఆ ప్రయత్నంలో కాంట్రాక్టు ఇచ్చే కిటికి దగ్గర విరగపడి కాపలాకాస్తారు. నాకు కావాలంటే నాకు అందాలని తొక్కిసలాడుకుంటారు. కాంట్రాక్టు తెచ్చుకొనేటప్పుడు కాళ్లు నలుగుతాయి, చొక్కాలు చిరుగుతాయి, అయినా లెక్క చేయరు. ప్రతివాడి దృష్టి కాంట్రాక్టు పొందటం మీదే.

పనిని పూర్తి చెయ్యగలిగే సత్తా ఉండి కూడా, కొంతమంది కాంట్రాక్టర్ లు ఈ తొక్కిసలాట సంఘర్షణలోకి దిగలేక దూరంగా నిలబడి చూస్తూ ఉంటారు. వాళ్ళకు కాంట్రాక్టు అవసరమే, కాని ప్రయత్నించరు. మరొకడు హఠాత్తుగా ఇనుప పాదాలతో వస్తాడు. అందరికంటే వెనకొచ్చినా కాంట్రాక్టు సాధించుకుంటాడు. చేతికందిన కాంట్రాక్టు లను సబ్-కాంట్రాక్టుకి ఇచ్చేస్తాడు. నాణ్యత ప్రమాణాలు పాటిస్తాదని చెప్పలేం. చివరికి రైతులు, కాంట్రాక్టర్లను “నీచులు”, “మోసగాళ్ళు” అనుకుని సరిపెట్టుకుంటారు.

మన మీడియా, వ్యాపారం అనే బురదలో దిగింది. డబ్బు మీద అధికంగా అపేక్ష ఉన్న వారందరూ ఇంచుమించుగా ఇక్కడే వున్నారు. మీడియా రూపంలో రెచ్చగొట్టే మాటలు పలికితే, ఆ పలుకులతో మనం పోటీకి దిగినట్లయితే, ముందుగా మనకు బురద రాసేస్తారు. ఒకవేళ మనం ఆ బురదని తిరిగి రాయడానికి

ప్రయత్నించినా, అది వారికేం అంటదు. ఎందుకంటే వారు నిత్యం ఉండేది ఆ బురదలోనే కదా!.

రైతు సవాలక్ష కష్టాలలో మునిగి ఉన్నాడు. ఎవరి కొమ్ము కాయాల్సిన అవసరం లేని ఈ మీడియా, స్వతంత్రంగా, స్వేచ్ఛగా, నిర్మొహమాటంగా, భయం, బెదురు లేకుండా రైతు కష్టాలను రాయొచ్చు. కానీ మన దురదృష్టం, అది జరగడం లేదు. మన మీడియాకి అమెరికా ఎన్నికల్లో రిపబ్లిక్స్, డెమాక్రాట్ లీడర్ వంటి వారిని మోయడంతో సమయం గడిచిపోతుంది.

లక్ష్యంలో నువ్వెప్పుడూ ఒంటరే

ఇతరులు చేసిన దానిని తిరిగి చేయడం, ఇతరులు సృష్టించిన ప్రమాణాలను, ఆ స్థాయిని చేరుకోవడం అనేది గతానికి సంబంధించిన ఆలోచనల ధోరణి. మేఘా ఇంజనీరింగ్ పూర్తిగా భవిష్యత్తు ప్రాతిపదికగా కర్ణాటక, రాజస్థాన్, మధ్యప్రదేశ్, గుజరాత్ రాష్ట్రాలలో ప్రాజెక్టులను నిర్మించింది. తన అంతర్గత శక్తి, సామర్థ్యాల ఆధారంగా వారి చేతికందిన ప్రాజెక్టులను సమయ అంచనాలకన్నా ముందే నాణ్యతతో పూర్తి చెయ్యడం జరిగింది. ఇతరులకు ఎంతో కష్టమైనది, వీరికి సులభమైనది. నువ్వు ఎవరు? నీకేం ఉన్నాయి? ఎక్కడున్నావు? ఏం చేస్తున్నావు? ఎలా చేస్తున్నావు? అన్న ప్రశ్నలకన్నా, నువ్వు ఎలా ఆలోచిస్తున్నావు? అన్న ఒక్క ప్రశ్న మాత్రమే నీ ఎదుగుదలకు కారణమవుతుంది. ఏ రంగంలోనైనా, ఇలాంటి వారే ఈ తరం నాయకులవుతారు.

ఎక్కడ నుంచి పిలుపొచ్చినా..

మేఘా కృష్ణారెడ్డి తానూ పూర్తిచేస్తున్న ప్రాజెక్టులతో వచ్చిన అనుభవాల్ని, జరిగే సంఘటనల్ని బేరీజు వేసుకుని భవిష్యత్తు ప్రాజెక్టులకు రూపకల్పన చేసేవారు. ఎంత తీవ్రమైన అలజడులు ఎదురైనా తనలో నిశ్చలత కోల్పోలేదు. హైడ్రాలజీ రంగంలో నూతన శాస్త్ర రంగ పరిజ్ఞానాన్ని కొత్తగా నేర్చుకుంటూ, నేర్చుకున్న జ్ఞానం తన ప్రాజెక్టులలో వినియోగించుకున్నాడు. దేశంలో ఎక్కడనుంచి ప్రాజెక్టులు కట్టమని పిలుపొచ్చినా. అలుపెరగక ఇదే దేశ మాత పిలుపుగా భావించి ప్రాజెక్టులు అత్యంత నాణ్యత ప్రమాణాలతో కట్టూకుంటూపోయారు.

భారతదేశం భౌగోళికంగా ఒక ఉపఖండం లాంటిది. ఇక్కడ ఒకొక్క రాష్టం ఒకొక్క సంస్కృతిని కలిగివుంది.భిన్నత్వంలో ఏకత్వాన్ని ప్రతిబింబిస్తుంటుంది. మేఘా సంస్థ, ప్రతి రాష్ట్ర భౌగోళిక స్థితిగతులపై అవగాహన పెంచుకుంటూ, ఆయా ప్రాజెక్టుల కట్టడానికి అనుసరించాల్సిన విధానాలు మార్చుకుంటూ ముందుకు సాగింది. పని తేలికయింది. ప్రాజెక్టు కాంట్రాక్టు వ్యవస్థలో లోపం ఎవరిదో, ఎక్కడుందో తెలిసింది. మేఘా కృష్ణారెడ్డి దాన్ని సరిదిద్దాలని ప్రయత్నం ఆరంభించారు. తాను కట్టే ప్రతి ప్రాజెక్టుకు కొన్ని సంవత్సరాలు ఆపరేషనల్ ఖర్చు తనదే అన్నారు. నాణ్యతలో రాజీపడనప్పుడు ఏదయినా చెప్పొచ్చు.

తానూ టెక్నిక్ చెప్పు చేతలతో ఉన్నప్పుడు ప్రాజెక్టులు కట్టే తీరు ఒకటైతే.. టెక్నిక్ తన చెప్పు చేతలలో ఉన్నప్పుడు, ప్రాజెక్టులు కట్టే తీరు, పలికే తీరు వేరొకటయింది.

హైటెక్ విజన్

నారా చంద్రబాబునాయుడు, ఆంధ్రప్రదేశ్ ను పరిపాలించిన ముఖ్య మంత్రులలో కెల్లా గొప్ప ఆలోచన, పట్టుదల, కార్యదీక్ష, విజన్, అంకిత భావం, పార్టీలో, ప్రభుత్వం మీద గట్టి పట్టు కలిగినవారు. తనకున్న హైటెక్ విజన్ తో పాటు, ఎంతో కొంత విజన్ నదీ జలాలపై కూడా ఉండి, మానవీయ కోణంతో రైతుల ఇబ్బందులు చూసినట్టయితే రైతుల కుటుంబాలు వీధిన పడకుండా ఉండేవేమో!!.

తెలుగు సమాజంలో మానవీయ కోణం చూపు మసక పోయింది. మానవత్వమే బాబు కాళ్లు పట్టుకొని బతిమాలి సుద్దులు చెప్పింది. బాబు వినలేదు. హ్యూమానిటీస్ చదవాల్సిన అవసరంలేదని, మానవీయ విలువలను తెలియజెప్పే చరిత్ర, పౌరశాస్త్రం చదివే వారిని పురుగుల కన్నా హీనంగా చూపిస్తూ గంట వాయించారు.

రైతు యాతన, సిద్ధాంతం

రాజకీయంలో ఆత్రుత, ఆందోళన, అత్యాశ, కోపం, విచారం, హింస వంటి గుణాలన్నీ లయమై ఉంటాయి. రాజకీయ నాయకులకు అంతర్ముఖంగా ఈ గుణాలు లేకుండా ప్రజా పరిపాలన చెయ్యలేరు. ముఖ్యమంత్రి లాంటి పెద్ద పెద్ద పదవులలో కొనసాగలేరు. రాజశేఖర్ రెడ్డి రాజకీయాలలో ముఖ్యమంత్రి కావాలన్నా తన అభీష్టంతో ప్రతి అడుగు వేసుకుంటూ పోయారు. ప్రత్యర్థులు ఒక పిల్ల కెరటం అన్నారు. సొంత పార్టీ నేతలే రాజ శేఖరుడిని నిత్య అసమ్మతి వాదిగా, ఆవేశపరుడిగా, ఫ్యాక్షన్ నేతగా, పెద్ద నోరు కల్గిన కడప రెడ్ల రాజకీయ వేత్తగా బిరుదులు ఇచ్చారు. 2004 అసెంబ్లీ ఎన్నికల సమయంలో కాంగ్రెస్ రాజకీయాలంటే గాంధీభవన్లో అరుపులు, నిత్యం కీచులాటలతో సరిపోయేది. రాష్ట్రంలో 2004 సమయానికి కాంగ్రెస్ పాలన అధికారంలోకి వస్తుందన్న నమ్మకం ఎవ్వరికీ లేదు.

ముఖ్యమంత్రి పదవే ధ్యేయంగా, కాంగ్రెస్ అంతర్గత వైషమ్యాలతో, వై. ఎస్ రాజశేఖర్ రెడ్డి పాదయాత్ర, 09.04.2003 తేదీన రంగారెడ్డి జిల్లా చేవెళ్ల నుంచి మొదలయ్యింది. ప్రతిదినం సామాన్య మానవాళి కష్టాలను దగ్గర నుండి చూసిన రాజశేఖర రెడ్డి, కొన్ని కిలో మీటర్ల పాదయాత్ర అనంతరం ముఖ్యమంత్రి పదవి మాయ నుంచి బయటపడ్డారు. అప్పటి నుండి ఆత్మ సంతృప్తి కోసం నడవడం మొదలు పెట్టారు. ఆ మార్పు తనకి పిలుపా? లేదా తన జన్మ రహస్య కార్యమా అన్నట్లు తోచింది. ఆ దశలోనే రైతులకు సేవ చేయడమే ఈ జన్మ తక్షణ కర్తవ్యంగా తోచింది. రైతుల నీటికష్టాలు తీర్చి, వారికి అండగా ఉండాలనేది తన బలమైన కోరికగా మారింది. పోను పోను తన పట్టుదలకది పరాకాష్ట అయ్యింది.

ప్రజల సమస్యలు తెలుసుకునేందుకు ప్రతిపక్షనేతగా, ప్రజా ప్రస్థాన యాత్ర మొదలుపెట్టి ముచ్చటగా మూడు వందల కి. మీ పూర్తయింది. తన పట్టుదలకు ప్రకృతి తరుపున రోహిణి కార్తె ఎండ పోటీపడింది. రోహిణి కార్తె ఎండకు రోళ్లు కూడ

పగులుతాయన్న నానుడి. రాజశేఖర్ రెడ్డి మాత్రం ఎర్రటి ఎండలో నడచి నడచి కాళ్లు బొబ్బలెక్కినా; చెమట ధారాపాతంగా శిరస్సు నుండి పాదాల వరకు కాలువలు కడుతున్నా; వడదెబ్బకు శరీరం శుష్కించి పోతున్నా;చర్మం కమిలిపోయి నలుపు బారుతున్నా; కడుపులో వికారం, విరోచనాలతో శరీరంలో సత్తువ లేకపోయినా; 45 డిగ్రీల ఎండలో ఎక్కడా ఆగకుండా 38 రోజుల నడక సాగించారు.

తన నడకలో, మాటలో, వ్యవహరించే విధానంలో సమూలమైన మార్పు వచ్చింది. ఇప్పుడు పదిమందికీ సేవ చేయడమే తన తక్షణ కర్తవ్యంగా గోచరించింది. ఎర్రటి ఎండ వెన్నెలయింది. పూరి గుడిసెలలోని ప్రజలు "మా కష్టాలు తీర్చడానికి నువ్వింత కష్టపడుతున్నావయ్యా అనేటట్లు చేసింది". నెమ్మదిగా తన మీద ప్రజలలో స్పందన మొదలయింది. ప్రజలు కుడా వచ్చి స్వచ్ఛందంగా పాదయాత్రలో పాలుపంచుకుంటున్నారు. ప్రజా ప్రస్థాన యాత్ర విశేషాలు గురించి మీడియాలో ఇక చెప్పకపోతే వారిపై వున్న ముసుగు బయటతుందన్న భయం మీడియా వర్గాలలో మొదలయింది.

మూగ నేలకు నీరు ఇవ్వని వాగు పరుగు దేనికి? పంటపొలాలు తడపని పురాతన పురాణ గోదావరి నడకలెందుకు? అని రాజశేఖర్ రెడ్డికి తోచింది. తన జన్మ పరిపూర్ణమయ్యే మార్గం నదీజలాలతోనే ముడిపడి వుందని గుర్తు చేసింది. 17.05.2003 పాదయాత్ర కొవ్వూరు దాటి రాజమండ్రి దగ్గర రైల్ కం రోడ్ బ్రిడ్జి వైపుగా నడుస్తున్నప్పుడు, తల్లి గోదావరి గాలి చల్లగా వీచింది. మండు వేసవిలో, గోదావరి నది నీళ్లలో ఎగిరి దూకుతూ పిల్లలు స్నానాలు చేస్తున్నారు. రాజశేఖర్ రెడ్డి నడుస్తున్నారు, ప్రజలకు వందనాలు చేస్తున్నారు, కానీ తన మనసు మాత్రం గోదావరి నీటి చప్పుడే వింటోంది. తల్లి గోదావరి పిలిచినట్టు రాజశేఖర్ రెడ్డి అడుగులు నది రేవు వైపు దారి తీశాయి. మిట్ట మధ్యాహ్నం, నదిలోకి దిగద్దని పక్కనే ఉన్న శ్రీ ఉండవల్లి అరుణ్ కుమార్ చెబుతున్నా కూడా పట్టించుకోలేదు. తల్లి గోదావరితో ఎదో మాట్లాడుతున్నట్లు నిలుచుని, పైకి మౌనం వహించారు.

గోదావరితో రాజశేఖరుడి సంవాదం

రాజశేఖర రెడ్డి	:	తల్లి గోదావరికి వందనాలు.
గోదావరి	:	ఏవోయ్ రాజశేఖర్ రెడ్డి, ఎలావున్నావు? ముఖ్యమంత్రి పదవి కోసం చాల కష్టపడుతున్నావు...
రాజశేఖర రెడ్డి	:	తల్లి, నేను ఆత్మదృష్టితో ప్రజల కష్టాలు తెలుసు కుంటున్నాను. ఆంధ్రప్రదేశ్ రైతులకు నీటి కష్టాలు పూర్తిగా తీరాలంటే, గోదావరి నీరు వారికెంతో అవసరం. నిన్ను రాయలసీమ రైతుల దగ్గరకు చేరుస్తాను.
గోదావరి	:	నాయనా రాజశేఖరా!, అప్పుడే నువ్వు ముఖ్యమంత్రి అయిపోయావు అనుకుంటున్నావా? నీపార్టీ మ్యానిఫెస్టోని నాక్కూడా అప్పగిస్తున్నావు!.
రాజశేఖర రెడ్డి	:	నేను మాట ఇస్తే, ముందుకి వెళ్లడమే తల్లి .... ఎప్పుడు మాట తప్పలేదు.
గోదావరి	:	1953లో సీ. ఎం రాజగోపాలాచారి 6 గంటలు నా వరద ప్రతాపాన్ని విమానంలో నుంచి వీక్షించి, ఆంధ్ర వారికి ఇన్నీ నీళ్లా అని కుళ్ళుకున్నాడే గాని, ప్రాజెక్టును మొదలు పెట్టనివ్వలేదు. 1986 ఆగస్టులో తెలుగు వారికి దేవుడి లాంటి ఎన్టీఆర్ కి, నా శక్తి చూపించాను, ఎటువంటి

		ఉపయోగంలేదు. ఇప్పుడు నువ్వు... ఇంకా సీఎం కుడా కాలేదు, నాపై పోలవరం దగ్గర ప్రాజెక్టు కడతావా!.
రాజశేఖర రెడ్డి	:	తప్పకుండా కడతాను తల్లి.
గోదావరి	:	మరి నీ ముందు వారు ఎందుకు కట్టలేదు.
రాజశేఖర రెడ్డి	:	తెలంగాణ, రాయలసీమలు సముద్ర మట్టానికి కొన్ని వందల మీటర్ల ఎత్తులో వున్నాయి. వై.ఎస్.అర్ ఇంకా ఏదో చెప్ప బోతుంటే, తల్లి గోదావరి మధ్యలో అడ్డుపడి...
గోదావరి	:	ఎవరికి కావాలోయి రాజకీయ నాయకుడి సంజాయిషీలు. వాలుకు కొట్టుకు పోయేవాడి రాజకీయం జల సమాధవుతుంది.
రాజశేఖర రెడ్డి	:	నిశ్శబ్దంగా, గోదావరి నీటి శబ్దం వింటూ మౌనంగా నించున్నాడు.....
గోదావరి	:	గోదావరి నీటిని పంట పొలాల ఒడ్డుకి చేర్చిన వానికి తల్లి గోదావరి శిరస్సు వొంచి నమస్కరిస్తుంది. మాట తప్పక చెప్పినట్టు పూర్తి చెయ్యి.
రాజశేఖర రెడ్డి	:	సూర్యుడి సాక్షిగా నీవు చెప్పిన ఆదేశాలను పాటిస్తాను. సెలవు తల్లి.

రైతు మనసెరిగిన అక్కినేని

అక్కినేని భవానీ ప్రసాద్, 20.08.1942 న కృష్ణా జిల్లాలోని బొడ్డపాడు గ్రామంలో జన్మించారు. వీరి తండ్రి అక్కినేని రాజగోపాలరావు. వీరు క్రమశిక్షణకు మారు పేరు. ఎన్.సి.సి ట్రైనింగ్ ఇన్స్పెక్టర్ గా ప్రభుత్వ పాఠశాలలో బాధ్యతలు నిర్వర్తించారు. 1989 సం. లో ఉద్యోగ విరమణ తరువాత పూర్తిగా నీటి పారుదల అంశాలపై, రైతుల నీటి ఎద్దడి నివారణకై పాటుపడ్డారు. రైతు సేవ సంస్థకు ప్రధాన కార్యదర్శిగా వ్యవహరిస్తూ, నిత్యం నీటిపారుదల ప్రాజెక్టుల అవసరాన్ని ముఖ్య మంత్రుల వద్ద ఏకరవు పెట్టేవారు. వీరికున్న సునిశిత పరిశీలన దృష్టితో, ఇంజనీరింగ్

కాలేజీల మంజూరు విషయంలో వేసిన కోర్ట్ పిటిషన్ తీర్పుతో, రాష్ట్ర ముఖ్యమంత్రిగా వున్న నేదురుమల్లి జనార్ధన్ రెడ్డి తన పదవి నుండి తప్పుకోవాల్సి వచ్చింది.

అక్కినేని సత్య వాగ్ధాటిని మరియు వారి రైతు సిద్ధాంతానికి తట్టుకోలేక, నిలబడలేక, మరో ముఖ్యమంత్రి అకారణంగా అర్ధరాత్రి పోలీస్ స్టేషన్ కి రప్పించి, నక్సలైటని చెప్పి, చంపితే నీకు దిక్కేంటి అని బెదిరింపు చర్యలు చేశారు. వాటన్నిటినీ ఎంతో ధైర్యంగా, మౌనంగా భరించారు. మరో మారు, రైతుల నుండి ముక్కు పిండి 12% వడ్డీని వసూలు చేస్తున్న బ్యాంకులపై చేసిన పోరాటంలో, తన సొంత ఫింక్షన్ డబ్బు 10 లక్షల వరకు ఖర్చయింది. ఈ పోరాటంతో, ఢిల్లీ లో రైతు నాయకుల మనస్సులు మార్చి, బ్యాంకుల మెడలు వంచి వడ్డీరేటును 7 % తగ్గించడంలో అక్కినేని భవాని ప్రసాద్ పాత్ర ఎంతో గణనీయమైనది[106].

నీటికి సంబంధించిన పరిజ్ఞానం హైడ్రాలజీ శాస్త్రజ్ఞానం. మనిషిలో జ్ఞానం పెరిగే కొద్దీ, తన శక్తి కూడా పెరుగుతుంది. ఈయన, ఆంధ్రప్రదేశ్ లో వున్న నదుల భౌగోళిక పరిస్థితులు, ప్రాంతీయ నీటి అవసరాలు క్షుణ్ణంగా తెలుసుకున్నారు. రాయలసీమ, తెలంగాణ యొక్క నీటి సమస్యలను ఏవిధంగా తీర్చవచ్చన్నది ముఖ్యమంత్రులకు అవగాహన కల్పించేవారు. ఆ క్రమంలో రాజకీయనాయకుల నుండి చాల ఒత్తిళ్లు ఎదుర్కొన్నారు. రైతు సమాజ శ్రేయస్సు దృష్ట్యా, ఎంతో విశ్వాసంతో ముందడుగు వేశారు. నీటి గురించి ఆలోచించే చుక్కలన్నీ ఒకచోట కలుస్తాయన్నట్లు, క్రమక్రమంగా వీరు వై.ఎస్.అర్ కి చేరువయ్యారు.

రాజమండ్రి నది ఒడ్డున తగిలిన వడదెబ్బతో, ఆరు రోజులు పాదయాత్రకు విరామం ఇచ్చిన వై.ఎస్.అర్, గోదారమ్మ ఆదేశాలను అనుసరించి, అక్కినేని భవానీ ప్రసాద్ ఆధ్వర్యంలో, ప్రతిరోజు 3గంటలు పైగా నీటిపారుదల నిపుణులతో ఆంధ్రప్రదేశ్ నదుల పుట్టు పూర్వోత్తరాలు క్షుణ్ణంగా అవగతం చేసుకున్నారు. తృప్తిగా సేద తీరిన మోముతో, అకుంఠిత ప్రజా వాహిని తోడుగా శ్రీకాకుళం దిశగా అడుగులు పడ్డాయి. రాజశేఖర్ రెడ్డి ఎన్నో బాధలను తట్టుకుని, 68 రోజులలో తాను తలపెట్టిన ప్రజా ప్రస్థాన యాత్ర దిగ్విజయంగా పూర్తిచేశారు. పాదయాత్ర ద్వారా రైతుల ఆత్మహత్యలు, కరెంటు కోతలు, అప్పుల తాకిడి వంటి ఎన్నో సమస్యలను దగ్గరగా మానవతాదృక్పథంతో చూశారు.14.05.2004 న డాక్టర్ వై.యస్. రాజశేఖరరెడ్డి ఆంధ్రప్రదేశ్ రాష్ట్ర ముఖ్యమంత్రిగా ప్రమాణ స్వీకారం చేశారు

ఒక బృహత్తర లక్ష్యంతో, బహుళ ప్రయోజనకారిగా, ఒక యజ్ఞంగా సాగు నీటిని పంటపొలాలకు, త్రాగు నీటిని పల్లె ప్రజలకు అందించాలన్న ప్రయత్నం ప్రారంభమైంది. రాజశేఖరరెడ్డి అధికారంలోకి వచ్చినదే తడవుగా, పూర్వపు పునాది రాళ్లు వేసి ఆగిపోయిన ఎనభై ఆరు నికర/మిగులు జలాల ప్రాజెక్టులన్నింటినీ కట్టడం మొదలు పెట్టారు. వీటిలో ఎక్కువ లిఫ్ట్ ఇరిగేషన్ ప్రాజెక్టులే ఉన్నాయి. దీనికి జలయజ్ఞం అని పేరు పెట్టారు.

2004లో జలయజ్ఞంపై ప్రప్రథమంగా నిర్వహించిన చర్చా కార్యక్రమంలో పాల్గొన్న ప్రముఖులు
(ఎడమనుండి కుడికి) అనాటి రాష్ట్ర భారీ నీటిపారుదల శాఖామాత్యులు శ్రీ పొన్నాల లక్ష్మయ్య, రాష్ట్ర ముఖ్యమంత్రి డా॥ వై.యస్. రాజశేఖరరెడ్డి, రైతు సేవా సంస్థ ప్రధాన కార్యదర్శి శ్రీ అక్కినేని భవానీ ప్రసాద్, అలహాబాద్ హైకోర్టు మాజీ ప్రధాన న్యాయమూర్తి గౌ॥ శ్రీ ఎ. లక్ష్మణరావు.

కర్మ యోగి రాజశేఖరరెడ్డి,తలపెట్టిన జలయజ్ఞం కార్యక్రమానికి స్వచ్ఛమైన వాన నీటితో మొదలయ్యే పిల్ల కాల్వలు, కాల్వలు, ఏరులు, నదీనదములు ఒకటేమిటి అన్నీ ఝుంఝు ప్రభంజనం వీచినట్లు సంతోషంతో ఉప్పొంగి పోయాయి. చీకటంటే భయపడే పిల్లలని మనం చూస్తాం. కానీ జీవితంలో నిజమైన విషాదం ఏమిటంటే, ప్రాజెక్టుల నుంచి పారుతున్న నీటితో రైతన్నల సంతోషం చూసి, ఇతర పార్టీ నాయకులకు ప్రాణ సంకటంగా మారడం.

వరాల మూట... పోలవరం ప్రాజెక్ట్

ప్రపంచంలోనే అరుదైన ప్రాజెక్ట్ పోలవరం. అతి పెద్ద స్పిల్-వే, అధునాతన సాంకేతిక పద్ధతులతో పోలవరం ప్రాజెక్ట్ రూపు దిద్దుకుంటుంది. బహుళ ప్రయోజనాల కోసం నిర్మిస్తున్న ఈ జలాశయంలో ఎన్నో ప్రత్యేకతలు, మరెన్నో ఆధునికతలు, సాంకేతికతలు మిళితమై ఉన్నాయి. పోలవరం ప్రాజెక్ట్, గోదావరిని కృష్ణానదితో అనుసంధానించడమే కాకుండా, అంతర్రాష్ట్ర నీటి సమస్య పరిష్కారానికి దోహదపడే ప్రత్యేకతలున్న పథకం. సాగు, తాగు, పారిశ్రామిక అవసరాలు తీర్చడంతో పాటు జల విద్యుత్తు ఉత్పత్తి చేయడంలోను తోడ్పడుతుంది.

పూర్తి పేరు	పోలవరం ప్రాజెక్ట్
శంకుస్థాపన	1981,2004,2016,2019
నీటి కేటాయింపు	301.38 టి ఏం సి
బ్యారేజి సామర్థ్యం	194.6 టి ఏం సి
ఆయకట్టు	7.20 లక్షల ఎకరాలు
ప్రధాన కాలువ పొడవు	రైట్ కెనాలు 174 కి. మీ లెఫ్ట్ కెనాలు 181.50 కి. మీ
అంచనా వ్యయం(2020)	47,725.74 కోట్లు
నిర్మాణ దశ	ఇంకా పూర్తికాలేదు

ప్రజల సొమ్మే..

ఆంధ్రప్రదేశ్ కు పోలవరం ప్రతిష్టాత్మక ప్రాజెక్టు, జీవ నాడీ. 2013 సం. రాష్ట్ర విభజన సమయంలో సోనియాగాంధీ కనుసన్నల్లో పోలవరం ప్రాజెక్ట్ హెడ్ వర్క్సను ట్రాన్స్ట్రోయ్ కంపెనీకి, 4,054 కోట్లకు కాంట్రాక్టుగా అప్ప చెప్పింది.

మేకకు తెలిసిందంతా మేత సంగతే, ట్రాన్స్ట్రోయ్ పోలవరం పనులు మొదలుపెట్టె నిమిత్తం, ప్రభుత్వం వారు వేల కోట్ల రూపాయలు మొబలైజేషన్ అడ్వాన్స్ గా ఇచ్చారు. ఆ తర్వాత పోలవరం కాంట్రాక్టు ఒప్పందాన్ని చూపించి ట్రాన్స్ ట్రాయ్ సంస్థ కెనరా బ్యాంక్ నేతృత్వంలోని, 14 బ్యాంకుల కన్సార్టియం రూపంలో రూ.7,926.01/- కోట్లు అప్పుగా తీసుకుంది. మాటల పసే గానీ చేతల పస లేదు అన్నట్లు, ట్రాన్స్ ట్రాయ్ సంస్థకు, ప్రాజెక్ట్ కట్టాలన్న ఆలోచన ఏమాత్రం లేదనట్లు,

ప్రాజెక్ట్ పనులు ఎంతకూ ముందుకు కదలలేదు. కుట్ర పూరిత స్వభావంతో డబ్బును సొంత ఖాతాలకి బదిలీ చేసింది.

30.12.2019 న కెనరా బ్యాంక్ నేతృత్వంలోని బ్యాంకుల కన్సార్టియంను మోసం చేశారన్న ఆరోపణలతో, ట్రాన్స్ ట్రాయ్ సంస్థపై సిబిఐ కేసు నమోదు చేసింది. 2300/– కోట్ల రూపాయల పనులకు లెక్కలు లేవని సిబిఐ అభియోగం చేసింది. ఇంతటి ఘనకార్య స్వభావం కలిగిన ట్రాన్స్‌ట్రోయ్, తిరుమల తిరుపతి శ్రీవారికి రూ. 1,72,42,625/– కోట్ల విరాళంగా ఇచ్చారు.

గోదావరి పుష్కరాల రేవుకి దారి.

గోదావరి పుష్కరాలు, పన్నెండేళ్లకు ఒకసారి జరిగే నదీ సాంప్రదాయం. పుష్కరాలలో భక్తులందరూ మతపరంగా గోదావరి నదిలో పుణ్య స్నానాలు చేయడం, పితృదేవతలకు పిండ ప్రధానాలూ నిర్వహించడం ఎప్పటినుంచో ఉన్న తంతు. దీనిని, మహత్తరమైన వేడుకగా నిర్వహించాలని, ప్రజల్ని సమస్యలవైపు నుండి ఏమార్చి అవసరమైతే, పోలవరం ప్రాజెక్ట్ మర్చిపోయేటట్లుగా చెయ్యాలని ముఖ్యమంత్రి చంద్రబాబు గారి ఆలోచన.

తెలుగు మీడియా వారు, ఉదయాన్నే టి. వి లలో ప్రవచనాలు చెప్పే ఉపన్యాసకుల ద్వారా ఎవరికి తోచిన కధలు, మహిమలు భక్తజనానికి తలంటి పోశారు. ఒక ముహూర్తం పెట్టి, ఆ ముహూర్తంలోనే పుష్కర స్నానం చేయడం చాల మంచిదని అమాయక ప్రజలకు వెర్రెక్కించారు. రాజమండ్రిలో ఇరవై పుష్కరాల రేవులు ఉంటే, నాలుగురేవులు ప్రత్యేకంగా వి.ఐ.పిలకు కేటాయించారు. పుష్కరాలకు దారి అని మార్గ సూచీలన్నీ ఒక్క రేవుకే దారి చూపించాయి, ఎవరు చెప్తే అధికారులు ఇలా చేశారో తెలియదు

14.06.2015 నాడు, ఘనంగా పుష్కరాలు ప్రారంభమయ్యాయి. సంఘటన జరిగిన పుష్కరాల రేవు అనేది సామాన్యులకి ఉద్దేశించిన ఘాట్. కానీ, ఆ ఘాట్ లో ముఖ్యమంత్రి స్వయంగా కుటుంబసభ్యులతో పుణ్య స్నానాలు, పితృదేవతలకు పిండప్రదానం, క్రతువులు చేస్తూ, వాటి చిత్రీకరణకు చుట్టూ ఎంత ఎక్కువ మనుషులు ఉంటే అంత గొప్పగా ప్రచారం చేసుకోవచ్చనుకున్నారు. భక్తులు పెరిగారు, ఇంకా పెరిగారు. వీరి ప్రచారయావకి దాదాపు రెండున్నర గంటల పట్టింది.

తానేదో గొప్ప పని చేస్తున్నట్లు చిత్రీకరింపజేయాలనీ, సదరు చిత్రాన్ని నేషనల్ జియోగ్రాఫిక్ ఛానల్లో ప్రదర్శించి ఖ్యాతి పొందాలని, ముఖ్యమంత్రి చంద్రబాబు భావించారు. దాని నిమిత్తం సినీ దర్శకులను కూడా రంగంలోకి దింపారు. చిత్ర నిర్మాణం జరిగేంత వరకు, భక్తులను గేటు బయటే నిలిపేశారు. చివరకు గేట్లు తెరిస్తే,ముహూర్తం దాటిపోతుందన్న హడావిడిలో, భక్తులు ఒక్కసారిగా గోదావరివైపు రావడంతో తొక్కిసలాట జరిగింది. దాదాపు 35 మంది అమాయక ప్రజలు ప్రాణాలర్పించారు[107]. మనిషి కాటుకు మందు లేదన్నట్లు, బాబు గారు వేసిన కమిటీ కూడా దోషులెవ్వరన్నది తేల్చలేదు.

నవయుగ చేతికి పోలవరం

రాజశేఖరరెడ్డి మరణం తరువాత వేగం తగ్గిన పోలవరం ప్రాజెక్టు నిర్మాణ పనులు, 2018లో నవయుగ చేపట్టడంద్వారా కొంతమేర గాడిలో పడ్డాయి. పనులలో పురోగతి చూపించని ట్రాన్స్ ట్రాయ్ కి, సీఎం చంద్రబాబు *శ్రీముఖాలను* అందించారు. పోలవరం ప్రాజెక్టు కాంక్రీట్ పనులకు ట్రాన్స్ ట్రాయ్, నవయుగ కంపెనీల మధ్య ఒప్పందం కుదిరింది[108]. స్పిల్–వే కాంక్రీట్ పనులను నవయుగ ప్రారంభించింది.

కాఫర్ డ్యామ్, డయాఫ్రంవాల్, స్పిల్–వే పనులు చేపట్టి, వేగవంతం చేసింది. రాష్ట్ర ప్రభుత్వం నియమించిన మసూద్ కమిటీ, పోలవరం పనులు వేగవంతమయ్యాయని, రోజుకు 3,800 క్యూబిక్ మీటర్ల కాంక్రీట్ పనులు జరుగుతున్నాయని ప్రకటించింది. ప్రాజెక్టులోని స్పిల్–వే, స్పిల్ ఛానల్లో, 06.10.2019 తేదీన, 24 గంటల్లో, 30 వేల క్యూబిక్ మీటర్ల కాంక్రీటు వేసింది. ఈ పనులతో నవయుగ నిర్మాణ సంస్థ, గిన్నిస్ రికార్డు సాధించింది.

కొత్తగా రెక్కలొచ్చెనా...

వై. ఎస్ జగన్మోహన్ రెడ్డి విజయం సాధించి ముఖ్యమంత్రి పదవి చేపట్టిన తర్వాత, ప్రభుత్వం పోలవరం ప్రాజెక్ట్ కు ప్రాధాన్యత మరింత పెంచింది. పూర్వపు పోలవరం కాంట్రాక్టు ట్రాన్స్ ట్రాయ్ పేరుతో నమోదయివుంటే, ఆ పనుల తాలూకా బిల్లులను మాత్రం, ప్రభుత్వం అనధికారంగా నవయుగ సంస్థకు చెల్లిస్తుంది. పోలవరం ప్రాజెక్టు కాంట్రాక్టు సంస్థల ఒప్పందాలను సరిచేయాలని మరియు కాంట్రాక్టు సంస్థల

యందు వున్న ఈ సంక్లిష్టతలను పూర్తిగా నిర్మూలించే నిమిత్తం, ముఖ్యమంత్రి వై. ఎస్ జగన్ రివర్స్ టెండరింగ్ పద్ధతిని అవలంబించారు.

ప్రభుత్వం కోట్ చేసిన ధరకంటే తక్కువగా చేయడానికి ముందుకు వచ్చిన కంపెనీకి, పోలవరం ప్రాజెక్ట్ ఇవ్వడానికి ప్రభుత్వం సిద్ధపడింది. రివర్స్ టెండరింగ్ లో భాగంగా, 'మేఘా సంస్థ' బిడ్ 780 కోట్లకు తక్కువగా వేసి, పోలవరం ప్రాజెక్టును చేజిక్కించుకుంది. అదే తడవుగా పనులు ప్రారంభించింది.

ఆంధ్రప్రదేశ్ ప్రభుత్వం మేఘా సంస్థపై ఉంచిన నమ్మకం, అప్పజెప్పిన బాధ్యత చిన్నదేశం కాదు. దానిని దృష్టిలో ఉంచుకున్న మేఘా, మరింత బాధ్యతాయుతంగా వ్యవహరించాలని సంకల్పించింది. పోలవరం ప్రాజెక్టుని 50లక్షల క్యూసెక్కు ప్రవాహాన్ని తట్టుకునే లాగా నిర్మించడానికి ప్రణాళికలు సిద్ధం చేసుకున్నారు. 2019 నవంబర్లో పనులు ప్రారంభించి, పకడ్బంది ప్రణాళికతో ఆధునిక సాంకేతిక పరిజ్ఞానాన్ని వినియోగించి, నిర్విరామంగా పనులను వేగవంతం చేసింది.

ప్రపంచంలోనే అతి పెద్ద ప్రాజెక్టుగా గుర్తింపు పొందిన, చైనాలోని త్రీ గోర్జెస్ ప్రాజెక్ట్ స్పిల్-వే సామర్థ్యం కన్నా, పోలవరం స్పిల్-వే సామర్థ్యం ఎక్కువ. దీనిని 50లక్షల కుసెక్కుల సామర్థ్యంతో, 1.18కి.మీ పొడవు తో నిర్మిస్తున్నారు. మొత్తం 48 గేట్లు హైడ్రోలిక్ పద్ధతిలో ఏర్పాటుచేస్తున్నారు. ఇవన్నీ రేడియల్ తరహా గేట్లు. గేట్ల క్రస్ట్ లెవెల్ 25.72 మీటర్లు. పూర్తి స్థాయి నీటి నిల్వ సామర్థ్యం 45.72 మీటర్లు, అంటే 20

మీటర్ల ఎత్తు మేర నీటిలో గేట్లు మునిగి ఉంటాయి. మేఘా సంస్థ సిద్ధం చేసుకున్న అన్ని ప్రణాళికలను అమలుపర్చే క్రమంలో, మాయదారి కరోనా వ్యాధి ప్రపంచాన్ని చుట్టుముట్టింది.

గోదావరి నదికి మార్చి నుండి జూన్ వరకు వరద ప్రవాహం తక్కువగా ఉండటంతో, తలపెట్టిన పనులు ముమ్మరంగా చేసుకునే వీలున్న సమయం. దానిలో భాగంగా, పోలవరం దగ్గర దాదాపుగా 8 వేల మంది కార్మికులతో అహోరాత్రులు నిర్విరామంగా పనులు సాగుతున్నాయి. కానీ అంతలో అనుకోని ఉపద్రవంలా వచ్చిన కరోనాతో, ప్రపంచ దేశాలలో లాక్ డౌన్ విధించడం తప్పనిసరైంది.

పరిస్థితులను గమనిస్తున్న మేఘా, ఇండియా లాక్ డౌన్ విధించడానికి రెండు రోజుల ముందే, పోలవరం నిర్మాణ పనులు ఎక్కడికక్కడ ఆపేసింది. కార్మికులు ఎక్కువగా బీహార్, ఉత్తరప్రదేశ్ రాష్టాలకి చెందినవారు. కార్మికుల శ్రేయస్సు కోరి, వారి స్వస్థలాలకు చేర్చే ఉద్దేశంతో నిర్మాణ సైటులో, మట్టి పనికై వున్న లారీలలో వంతుల వారీగా కార్మికులను ఎక్కించుకుని కొవ్వూరు రైల్వే స్టేషన్ వైపుగా దారి తీశాయి. 24.03.2020న దేశవ్యాప్తంగా లాక్ డౌన్ ప్రకటించారు. పనులు ఎక్కడికక్కడ ఆగిపోయాయి.

తిరిగి జూన్ నెలలో పోలవరం పనులు మళ్ళీ పునః ప్రారంభమయ్యాయి. కరోనా సమయంలో సురక్షితంగా వారి స్వస్థలాలకు చేరిన వేలమంది కార్మికులు, జూన్ నెలలో సంస్థ ప్రత్యేకంగా ఏర్పాటుచేసిన రైళ్లలో పోలవరం ప్రాజెక్టు నిర్మాణానికై సంసిద్ధమయి తిరిగి వచ్చారు. పనులు వేగవంతమయ్యాయి. ఆగష్టు, 2020లో వచ్చిన వరదలతో గోదావరి నదికి ఇరవై రెండు లక్షల క్యూసెక్కుల నీరు పోటెత్తినా, ప్రణాళిక బద్ధంగా వ్యవహరించడంతో, చేపట్టిన పనులకు అంతరాయం కలగలేదు.

త్వరితగతిన పనులు పూర్తిచేయాలని, ప్రభుత్వం మరియు మేఘా సంస్థ కృతనిశ్చయంతో ఉన్నాయి. అందుకు తగిన విధంగానే ప్రాజెక్టు నిర్మాణానికి అడుగులు ఊపందుకున్నాయి. సంస్థ శక్తి సామర్థ్యాలతో, అసాధ్య మల్ల అనతి కాలంలోనే సుసాధ్యమయ్యింది. ప్రస్తుత ప్రణాళిక ప్రకారం, 2021, డిసెంబర్ నాటికి పోలవరం ప్రాజెక్టు పూర్తవుతుందని కేంద్ర జల శక్తి మంత్రి గజేంద్రసింగ్ షెకావత్ లోక సభలో ప్రకటించారు[109].

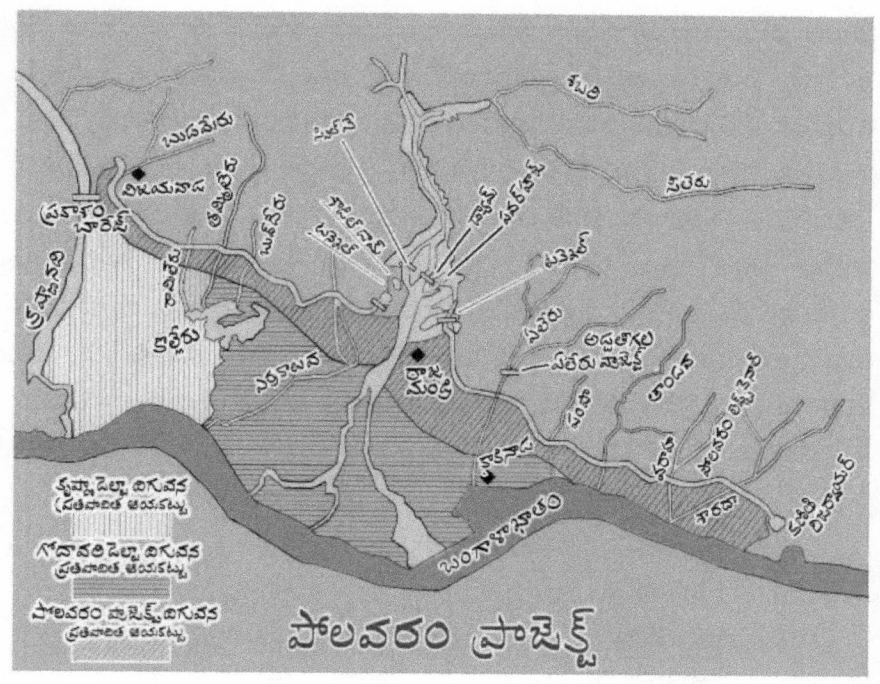

పోలవరం ప్రాజెక్ట్

పోలవరం ప్రాజెక్టు, నీటి నిల్వ ప్రాజెక్టుగా వద్దు

నాగార్జునసాగర్, శ్రీశైలం ప్రాజెక్టులనేవి నీటిని నిల్వవుంచి సరఫరా చేయడానికి ఉద్దేశించి రెండు కొండల మధ్య కట్టిన ప్రాజెక్టులు. పోలవరం ప్రాజెక్ట్, ఇసకపరలపైన సాంకేతిక నైపుణ్యంతో వెయ్యి మీటర్ల లోతుకు కాంక్రీట్ ని పునాదిగా వేసి కడుతున్న ప్రాజెక్ట్. ఇక్కడ గోదావరికి నూటఇరవై రోజులు వరద ప్రవాహం చాల ఎక్కువగా ఉంటుంది. ఆ సమయంలో వచ్చిన వరద నీటిని గ్రావిటీ ద్వారా అనువైన, అవసరమైన, విధ్వంసం లేని ప్రాంతాలలో, రిజర్వాయర్లలో నిల్వ చేసుకోవాలి.

రిజర్వాయర్ల నుండి పిల్ల కాలువల ద్వారా మండలానికి రెండు పెద్ద చెరువులను ఎంపికచేసి, ఆ నీటిని నిల్వ చేసుకోవాలి. తద్వారా భూగర్భజలాలు పెరుగుతాయి. ఈ పెద్ద చెరువుల నీటి నిల్వ రాష్టంలోని ప్రతి ఎకరానికి సాగునీరు ఇవ్వగలదు. ఇది పర్యావరణ పరంగా మేలయినది.

ఆంధ్రప్రదేశ్ హరితాంధ్రప్రదేశ్ కావలిసిందే, కానీ దానిగురించి ఒక్క చోటే భారీగా 9 మండలాలలో వున్న అటవీ ప్రాంతాన్ని ముంపుకు గురిచేయడం, మైదాన

ప్రాంత వాసులు లబ్ధిపొందటం కొరకు, అటవీ ప్రాంతంలోని ఆదివాసులను నష్ట పరచడం సరికాదు. ఆదివాసి జీవనంలో ఒక అనిర్వచనీయమైన ఉమ్మడితనం ఉంటుంది. వీరి బంధుత్వం మానవాదులకే పరిమితం కాకుండా, చుట్టూ వున్న చెట్లకు, కొండలకు కూడా వర్తిస్తుంది. ఆదివాసీయుల ఆచారాలు, అలవాట్లు అడవితోనే పెనవేసుకొని ఉంటాయి. వీరికి, అడవిలో ఊరుమ్మడి చెట్లు ముఖ్య ఆహార వనరు. వాటిలో చింత చెట్లు, మామిడి చెట్లు, తాడిచెట్లు ప్రధానమైనవి. తాటికల్లుకు ఆదివాసుల జీవితంలో చాల ప్రాధాన్యత వుంది. వేసవిలో ఊర్లకు ఊర్లు ఈ తాటికల్లు మీదనే బతుకుతాయి. గిరిజనులు నిత్య జీవితంలో వాడుకునేవి జిగురు, తేనే, కరక్కాయలు, గానుగ గింజలు, కుంకుడుకాయలు, చీపురు పుల్లలు, అడ్డకాలు, విప్పపలుకులు మొదలైనవి.

ఖమ్మం జిల్లా	ముంపు గ్రామాలూ
వరరామచంద్రాపురం	45
కూనవరం	48
చింతూరు	17
కుక్కునూరు	34
వేలేరుపాడు	39
భద్రాచలం	13
బూర్గంపాడు	9
పశ్చిమగోదావరి జిల్లా	
పోలవరం	29
తూర్పుగోదావరి జిల్లా	
దేవీపట్నం	42

ఆదివాసులు అటవీ ప్రాంత జీవనంతో పొందే మానసిక సంతృప్తికి, 'నష్టపరిహారం' అంటూ ఇవ్వగలమా? అడవి బయట వీరి ప్రశాంత జీవనం పునర్నిర్మించు కోవడం దాదాపు అసాధ్యం. పరిహారం ఇస్తామనే ప్రభుత్వ హామీలకు, ఆదివాసులు అదో రకమైన నవ్వుతో.. చెట్టుకు చెట్టు, పుట్టకు పుట్ట, కొండకు కొండ, వాగుకు వాగు ఇట్లాగే కట్టిస్తారా అని అడుగుతున్నారు.

నీటి పునః పంపిణీ.. ఒక్కటే పరిష్కారం

నది జలాలు పంచుకోవాల్సింది భాషా రాష్ట్రాల ప్రాతిపదికన కాదు. నీటి అవసరానికి భాషతో ఏమి సంబంధం? నీటివనరులు సమృద్ధిగా వున్న ప్రాంతాలు, అవి లేని ప్రాంతాలు అనేదే ప్రాతిపదిక కావాలి. దీనికి మానవత్వపు ఆలోచన కావాలి. 1990సం. నుండి కర్ణాటక రాష్ట్రం మేల్కొని, తన వాటాగా వచ్చే నీటి హక్కుల గురించి పోరాడుతుంది. దానితో మన నీళ్లు మనకు దక్కకుండా కర్ణాటక ఆపేస్తుందని, తెలుగు రాజకీయనాయకులు ఆంధ్ర ప్రజలను రెచ్చగొడుతున్నారు. రాజకీయ అల్లర్లు చేస్తున్నారు. పత్రికలు ఒక్కో ప్రాంతంలో ఒక్కోరకంగా రాస్తూ ప్రజలలో అయోమయం సృష్టిస్తున్నాయి. వీలయితే రెచ్చగొడుతున్నాయి.

ఇలాంటి పరిస్థితులతో పూర్వం కర్ణాటకలో నీటి పంపకాలు విషయమై జరిగిన హింసా కాండను మనం మర్చిపోకూడదు. వేలాది తమిళ కుటుంబాలు ఆస్తులు కోల్పోయి కర్ణాటక నుండి తమిళనాడుకు పారిపోవాల్సి వచ్చింది.

హింస ఎవరి మీద జరిగినా తప్పే. కావేరి జలాల విషయంలో కన్నడిగులు – తమిళులు అంటూ ద్వేషాలు రెచ్చగొట్టడం, ఇరు వైపులా రాజకీయనాయకులకు సరికాదు. ప్రాంతీయ వి ద్వేషాలు ముదిరితే ఆ చరిత్ర తిరిగి మళ్ళీ పునరావృతం కాగలదు.

రామాయణంలో 'వాలి' కి ఒక వరం ఉంటుంది. వాలితో ఎవ్వరు యుద్ధం చేసినా, ఆ యుద్ధంలో పాల్గొన్న ఆవలి వారి బలం వాలి పైపు సగం వచ్చి చేరుతుంది. ఆ వర ప్రభావంతో, పూర్వం వాలి రావణుడితో ముఖాముఖి యుద్ధం చేసి ఓడించిన చరిత్ర ఉంది. సుగ్రీవుడితో జరిగిన యుద్ధంలో, సుగ్రీవుడి సగ బలం వాలికి వచ్చి చేరి నాక, శ్రీ రాముడు చెట్టు చాటు నుండి అదును చూసుకొని బాణం వేస్తాడు. వాలి యుద్ధంలో ఓడిపోతాడు. దీనిని ఇక్కడితో ఆపి, మన విషయంలోకి వద్దాం!

కడుతున్న పోలవరం ప్రాజెక్టు ద్వారా గోదావరి జలాలను కృష్ణాబేసిన్ కు తరలించడం పోలవరం ప్రాజెక్టు ముఖ్య లక్ష్యాలలో ఒకటని రాష్ట్రప్రభుత్వం అంటుంది. బచావత్ అవార్డు రూల్ ప్రకారం, గోదావరి నది నుండి ఎంత నీటిని కృష్ణానదికి మళ్లిస్తే, మన రాష్టం అందులో సగం నీటి వాటా హక్కుని కృష్ణా నికర జలాల్లో కోల్పోతుంది. అంచనాల ప్రకారం గోదావరి నది నుంచి మళ్లించేది, 80 టి.ఎం.సిలు అయితే, కృష్ణా నికర జలాలను కర్ణాటక, మహారాష్ట్ర రాష్ట్రాలు ఎగువన 35 టి.ఎం.సి

లు తీసేసుకుని, మన వాటాగా 45 టి.ఎం.సిలే వదులుతాయి. అయితే ఈ పంపకంతో కృష్ణానదికి క్షామం వచ్చినప్పుడు, రాయలసీమకి, తెలంగాణకి ఇబ్బందవుతుంది.

కోస్తా తెలంగాణ జిల్లాలకంటే, రాయలసీమలో వర్షపాతం, భూగర్భ జలాలు తక్కువ. రాయలసీమకైతే సాగునీటి విషయంలో ఘోరమైన అన్యాయం జరిగింది. సాగునీటి కోసం కృష్ణా, పెన్నా నదులపైన రాయలసీమ రైతులు ఆశలు పెట్టుకున్నారు. ఆ రెండు నదులు వాళ్లకు దక్కకుండా పోయాయి. తమిళులతో పాటు రాయలసీమ వాసులు కూడా కృష్ణా నీటిపైన హక్కును కోల్పోయారు.

రాయలసీమ ఎడారిగా మారుతుందని, రాయలసీమ వాసుల మాత్రమే వెక్కి వెక్కి ఏడుస్తున్నారు. వారి బాధ వినేవారెవ్వరు లేకపోయారు. హంద్రీనీవా, గాలేరు-నగరి, వెలిగొండ ప్రాజెక్టులకై కోస్తాజిల్లాలు కొంచెమైనా వారి వాటాగా వున్న "కృష్ణా" నికర జలాలను తగ్గించుకుంటే, రాయలసీమకు ఎంతోకొంత ఉపశమనం కక్కుతుంది. వర్షపాతం, చెరువులు, భూగర్భజలాలు, నదీజలాలు అన్నింటినీ లెక్క లోకి తీసుకుని, నీరు అనే ప్రకృతి వనరును అందరు సమంగా పంచుకోవడానికి సిద్ధపడాలి.

బచావత్ అవార్డు భరోసా నీటిని 75శాతం నుంచి 60శాతం తగ్గించుకుందాం. దీనర్థం కృష్ణా రైతులకు నీటివనరు నాలుగింట మూడేళ్లు కాదు, అయిదింట మూడేళ్లు ఉంటాయి. దీనికి సర్కారు జిల్లాలు పెద్ద మనసు చేసుకుంటే, కృష్ణా నికర జలాలు పెరుగుతాయి. అంటే ప్రాజెక్ట్ కట్టుకోగల అవకాశముండే నీళ్లు పెరుగుతాయి. 60% భరోసాతో, మరొక 200 టి.ఎం.సిలు అదనంగా దక్కుతాయి. అదనంగా వచ్చిన నీటిని రాయలసీమకు కేటాయించవచ్చు. దానితో నాలుగులక్షలు వరకు ఆరుతడి పంటలు పండించుకునే అవకాశం ఉంటుంది. మంచినీటి ఇబ్బందులను అధిగమించవచ్చు.

నదుల అనుసంధానం

1970 సం. నుండి, దేశంలోని 37 నదులను, 30 కి పైగా ప్రాంతాలలో అనుసంధానించాలని ఉద్దేశించారు. నదీజలాల అతివృష్టి, అనావృష్టి దురవస్థల నుండి దేశాన్ని గట్టెకించే ఏకైక మార్గం, నదీజలాల అనుసంధానం.

ఉత్తర భారత అనుసంధాన ప్రతిపాదనలు	దక్షిణ భారత అనుసంధాన ప్రతిపాదనలు
కోసి – మెచి	మహానది – ధవళేశ్వరం (G)
కోసి – ఘగ్రా	ఇంచంపల్లి (G) – నాగార్జున సాగర్(K)
గండక్ – గంగా	ఇంచంపల్లి (G) – పులిచింతల((K))
ఘగ్రా – యము	పోలవరం(G) – విజయవాడ((K)
శారద – యమున	ఆల్మట్టి(K) –పెన్నా
యమున – రాజస్థాన్	శ్రీశైలం (K) –పెన్నా
రాజస్థాన్ –సబర్మతి	నాగార్జున సాగర్(K) – సోమశిల (P)
చునార్ – సోన్ బ్యారేజ్	సోమశిల(P) – పోలార్ – కావేరి
సోన్ డ్యామ్ – గంగా లింక్	కావేరి – వైగేయి–గుండార్
మనస్ – సంకోష్ – టిస్టా – గంగా	కెన్ – బెట్వా
జోగిగోపా – టిస్టా – ఫరక్కా	ప్రబతి–కలిసింద్–చంబల్
ఫరక్కా–సుందర్బన్స్	పార్ – తపి – నర్మద
గంగా (ఫరక్క) – దామోదర్ –	థమన్ గంగ –పింజల్
సుబెర్నరేఖ	బెడ్తి – వర్ద
సుబెర్నరేఖ – మహానది	నేత్రవతి – హేమవతి
	పంబ –అచంకోవిల్ –వైప్పర్

భారత దేశ
నదుల అనుసంధానం

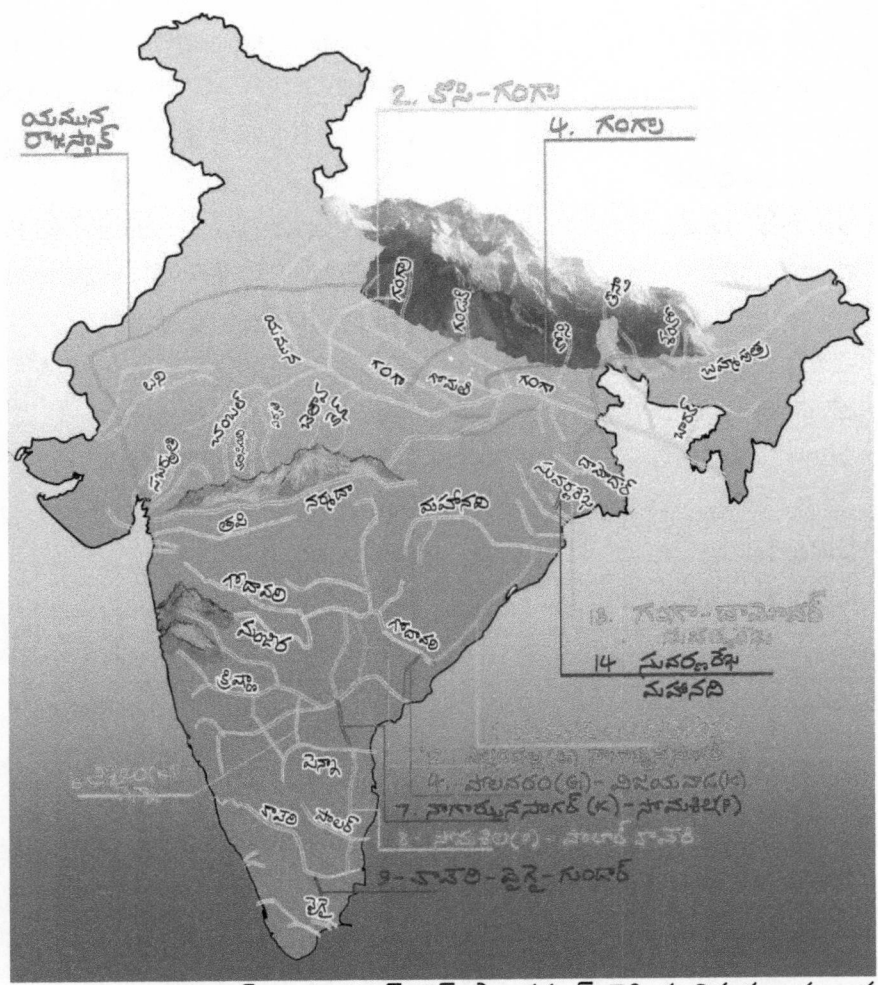

డా. కె. ఎల్ రావు, కెప్టెన్ దిన్ షా దస్తూర్ చెప్పిన విషయాలను ఇక విశ్లేషించడం ఇక్కడితో ఆపి, అనుసంధాన ఆలోచనలకు కార్యరూపం ఇవ్వడం రైతన్నకెంతో మేలు చేస్తుంది. ఉత్తర భారతదేశంలోని హిమాలయ ప్రాంతాలలో పద్నాలుగు, ద్వీప కల్ప ప్రాంతంలో పదహారు చోట్ల మరియు ద్వీప కల్ప ప్రాంతంలోని

దక్షిణాదిన ప్రవహించే నదుల అనుసంధానానికి తొమ్మిది చోట్ల అవకాశం ఉంది. గంగా, బ్రహ్మపుత్ర నదీజలాలు అంతర్జాతీయ చట్టాలకు లోబడి వున్న నదులు. వీటి అనుసంధానానికి చైనా, బాంగ్లాదేశ్ లతో అంతర్జాతీయ నీటి ఒప్పందాలు తప్పనిసరి. దీనికి సమయం, ఓర్పు అవసరం. అలాగే ఉత్తర–దక్షిణ నదుల అనుసంధానానికి వింధ్య పర్వతాలు మరొక పెద్ద ఇబ్బంది.

దక్షిణ భారతదేశానికి సంబంధించిన నదుల అనుసంధానం ఏ ఇతర దేశాలతో సంబంధం లేకపోవడంతో, దక్షిణాదిలో వున్న నదులన్నీ అనుసంధానానికి సిద్ధంగా ఉన్నాయని చెప్పవచ్చు. మహానది జలాలను, గోదావరికి తరలించి... గోదావరి జలాలను కృష్ణాకు పోనిచ్చి... పెన్నా, కావేరి మీదగా గుండార్ వరకు మళ్లించాలి. దక్షిణ భారతదేశ త్రాగు, సాగు నీటి అవసరాలు తీర్చడమే లక్ష్యంగా సంకల్పం చేయాలనీ, ప్రభుత్వాలు పనులు తొందరలోనే ఈ దిశగా అడుగులు వేయాలని కోరుకొందాం.

ఏడవ తరం ముచ్చట్లు

ఈనాడు, ప్రపంచం నలుమూలలా పాకనాటి ఏడవ తరం వారు విస్తరించి వున్నారు. ఐదో తరంలో అరకొరగా ఇంజనీరింగు, మెడిసిన్‌లతో మొదలైన వలస, పరాయిగడ్డపై వారిని వారు నిరూపించుకునే తత్వాన్ని పెంచింది. ఆరవ తరానికి ఇన్ఫర్మేషన్ టెక్నాలజీ అందుబాటులోకి రావడంలో, వలస పెరిగి పరాయి దేశంలో ఉండటం సాధారణమయి పోయింది.

గ్రామాలను విడిచిపెట్టాకనే మన ప్రాంతం మనకి బాగా అర్థమవుతుంది. ఇప్పుడు ఏడవ తరం వారు కొత్త గడ్డపై పూర్తిగా కొత్త సంస్కృతి నీడలో పెరుగుతున్నారు. మా చెట్టు నీడ, అసలేం జరిగింది గ్రంథం మొదటి తరం నుండి ఏడవ తరం వరకు కలిపి కుట్టే దారంగా పనిచెయ్యాలని, మన ఉనికిని నిలుపుకునే గ్రంథంగా ఉపయోగపడాలని కోరుకుంటూ, ఇక్కడితో పాకనాటి ఈ ఏడుతరాల ముచ్చట్లని ముగిస్తున్నాను.

అనుబంధం

పాకనాటి స్వాతంత్ర్య సమరయోధుల వివరాలు

కనుమూరి రామిరెడ్డి

కనుమూరి రామిరెడ్డి, 1908సం.లో, డోకిపర్రు గ్రామంలో జన్మించారు. తండ్రి గంగిరెడ్డి. వీరు 8వ తరగతి వరకు చదువుకున్నారు, రైతుబిడ్డ. ప్రజలకు జాతీయోద్యమ భావాలను సాంస్కృతిక (బుర్రకథ,నాటకాలు) కార్యక్రమాల ద్వారా పెంపొందించారు. 1930సం. న స్థాపించిన, గ్రామంలో కో–ఆపరేటివ్ బ్యాంకుకి వరుసగా మూడుసార్లు సెక్రెటరీగా పనిచేశారు. 22.2.1932, శాసనోల్లంఘన ఉద్యమంలో పాల్గొని, పోలీసు దురహంకార లాఠీచార్జీకి గురయ్యారు. క్విట్ ఇండియా ఉద్యమంలో పాల్గొని, అల్లీపురం జైలులో 11.5.1943 నుండి 27.8.1943 వరకూ కఠిన శిక్ష అనుభవించారు. 18.5.1943 న అల్లీపురం జైలులో, 12 కొరడా దెబ్బల శిక్షకు గురయ్యారు.

శ్రీ కనుమూరి రామిరెడ్డి

వీరి ఒంటికి చన్నీళ్ల స్నానం పడదు, కానీ జైలులో వున్నప్పుడు, రోజు చన్నీళ్ల స్నానం చేయడంతో, ఆరోగ్యం పూర్తిగా దెబ్బతింది, కంటి చూపు సన్నగిల్లింది. వీరు జైలులో వున్న రోజులలో, బ్రిటిష్ పోలీసులు, ప్రతి రెండు నెలల ఒకసారి వారి ఇంటిలోకి చొరబడి, కుటుంబ సభ్యులపై అకారణంగా దౌర్జన్యం చేసేవారు. ఇంటిలో వున్న పాలు, పెరుగు నేల పాలు చేసేవారు. స్వాతంత్ర్య సమరయోద్యమంలో బ్రిటిష్ వారు విధించిన జరిమానాలు నిమిత్తం, వీరి రెండున్నర ఎకరాల పొలం కోల్పోయారు.

రామిరెడ్డి గారు, కుమారుడికి బాలగంగాధర తిలక్ రెడ్డిగా, మొదటి కుమార్తెకు భరత మాత గుర్తుగా భారతిగా, రెండవ కుమార్తెకు గాంధీజీ సతీమణి పేరైనా కస్తూరి, చివరి కుమార్తెకు ఆజాద్ హింద్ ఫౌజ్ కెప్టెన్ లక్ష్మికి గుర్తుగా

విజయలక్ష్మిగా నామకరణం చేశారు. దేశ స్వాతంత్ర్యం కోసం ఎంతో పరితపించారు, వీరు భారత స్వాతంత్ర్య ప్రకటనకన్నా ముందే, 1945 సంవత్సరంలో కనుమూశారు.

పామిరెడ్డి వెంకట సుబ్బారావు రెడ్డి

పామిరెడ్డి వెంకట సుబ్బారావు రెడ్డి, డోకిపర్రు గ్రామంలో జన్మించారు. తండ్రి రామ శాస్త్రులు. రైతుబిడ్డ. కృష్ణాజిల్లా రైతు సంఘు అధ్యక్షులుగా పనిచేశారు. 19.6.1930న ఉప్పు సత్యాగ్రహంలో పాల్గొన్న కారణంగా, ఒక సంవత్సరం శిక్ష విధించబడి, రాజమండ్రి, రాయ వెల్లూర్ల జైళ్లలో శిక్ష అనుభవించారు.

శ్రీ పామిరెడ్డి వెంకట సుబ్బారావు రెడ్డి

11.1.1932న జాతీయోద్యమానికి వాలంటీర్లను సమీకరించినందుకు, గుడివాడలో లాఠీఛార్జికి గురయ్యారు. 14.1.1932న దివి తాలూకా కాజలో అరెస్టుచేసి, రెండేళ్లు కఠిన శిక్ష వేసి, రు.1000.00 జరిమానా విధించారు. రాజమండ్రి, బళ్లారి జైళ్లలో శిక్ష అనుభవించి, 3.7.1933న విడుదలయ్యారు. మరల 27.1.1941న వ్యష్టి సత్యాగ్రహంలో పాల్గొన్నందుకు, 4 నెలల కఠిన శిక్ష విధించబడింది. రాజమండ్రి జైలులో శిక్ష అనుభవించారు.

పామిరెడ్డి ఘంటా రెడ్డి

పామిరెడ్డి ఘంటా రెడ్డి డోకిపర్రు గ్రామంలో జన్మించారు. తండ్రి గంగయ్య. 19.6.1930న ఉప్పు సత్యాగ్రహంలో పాల్గొన్న కారణంగా రాజమండ్రి, తిరుచునాపల్లి, అల్లీపురం జైల్లలో శిక్షననుభవించారు.

శ్రీ పామిరెడ్డి ఘంటారెడ్డి

14.3.1931న, గాంధీ–ఇర్విన్ ఒప్పందంతో జైలునుంచి విడుదలయ్యారు. బందరులో 27.3.1932న, విదేశీ వస్త్రాలయాల ముందు పికెటింగ్ చేసి పోలీసువారిచే లాఠీ చార్జికి గురయ్యారు. వ్యష్టి సత్యాగ్రహంలో పాల్గొన్నందున, 26.4.1941న అల్లీపురం జైలులో మూడు నెలల కఠిన శిక్ష, మరియు రు. 100/– జరిమానా విధించారు.

డోకిపర్రు దేవాలయాలతో వీరికి ఉన్న అనుబంధం మెండు. జాతీయ కాంగ్రెస్ పథకం "ఇంటింటి ముద్ద.. గుడిలో కూడు" ద్వారా, గ్రామంలోని స్వాతంత్ర్య సమరయోధులు, ఇంటింటికి తిరిగి అన్నం సేకరించి, దానిని గుడిలో అందరు కలిసి భుజించేవారు. గాంధీజీ షరతు ప్రకారం, హరిజన పేటలో కూడా అన్నం సేకరించాలి. ఈ పథకాన్ని వీరు, చాకచక్యంగా గ్రామ అగస్తేశ్వర స్వామి ఆలయంలో అమలు చేశారు.

పోలవరపు గోపాలకృష్ణయ్య

పోలవరపు గోపాలకృష్ణయ్య, డోకిపర్రు గ్రామ వాస్తవ్యులు. తండ్రి రామయ్య. రైతుబిడ్డ. ఉప్పుసత్యాగ్రహంలో పాల్గొన్నారు. 7.5.1930న ఆరు నెలల కఠిన శిక్ష, రు.20/- జరిమానా విధించారు. రాజమండ్రి, అల్లీపురం జైల్లలో శిక్ష అనుభవించారు.

పామిరెడ్డి సత్యనారాయణరెడ్డి

శ్రీ పామిరెడ్డి సత్యనారాయణరెడ్డి

పామిరెడ్డి సత్యనారాయణరెడ్డి, 1920 సం.లో డోకిపర్రు గ్రామంలో జన్మించారు. తండ్రి రామ శాస్త్రులు. క్విట్ఇండియా ఉద్యమంలో పాల్గొని, 11.5.1943న రెండు సంవత్సరాల కఠిన శిక్షను అల్లీపురం జైలులో అనుభవించారు. పోలీసులు 18.5.1943న, 15 కొరడా దెబ్బల శిక్షను విధించారు. కౌతరంలో రైలు పట్టాల ధ్వంసం చేసిన కేసు పై అరెస్ట్ అయ్యారు.

పామిరెడ్డి శేషారెడ్డి

శ్రీ పామిరెడ్డి శేషారెడ్డి

పామిరెడ్డి శేషారెడ్డి, డోకిపర్రు వాస్తవ్యులు. తండ్రి రామయ్య. ఉప్పు సత్యాగ్రహ ఉద్యమంలో పాల్గొన్నందుకు 16.7.30న, ఆరు నెలల కఠిన శిక్ష విధించబడింది. రాజమండ్రి, అల్లీపురం జైల్లలో శిక్షననుభవించారు. బందరులో శాసనోల్లంఘన ఉద్యమకాలంలో పికెటింగ్ చేశారు. 17.3.32న

లాఠీచార్జీకి గురయ్యారు. తరువాతి కాలంలో వీరు, వడాలి గ్రామ మునసబుగా 18 సంవత్సరాలు పనిచేశారు.

నిమ్మగడ్డ వెంకట కృష్ణారావు

నిమ్మగడ్డ వెంకట కృష్ణారావు, 1909 సెప్టెంబర్ 8న డోకిపర్రు గ్రామంలో జన్మించారు. తండ్రి రత్తయ్య. వీరు చదువుకునే రోజులలో దేశభక్తి కిరణాలు, ఆయన పై ప్రసరించి స్వాతంత్ర్య సమర ఉద్యమంలో అడుగు పెట్టారు. జిల్లా కాంగ్రెస్ సంఘ కార్యాలయ కార్యదర్శిగా వున్నప్పుడు, ఆయన కాంగ్రెస్ రికార్డులను బ్రిటిష్ పోలీసుల వశం కాకుండా రాత్రికి రాత్రి సురక్షితమైన చోటుకి తరలించారు. 19.6.30న ఉప్పు సత్యాగ్రహంలో పాల్గొన్నందుకు శిక్ష విధించబడింది. రాజమండ్రి, తిరుచునాపల్లి జైల్లలో శిక్షననుభవించారు.

శ్రీ నిమ్మగడ్డ వెంకటకృష్ణారావు

శాసనోల్లంఘనంలో 11.1.1932న కాంగ్రెస్ కరపత్రాలు పంచుతుండగా, పోలీసులు అరెస్టు చేసి, దారుణంగా చావగొట్టారు. 1942 క్విట్ ఇండియా ఉద్యమంలో పాల్గొనందుకు, పామర్రు సబ్ జైలులో నిర్బంధించారు. పెక్కు సంవత్సరాలు వీరు జాతీయ ఉద్యమంలో ప్రముఖ పాత్ర వహించారు. ఉత్తరభారత నాయకులతో సన్నిహిత సంబంధాలు కలిగి వున్నారు.

ఆంధ్ర పర్యటనలో, గాంధీజీ విరాళాల నిమ్మితం కౌతవరం, డోకిపర్రు గ్రామాలను సందర్శించినప్పుడు గాంధీజీకి కనుమూరి వెంకట కృష్ణారెడ్డి గారి తోటలో వున్న నారింజ, నిమ్మకాయలు ఇవ్వడంతో, 1941 సంవత్సర పర్యటనలో, గాంధీజీ ప్రత్యేకంగా వీరికి 100 నారింజ, 100 నిమ్మకాయలు పంపమని ఉత్తరం రాయడం జరిగింది.

1921నుంచి 1946 మధ్య కాలంలో, గాంధీజీ కృష్ణాజిల్లాలో సుమారుగా 6సార్లు పర్యటించారు. ఆ పర్యటన ఆద్యంతం నిమ్మగడ్డ వెంకట కృష్ణారావు ఆధ్వర్యంలో రూపొందించబడింది. గాంధీజీ ఆంధ్ర ప్రాంతంలో సేకరించిన విరాళాల మొత్తం విలువ దేశంలో రెండొవస్థానంలో ఉండేది. మొదటిస్థానం పంజాబ్ రాష్టం. ఖద్దరు వ్యాపారం చేస్తూ, విజయవాడలో ప్రముఖ న్యూస్ పేపర్ ఏజెన్సీని నడిపేవారు.

పోలవరపు రామారావు

శ్రీ పోలవరపు రామారావు

పోలవరపు రామారావు 1904సం.లో డోకిపర్రు గ్రామంలో జన్మించారు. తండ్రి పున్నయ్య. రైతు. ఉప్పు సత్యాగ్రహంలో పాల్గొన్నారు. రు.30 లు జరిమానా విధించారు. 12-7-1930 నుంచి ఆరు నెలల కఠిన శిక్షను రాజమండ్రి, అల్లీపురం జైల్లలో అనుభవించారు.

రామిరెడ్డి కోటి రెడ్డి

శ్రీ రామిరెడ్డి కోటిరెడ్డి

రామిరెడ్డి కోటి రెడ్డి గారు, 1925సం. లో డోకిపర్రు గ్రామంలో జన్మించారు. తండ్రి పిచ్చిరెడ్డి. 1945లో క్విట్ ఇండియా ఉద్యమంలో కౌతవరం రైలు పట్టాల ధ్వంసం కింద పోలీసులు అరెస్ట్ చేశారు. రెండు నెలలు జైలు శిక్ష విధించారు. గ్రామంలో హిందీ ప్రచారకర్తగా పని చేశారు. స్వాతంత్ర్యం తరువాత హిందీ టీచరుగా ఉద్యోగ నిర్వహణ చేపట్టి 1988 లో పదవి విరమణ చేశారు.

జొన్నల గడ్డ పట్టాభి రామయ్య

శ్రీ జొన్నలగడ్డ పట్టాభిరామయ్య

జొన్నల గడ్డ పట్టాభి రామయ్య, డోకిపర్రు గ్రామంలో జన్మించారు. తండ్రి సూర్యనారాయణ. వీరు 27.3.1932న బందరులో శాసనోల్లంఘనలో విదేశీ వస్త్రాలయాల ఎదుట పికెటింగ్ చేస్తుండగా అరెస్ట్ చేసి రాజమండ్రి జైలుకు పంపించారు. ప్రతి నిత్యం, పాకనాటి సత్రం వద్ద దినపత్రికలో ప్రచురితమైన స్వాతంత్రోద్యమ సంఘటనలను వీరు చదివి, ఉద్యమకారులకు

వివరించేవారు. కృష్ణాజిల్లా స్వాతంత్రోద్యమ తీర్మానాలను రాసేవారు. వీరు కుటుంబంతో సహా మచిలీపట్టణానికి తరలి వెళ్లారు.

విడియాలా కాళహస్తి లింగం

శ్రీ విడియాలా కాళహస్తి లింగం

విడియాలా కాళహస్తి లింగం 1906సం.లో డోకిపర్రు గ్రామంలో జన్మించారు. తండ్రి వీరభద్రయ్య. వృత్తి టైలరింగ్. 28.7.1930న ఉప్పు సత్యాగ్రహంలో పాల్గొని రాజమండ్రి, అలీపురం జైళ్లలో కఠిన శిక్షను అనుభవించారు.

పేకేటి రంగారెడ్డి

శ్రీ పేకేటి రంగారెడ్డి

పేకేటి రంగారెడ్డి కాజ గ్రామంలో జన్మించారు. తండ్రి వెంకటరెడ్డి. 1932 సంవత్సరంలో శాసనోల్లంఘనంలో గుంటూరులో లాఠీచార్జీకి గురై రు. 200/- జరిమానా విధించబడినది. గుంటూరు సబ్ జైలులో రెండు మాసాలు నిర్బంధించారు. ఈయనని మరల 22.11.1942న క్విట్ ఇండియా ఉద్యమంలో అరెస్టు చేశారు. మూడు మాసాలు సబ్ జైలులో నిర్బంధించి, 13.2.1943న ఆరు మాసాల కఠిన శిక్షను విధించారు. అలీపురం క్యాంప్ జైలులో శిక్షను అనుభవించారు.

పేకేటి రంగారెడ్డి గారు గ్రామంలో మొట్టమొదటి ఎలిమెంటరీ స్కూల్ రావడానికి కృషి చేశారు. స్కూల్ బిల్డింగ్ కట్టడానికి భూరివిరాళం ఇచ్చారు. గ్రామంలోని గండ్రేవు ప్రాంతంలో, గ్రామ ప్రజలకు వైద్య సౌకర్యం కొరకు ఆసుపత్రి ఏర్పరిచారు.

పేకేటి వీరారెడ్డి

శ్రీ పేకేటి వీరారెడ్డి

పేకేటి వీరారెడ్డి గారు కాజ గ్రామంలో జన్మించారు. వీరి తండ్రి మాధవ రాయుడు. 14.6.1930 సం. న, ఉప్పు సత్యాగ్రహంలో పాల్గొన్నందున, వీరికి కఠిన శిక్ష విధించబడింది. రాజమండ్రి, బళ్ళారి జైల్లలో శిక్షను అనుభవించారు. గాంధీ ఇర్విన్ ఒప్పందంతో 11.3.1931న విడుదలయ్యారు. 1932 శాసనోల్లంఘనంలో కృష్ణాజిల్లా 3వ డిక్టేటర్ గా నియుక్తులయ్యారు.14.1.1932న లాఠీచార్జీకి గురయ్యారు. తిరిగి వీరిని 6.4.1932 న అరెస్టు చేసి ఆరు మాసాల కఠిన శిక్ష, రు.1000/- జరిమానా విధించారు. రాజమండ్రి జైలులో శిక్షను అనుభవించారు.

వీరారెడ్డి, సొంత పొలం కొంత కాజ గ్రామ గ్రంథాలయానికి దానం చేశారు. వీరు గ్రామంలోని నాగుల చెరువు ప్రాంతంలో ప్రశాంతమైన ఋషి ఆశ్రమం లాంటి ప్రదేశంలో ఉండేవారు. గాంధీ కాజగ్రామం వచ్చినప్పుడు, ఈ ఆశ్రమంలో కొద్ది సేపు విశ్రాంతి తీసుకున్నారు. తోటలోని నిమ్మకాయలు, ఉసిరికాయలు బహుమతిగా స్వీకరించి, గొట్టిపాటి బ్రహ్మయ్యతో కలిసి చల్లపలికి వెళ్లారు.

రామిరెడ్డి సుబ్బారెడ్డి

శ్రీ రామిరెడ్డి సుబ్బారెడ్డి 1902 సం. కాజగ్రామంలో జన్మించారు. తండ్రి రామయ్య. వీరు స్వగ్రామంలో కాంగ్రెసు సంఘాన్ని స్థాపించారు. 19.6.1930న ఉప్పుసత్యాగ్రహంలో పాల్గొని కఠిన శిక్షను రాజమండ్రి, తిరుచునాపల్లి, అలీపురం జైళ్లలో అనుభవించారు. గాంధీ ఇర్విన్ ఒప్పందంతో 14.3.1931న విడుదలయ్యారు. జైలులో ఆరోగ్యం పూర్తిగా దెబ్బతిన్నప్పటికీ, వీరు బ్రిటిష్ వారికి క్షమాపణ చెప్పి విడుదలకావడానికి నిరాకరించారు. 1932 శాసనోల్లంఘనంలో గుంటూరులో తీవ్రమైన లాఠీచార్జీతో, తలపై బలమైన గాయాలకు గురయ్యారు. గుంటూరు సబ్ జైలులో 15 రోజులు రిమాండ్ లో ఉంచి ఆ తరువాత విడుదల చేశారు. 1940 సంవత్సరంలో వీరు కీర్తిశేషులయినారు.

జోగి సుబ్బారావు

జోగి సుబ్బారావు, కాజా గ్రామంలో జన్మించారు. వీరి తండ్రి రామస్వామి. క్విట్ ఇండియా ఉద్యమంలో టెలిఫోన్, టెలి గ్రాఫ్ తీగలు తెంచి, అరెస్టయి జైలు శిక్ష అనుభవించారు. నిత్యం ఖద్దరు ధరించేవారు. గ్రామంలో గాంధీజీ గురించి

శ్రీ జోగి సుబ్బారావు

ప్రచారకర్తగా ఉండేవారు. స్వాతంత్ర్యం వచ్చిన తరువాత కూడ బడి పిల్లలలో దేశభక్తిని నూరిపోసేవారు. అందరితో నవ్వుతూ చలాకీగా ఉండేవారు. ఈయన్ని కృష్ణాజిల్లా కాంగ్రెసు నాయకులు అందరు 'ది మెటా వర్కర్' అని పిలిచేవారు.

వట్రపు సీతారామరెడ్డి

శ్రీ వట్రపు సీతారామరెడ్డి

వట్రపు సీతారామరెడ్డి కాజా గ్రామంలో జన్మించారు. క్విట్ ఇండియా ఉద్యమంలో పాల్గొన్నారు. గాంధీ జయంతి సందర్భంలో కాజలో ఊరేగింపు జరిపి అరెస్టయ్యారు. 22.11.42 నుంచి 22.12.1942 వరకు బందరు సబ్ జైలు నిర్బంధంలో వున్నారు. ఈయన, ఆరడుగుల ఎత్తుతో నిత్యం తెల్లబట్టలు ధరించేవారు. కాజగ్రామం నుండి డోకిపర్రు మీదగా గుడివాడకు బస్సు సౌకర్యం కొరకు కృషిచేశారు. రోడ్డు సౌకర్యం సరిగా లేకపోతే, ఈయనే వెళ్లి గోతులను పూడ్చేవారు. ఈ రవాణా సౌకర్యం పాకనాటి గ్రామాల వారి బంధుత్వం పటిష్టం చేసిందని చెప్పవచ్చు.

పాకనాటివారు వలస వచ్చిన గ్రామాల వివరాలు

డోకిపర్రు గ్రామం

డోకిపర్రు గ్రామం ప్రస్తుతం కృష్ణాజిల్లా, గుడ్లవల్లేరు మండలంలోని, గుడివాడ రెవిన్యూ డివిజనులో ఉంది. వ్యవసాయ ఆధారిత గ్రామం, మిశ్రమ కులాల జీవనంతో ప్రశాంత పల్లె వాతావరణం.

గ్రామం తరుపున ప్రత్యేకించి, పాకనాటి సత్రాన్ని నిర్మించి కాశీ యాత్రికులకు వసతి సౌకర్యాలు కల్పించారని, వెన్నెలకంటి సుబ్బారావు ఆత్మకథ(1823) ద్వారా తెలుస్తుంది. తరువాతి కాలంలో, ఈ సత్రం దేశ స్వాతంత్ర్య సంగ్రామ వ్యూహరచనకు, ప్రణాళికాబద్ధ కార్యకలాపాలకు వేదికయింది.

ఈ గ్రామం మొదటి నుంచి రాజకీయంగా చైతన్యం కలిగివుంది, ఇక్కడ రైతులపై కమ్యూనిస్టు పార్టీల ప్రభావం మెండు. మొట్టమొదటి మహిళా కమ్యూనిస్ట్ సభను జరిపిన గ్రామం. కొంతమంది రైతు కుటుంబాలు కమ్యూనిస్టు భావజాలంతో, వారి పిల్లలకు కులం పేరుతో నిమిత్తం లేకుండా నామకరణం చేశారు. ఈ గ్రామంలో 90 కి పైగా వున్న బ్రాహ్మణ కుటుంబాలు, సాహిత్యంలో ఎన్నో పుస్తకాలు రచించారు. ఈ బ్రాహ్మణ కుటుంబాల అవసరార్థం గురువు గారి చెరువు (గుర్రపు చెరువు) తవ్వబడింది.

ఊరి నుంచి తొలి ఐపిఎస్ గా

ఊరి నుంచి తొలి ఐ. పిఎస్ గా ఎల్. కాళిదాస్ రంగారావు, 11.09.1964న డోకిపర్రు గ్రామంలో జన్మించారు. తల్లి అనసూయమ్మ , తండ్రి లేళ్ల శరాబంది రాజు **గారు**. వీరి బాల్యం అంతా డోకిపర్రులోనే సాగింది. తనలోని భాష ప్రజ్ఞకు పదును పెట్టే క్రమంలో, చిరుతిండులకని ఇచ్చిన చిల్లరని కూడబెట్టుకుని, శ్యామల దండకం పుస్తకం కనుక్కుని చదివారు. వీరు పదో తరగతి డోకిపర్రు ప్రభుత్వ పాఠశాలలో, ఇంటర్మీడియట్ బందరు నోబెల్ కాలేజీలోను పూర్తిచేశారు.

ఇంటర్మీడియట్ చదువుతున్నప్పుడు, సమాజంలో ఉండే వివక్ష తనను తానుగా నిలబడనివ్వలేదు. సమాజ సంరక్షణాభిలాషతో, సోవియట్ భూమి పత్రికల ప్రభావంతో నక్సల్స్ గా మారి సమాజాన్ని మార్చాలని తొలుత భావించారు. వీరి బంధువు, డా. రాజారావు గారు నక్సలిజం మంచిది కాదని అంటే, అడవిలో జరిగేదేమిటో

తెలుసుకొని, పట్టుదలగా ప్రశ్నలతో తనకుతానే, తన భావజాలాన్ని మార్చుకొని, భారతీయ యోగ, ఆధ్యాత్మిక ఆలోచనలు పెంపొందించు కొన్నారు.

శ్రీ ఎల్.కాళిదాస్ వెంకట రంగారావు (ఐపిఎస్)

డోకిపర్రు లైబ్రరీలో అప్పటికే చదివి వున్న రామాయణ, మహాభారతాలను మరో మారు తల్లితండ్రులు వద్ద నుంచి కొత్త కోణంలో నేర్చుకున్నారు. ఈశావాశ్యోపనిషత్తు, కేశోపనిషత్తులను చదవనారభించారు. విశ్వ మానవ తత్వాన్ని పొంది వారి నూతన జీవిత ప్రయాణాన్ని మొదలు పెట్టారు.

కాళిదాస్ గారు ఇంటర్మీడియట్ పూర్తిచేశాక, మెడికల్ ఎంట్రన్స్ హాల్ టికెట్, కృష్ణా జిల్లాలో వున్న డోకిపర్రు గ్రామానికి బదులుగా, గుంటూరు జిల్లాలో ఉన్న డోకిపర్రు గ్రామానికి చేరడంతో వీరు సరైన సమయానికి మెడికల్ ఎంట్రన్స్ పరీక్షకు హాజరుకాలేక పోయారు. మనకు ప్రాప్తం ఎంతో అంతే అని కూర్చకుండా, గుడ్లవల్లేరులో సైన్స్ డిగ్రీలో చేరారు. డిగ్రీ పూర్తిచేసి, అనంతరం ఆంధ్ర యూనివర్సిటీలో ఎం.ఎస్.సి లో మాస్టరు డిగ్రీ పొందారు.

లక్ష్యం లేని వాడు సామాన్యుడు. లక్ష్యానికి మించి ప్రయత్నించేవాడు గొప్ప వాడనట్లు, మానవజీవితం ఒక చైతన్యస్రవంతి, అది ఎన్నో మలుపులు తిరుగుతుందననట్లు, తన ఆలోచనలు సివిల్స్ వైపుగా దారితీశాయి. పట్టుదలతో సాధించి సివిల్స్ లో ఐ. పిఎస్ గా నియమించబడ్డారు. ఏ పదవి చేపట్టినా ఆ పదవికే వన్నె తెచ్చేటట్టుగా నిబద్ధత చూపారు.

వరంగల్, విజయనగరం జిల్లాలో ఎస్. పి గా బాధ్యతలు నిర్వర్తిస్తున్నప్పుడు, "విజిట్ యువర్ ఎస్. పి" అని వినూత్నమైన కార్యక్రమం ద్వారా జిల్లా పేద విద్యార్థులకు దగ్గరైయ్యారు. ఆ కార్యక్రమంలో భాగంగా, బంగ్లాకు వచ్చిన పిల్లలకు మనస్సును మెప్పించే మంచిమాటలను చెప్పి, ఎస్. పి బంగళా అంతా చూపించి, పిల్లలకు భోజనం పెట్టి పంపించేవారు. ఇది ప్రతివారం జరిగే ప్రక్రియ, ఈ సంకల్పం పేద పిల్లల ఆలోచనలలో పెద్ద పెద్ద లక్ష్య సంకల్పాలకు ఆది అయ్యింది.

"ప్రభోద్" అనే కెరియర్ గైడెన్స్ సెంటర్లో, యువతకు గ్రూప్స్ పరీక్షలకు శిక్షణ నిమిత్తం, వందలాది సివిల్ పుస్తకాలు విద్యార్థులకు అందుబాటులో ఉంచి, గిరిజన, పేద విద్యార్థులలో ఆశల సౌధంకు పునాదులేశారు. విద్యార్థులలో స్ఫూర్తిని రగిల్చారు. ఈవిధంగా కొన్ని వందల మంది విద్యార్థులు పోటీపరీక్షలలో నెగ్గి, వారి జీవితాలలో

ఉన్నతంగా వున్నారు. ఇదంతా కాళిదాస్ గారిలోని సామాజిక ప్రజ్ఞకు ప్రతిరూపంగా చెప్పవచ్చు.

జన్మభూమి మీద వున్న ప్రేమతో, గ్రామ విద్యార్థులకు చదువు, క్రమశిక్షణ విషయంలో ఎటువంటి సహాయం చెయ్యడానికైనా వీరు ఎప్పుడు సిద్ధంగా ఉంటారు. వీరు గ్రామంలో "సమ సమాజ సంస్కృతి సాధనం" పేరు మీద కమ్యూనిటీ హాల్ ని, సొంత ఖర్చులతో నిర్మించి, దానిలో కొన్ని వందల పుస్తకాలను పేద విద్యార్థులకై ఉంచారు. నిత్యం గ్రామ ప్రజలందరితో ఆత్మీయతగా మెలుగుతూ అందరు బాగుండాలనే తత్త్వం కలిగినవారు.

ఊరి నుంచి ఐ.ఏ.ఎస్ గా

శ్రీ గోట్రు నిరంజన్ రావు

గోట్రు నిరంజన్ రావు, డోకిపర్రు గ్రామంలో జన్మించారు, తండ్రి రామయ్య. వీరి తండ్రి తోబుట్టువు, శ్యామలాదేవి ఇరువురు గ్రామంలోని పాఠశాల ఉపాధ్యాయులు కావడం, వీరికి వున్న శ్రద్ధ, పట్టుదలతో గ్రామం నుండి తొలి ఐఏఎస్ అధికారిగా ఉద్యోగ బాధ్యతలు చేపట్టారు. వీరు మెదక్, కడప జిల్లాల కలెక్టర్ గా సేవలందించారు. డైరెక్టర్ అఫ్ సోషల్ వెల్ఫేర్ గా పనిచేస్తున్నప్పుడు, గ్రామంలోని విద్యార్థుల మీద వున్న ప్రేమతో, రెండు సాంఘిక సంక్షేమ వసతి గృహాలను (బాలుర, బాలికల) ఏర్పాటుచేశారు. దానితో గ్రామంలోని వెనుకబడిన తరగతి విద్యార్థులకు ఆకలి తీర్చి, విద్యను అందించారు. వీరు ప్రిన్సిపాల్ సెక్రటరీ అఫ్ ఫైనాన్స్ గా బాధ్యతలు నిర్వర్తిస్తున్నపుడు, ఎన్నో మైనర్ నీటిపారుదల ప్రాజెక్టుల క్లియరెన్స్ లలో నిజాయితీగా మరియు నిక్కచ్చిగా వ్యవహరించారు.

రోదసి యాత్రకై సునిశిత దృష్టి

'రోదసి' అంటే హద్దులు లేని శూన్యప్రదేశం. ప్రాచీన మానవుడికి కొరుకుడు పడని 'అంతరిక్షం'. రోదసిని గురించి భారతీయులు నిత్యం అధ్యయనాలు చేస్తూనే ఉన్నారు. పామిరెడ్డి జగదీశ్ చంద్ర రెడ్డి, 28.07.1961 న డోకిపర్రు గ్రామంలో జన్మించారు. తండ్రి బుచ్చిరెడ్డి. వీరు 10వ తరగతి వరకు డోకిపర్రులో చదువుకున్నారు.

శ్రీ పామిరెడ్డి జగదీశ్ చంద్రారెడ్డి

ఈయన బి. టెక్ జె.న్.టి.యు లో, ఎం. టెక్ ఐఐటి ఖరగపూర్ లో పూర్తిచేశారు. 1985 మే లో సతీష్ ధావన్ స్పేస్ సెంటర్ (SHAR) లో ఉద్యోగ బాధ్యతలు స్వీకరించారు.

ఇస్రోలోని రిలయబిలిటీ ఎనాలిసిస్ మరియు క్వాలిటీ అస్యూరెన్స్ లో 35 సం.విశిష్ట సేవలందించారు.

రాకెట్ వెహికల్ లాంచ్ కార్యక్రమానికి ప్రణాళిక రచించడం, విమాన వ్యవస్థల యొక్క అంతరిక్ష యోగ్యతను పరీక్షించడం వీరి ప్రధాన విధులు. ప్రస్తుతం వీరు ఇస్రోలో కీలకమైన సైంటిస్ట్ జి క్యాడర్ లో ఉన్నారు. IEEE మ్యాగజైన్ లో రిలయబిలిటీ ఇంజనీరింగ్ రంగంపై వ్యాసాలను ప్రచురించారు.

పాకనాటి సంస్థాగత వ్యాపార ప్రముఖులలో, శ్రీ కనుమూరి కోటి రెడ్డి, 14 ఆగష్టు, 1948న డోకిపర్రు గ్రామంలో జన్మించారు. వీరి తండ్రి సుబ్బారెడ్డి. ఈయన ప్రాథమిక విద్య డోకిపర్రు లో శ్రీ మేడూరి రంగాచార్యులు దగ్గర మొదలై, హైస్కూల్ చదువు కాజ గ్రామంలో పూర్తిచేశారు. ఆ తర్వాత అనంతపురంలో పాలిటెక్నిక్ కోర్స్ ఉత్తీర్ణులైనారు. భాషా జ్ఞానం మీద ఈయనకున్న మక్కువతో సెంట్రల్ ఇన్స్టిట్యూట్ అఫ్ ఇంగ్లీష్ అండ్ ఫారిన్ లాంగ్వేజెస్ సంస్థ నుండి (CIEFL) ఇంగ్లీష్ లో డిప్లొమా పూర్తిచేశారు.

1981సం. వరకు కేంద్ర సంస్థయిన ప్రాగా టూల్స్ లో మేనేజర్ గా బాధ్యతలు నిర్వర్తించారు. వీరిలోని సునిశిత పరిశీలన, నలుగురుతో కలిసి పోయే తత్త్వంతో కోబాషి మెషిన్ టూల్స్ సంస్థకు అంకురార్పణ జరిగింది. 1982 సం. లో తన మిత్రులతో కలిసి కోబాషి మెషిన్ టూల్స్ సంస్థని హైదరాబాద్‌లోని జీడిమెట్ల పారిశ్రామికవాడలో స్థాపించారు. ఈ సంస్థ ముఖ్యంగా విమానయాన రంగంలో ప్రపంచ స్థాయి అత్యుతమ నాణ్యత ప్రమాణాలకు లోబడి, ఉత్పత్తులను తయారుచేస్తుంది. వీరు తయారుచేసే ఉత్పత్తులలో ముఖ్యంగా, ఏరో ఇంజన్లు, ఏరో-ఇంజిన్, ఏరోస్పేస్ కాంపొనెంట్స్ దేశీయ సంస్థలైన, ఇస్రో, డి.అర్.డి.వొ, హెచ్.ఏ.ఎల్ లకు మరియు విదేశీ సంస్థ ఎయిర్ బస్ కంపెనీలతో, కోబాషి సంస్థ డీలర్ షిప్ కలిగివుంది.

ఊరి నాటకం – మద్రాసు సినిమాలోకం

డోకిపర్రు గ్రామానికి చెందిన వీరమాచనేని జగపతి రావు గారి కుమారుడు, వీర వెంకట గంగాధరరావు గారు, గ్రామంలోని ప్రభుత్వ ఉన్నత పాఠశాల భవన నిర్మాణానికి భూరి విరాళం అందజేశారు. దీనికి గుర్తుగా గ్రామ ప్రజలు, పాఠశాలకు వారి పేరుని పెట్టారు. వీరితో పాటు గ్రామస్తులు కూడా వారికి వున్న భూభాగాన్ని బట్టి ఎకరం చొప్పున విరాళాలను అందించి విద్యాభివృద్ధికి తోడ్పడ్డారు.

శ్రీ వి.బి రాజేంద్రప్రసాద్

జగపతి రావు గారి మరొక వారసుడు, వీరమాచనేని బాబు రాజేంద్రప్రసాద్, సరళమైన వ్యక్తి, ప్రముఖ సినీ నిర్మాత. వీరి పాఠశాల విద్యాభ్యాసం అంతా డోకిపర్రు గ్రామంలోనే జరిగింది. జగపతి ఆర్ట్ పిక్చర్స్ అనే బ్యానర్ ను స్థాపించి పలు చిత్రాలు నిర్మించారు. డోకిపర్రు గ్రామంలో జరిగిన కొన్ని సంఘటనల ఆధారంగా, దసరాబుల్లోడు చిత్రం నిర్మించారని తెలిపారు. వీరు స్థాపించిన జగపతి సంస్థ నటీనటులకు ఇచ్చే మర్యాదలలో, తగు సౌకర్యాలు ఏర్పరచడంలో ఎల్లప్పుడూ మొదటిస్థానంలో నిలిచింది. హైదరాబాద్, జూబ్లీహిల్స్ ఫిల్మ్ నగర్ లో ఉన్న దేవాలయ నిర్మాణానికి నడుంకట్టి, అతి ప్రశాంతమైన దైవ సన్నిధానాన్ని ఏర్పాటుచేసి, తనలోని ఆధ్యాత్మికతను మౌనంగా ప్రదర్శించారు. చిత్రరంగానికి వీరు అందించిన సేవలకు గుర్తింపుగా ప్రతిష్ఠాత్మకమైన రఘుపతి వెంకయ్య పురస్కారం వీరికి లభించింది. వీరి కుమారుడు, సినీనటుడు జగపతి బాబు.

ఈ గ్రామానికే చెందిన పోలవరపు సూర్యప్రకాశ్, డోకిపర్రు గ్రామంలో జన్మించారు. వీరి తండ్రి పోలవరపు నరసింహారావు. వీరు ఆంధ్ర నాటక కళా పరిషత్ కి కన్వీనర్ గా సేవలందించారు. నాటక కళాకారులూ రిహార్సల్స్ కొరకు డోకిపర్రులో నిమ్మగడ్డ పరంధామయ్య గారి ఆధ్వర్యంలో, ఓపెన్ ఎయిర్ థియేటర్ ని నిర్మాణం చేసి, నాటక సమాజం వారు పూర్తిగా నటనలో నిమగ్నమయ్యే చక్కటి వాతావరణాన్ని కల్పించారు. వీరు దుక్కిపాటి మధుసూదన్ గారితో కలిసి, డోకిపర్రులో బొబ్బిలి యుద్ధం అనే నాటకాన్ని సొంతంగా రూపొందించుకుని, దాదాపు నాటి ఆంధ్ర దేశమంతా పర్యటించి , ఈ నాటకాన్ని ప్రదర్శించారు. ఈ నాటకం ద్వారా, వీరి నాటక సమాజానికి

మంచి గుర్తింపు వచ్చింది. కళాప్రపూర్ణ అక్కినేని నాగేశ్వరరావుకి, ఈ నాటకం ద్వారా చిత్రరంగంలోకి అడుగుపెట్టడానికి మార్గం సుగమమయ్యింది. అక్కినేని నాగేశ్వరరావు "కాలేజీ బుల్లోడు" సినిమా షూటింగ్ కి గుడ్లవల్లేరు వచ్చినప్పుడు, ఆనాటి జ్ఞాపకాలను గుర్తుతెచ్చుకున్నారు.

పోలవరపు సూర్యప్రకాశ్ గారి వారసుడు, పోలవరపు శరత్ బాబు ప్రముఖ సినిమా దర్శకులు. వీరు 1948 సం.లో జోకిపఱ్రు గ్రామంలో జన్మించారు. తండ్రి అడుగు జాడలలో నడిచి, చిత్ర రంగంలోకి ప్రవేశించారు. మొదటగా, ఎడిటింగ్ విభాగంలో చేరి, క్రమేపి అసిస్టెంట్ డైరెక్టర్ గా, తరువాత డైరెక్టరుగా మారి, ఎన్నో ఉత్తమచిత్రాలకు దర్శకత్వం చేపట్టి, ప్రేక్షకుల మన్ననలను పొందారు. వీరు, దర్శకత్వం వహించిన పలు చిత్రాలు, పెద్దింటి అల్లుడు, పెద్దన్నయ్య, వంశానికి ఒక్కడు, పండగ, కాలేజీ బుల్లోడు, రేపల్లెలో రాధ, కలెక్టర్ గారి అల్లుడు, బావ బావమరిది లాంటి మరెన్నో చిత్రాలు తెరకెక్కించారు.

శ్రీ పోలవరపు శరత్ బాబు

వీరమాచనేని పిచ్చయ్య చౌదరి గారు, గ్రామంలోని నిమ్న కులాల వారి శ్రేయస్సుకి పాటుపడ్డారు. నిమ్న కులాల వారిలో ఐక్యమత్యం పెంపొందించి, సొసైటీలను ఏర్పరిచి, గ్రామంలోని చెరువులను వారికి చెందేటట్లుగా తీర్మానం చేశారు. ఈ పద్దతి ప్రస్తుత కాలానికి అలాగే వుంది.

పోలీస్ టీచర్ అయితే

శ్రీ గాదెరెడ్డి సుబ్రహ్మణ్యం

గాదెరెడ్డి సుబ్రహ్మణ్యం,1924 సం.లో మచిలీపట్నంలో జన్మించారు. వీరి తండ్రి పొట్టియ్యనాయడు. వీరు 1949సం.లో పోలీస్ డిపార్ట్మెంట్ లో ఎస్. ఐ గా ఉద్యోగ బాధ్యతలు చేపట్టారు. 1952 ఎలక్షన్ డ్యూటీలో భాగంగా బాపట్లలో జరిగిన తోపులాటలో, కాల్పులలో తుపాకీగుండు కాలులోకి చొచ్చుకు పోవడంతో, ఒక కాలుని, ఉద్యోగాన్ని కోల్పోయారు. ఆత్మవిశ్వాసం సడలని వీరు, పట్టుదలగా రాజమండ్రిలో టీచర్ ట్రైనింగ్ చేసి, 1953లో

తొలి ఉపాధ్యాయ ఉద్యోగంగా డోకిపర్రు స్కూల్ కి వచ్చారు. అప్పటికే వీరి గొప్పదనం తెలిసిన గ్రామస్తులు, విద్యార్థులు, సుబ్రహ్మణ్యం గారిని ప్రత్యేకమైన సైనిక వందనంతో ఊరంతా ఉరేగింపుగా చేసి స్కూల్ కి స్వాగతం పలికారు. వీరు క్రమశిక్షణకు మారుపేరు. చాల నిజాయితీగా గ్రామ మరియు హైస్కూల్ అభివృద్ధికి కృషిచేయడంతో, స్కూలు పూర్వం పాకల నుండి బిల్డింగ్ గా రూపాంతరం చెందింది. విద్యార్థుల ఉన్నతికి కృషిచేశారు.

నీటి పారుదల రంగంలో

జుజ్జవరపు సుబ్బారావు, 1939 సం.లో డోకిపర్రు గ్రామంలో జన్మించారు. వీరి తండ్రి వెంకటరత్నం. వీరు 1963 నాటికి ఆంధ్ర యూనివర్సిటీలో ఇంజనీరింగ్ పూర్తిచేసి, నాగార్జునసాగర్ ప్రాజెక్ట్ నిర్మాణంలోను, సాగర్ కుడి కాలువ నిర్వహణలోను సుదీర్ఘకాలం పనిచేశారు. ఏలేరు రిజర్వాయర్ ప్లానింగ్ అండ్ కంట్రోల్ లో విధులు నిర్వర్తించి, 1997సం.లో ఏలూరులో ఎస్.ఈ గా పదవీవిరమణ చేశారు. వీరి ఉద్యోగ ధర్మంలో భాగంగా రైతన్నల నీటి అవసరాలు తీర్చడంతో నా జన్మసార్థకమయ్యిందని భావించినట్లు తెలియజేశారు.

శ్రీ జుజ్జవరపు సుబ్బారావు

కాజ గ్రామం

కాజ గ్రామం భౌగోళికంగా చాల సున్నితమైన ప్రాంతం.1600సం.లో బ్రిటిషువారు, వారి సైనికవసరాల నిమిత్తం, కాజ గ్రామంలో సైనికస్థావరాన్ని ఏర్పరచుకున్నారని, మచిలీపట్టణం శాసనాల ద్వారా లభ్యమైంది. కాజగ్రామం, కృష్ణా జిల్లా, మొవ్వ మండలంలో ఉంది. ఈ గ్రామం, వ్యవసాయ ఆధారిత గ్రామం. కాజ గ్రామం నుండి ఇరవైమంది ముస్లిం స్వాతంత్ర్య సమరయోధులు, ఆజాద్ హింద్ ఫౌజ్ తరుపున, నేతాజీ సుభాష్ చంద్రబోసుతో సింగపూర్, మలేసియాలో ఉండి, జపాన్ కు అనుకూలంగా, బ్రిటిష్ ఆర్మీకి వ్యతిరేకంగా, యుద్ధంలో సిపాయులుగా పనిచేశారు. పేకేటి, మంద, మర్రివాడ, వట్రపు, గొన్నూరు, జోగి ఇంటి పేర్లతో వున్న కుటుంబాలు స్వాతంత్ర్య సమరయోధులుగా తమ కర్తవ్యాన్ని నిర్వర్తించి తమ ఆస్తులను దేశ స్వాతంత్ర్య పోరాటం కొరకు అర్పితంచేశారు. 17.12.1933 న జరిగిన హరిజన యాత్రలో, గాంధీ పర్యటన ద్వారా కాజగ్రామం నుంచి సేకరించిన విరాళాల మొత్తం రూ.5 ,025.00, అని "మహాత్ముని ఆంధ్ర దేశ సంచారం" లో ప్రచురితమైంది.

ఈ గ్రామంకి చెందిన పద్మశాలీ లు లూమ్ మెషిన్ లతో తయారుచేసే వస్త్రాలు అద్భుతంగా ఉండి, దేశ విదేశాలకు ఎగుమతవుతాయి.

అద్భుతాలు సృష్టిస్తారన్న నమ్మకంతో

పాకనాటి సంస్థాగత వ్యాపార ప్రముఖులలో ఒకరైన శ్రీ పురిటిపాటి గంగాధర రెడ్డి, కాజగ్రామంలో జన్మించారు. వీరి తండ్రి వెంకటరెడ్డి. వీరు 1968 సం.లో హైదరాబాదులో, MTech ఇంజనీరింగ్ పూర్తిచేసి, 1978 వరకు కేంద్రీయ సంస్థ ప్రాగా టూల్స్ లో, ఆ తరువాత ఆల్విన్ సంస్థలోని ఇంజనీరింగ్ రంగంలో ఉద్యోగ బాధ్యతలు నిర్వర్తించారు.

శ్రీ పురిటిపాటి గంగాధరరెడ్డి

REDSON

1983లో తనలో వున్న ఆలోచనలలో భాగంగా వ్యాపారరంగంలోకి వచ్చారు. 1983 సం. లో హైదరాబాద్ కేంద్రంగా "**రెడ్సన్ ఇంజనీర్స్ ప్రైవేట్ లిమిటెడ్**" అనే సంస్థను స్థాపించారు. రెడ్సన్ సంస్థ, ఇంజనీరింగ్ రంగానికి సంబంధించిన హెవీ మెషినరీ, ఎల్పిజి & ఆటో గ్యాస్ సిలిండర్లు, ప్రెషర్ సిలిండర్లు, సిఎన్ జి వంటి ఎన్నో, ప్రజలు నిత్య జీవితంలో ఉపయోగించే వస్తువులు తయారు చేయబడుతున్నాయి. ప్రస్తుత రోజులలో, ఏ సంస్థయిన యువతని అడిగే మొట్టమొదటి ప్రశ్న "అనుభవం". యువతకు అనుభవం ఉంటే గాని ఉద్యోగం రాదు. అప్పుడే చదువు పూర్తిచేసిన యువతకు అనుభవం ఎక్కడి నుండి వస్తుంది. యువతకు ఏ కొద్ది చిన్న అవకాశమిచ్చిన అద్భుతాలు సృష్టిస్తారన్న నమ్మకం గంగాధర రెడ్డి గారిది. ఆ నమ్మకంతోనే కొన్ని వందల మంది పాకనాటి యువకులకు ఉద్యోగ అవకాశాలు ఇచ్చారు.

ఈ సంస్థ ద్వారా, ఎన్నో ఇంజినీరింగ్ మిషనరీస్ ను తయారుచేసి దేశ విదేశాలకు ఎగుమతిచేశారు. వీరు గ్రానైట్ బిజినెస్ ను కూడా నిర్వహించారు. వీరి స్వగ్రామ మైన కాజగ్రామంలో మతాలకు అతీతంగా దేవాలయాలకు, మసీదులకు, చర్చిలకు గ్రానైటును ఉచితంగా అందచేశారు. గ్రామంలో వున్న పేకేటి నరసారెడ్డి గారి పేరుతో వున్న పాఠశాలకు, కొన్ని తరగతి గదుల నిర్మాణం, విద్యార్థుల కొరకు కూర్చొనేందుకు బల్లలు మరియు పాఠశాలకు ఇతర వసతులను విరాళాల రూపంలో సమకూర్చారు. గంగాధర రెడ్డి గారు, సతీమణి కాశీ విశ్వేశ్వరి గారితో కలిసి, గ్రామంలో పోస్ట్ ఆఫీస్ వద్ద వున్న రామాలయం నిర్మాణానికి భూరివిరాళం ఇచ్చి, ధర్మాన్ని ప్రోత్సహించారు.

ప్రస్తుత తెలంగాణా రాష్ట్రంలో ప్రముఖ పారిశ్రామిక కేంద్రం జీడిమెట్ల దగ్గర రెడ్సన్ హెవీ మెషినరీ ఫ్యాక్టరీలతో పాటు, నెల్లూరు జిల్లా గూడూరు మండలం వద్ద వందల కోట్ల విలువ చేసే రెడ్సన్ సీమ్ లెస్ పైప్ లైన్ ఫ్యాక్టరీలను నెలకొల్పి, వందలాది మంది పాకనాటి వారికి ఉద్యోగావకాశాలు కల్పించారు. పాకనాటి వారికే కాకుండా, రెండు తెలుగు రాష్టాలలో వున్న, వేలాదిమంది యువతకు ఉద్యోగావకాశాలు కల్పించి, ప్రజలందరి మనస్సులో చిరస్మరణీయుడుగా నిలిచారు. ఏ పని చేసిన నిష్కామకర్మతో చేయడం పురిటిపాటి గంగాధర రెడ్డి గారి అలవాటు.

ఈ గ్రామానికి చెందిన అక్కాచెల్లెళ్ళు ప్రముఖ నవలా రచయిత్రులు గోవింద రాజు సీతాదేవి మరియు యద్దనపూడి సులోచనారాణి, బ్రాహ్మణ నియోగులు. వీరి తండ్రి, నెమలికంటి చలపతి రావు. సులోచనారాణి గారు రాసిన పుస్తకాలు, ప్రజలలో

సాహిత్య చైతన్యం తీసుకొచ్చాయి. తద్వారా సంఘంలో జరిగే యుగ మార్పులను గమనించటానికి తోడ్పడ్డాయి. ఆధునిక నవలా రంగంలో, ఆమె చేసిన సంతకం దశబ్దాలు గడిచినా తెలుగు ప్రజలు మరవలేదు. ఆరు దశాబ్దాల సాహిత్య వ్యాసంగం సాగించిన నవలా రాణి. జ్యోతి మాస పత్రికలో 1964 లో మొట్టమొదటగా ప్రచురించబడిన సెక్రటరీ నవల ఈమెను మహిళా హృదయాలకి దగ్గర చేసింది. దాదాపుగా వీరు రచించిన 20 నవలలు, సినిమా చిత్రాల కథలుగా మారాయి.

వడాలి (చిన్న పూరి) గ్రామం

వడాలి గ్రామం, ముదినేపల్లి మండలం, కృష్ణాజిల్లాలో ఉంది. ఈ గ్రామంలో ఎక్కువగా బ్రాహ్మణులు, వైశ్యులతో పాటు, పాకనాటిరెడ్డిలు, ఇతర కులాల ప్రజలు జీవిస్తున్నారు. గ్రామానికి పూర్వం పేరు వ్యాధాళి. శ్రీ కోడూరి అచ్చయ్య చౌదరి ప్రముఖ నటులు, దర్శకులు ఈ గ్రామానికి చెందిన వారు. ఈయన 1931 సంవత్సరంలో "ఎక్సెల్ షేర్" నాట్య మండలిని గుడివాడలో స్థాపించారు. ఈ నాట్య మండలి ద్వారా ఎన్నో నాటకాలను స్వాతంత్ర్య సమరయోధుల కథలను ప్రచారం చేసి, ప్రజలను జాగృత పరిచారు.

స్త్రీల పాత్రలను వెయ్యటానికి అప్పట్లో స్త్రీలు ఎవరూ ముందుకు వచ్చేవారు కారు. నటన మీద వున్న అభిమానంతో, అక్కినేని నాగేశ్వరరావు స్త్రీల పాత్రలను పోషించి, మెప్పించి తరువాత దుక్కిపాటి మధుసూదనరావు గారి ద్వారా సినిమా పరిశ్రమకు వెళ్ళి, అక్కడ పేరు ప్రఖ్యాతలు పొందారు.

ఈడ్పుగంటి వెంకట్రామయ్య, గ్రంథాలయ ఉద్యమంలో పాల్గొని, జిల్లా గ్రంథాలయ అధ్యక్షులుగా కూడా పనిచేశారు. ప్రజల్లో రాజకీయ జాగృతిని తీసుకురావటంలో ఎక్కువగా కృషి చేశారు.

వడాలి భక్తి విశేషాలు

భక్తి, మనిషిలోని మానవత్వాన్ని తట్టి లేపే శక్తి ఉన్నది. సంకల్పానికి, భక్తి తోడైతే ఎంతటి అవాంతరానైనా ఎదుర్కోవచ్చని, ఇక్కడ చెప్పే కథ ద్వారా అర్థమవుతుంది. ఈ ప్రాంతంను, పూర్వం షా అలం అనే ముస్లిం నవాబు పరిపాలిస్తున్న కాలంలో(1780), ఒక భక్తుడికి తను ఒరిస్సాలో చూచి వచ్చిన పూరి జగన్నాథ స్వామి గుడి, తన గ్రామమైన వడాలిలో కట్టాలని ఆలోచన వచ్చింది. ఆ ఆలోచన అలజడి తనకి

నిద్ర లేకుండా చేసి, తన ప్రాణాలను అర్పించైనా, జగన్నాథస్వామి ఆలయాన్ని నిర్మించి, తనజన్మను సార్ధకం చేసుకోవాలన్న తలంపుతో ఎటువంటి అపాయానికైనా నెరవక ప్రతి నిత్యం అదే ఆలోచనలతో దరిదాపుగా పిచ్చివాడిగా మారాడు. తన బలీయమైన కోరికను ఏవిధంగా నెరవేర్చుకోవాలన్న ఆలోచనల పరంపరతో, అచెంచల భక్తితో, ఉత్తర వాహినిగా ప్రవహిస్తున్న కృష్ణానది ఒడ్డున (పెదకళ్లేపల్లి గ్రామం) స్నానంచేస్తూ ఉన్నప్పుడు అతనికి వచ్చిన ఆలోచనతో, ఆ ప్రాంత నవాబు దగ్గరకు వెళ్ళి గుడిని కట్టడానికి సహాయం అడగాలని నిర్ణయించుకున్నాడు.

'నవాబుగారు. హిందూ గుడి.., ఇది ఎంతవరకు సాధ్యం''? అని గ్రామస్తులు పెదవి విరిచినా, తన సంకల్పబలంతో ప్రాణత్యాగానికి సిద్ధపడిన భక్తుడు, నిరాశ చెందక తన బలమైన సంకల్పాన్ని నవాబుగారి ఆస్థానానికి వెళ్లి ధైర్యంగా విన్నవించాడు. ఆ భక్తుని దృఢసంకల్పానికి, ధైర్యానికి మెచ్చి, ఆస్థానానికి పిలిచి, "ఒక రోజులో సూర్యోదయం మొదలు సూర్యాస్తమయం వరకు ఉత్తర వాహినిగా ప్రవహిస్తున్న కృష్ణానది ఒడ్డు నుంచి, కొల్లేరు సరస్సు వరకు ఉన్న దండకారణ్యాల్లో మా గుఱ్ఱంతో కలిసి కాలుమోపిన ప్రాంతం నీదే. నువ్వు ఆ భూమిని జగన్నాథ దేవాలయానికి ఇచ్చేటట్లుగా షరతు" అని చెప్పి రాజ గుఱ్ఱాన్ని, ఆ గుఱ్ఱంతో పాటు రాజ భటులను ఇచ్చి భక్తునితో పంపారు. అది అప్పటికి కీకారణ్యంగా ఉన్న అటవీ ప్రాంతం, కాలు మోపలేని భూమి. కాని భక్తుడు భగవంతుడి మీద భారం మోపి, ఉదయం 4 గంటలకు నడక మొదలుపెట్టి, సాయంకాలం 5గంటల వరకు అన్న పానీయాలు లెక్కచేయక దరిదాపుగా 1243 ఎకరాల భూమిలో కాలు మోపాడని రాజభటులు నవాబుకి వర్తమానం పంపారు. గ్రామంలో జగన్నాథ స్వామి దేవాలయం ఏర్పరచుకోవటానికి 1243 ఎకరాల ఈనాం భూమి ఇచ్చినట్లుగా బ్రిటిష్ వారి, చారు మహల్ సంస్థాన రికార్డులలో ఉంది. దీనిని "దక్షిణ పూరి" గా పిలుస్తారు. ఇక్కడ స్వామివారి కళ్యాణ మహోత్సవాలను భక్తులు కన్నుల పండుగగా, ప్రతి సంవత్సరం జరుపుకుంటారు. వడాలిలోని జగన్నాథస్వామి గుడి రాష్ట్రంలోనే అత్యధిక భూ ప్రాంతం ఆస్తులుగా కలిగిన దేవాలయాలలో ఒకటిగా రికార్డుకెక్కింది.

పుట్టగుంట గ్రామం

పుట్టగుంట గ్రామం, కృష్ణా జిల్లా, నందివాడ మండలంలో ఉంది. ఈ గ్రామంలో ప్రక్కన "బుడమేరు" అనే నది ప్రవహిస్తూ ఉంది. ఈ బుడమేరు ద్వారా కృష్ణాజిల్లా సరిహద్దుగా గల లోతట్టు ప్రాంతమైన కొల్లేరు సరస్సు అతి సుందరంగా ఏర్పడింది. బుడమేరు స్వతహాగా ప్రతి సంవత్సరం వచ్చే వరదలకు ప్రసిద్ధి. కొల్లేరు సరస్సుకి పెలికాన్ పక్షులతో కలిపి 180 జాతుల పక్షులు ఇక్కడకు 13000 కిలోమీటర్లు ప్రయాణించి వలస వచ్చి వాటి సంతానాన్ని వృద్ధి చేసుకుని ఆస్ట్రేలియా, కెనడా, సైబీరియా దేశాలకు తిరిగి వెళ్తాయి.

మొగల్లు గ్రామం

మొగల్లు గ్రామం, పశ్చిమ గోదావరి జిల్లా, పాల కోడేరు మండలంలో ఉంది. ఈ గ్రామం పూర్వం పేరు "మౌధుల్యనపురం". కాలక్రమేణా ఇది మొగల్లు గా మారింది. ఈ గ్రామానికి చెందిన అల్లూరి సీతారామరాజు(1897-1924), మద్రాసు ప్రెసిడెన్సీ వారిని ఎదిరించి ఏజన్సీ పేద ప్రజల తరపున సాయుధపోరాటం జరిపిన స్వాతంత్ర్య సమరయోధుడు. డొక్కా ముక్కీలు తిని, బ్రిటిష్ వారికి చెమటలు పట్టించిన ధీశాలి. ఇతని జీవితం స్వాతంత్ర్య సమరయోద్యమంలో ఒక ప్రత్యేక అధ్యాయం.

రామరాజు చిన్నతనంలోనే తండ్రిని పోగొట్టుకోవడంతో, ఇంటి పెద్దలేని ఇల్లు కష్టాల నిలయమన్నట్లు, కుటుంబం ఒక చోట స్థిరంగా ఉండలేని పరిస్థితి నెలకొంది. మనస్సులోని తీవ్ర అశాంతితో, రామరాజు యోగా విద్యను నేర్చుకున్నాడు. సత్యనిష్టగా ఉన్నాడు. గిరిజనులను తనకు తెలిసిన కనికట్టు విద్యల ద్వారా ఆకట్టుకున్నాడు. మన్యం అంతటా తిరిగి అమాయక గిరిజన ప్రజలను దోచుకుంటున్న బ్రిటిష్ పరిపాలనపై ద్వేషం పెంచుకున్నాడు. మన్యంలో గంట దొర, మల్లు దొరలతో స్నేహం చేయనారంభించాడు.

గంటం దొర, బట్టపనుకులు గ్రామ మునసబు. తాహసీల్దారు బాస్టియన్ అహంకారంతో, గంటం దొరను మునసబు పనినుండి తొలగించాడు. వారి భూములను సైతం లాక్కున్నాడు. అడవిలోని చెట్టు పుట్ట అన్ని బ్రిటిషు వారివే అన్నాడు. అప్పటికే విప్లవభావాలతో రగిలిపోతున్న రామరాజు, గిరిజనుల సహకారంతో

తిరుగుబాటుని లేవదీశాడు. తిరుగుబాటు లో ఆయుధాలవసరం గుర్తించి, పోలీసు స్టేషనులపై దాడిచేసి ఆయుధాలు స్వాధీనం చేసుకున్నాడు. పోలీస్ స్టేషన్ లలో పాత కేసు పత్రాలను చించేసి అమాయక ప్రజలను రక్షించాడు. బ్రిటిష్ ప్రభుత్వంకు కంటిమీద కునుకు లేకుండా చేశాడు.

బ్రిటిష్ కలెక్టర్ రూథర్ ఫర్డ్ కుయుక్తులు పన్ని రామరాజు కోసం జరిగిన అన్వేషణలో మన్యంలో దాడులు చేశాడు. అమాయకపు గిరిజనులను రామరాజుకు సహాయం చేస్తున్నారన్న కుట్రతో, వారికి కూడు, గుడ్డ లేకుండాచేసి, రామరాజును స్వయంగా బయటకు రప్పించి చింతచెట్టుకు కట్టి కాల్చి చంపారు. గంటం దొర కుడి భుజమైన మల్లు దొరకు ద్వీపాంతర శిక్ష వేసి అండమాన్ కి పంపారు. గంటం దొర పై ఎటువంటి చర్యలు తీసుకొన్న మళ్ళీ విప్లవం వస్తుందని కొంతకాలం తగ్గి, తనపై మరికొన్ని అభాండాలు మోపి కుట్ర కోణంతో కాల్చిచంపారు. అయితే స్వాతంత్ర్యం వచ్చిన తరువాత మల్లు దొర విశాఖపట్నం నుండి ఎం. పి గా నెగ్గి నెహ్రూ సరసనే కూర్చొన్నాడు. ఆనాటి సభకే అలంకారుడయ్యాడు.

ఈ గ్రామానికి చెందిన మరో ప్రముఖులు, అయ్యగారి సాంబశివరావు (**ఏ.యస్.రావు**), భారతీయ ప్రముఖ అణుశాస్త్రవేత్త. ఈయన తండ్రి వెంకటాచలం. 1.4.1967 న హైదరాబాదులో, ఎలక్ట్రానిక్ కార్పొరేషన్ అఫ్ ఇండియా (ఈ.సి.ఐ.ఎల్) సంస్థను స్థాపించారు. ఈ.సి.ఐ.ఎల్ సంస్థకు పదకొండు సంవత్సరాలు డైరెక్టరుగా,రెండు సం. మేనేజింగ్ డైరెక్టర్ గా పనిచేశారు. అణు రియాక్టర్ల (అప్సర,జర్లినా) డిజైనింగ్ సృష్టికర్త. హైదరాబాదులో ఈయన పేరు మీద ఉన్న ఏ. యస్. రావ్ నగర్ ప్రముఖ ప్రాంతం. పద్మశ్రీ, పద్మభూషణ్ పురస్కారాలతో భారతదేశం ఈయన్ని సత్కరించింది. వీరి అణుశాస్త్ర విజ్ఞానంతో వైద్య రంగంలో వైద్య పరికరాలను తయారుచేసి తద్వారా పేద ప్రజలకు వైద్యాన్ని అందచేయడంలో కారణభూతులయ్యారు

వీశా కోడేరు గ్రామం

ఈ గ్రామం పశ్చిమ గోదావరి జిల్లా, పాల కోడేరు మండలంలో భీమవరానికి కూత వేటు దూరంలో ఉంది

రాచూరు గ్రామం

రాచూరు గ్రామం పశ్చిమగోదావరి జిల్లా, ఉంగుటూరు మండలంలో ఉంది. ఇది మిశ్రమ కులాలు కలిగిన గ్రామం. పురాతన శివాలయం, వైష్ణవాలయం ఒకే దగ్గర కాశీలో ఉన్నట్లుగా ఉన్నందున, ఈ గ్రామంను చిన కాశి అని కూడా అంటారు. పూర్వం ఈ రెండు దేవాలయాలను పంగిడిగూడెం జమీందారులు నిర్మించారు.

కలపర్రు గ్రామం

కలపర్రు గ్రామం, పశ్చిమగోదావరి జిల్లా, పెదపాడు మండలంలో ఉంది. పాకనాటి ప్రాంతం నుంచి, ఈ గ్రామానికి వచ్చిన కురవకులం వారు అత్యధిక మన్నిక కల్గిన కంబళ్ళు ఉపయోగిస్తూ, వారి అతిధి సత్కారాలలో ఈ కంబళ్లని పరిచి అతిధిని ఆహ్వానిస్తారు. ఇదే ఆచారం ఇప్పటికి కర్నూల్ జిల్లాలో అక్కడ అక్కడ కొన సాగుతుంది. మిగతా పాకనాటి గ్రామాల కన్నా అక్షరాస్యతలో ముందుంది, అక్షరాస్యత 75 శాతం.

400 సంవత్సరాలు చరిత్ర కలిగిన పురాతన భీమేశ్వరాలయం, రాజగోపాలా స్వామి దేవాలయాలు ఒకే ప్రాంగణంలో ఉన్నాయి. ఈ గ్రామంలోని యువకులు ఎవరైనా పెండ్లి కాకుండా చనిపోతే, వారికి చిరస్మరణీయంగా, వీరుల సంబరం చేసి, తరువాతి వారి వివాహం జరుపుతారు.

చెరుకు వాడ గ్రామం

ఈ గ్రామం పశ్చిమ గోదావరి జిల్లా, ఉండి మండలంలో ఉంది.

చివరి నాలుగు గ్రామాలు పిఠాపురం మండలం, తూర్పు గోదావరి జిల్లలో ఏలేరు నది ఒడ్డున ఉన్నాయి. పూర్వం ఈ గ్రామాలు, పిఠాపురం జమిందారు గారి ఆధ్వర్యంలో ఉండేవి. ఇక్కడ చెఱుకు, వరి విరివిగా పండిస్తారు.

జములపల్లి గ్రామం

ఈ గ్రామం పూర్వం జైనులు, తర్వాత బౌద్ధుల ఆధీనంలో ఉండేది. పూర్వం ఈ గ్రామంలో జైన మతస్తులు ఎక్కువగా ఉండటం వల్ల, ఈ గ్రామానికి "జైనులపల్లి" అని పేరువచ్చింది. కాలక్రమేణా జములపల్లిగా మారింది. ప్రముఖ జైన మత గురువు జంగమయ్య పేరుని ఈ గ్రామస్తులు కలిగి ఉండటం, ఇక్కడి స్థల ప్రభావమే.

శ్రీ చింతపల్లి సూర్యనారాయణ రెడ్డి

చింతపల్లి సూర్యనారాయణరెడ్డి, 05.05.1958 లో జములపల్లి గ్రామంలో జన్మించారు. తండ్రి రామిరెడ్డి. వీరు, మెట్రిక్యులేషన్ పూర్తిచేసి, 1978లో అడ్డతీగలలోని మద్దిగడ్డ రిజర్వాయర్ ప్రాజెక్ట్ లో హెడ్ మజ్దూర్ గా ఉద్యోగ బాధ్యతలు చేపట్టారు. తరువాతి కాలంలో ఏలేరు రిజర్వాయర్ ప్రాజెక్ట్ లో దాదాపు 25 సంవత్సరాలు వర్క్ ఇన్స్పెక్టర్ గా పనిచేశారు. ఏలేరు నుంచి వచ్చే నీటి కాలువ, జములపల్లి మీదుగా ప్రవహించడంతో, వీరు నిత్యం జములపల్లి గ్రామ రైతులకు అందుబాటులో ఉండి, కాలువ నీటిసరఫరా వివరాలు రైతన్నలకు అందించేవారు. నీటి అదును తెలుసుకుని గ్రామ రైతులు పంట సాగు మొదలుపెట్టేవారు.

వీరు తరువాతి కాలంలో గోదావరి పశ్చిమ కెనాల్ లో లాక్ సూపర్టెండెంట్ గా విధులు నిర్వర్తించి, రైతుల, నీటి సాగు సంఘాల మన్ననలను పొందారు. ఉద్యోగ ధర్మంలో భాగంగా, కాలువ చివరి పొలాలకు కూడా నీరందించాలన్న భావంతో, నిసరాత్రులందు కూడా గస్తీలు తిరుగుతూ పంటపొలాలకు నీరందించడంతో, వీరికెంతో సంతృప్తి కలిగినట్లు తెలియజేశారు. రైతుకు సేవ చేస్తే, దేశానికి సేవ చేసినట్టే అని వీరు నమ్ముతారు.

రామిరెడ్డి రాజేంద్రప్రసాద్ రెడ్డి, 04.10.1960 లో జన్మించారు. జములపల్లి వాస్తవ్యులు. వీరి తండ్రి, రామిరెడ్డి రామిరెడ్డి. వీరు 1984 లో నీటిపారుదల శాఖ విధులలో భాగమయ్యారు. గోదావరి వరద లెక్కల ప్రకారం, వంద సంవత్సరాల కాలంలో 1986 సం.లో వచ్చిన వరదలు, గోదావరి నీటి ప్రవాహానికి లెక్కకు నేర్పాయి.

ఆర్తమూరు గ్రామం దగ్గర, గోదావరి నీరు ఎగదన్ని వరద ఉధృతి పెరిగిపోవడంతో, రాయవరం గ్రామస్తులు కాలువకు గండికొట్టడానికి సిద్ధపడ్డారు.

అప్పటి ఫ్లడ్ డ్యూటీలో భాగంగా, ప్రజలకు సహాయ సహకారాలు అందించడానికి, వీరు గోదావరి డెల్టా సిస్టమ్ లోని కాలువలకు గండ్లు పడకుండా, రాత్రి పగలు తేడా లేకుండా పనిచేశారు. రాయవరం గ్రామస్తులని, అప్పటికి సముదాయించి, ప్రజలకు నీటి ప్రవాహం గురించి అవగాహనా కల్పించి, వారిలో కొందరని స్వచ్ఛందంగా, గోదావరి గట్ల పరిరక్షణ సైనికులుగా ఉండేటట్టుగా వారిలో స్ఫూర్తిని నింపారు. మరొక సారి 2006 సం. లో, అమలాపురం దగ్గర ఫ్లడ్ డ్యూటీ చేస్తున్నప్పుడు, భారీ వర్షాలతో కాలువకు గండి పడటం మొదలవడంతో, ఎంతో చాకచక్యంగా రాబోయే ప్రమాదాన్ని పసిగట్టి తన ప్రాణాలను పణంగా పెట్టి, ఆగమేఘాల మీద, అక్కడ గ్రామ ప్రజల సహాయంతో గండి పడిన చోట ఇసుక బస్తాలు వేసి, నీటి ప్రవాహాన్ని అడ్డుకున్నారు. తద్వారా వేల ఎకరాల పంటలను నీటి పాలవకుండా తన వంతు కృషి చేశారు. దేశ సైనికుల ఉద్యోగ ధర్మం లాగానే నీటి పారుదల రంగ ఫీల్డ్ జాబ్స్ అతి సమస్యాత్మకమైన వని అన్నారు.

శ్రీ రామిరెడ్డి
రాజేంద్రప్రసాద్ రెడ్డి

రాపర్తి గ్రామం

ఈ గ్రామం తూర్పుగోదావరి జిల్లాలోని పిఠాపురం మండలంలో ఉన్న గ్రామం.

నర్సింగపురం గ్రామం

ఈ గ్రామం తూర్పుగోదావరి జిల్లాలోని పిఠాపురం మండలంలో ఉన్న గ్రామం.

కోలంక గ్రామం

ఇది తూర్పుగోదావరి జిల్లాలోని పిఠాపురం మండలంలో ఉన్న గ్రామం.

ఎలా రాశాను

నా ఈ సుదీర్ఘ ప్రయాణానికి, నాకు బాల్యంలో చదువు చెప్పిన గురువుల సహకారం, నేను చదివిన గ్రంధాలు, నా ఆలోచనలు. అన్ని ఈ పుస్తకం రూపు దిద్దుకునే వరకు నా వెన్నంటే ఉపకారిగా ఉన్నాయి. నేను, ఈ గ్రంథంలోని పాకనాటి నాల్గవ తరం వారితో దగ్గరగా, గారాభంతో పెరిగాను. బాల్యమంతా ఉమ్మడి కుటుంబపు ప్రేమ, ఆత్మీయతల నడుమ సాగిన అందమైన ప్రయాణం. బాల్యంలో అల్లరి ఎక్కువే చేశాను, దాంతోపాటు తప్పులు కూడా లెక్క లేనన్ని చేశాను. ఇంట్లో వారికైతే, వీడేమైపోతాడోనన్న ఉత్కంఠత కూడా మిగిల్చాను. నా చదువు అత్తెసరు కన్నా కొంచెం ఎక్కువ మార్కులతో సాగింది. కానీ, బాల్యం నుంచీ నాకు చుట్టుపక్కల పరిస్థితులను అధ్యయనం చేయడం బాగా అలవడింది.

చిన్నతనం నుంచి చుట్టూ ఉన్న మానవత్వంతో స్నేహం చేయడం మొదలు పెట్టాను. నేను అభిమానించే నా గురువులు కూడా నాకు మానవత్వాన్ని మిళితం చేసి పాఠాలు బోధించారు. వారిలో ముఖ్యంగా ఇక్కడ ప్రస్తావించాల్సినవారు తెలుగు మాస్టారు, శ్రీ వంగివరపు రాఘవా చారి మాస్టారు. ఆయన పొన్నూరులో బాషా ప్రవీణ పూర్తిచేసి, మొట్టమొదటి ఉద్యోగభాద్యతలు డోకిపర్రు హైస్కూల్ నుండి ప్రారంభించారు. మాకు చక్కటి తెలుగు పాఠాలతో పాటు, జీవిత తత్వ పాఠాలు మిళితం చేసి చెప్పేవారు. ఎల్లప్పుడూ విద్యార్థుల మనోవికాసానికి తోడ్పడ్డారు.

మాస్టారు, స్కూల్లో స్కౌట్ సమూహానికి ఆద్యులు. విద్యార్థులలోని, ఉత్సాహాన్ని పట్టుదల గాను, సహనంగానూ మార్చి, స్నేహ శీలతను పెంచేవారు. విద్యార్థులను సమాజ సేవకులుగా తీర్చిదిద్దడానికి కృషిచేశారు. గ్రంథాలయాలు అందుబాటులో ఉన్నప్పుడే గ్రంథాలయాలను, విద్యార్థులకు దగ్గర చేసే ప్రక్రియలో, ప్రతి సంవత్సరం గ్రంథాలయ వారోత్సవాలను, లైబ్రరీ మాస్టారు, విద్యార్థులలో శాస్త్రీయ దృక్పథం, వివేచనా గుణం పెంపొందిస్తాయి. మాస్టారు గ్రామ నాదెండ్ల అర్జునరావు గారి సహాయ సహకారాలతో జరిపేవారు. ఈ వారోత్సవాలలో భాగంగా, పిల్లలతో

దేశభక్తి నాటకాలు వేయించడం, భావి సమాజ నిర్మాతలుగా తీర్చిదిద్దటం వంటి కార్యక్రమాలు నిర్వహించారు.

స్కౌట్ ట్రైనర్ రాఘవాచారి మాస్టారుతో, డోకిపర్రు హైస్కూల్ పూర్వ విద్యార్థులు,1993

రాష్ట్ర శాసనసభ పద్దతులను డోకిపర్రు విద్యార్థులకు తెలియజేయడానికి, మాక్ శాసన సభ సమావేశాలు నిర్వహించేవారు. అప్పటి ప్రతిపక్ష నేత (ఎన్.టి.అర్) పాత్రలో రచయిత సుధీర్ రెడ్డి పామిరెడ్డి.

ఈ కార్యక్రమాలలో ఉత్సుకతతో, ఉరకలెత్తే సంతోషంతో పాల్గొన్న నాకు, గ్రంథాలయాలకు వెళ్ళడం, పుస్తకాలు చదవటం ఒక వ్యసనమయి కూర్చొంది. ఈ వ్యసనమే, "**మా చెట్టు నీడ, అసలేం జరిగింది**" పుస్తకం వ్రాయడానికి హేతువయ్యింది.

హైస్కూల్ లోని ఏడు, పది తరగతులలో అత్యధిక మార్కులు సాధించిన విద్యార్థులకు, శ్రీ పామిరెడ్డి బుచ్చిరెడ్డి గారి జ్ఞాపకార్థం, వారి కుమారుడు డా. పామిరెడ్డి సురేష్ చంద్రా రెడ్డి గారు, 1990 సం. నాటి నుండి, "ది రోల్ అఫ్ హానర్" అవార్డు పేరుతో విద్యార్థులకు బహుమతులు అందచేసి, వారిలో చదువుపై మరింత శ్రద్ధని పెంపొందించడానికి తోడ్పడ్డారు. దాంతోపాటు, గ్రంథాలయ వారోత్సవాలలో పాల్గొన్న వారికి, ఉత్తమ నాటక, వ్యాసరచన, వకృత్వ పోటీలకు, విద్యార్థులకు బహుమతులు ఇచ్చి ప్రోత్సహించారు.

ఇటువంటి స్నేహపూర్వక వాతావరణంలో కొనసాగిన నా బాల్యం, ఈ పుస్తక ఆలోచనలకి పునాదయింది. నా పద్ధెనిమిదో ఏట, నేను మొదటిసారిగా గాంధీ గారి ఆత్మకథ "సత్యశోధన" అనే పుస్తకాన్ని చదివాను. ఎందుకో, సత్యశోధన పుస్తకం చదివిన తర్వాత, వారసత్వ బలానికున్న విశిష్టత తెలుసుకుని, ముందు తరాలు పడ్డ శ్రమను అర్థంచేసుకోని, నిటారుగా తలెత్తి నిలబడ్డాను. ఆరోగ్యవంతమైన చారిత్రక అవగాహనతో శోధించి, పరిశోధన దృష్టితో తరువాతి తరానికి ఈ చరిత్రను పరిచయం చేయడం అవసరమని మొదటిసారిగా నాకు తోచింది.

మానవత్వపు స్పృహలేని సాహిత్యం వ్యర్థం, సమాజ స్పృహలేని రాతలు అనర్థంగా తోచాయి. నేను నమ్మిన దానికై, జీవితాన్ని అంకితం చేసే ధైర్యం నాకుందని నాకే అనిపించింది. ఈ మార్పనేది నాలో ఉన్న బోయ వాని భావాలు వదిలించు కోవడానికో లేక వాల్మీకిలా అయిపోవాలనో, అన్న పెద్ద పెద్ద కోరికలు నాకు లేవు. బోయవాని ఆలోచన క్రమానికి, వాల్మీకి ఆలోచన మార్గానికి పెద్ద వ్యత్యాసమే ఉందని తెలుసు. నా ఆలోచనలు నాకు పాతవిగా అనిపించినప్పుడు, భవిష్యత్తు ఆశాజనకంగా లేదనప్పుడు, జీవితాన్ని ముసుగు లేకుండా జీవించే ధైర్యం ఎప్పుడు నాతోనే ఉంది. నాలోని భావాలు కొత్తగా సత్యాన్వేషణ అనే కోణంలో చూడటం మొదలెట్టాయి.

తెలుగువారి గతకాలపు స్మృతులు, ముఖ్య ఘట్టాలను కలిపి స్పృశించ గలిగితే అదే మన చరిత్రవుతుందని గ్రహించాను. ఈసారి ఆలోచనలతో జరిగే పరిణామాలు పూర్తిగా నా పరిధిలో లేనివయ్యాయి. నేను చేయగలిగింది ఏదైనా చేస్తానన్న పంథా నాలో మొదలైంది.

ఈ గ్రంథం వ్రాయడానికి నాలో ఉన్న జ్ఞానాన్నీ మూడు విభాగాలుగా విడగొట్టాను.

1. నాకు తెలుసని.. నాకు తెలిసిన విషయాలు

2. నాకు తెలియనిది.. నాకు తెలిసిన విషయాలు

3. నాకు తెలియనిది కూడా.. నాకు తెలియని విషయాలు

“మా చెట్టు నీడ, అసలేం జరిగింది” పుస్తకం వ్రాయాలని నా కనిపించినప్పుడు, చిక్కంతా పైన ఉన్న “**మూడవ విభాగం**” తోనే వచ్చి పడింది.

మొదటి మూడు తరాల జీవన విధానం నాకు పూర్తిగా తెలియదని, నాకు మొదటిసారిగా తెలిసింది. అప్పటి విషయాలు నేను క్షుణ్ణంగా తెలుసుకోవాలంటే నాకు వున్న ఒక్కటే మార్గం, పూర్వపు చరిత్ర పుస్తకాలు, వంశ చరిత్రలు, పాకనాటి సంఘంలో జరిగిన సంఘటనలు ఒక్కొక్కటిగా కూలంకషంగా పరిశోధించడం. కానీ, లక్షలాది పేజీలున్న సాహిత్యంలో, పాకనాటి పోకడ గురించి ఎక్కడ రాసుందో తెలియదు. ఎవరు రాశారో తెలియదు. ఏ సందర్భంలో రాశారో తెలియదు. అస్సలు రాసుందో లేదో కూడా తెలియదు. ఈ అడుగులు అన్ని పైన చెప్పిన “నాకు తెలియనిది కూడా.. నాకు తెలియని విషయాలు” అయిన మూడవ విభాగంలోనికి అని మాత్రం అవగతమైంది.

నా అంతర్ముఖంగా నాకు పాకనాటి చరిత్రకు సంబంధించి ఇంకా వెలుగుచూడని కొత్త కోణాలు చూడాలి, రాయాలన్న బలమైన లక్ష్యం బలంగా అయికూర్చుంది. నాకు చిన్నప్పటి నుండి కష్టమైన, నష్టమైనా ముందుకి సాగటమే కానీ, వెనుతిరగడానికి పెద్దగా ఇష్టపడను. దీనివల్ల నేను అనుకోని అవాంతరాలు చాల ఎదుర్కొన్నాను. అయినా ప్రయోగాలు మాత్రం మానలేదు. నేను చేసే ప్రయోగాలన్నీ సమాజంతోనే. మన జీవితంలోని కొన్ని సంఘటనలు, గొప్ప ఆశ్చర్యాన్ని కలిగిస్తాయన్నది సత్యం.

పాకనాటి చరిత్ర శోధన వైపుగా, నా ప్రయాణం హైదరాబాద్ లో ఉన్న స్టేట్ సెంట్రల్ లైబ్రరీ నుండి మొదలయ్యింది. సెంట్రల్ లైబ్రరీలో ఉన్న తెలుగు చరిత్ర–సాహిత్యం మీద అనేక పుస్తకాలు చదవటం, పాకనాటివారి గురించి సూచన ప్రాయంగా రాసిన గ్రంధాలలోని అంశాలను కొన్నింటిని నోట్ చేసుకున్నాను. వాటికి సంబంధించి, బ్రిటిష్ వారి రికార్డ్స్ లో ఆధారాలకోసం వెతికాను. మొదట్లో, నేను చేసే

ఈ పనితో ఫలితం ఉంటుందో లేదో కూడా తెలియదు. కానీ చేసుకుంటూ పోయాను, సేకరించిన అంశాలను నోట్స్ రాసుకుంటూ వెళ్ళాను. బ్రిటిష్ రికార్డ్స్ కి, హైదరాబాద్ బ్రిటిష్ లైబ్రరీ నాకు బాగా ఉపయోగపడింది. లైబ్రరీలో WD 1061 OIOC షెల్ఫ్ దగ్గరే నా మనస్సు ఎక్కువగా ఇంకా ఎదో కావాలన్నట్టుగా వెతికిందే వెతికేది. ఒక్కోసారి నాలో నేనే, ఏమి చేస్తున్నానో అర్థంకాక నవ్వుకునేవాడిని.

తెలుగు గ్రామాలకి సంబంధించిన మెకంజీ కైఫియతులు కొన్నింటిని తెలుగులోకి అనువదించి పొట్టిశ్రీరాములు యూనివర్సిటీ వారు పొందుపరిచారు. కైఫియతులని చదివినప్పుడు, నాకు దొరికిన సమాచారం అంత విడివిడిగా, సంఘటనల రూపంలో ఉంది. నేను సేకరించిన పాకనాటి సంఘటనలతో ముడిపడిన వారి జీవిత చరిత్రలను సేకరించి, శ్రద్ధగా చదివాను. వందకి పైగానే జీవిత చరిత్రలను నోట్స్ రాసుకుంటూ చదివాను. ఒక వ్యక్తి జీవితం, అతడు జీవించిన దేశ, రాజకీయ, సాంఘిక, సారస్వత రంగాల చరిత్రలో పెనవేసుకొని ఉంటుంది.

నేను, సాహిత్యంలో భాగంగా 18శతాబ్దపు కైఫియతులు చదువుతున్నప్పుడు, అందులో తెలుగు అంకెలున్నాయి. కొత్తగా తెలుగు అంకెలు నేర్చుకోవడం నాకు భలే సరదాగా అనిపించింది. తెలుగు అంకెలు మన పుస్తకాలలో ఇంచుమించుగా 1926 సం మాలపిల్ల నవలా కాలం వరకు ఉన్నాయి. తరువాత క్రమక్రమంగా ఇంగ్లీష్ అంకెలు వచ్చి, తెలుగు అంకెలను బడిలో కూడా బోధించడం మానేశారు.

నేను ఇక్కడ సేకరించి ఇచ్చిన కైఫియతు లలో ఒక పుట, డోకిపర్రు, రాచూరు గ్రామాలకు సంబంధించి ఉంది. కానీ, ఇవి పాకనాటి గ్రామాలకు సంబంధించినవి కావు. ఈ రెండు గ్రామాలు కృష్ణానదికి దక్షిణ దిక్కు గుంటూరు జిల్లా గ్రామాలకు చెందినవి. పాకనాటి గ్రామాలు, కృష్ణానదికి ఉత్తరంగా ఉన్నాయి. కాలం గడిచే కొద్దీ నాకు క్రమేపి విషయాన్నీ సేకరించడం కన్నా నిర్ధారించడం చాలా కష్టమని అవగతమయ్యింది.

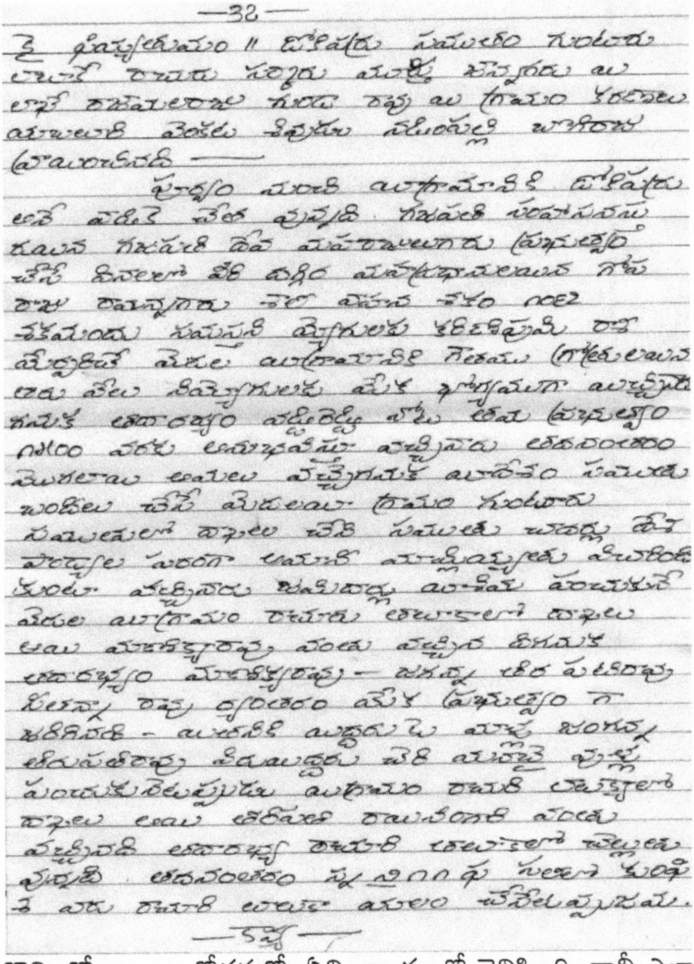

కొన్ని రోజుల నా శోధనలో, ఏమి రాయాలో తెలిసింది. కానీ ఎలా రాస్తే బాగుంటుందన్న దగ్గర ఆగినప్పుడు, గుంటూరు శేషేంద్రశర్మ గారి ద్వారా "నా దేశం నా ప్రజలు" గ్రంథంలో."ఇతిహాసం" అనే భారతీయ భాషా శబ్దం నన్ను ఆకర్షించింది. నా ఈ పుస్తకం స్వీయచరిత్ర సమాహారమని అర్థమయ్యింది. స్వీయ చరిత్ర చెప్పేటప్పుడు వారి కథన కౌశలం ఎలావుందో కూడా చూశాను. వారి జీవితంలో ప్రాధాన్యం కల్గిఉండి వారు ప్రకాశం-ఆ ప్రకాశాలని చెబితే అది చరిత్రగా, సాహిత్యంగా శోభిల్లటం చూశాను. స్వీయ చరిత్రకారుడి జీవితంలో "వెయ్యి ముఖాలతో వెలిగిన జీవితం ఓ వైపు ఉంటే, అగాధమైన లోయలు రెండవ పార్శ్వములో

ఉంటాయి. ఆ రెండింటి కలయికే "ప్రవాహ జీవితం". ఏ రోజుకా రోజు, విషయాన్ని విహంగ వీక్షణంగా పరిశీలించడం నాకు రోజువారీ పనిగా మారింది, దానిలో భాగంగా పరిశీలించే వ్యక్తికి ఎటువంటి అభిప్రాయం ఉండకూడదనే సూత్రాన్ని పాటించాను.

తెలుగువారి స్వీయచరిత్రలలో, ఎక్కువగా నాకు లభ్యమైనవి నియోగి బ్రాహ్మణుల జీవిత చరిత్రలు. దాసు శ్రీ రాములు, కందుకూరి వీరేశలింగం, గురజాడ అప్పారావు. కే.ఎల్.రావు, శొంఠి వెంకటరామమూర్తి, టంగుటూరి ప్రకాశం, పాములపర్తి వెంకట నరసింహారావు (పి.వి), జిడ్డు కృష్ణమూర్తి, సర్వేపల్లి రాధాకృష్ణన్. ఇంకా మరెందరో.

నియోగులు వారి చరిత్రకు మిక్కిలి ప్రాధాన్యత ఇచ్చి పొందుపరిచారు. వీరు రాసే దాంట్లో కొంత నిగూడార్థాల మాటలు విరివిగా వాడటం గమనించాను. మాజీ ప్రధాని, పి. వి ఆత్మ కథాత్మక నవల 'ఇన్‌సైడర్' (లోపలి మనిషి) ఈ కోణం లోనిదే. ఈ విధానంతో వీరు చెప్పాల్సింది చెప్పారు. చదివే వారికి మాత్రం వారి జ్ఞాన స్థాయిని బట్టి అర్థమవుతుంది. తోటి వాళ్లలో గొప్పతనం గమనించే లక్షణం మనలో చాల తక్కువగా ఉంటుంది. కొందరికైతే అది సాధ్యం కాకపోవచ్చు కూడాను.

నా జన్మభూమి పాకనాడు గురించి రాయవలసి వచ్చినప్పుడు, గొప్పతనం గమనించే లక్షణం తప్పనిసరి అంశం అయికూర్చుంది. గోవింద ద్వాదశి అరవై సంవత్సరాలకు ఒకసారి వచ్చే పర్వదినం. చరిత్రలో పాకనాటి వారు, ఈ రోజున కొన్ని మంచి కార్యక్రమాలు ప్రారంభించడం గమనించాను. కానీ మూలాలు ఎక్కువ తెలుసుకోలేకపోయాను. అంటే నా జ్ఞానం యొక్క స్థాయి సరిపోవడం లేదని గుర్తించాను.

అక్కిరాజు రామాపతిరావు గారు, 'తెలుగులో స్వీయ చరిత్రలు' విమర్శనా వ్యాసం రాశారు. దీని ద్వారా, తొలి స్వీయ చరిత్రను ఆంగ్లంలో వ్రాసిన తెలుగు వ్యక్తి వెన్నెలకంటి సుబ్బారావు గారి స్వీయ చరిత్ర(1877) అని, దాంతో 17వ శతాబ్దం జీవుని ఆలోచనా ప్రవాహం తెలిసింది. ఏనుగుల వీరాస్వామి గారి కాశీ యాత్రా చరిత్రను పరిశోధిస్తే, 18 శతాబ్దం రవాణా, రైతుల స్థితిగతులు, ప్రాంతాల వారీగా

మొత్తం దేశంలోని వివిధ ప్రాంతాలలో సంస్కృతి అర్థమయ్యింది. వీరు ఇరువురు, అప్పటి 'డోకిపర్రు' పాకనాటి సత్రంలో సేదతీరి, దానిని వారి డైరీలలోను, పుస్తకాల లోనూ రాసి ఉండడమనేది నా పరిశోధనకు లభించిన మొదటి గుర్తింపుగా భావించాను. దాంతో నేను చేసే ఈ పనికి, ఎంచుకున్న దారిలో ఫలితం దక్కుతుందన్న చిన్న ఆశ నాలో మొదలయింది.

ఈస్టిండియా కంపెనీ వాళ్ళ రికార్డులు దగ్గరగా పరిశీలించినప్పుడు, ఎదురు తిరిగి చనిపోయిన వీరులు ఉయ్యాలవాడ నరసింహారెడ్డి, గోసాయి వెంకన్న, అల్లూరి సీతారామరాజు, మల్లు దొర, గంటం దొర వంటి వాళ్ళ జీవితం ప్రాసంగికంగా వస్తుంది. కృష్ణా, గుంటూరు, గోదావరి, కడప, కర్నూల్ జిల్లాల మాన్యువల్స్ చదివినప్పుడు, అవి రాసింది మన గ్రామ కారణాలే కావడంతో, నియోగుల చరిత్ర పుస్తకాలుగానే అనిపించాయి. కర్నూల్ మాన్యువల్ చూసినప్పుడు 'చెంచు' అని వచ్చిన దగ్గర, వాసిరెడ్డి వెంకటాద్రి నాయుడి గురించి నర్మగర్భంగా చెప్పడం ఈ కోవలోనిదేనని తోచింది.

చెంచుల వల్ల బ్రిటిష్ వారు చనిపోయారని చెప్పలేం. కానీ చెంచు అన్న శబ్దానికి బ్రిటిష్ వారెంత భయపడ్డారో, ఆ గ్రంథాలలో ప్రతీకాత్మకంగా అసలు విషయం చెప్పకుండా, వారి విషయం పూర్తిగా వదిలేయకుండా, చాల అద్భుతంగా వారి రచన సాగిపోవడం గమనించాను. శ్రీ కొడాలి లక్ష్మి నారాయణ , శ్రీ గొర్రెపాటి వెంకట సుబ్బయ్య రాసిన పుస్తకాలు చదివితే, జమీందార్ల జీవితం తెలుస్తుంది. విజ్ఞాన చంద్రికా గ్రంథ మండలి వారు ప్రచురించిన ఆ గ్రంథాలను వీక్షిస్తే, ఆంధ్ర చరిత్ర, భారతదేశ స్థితిగతులు తెలుస్తాయి. దీనికి అయ్యదేవర కాళేశ్వరరావు, దిగవల్లి వెంకట శివరావు, వాసిరెడ్డి దుర్గా సదాశివేశ్వర ప్రసాదు రాసిన సాహిత్యం చాల గొప్పది.

అభ్యుదయ రచయితల సంఘం తరుపున రాసిన గ్రంథాలలో, శ్రీరంగం శ్రీనివాసరావు (శ్రీ శ్రీ – అరసం అధ్యక్షుడు) మరియు తుమ్మల వెంకటరామయ్య (అరసం కార్యదర్శి) పుస్తకాలు చూస్తే, జీవిత పోరాటంలో ముందంజ వేసి సంఘాభివృద్ధికి నాయకత్వం చేసినవారు, ముఖ్యంగా మధ్యతరగతి నుంచే ఎక్కువ మంది వచ్చారని గ్రహించాను. భోగరాజు పట్టాభి సీతారామయ్య రాసిన "హిస్టరీ ఆఫ్

ది కాంగ్రెస్" చరిత్రను అగ్రవర్ణాల కోణంలో చూపిస్తే, 1896 లో జోగేంద్రనాథ్ భట్టాచార్య రచించిన "హిందూ కులాలు మరియు వర్గాలు" ద్వారా, బ్రిటిష్ వారు మనల్ని కుట్ర పూరితంగా కులాలు పేరు చెప్పి, విడగొట్టిన విధానం కనపడుతుంది.

'లైఫ్ అఫ్ జనరల్ సర్ ఆర్థర్ కాటన్' చదవటం ద్వారా రైతుల జీవన స్థితిగతులు తెలుస్తాయి. మానవత్వానికి, నీటికి మధ్య ఉన్న సంబంధం అర్థమవుతుంది. కారల్ మార్క్స్ చెప్పిన 'కమ్యూనిస్ట్ మ్యానిఫెస్టో' చదివినా, జర్మనీ తత్వ శాస్త్రజ్ఞుడు చెప్పిన 'హేగిల్' సిద్ధాంతం చూసినా, మానవుడి జీవన యాత్రలో స్వశక్తి పాత్ర, మానవ చరిత్ర గమనం, మారిన పరిస్థితులు, సంఘ సంఘర్షణ చూస్తాం.

ప్రముఖ సాహిత్యవేత్త, చరిత్రకారుడయిన బంగోరె (బండి గోపాలరెడ్డి), పి.హెచ్.డి పట్టా కోసం అని కాకుండా, పది పి.హెచ్.డి లకు సరిపడేటంత నిష్కామకర్మను చరిత్రపై గుమ్మరించడం నిజంగా చాల గొప్ప విషయం.

దిగవల్లి వేంకట శివరావు, బ్రిటిష్ వారిని గడగడలాడించిన సాహిత్య యోధుడు, నిగర్వి, శాంతి ప్రేమికుడు. వీరిపై బ్రిటిష్ వారు, సెక్షన్ 124-ఏ కింద రాజద్రోహ నేరారోపణపై మూడుసార్లు కేసుపెట్టారు. మొత్తం కృష్ణాజిల్లా స్వాతంత్ర్య చరిత్రను, శివరావు గారు డైరీలలో, పేర్లతో సహా పొందుపరిచారు. వీరి జీవితకాలంలో, వీరి సాహిత్య కృషే పెద్ద పర్వం. అనేక చారిత్రక విషయాలను ఎక్కడ ఎక్కడి నుంచో తవ్వి బహు కృషితో, తెలుగువారి కోసం వెలుగులోకి తీసుకొచ్చారు. వీరు దాదాపుగా 40 పుస్తకాలు, 400 వ్యాసాలు వ్రాశారు. కట్టలు కట్టలు రాసిన శివరావు గారి నోట్సులోంచి, కావల్సిన సమాచారం సునాయాసంగా బయటకు తీసే విధంగా వీరు తగు జాగ్రత్తలు తీసుకున్నారు. వీరి ఏదైనా పుస్తకం చదువుతున్నప్పుడే, వీరికి నోట్స్ వ్రాసుకోవడం చిరకాలపు అలవాటు. ఆ విధంగా వారు చరిత్ర సాధన చేసి, వ్రాసి పెట్టుకున్న అనేక నోట్సుల కట్టలు మనకి చాల విలువైన ఖజానా లాంటివి.

"Family History and diary of chronological events " అన్న పేరుతో రాసి పెట్టుకున్న డైరీలో, 1815 సం. నాటి నుండి వారి సొంత విషయాలతో పాటుగా ఆ కాలం నాటి గోదావరి ప్రావెన్సీ, పిఠాపురం జమిందారీ ఎస్టేట్ పరిసర ప్రాంతాలకు సంబంధించిన అంశాలు కూడా రాశారు. చరిత్ర పరిశోధకులకు

ఉపయోగపడే చాలా అంశాలకు సంబంధించిన విషయాలు ఇంకా వారి కుటుంబ సభ్యుల వద్ద ఇప్పటికి ఉన్నాయి. నాకు మొదటి మూడు అధ్యాయాల పరిశోధనలో భాగంగా, వీరు రాసుకున్న నోట్సులోనే చాలా సార్లు సమాధానం దొరికింది.

శివరావు గారి కుమారుడైన డా. దిగవల్లి రామచంద్ర గారు, ఈ ఏడు తరాల చరిత్ర పట్ల వున్న ప్రత్యేక శ్రద్ధతో, పెద్ద మనసు చేసుకుని, నాకు కావాల్సిన విషయాలను అందించి నన్ను ఆశీర్వదించారు.

ఆంధ్ర చరిత్రలో ఉత్తేజమైన ఘట్టాలను తెలుసుకోవాలంటే, జీవితమంతా చరిత్ర పరిశోధనా రచనకు అంకితం చేసిన మల్లంపల్లి సోమశేఖర శర్మ గారి గురించి విపులంగా తెలియాలి. గత 90 సంవత్సరాల ప్రాంతీయ, దేశ, అంతర్జాతీయ సంఘటనలన్నీ, వార పత్రికైన జమీన్ రైతు పేపర్లో రుజువులతో సహా మనకు దొరుకుతాయి. ఈ విషయంలో హిందూ పేపర్ ఆర్కైవ్ కుడా బాగా ఉపకరిస్తుంది. దీనికి ముఖ్యంగా మనకు కావాల్సింది బాగా వెదికే గుణం (ఉత్సుకత), కొంచెం ఓర్పు.

పాకనాటి సంఘం లోని వారి గురించి చెప్పడం నా బాధ్యతగా తోచింది. రైతు కుటుంబంలో పుట్టిన నాకు, రైతు నాలుగు యుగాల జీవనవిధానం, "మా చెట్టు నీడ, అసలేం జరిగింది" గ్రంథం ద్వారా చెప్పమని అడిగినట్లు తోచింది. ఆ మరుక్షణమే,ఈ చారిత్రాత్మక ఏడుతరాల ముచ్చట్లను, తరువాతి తరాలకు తెలియజేస్తే, నా జన్మభూమి ఎంత గర్వ పడుతుందో అన్న విషయం నా మనస్సును తట్టినప్పుడు, ఎప్పుడెప్పుడా అని పుష్కర కాలం కన్నా ఎక్కువే ఆలోచనలతో గడిపాను.

ఒకొక్క సారి ఈ ఆలోచనలకి అంతూ పొంతూ లేదా అని నాకు నేనే చాలా సార్లు కసురుకున్న సందర్భాలు లేకపోలేదు. కానీ చాలా సార్లు నా ఆలోచనలదే పై చెయ్యి అయ్యింది. 2011 సం. లో, నా ఆలోచన ప్రవాహానికి పుస్తకరూపం ఇవ్వాలని నిర్ణయించుకున్నాను. మలేషియాకి వచ్చిన తర్వాత, ముందు సేకరించి పెట్టుకున్న విషయాలను పూర్తిగా చూస్తే, ఇంకా చెయ్యాల్సింది చాలా ఉందని నాకనిపించింది.

నేను చేసే పనిలో పరిశోధన ఉందని గుర్తించి, యూనివర్సిటీ ఉత్తర మలేషియాలో రీసెర్చ్ కోర్స్ లో భాగంగా డాక్టరేట్ చదవనారభించారు. ఈసారి నేను చేసే పని నాకు ఉత్సాహం ఇవ్వనారంభించింది. డేటా సేకరించడంలో భాగంగా,

సాహిత్యంపై ఈసారి ప్రేమ పెరిగింది. రిసెర్చ్ మెథడ్స్ అప్లై చెయ్యడం ఒక ఆటలా మారింది. వేల పేజీలు చదువుతున్నానన్న స్పృహ లేదు. ఎందుకు చదవాలో తెలిసింది. ఫైనల్ ఇన్ఫర్మేషన్ గథెరింగ్ అంటూ, మళ్ళీ మళ్ళీ చదువుతూ పోయాను.

18వ శతాబ్దపు, 19వ శతాబ్దపు సాహిత్యం ఎవరు రాసినా జీవిత చరిత్రల రూపంలో చదివాను. ఎంతోమంది, యూనివర్సిటీ ఆచార్యులకి ప్రశ్నల రూపంలో దగ్గరయ్యాను. గురువులకి దగ్గరైన కొద్దీ పని తేలిక పడింది. వంద మందికి పైనే పాకనాటి వారిని కలిసి ప్రశ్నలతో కదిలించాను. ఈ పుస్తకం అంతా వారు ఇచ్చిన సమాధానాల సమాహారమే. పుస్తకాన్ని తీసుకురావాలన్న సంకల్పం పాకనాటి సమాజానిదయ్యింది. వారసుల నుండి పాత జ్ఞాపకాలు, ఫొటోలు సేకరించాను. ఈ పుస్తకంలోనివన్ని సత్యాలు.

గొప్ప చెప్పుకోవడం మత్తుగా ఉంటుంది. గొప్పలు చెప్పుకోవడం నాలోని "నేను" అనే వాడి విపరీత కార్యక్రమంగా భావిస్తున్నాను. ఈ పుస్తకంపై మీ అభిప్రాయాలూ నిరభ్యంతరంగా వెల్లడించవచ్చు. కొత్త విషయాలను తదుపరి ప్రింటింగ్ లో సరిచేసి మీ ముందు ఉంచుతాను. నాకు తెలిసింది కొంతే అని తలుస్తూ, వినమ్రంగా ఇక్కడితో ముగిస్తున్నాను.

పామిరెడ్డి లింగారెడ్డి
పామిరెడ్డి నాగిరెడ్డి
గోపాలరెడ్డి
సుబ్బారెడ్డి
పామిరెడ్డి పిచ్చిరెడ్డి
మంద సీత
బుచ్చిరెడ్డి
పామిరెడ్డి సుబ్బారెడ్డి
రామిరెడ్డి
వెంకటరెడ్డి
కృష్ణారెడ్డి
సుభాష్ చంద్రబోస్ రెడ్డి
కళ్యాణి
నాగిరెడ్డి
ప్రతాప్ రెడ్డి
జ్యోస్నాకర రెడ్డి
లక్ష్మి
పామిరెడ్డి పిచ్చిరెడ్డి
సతీష్ రెడ్డి
పామిరెడ్డి సుధీర్ రెడ్డి (రచయిత)
గణేష్ రెడ్డి
తేజో సమీక్ష
రామ లింగారెడ్డి (కౌషిక్)

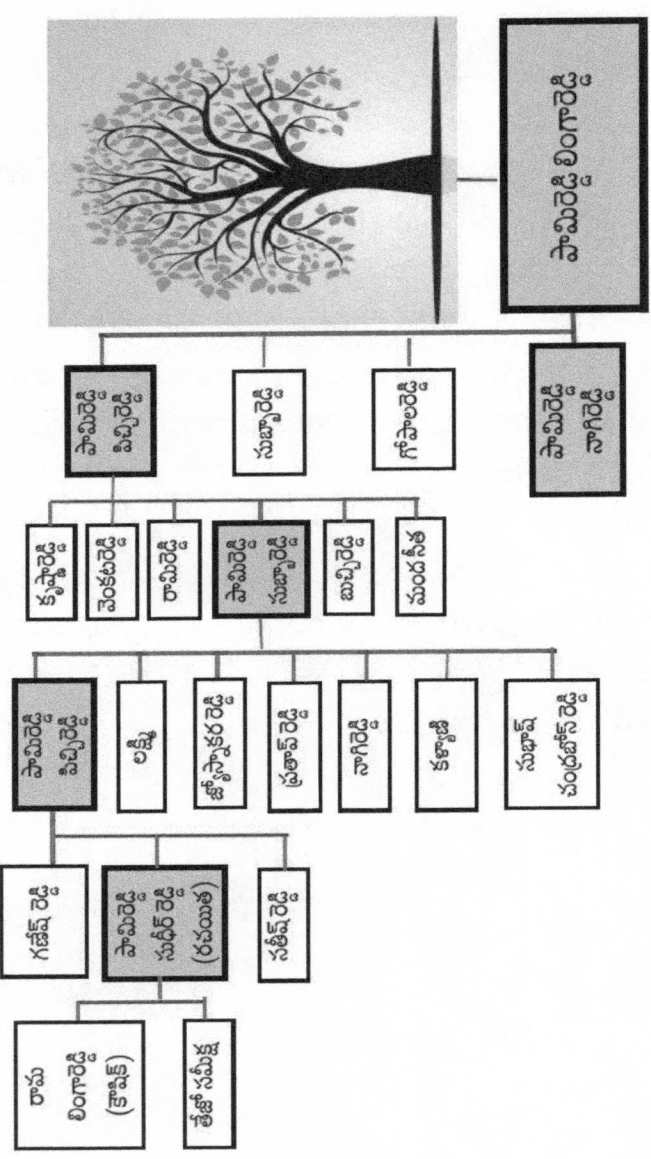

రిఫరెన్సెస్

1. శ్రీ దాసు కేశవరావు,నల్లమల ఎమెరాల్డ్ పారడైజ్, పుట:43
2. డా.ముదిగంటి సుజాత రెడ్డి,చారిత్రక సామాజిక నేపథ్యంలో తెలుగు సాహిత్య చరిత్ర పుస్తకం పుట :305
3. (i) G. Mackenzie, Kistna District Manual – P 338. "Cavali Venkata Borayya, Son of Cavali Venkata Subbayya was the well-known assistant of Colin Meckenzie, the Archaeologist; (ii) "Biographical Sketches of Dekkan Poets" – P 154"
4. ఈ విషయము 'క్యాంబెల్' రచించిన ఒక పుస్తకం ఫుట్ నోటులోనున్నట్లుగా దాసు విష్ణు రావు గారు వారి వంశ చరిత్రలో వ్రాశారు. దాసు విష్ణు రావుB.A.B.L,మహాకవి దాసు శ్రీరాములు గారి కుమారుడు. కృష్ణా జిల్లా డోకిపర్రు గ్రామంలో(1876) జన్మించారు.
5. Account of the Jains, collected from a priest of this sect at Mudgeri; Translated by Cavelly Boria, Brahmin: for Major C. Mackenzie-1809 Asiatic Research vol 9.
6. G. Mackenzie, Kistna District Manual, P:309,310"
7. కొడాలి శ్రీ లక్ష్మి నారాయణ "శ్రీ రాజా వేంకటాద్రి నాయుడు గ్రంథం" (పూట : 75)
8. (i) కొడాలి శ్రీ లక్ష్మి నారాయణ "శ్రీ రాజా వేంకటాద్రి నాయుడు గ్రంథం" (పుట: 227); (ii) G. Mackenzie, Kistna District Manual – P:311 – "The first step of this nephew, Venkatadri son of Jagganna well known of Venkatadri Naidu, was to imprison in the fort at Chintapalli his uncle's son Naganna alias Papayya and Chandramouli.";
9. ఆచార్య కొలకలూరి ఇనాక్ , ఆది ఆంధ్రుడు పుట :31,32
10. ఆచార్య కొలకలూరి ఇనాక్, ఆది ఆంధ్రుడు పుట : 18,19
11. (i) కొడాలి శ్రీ లక్ష్మి నారాయణ "శ్రీ రాజా వేంకటాద్రి నాయుడు గ్రంథం" పుట: 112; (ii) Guide to Guntur – P – 162 – 25-9-1791 – His offer to seize the robbers be accepted – Permission to Seize Chinnu Papayya Nayaka on 20-10-1791 – Maj. Burr and Zamindar's peons drove out the robbers on 11-11-1791"
12. Ibid P - 202 "His village Kammala Cheruvu was given to Vasireddy Venkatadri Naidu (Chenchu Village-Poligar named RamaNayak)"
13. (i) G. Mackenzie – Kistna District Manual "From the Nizam, he obtained the title of Manuru Sultan, nominally because he extirpated

robbers, but really in consideration of a lakh of Pagodas, sent."; (ii) G. Mackenzie – Kistna District Manual – P – 171. "The most southerly village in these valleys Manne Sultan Palem, a name which commemorates, the title bestowed by the Nizam upon the Chintapalli Zamindar for his prowess in subduing certain rebel poligars."
(iii) కొడాలి శ్రీ లక్ష్మి నారాయణ "శ్రీ రాజా వేంకటాద్రి నాయుడు గ్రంథం" పుట: 115,116.

14. కొడాలి శ్రీ లక్ష్మి నారాయణ "శ్రీ రాజా వేంకటాద్రి నాయుడు గ్రంథం" పుట: 230.
15. కొడాలి శ్రీ లక్ష్మి నారాయణ "శ్రీ రాజా వేంకటాద్రి నాయుడు గ్రంథం" పుట: 92
16. కొడాలి శ్రీ లక్ష్మి నారాయణ "శ్రీ రాజా వేంకటాద్రి నాయుడు గ్రంథం" పుట: 211
17. ఆచార్య కొలకలూరి ఇనాక్ గారు, ఆది ఆంధ్రుడు పుట :11—"సేనాధిపతి యగు భుజంగరావును బిలిచి యరణ్యంబులకేగి, సమాదానఁబులజెంచు వారల దోడ్కొని రమ్మని పంపెను. ఆ సేనాధిపతి వెళ్లి చెంచుల పెద్దయగు రామదాసుతో నెమ్మదిగా సంభాషించి, వేంకటాద్రి ప్రభుఁడు వారికే కొఱంత లేకుండా చూపించునని చెప్పగా నమ్మివారు నాయని చెంతకుజేరిరి. ఇట్లు వచ్చిన వారు 500.
18. కొడాలి శ్రీ లక్ష్మి నారాయణ "శ్రీ రాజా వేంకటాద్రి నాయుడు గ్రంథం" పుట: 109
19. వేటూరి ప్రభాకరశాస్త్రి గారు, చాటుపద్య మణి మంజరి. పుట 66 ,67
20. కొడాలి శ్రీ లక్ష్మి నారాయణ "శ్రీ రాజా వేంకటాద్రి నాయుడు గ్రంథం" పుట: 109
21. కొడాలి శ్రీ లక్ష్మి నారాయణ "శ్రీ రాజా వేంకటాద్రి నాయుడు గ్రంథం"పుట: 110,111; (ii) G. Mackenzie – Kistna District Manual. – P – 312. "It is said that during his energetic days, he had determined to get rid of Kistna District Manual a tribe of Chenchus who pillaged his Zamindari and so, inviting 150 of the men of the tribe to a feast, he had them all beheaded. Remorse overwhelmed him for his treachery and whenever he sat down to his meals, the grain turned in to insects – such as the popular legend."
22. (i) శ్రీ కొడాలి లక్ష్మీనారాయణ వ్రాసిన 'శ్రీ రాజా వాసిరెడ్డి వేంకటాద్రి నాయుడు' గ్రంథం, పుట :166. (ii) ఆచార్య కొలకలూరి ఇనాక్ గారు, ఆది ఆంధ్రుడు పుట :21,22.
23. (i) G. Mackenzie – Kistna District Manual – P.11 – "Polaya VemaReddy dedicated 108 temples to the worship of Siva"; (ii) శ్రీ కొడాలి లక్ష్మీనారాయణ వ్రాసిన 'శ్రీ రాజా వాసిరెడ్డి వేంకటాద్రి నాయుడు' అనే గ్రంథం పుట: 125"
24. శ్రీ కొడాలి లక్ష్మీనారాయణ వ్రాసిన 'శ్రీ రాజా వాసిరెడ్డి వేంకటాద్రి నాయుడు' అనే గ్రంథం పుట : 175
25. శ్రీ కొడాలి లక్ష్మీనారాయణ వ్రాసిన 'శ్రీ రాజా వాసిరెడ్డి వేంకటాద్రి నాయుడు' గ్రంథం పుట :120
26. (i) శ్రీ కొడాలి లక్ష్మీనారాయణ వ్రాసిన "శ్రీ రాజా వాసిరెడ్డి వేంకటాద్రి నాయుడు" గ్రంథం పుట :121; (ii) Ibid – P -164. "It was Rajah Vasireddy Venkatadri Naidu who, in searching for building materials, first laid open the famous

Buddhist cravings at Amaravathi, so well-known now to savants all over the world". "It was in digging to obtain stone for these building that the Rajah's people unearthed portion of the famous Buddhist ruins at Amaravathi, first described by Colin Mackenzie."

27. శ్రీ కొడాలి లక్ష్మీనారాయణ వ్రాసిన 'శ్రీ రాజా వాసిరెడ్డి వేంకటాద్రి నాయుడు' గ్రంథం (పుట : 136)

28. (i) భారతి మాసపత్రిక —1938 - 10 వ సంపుటం; (ii) శ్రీ దిగవల్లి శివరావు గారు, ""కథలు-గాథలు"" 2వ భాగం, కోహినూరు వజ్రం.

29. శ్రీ కొడాలి లక్ష్మీనారాయణ వ్రాసిన 'శ్రీ రాజా వాసిరెడ్డి వేంకటాద్రి నాయుడు' గ్రంథం (పుట :126)

30. (i) G. Mackenzie – Kistna District Manual - P.204 – "Some workmen came upon a treasure consisting of several masses of molten gold as bricks." (ii) శ్రీ కొడాలి లక్ష్మీనారాయణ వ్రాసిన 'శ్రీ రాజా వాసిరెడ్డి వేంకటాద్రి నాయుడు' అనే గ్రంథం (పుట: 174)"

31. (i) రి. కృష్ణా జిల్లా మాన్యువల్, పుట: 339 (ii) అక్కిరాజు రమాపతి రావు, "ది లైఫ్ అఫ్ వెన్నెలకంటి సుబ్బారావు" 1873, పుట: 47

"1823 జూన్ 1 వ తేదీ ఆచంటను విడిచి శృంగ వృక్షం, ఏలూరు పాడు, డోకిపర్రు, మువ్వలలో ఉన్న సత్రాలలో సేద తీరుతూ ప్రయాణం చేసాము.1823 జూన్ 3వ తేదీన కృష్ణానదిని దాటి కొల్లూరు చేరుకున్నాం. ఇక్కడ మేము బలిజేపల్లి వారింట్లో దిగాము."

32. (i) A Manual of the Kurnool District Narahari GopalaKristnamah Chetty Madras 1886, Page: 138; (ii) ప్రాచీనాంధ్ర చారిత్రక భూగోళము పుట :207-211"

33. జి. పరమేశ్వరన్ పిళ్ళై, 'రిప్రెసెంటేషన్ మెన్ అఫ్ సౌతిండియా', పేజీ :148 -149

34. (i) జోగేంద్రనాథ్ భట్టాచార్య, "హిందూ కులాలు మరియు వర్గాలు"", 1896.

(ii) Brian E. Hemphill, Bioanthropology of the Hindu Kush Borderlands, A Dental Morphology Investigation, Page:203"

35. (i) G. Mackenzie – Krishna District Manual – P.314 – "Jagannatha Babu, on his father's death, got possession of a hoard of fifty lakhs of rupees and a million sterling."; (ii) శ్రీ కొడాలి లక్ష్మీనారాయణ వ్రాసిన "శ్రీ రాజా వాసిరెడ్డి వేంకటాద్రి నాయుడు" గ్రంథం (పుట: 257)"

36. G. Mackenzie – Kistna District Manual P.314 – "That in 1818 only two years afterwards, the copper sheets were stripped off the roof of the palace at Amaravati and were dispatched to Subnavis Antana Pantulu at Masulipatnam to defray legal expenses. Where all the money went no one seemed to Know."

37. (i) భారతి సంచిక, మార్చి,1936; (ii) E. MARSDEN 1902, Book History of India, Page 176. "
38. A Manual of the Kurnool District Narahari Gopala Kristnamah Chetty Madras 1886 Page: 123 "Captain Newbold, writing in 1837 ,says that passing through the jungle near pacharla, he observed a skull bleached by the sun dangling from the branch of a tamarind tree , which was informed was that of a murderer and hill robber put to death by the headman". "
39. (i) ఆచార్య దోణప్పగారు సేకరించిన కోలాటపు పాటకు సమకూర్చిన లఘు పీఠికలో ఉయ్యాలవాడ నరసింహారెడ్డి సంఘటన 1800 ,1825 సంవత్సరం నాటిదని వ్రాశారు.; (ii) ఇది క్రీ. శ 1800 నుండి 1825 నాటి వరకు సంఘటన (త్రివేణి పేజీ : 270) (iii) Civil Disturbances during the British Rule in India (1765 1857) S B Chaudhuri 1955 P: 29,152 (iv)Manual of the Kurnool District Narahari Gopala Kristnamah Chetty Madras,1886 P:42"
40. ఆచార్య తంగిరాల వెంకటసుబ్బారావు , రేనాటి సూర్యచంద్రులు. సాయుధ తిరుగుబాటు పేజీ :141
41. (i) డాక్టర్ తంగిరాల వెంకట సుబ్బారావు థీసిస్ తెలుగు వీరగాథ కవిత్వము భారతి వ్యాసము.; (ii) త్రివేణి ఆంధ్రప్రదేశ్ జానపద గేయములు ఆం. ప్ర సంగీత నాటక అకాడమీ ప్రచురణ ,హైదరాబాద్ 1960 . పేజీలు : 270-71 (తూమాటి దోణప్పగారు సేకరించిన పాట) "
42. Cuddapah district Manual (Page: 145) Narasimha Reddy was hanged at koilcoontla and his body exposed in chains in a cage where the bones continue to this day (1875) as a warning to bad characters (Page: 145)
43. వడ్డాది సుబ్బారాయుడు , "నామ నందన శతకం (1877)"
44. లైఫ్ అఫ్ సర్ ఆర్థర్ కాటన్ – బై హిజ్ డాటర్ లేడీ హోప్ , పేజీ :186-198
45. ఆంధ్రభూమి, "తాతల నాటి బందరు ఉప్పెన కథ", పేజీ :252
46. ఆంధ్రభూమి, "తాతల నాటి బందరు ఉప్పెన కథ" పేజీ :255
47. వాసిరెడ్డి దుర్గాసదాశివేశ్వర ప్రసాదు, భారతదేశపు రైళ్లు
48. డా. వెలగపూడి వైదేహి, సిద్ధాంత గ్రంథం,"మహాకవి శ్రీ దాసు శ్రీరాములుగారి కృతులు", ఒక సమీక్ష. పేజీ: 6,335
49. మేడూరి శ్రీనివాసాచార్యులు గారిచే ఇంటర్వ్యూ.
50. డా. వెలగపూడి వైదేహి, సిద్ధాంత గ్రంథం, "మహాకవి శ్రీ దాసు శ్రీరాములుగారి కృతులు", ఒక సమీక్ష. పేజీ: 338,342
51. (i) దాసు విష్ణు రావు గారు రాసిన వంశ చరిత్ర లో కొన్ని పేజీలు, అముద్రితం, శ్రీ దిగవల్లి రామచంద్రరావు గారి దగ్గర లభ్యమైంది.; (ii) ఆధునిక ఆంధ్ర శాస్త్ర మణిరత్నాలు, పేజీ:90
52. శ్రీ గొర్రిపాటి వెంకట సుబ్బయ్య (1944) రాసిన 'మన జమీందారు' పుస్తకం.

53. (i) అయ్యదేవర కాళేశ్వరరావు, నా జీవిత కథ, నవ్యా ఆంధ్రము   పుట 413; (ii)శ్రీ తుమ్మల వెంకట రామయ్య. భారత సంగ్రామ చరిత్ర పుట :34
54. (i) శ్రీ కనుమూరి రామిరెడ్డి వారసులు: శ్రీ కనుమూరి బాల గంగాధర తిలక్ గారితో ఇంటర్వ్యూలో సేకరించిన వివరాలు; (ii) శ్రీ తుమ్మల వెంకట రామయ్య. భారత సంగ్రామ చరిత్ర పుట : 111
55. శ్రీ తుమ్మల వెంకట రామయ్య. భారత సంగ్రామ చరిత్ర పుట : 30
56. బాపు రమణీయం ఆత్మ కథ కోతి కొమ్మచ్చి పుట : 30
57. (i) డాక్టర్. లక్ష్మి, వి విజయ పి.హెచ్.డి,నాగార్జున యూనివర్సిటీ సిద్ధాంత గ్రంథం, ఫ్రీడమ్ మూవ్ మెంట్ ఇన్ కృష్ణ డిస్ట్రిక్టు 1905 –1947, పుట : 147 ; (ii) శ్రీ నిమ్మగడ్డ వెంకట కృష్ణారావు వారసులు : శ్రీ నిమ్మగడ్డ భాను ప్రసాద్ గారి ఇంటర్వ్యూ.
58. (i) డాక్టర్. లక్ష్మి, వి విజయ పి.హెచ్.డి , నాగార్జున యూనివర్సిటీ సిద్ధాంత గ్రంథం ఫ్రీడమ్ మూవ్ మెంట్ ఇన్ కృష్ణ డి స్ట్రిక్ట్ 1905 –1947 పుట : 211,132,147; (ii) హిందు పేపర్ ఆర్టికల్ 8th సెప్టెంబర్ , 1936 ; (iii) శ్రీ పరుచూరి కోటేశ్వరరావు, తెలుగు నాట స్వాతంత్ర సంగ్రామ చరిత్ర పుట:109 (iv) శ్రీ వెంకట సుబ్బారావు రావు రెడ్డి వారసులు : శ్రీ పామిరెడ్డి వెంకట సుబ్బారావు రెడ్డి గారి ఇంటర్వ్యూ.
59. బంగోరె – మాలపల్లి నవలపై ప్రభుత్వ నిషేధాలు – పుట 65 – 67
60. ఆచార్య ఎన్. జి. రంగా, ఎకనమిక్ ఆర్గనైజేషన్, పేజీ 20-5 Vol I ,Vol II 95 - 100
61. B.R. Ambedkar speaks on M.K. Gandhi (BBC Radio) https://www.youtube.com/watch?v=_FNSQcEx02A
62. ఎల్. చెస్టర్.1947 విభజన: భారత్–పాకిస్థానీ సరిహద్దుల రూపకల్పన పుటలు : 481–94
63. తాపీ ధర్మారావు, రాలు–రప్పలు, విశాలాంధ్ర పబ్లిషింగ్ హౌస్, విజయవాడ 1979, పేజీ–7
64. ఇ. సుబ్రహ్మణ్యం , గాంధీజీ ఆశ్రమ వృతాంతం , దరిద్ర నారాయణ సంచిక. మార్చి, 1952
65. డా. బాదం శ్రీరాములు, "అమరజీవి పొట్టి శ్రీరాముల జీవిత చరిత్ర", నాగార్జున యూనివర్సిటీ సిద్ధాంత గ్రంథం, పేజీ:52; (ii) శ్రీ పామిరెడ్డి ఘంటారెడ్డి వారసులు : శ్రీ పామిరెడ్డి నారాయణ రెడ్డి గారి ఇంటర్వ్యూ
66. అబ్బూరి సంస్మరణ – పుట.199
67. శ్రీ కనుమూరి కృష్ణారెడ్డి వారసులు : శ్రీ కనుమూరి రామిరెడ్డి గారి ఇంటర్వ్యూ
68. తెన్నేటి విశ్వనాథం, టంగుటూరి ప్రకాశం, "నా జీవిత యాత్ర" – 4, పుట : 640
69. శ్రీ లేళ్ల శరాబంది గారి వారసులు : శ్రీ లేళ్ల కాళిదాస్ వెంకట రంగ రావు గారితో ఇంటర్వ్యూ
70. శ్రీ విడియాలా కాళహస్తి లింగం వారసులు: శ్రీ కాజ వీర బసవ శంకరయ్య గారితో ఇంటర్వ్యూ. (ii) శ్రీ తుమ్మల వెంకట రామయ్య, భారత సంగ్రామ చరిత్ర, పుట:121
71. అయ్యదేవర కాళేశ్వరరావు, నా జీవిత కథ, నవ్యా ఆంధ్రము పుట 343
72. శ్రీ తుమ్మల వెంకట రామయ్య. భారత సంగ్రామ చరిత్ర పుట : 121; (ii) శ్రీ గొన్నూరు సర్రెడ్డి వారసులు : శ్రీ ఎన్నం రామకృష్ణా రెడ్డి గారి ఇంటర్వ్యూ
73. తెన్నేటి విశ్వనాథం, టంగుటూరి ప్రకాశం, నా జీవిత యాత్ర – 4, పుట : 660
74. తెన్నేటి విశ్వనాథం, టంగుటూరి ప్రకాశం, నా జీవిత యాత్ర – 4, పుట : 616

75. జానమద్ది హనుమ శాస్త్రి గారు స్థానిక పాలన పత్రిక, సంచిక :10 శొంఠి రామమూర్తి ఆర్టికల్, 2011
76. తెన్నేటి విశ్వనాధం, టంగుటూరి ప్రకాశం, నా జీవిత యాత్ర – 4, పుట : 658
77. తెన్నేటి విశ్వనాధం, టంగుటూరి ప్రకాశం, నా జీవిత యాత్ర – 4, పుట : 683
78. తెన్నేటి విశ్వనాధం, టంగుటూరి ప్రకాశం, నా జీవిత యాత్ర – 4, పుట : 694
79. శ్రీ బాదం శ్రీరాములు, పి.హెచ్.డి, అమరజీవి పొట్టి శ్రీరాములు జీవిత చరిత్ర,సిద్ధాంత గ్రంథం,నాగార్జున యూనివర్సిటీ,పుట:221
80. శ్రీ మండలి బుద్ధ ప్రసాద్ "కృష్ణా డెల్టా చరిత్ర విహంగ వీక్షణం" పుట:4
81. జవహర్లాల్ నెహ్రూ "ది మేకింగ్ అఫ్ ఇండియా", 1989
82. క్రాంత్ M L వర్మ రాసిన "లలితా కే అంసు" (హిందీ) గ్రంథం,1978.
83.పెద్దింటి బుచ్చిరెడ్డి గారితో ఇంటర్వ్యూ "
84. దిగవల్లి వెంకట శివరావు గారి వ్యాసం. ఆంధ్రప్రభ 02-12-1972
85.రావినూతల శ్రీరాములు,"మహితాత్ముడు శ్రీ మండలి వెంకట కృష్ణారావు" గ్రంథం,పుట:30
86.యద్దనపూడి, బాబూరావు. దివిసీమ పూర్వ చరిత్ర. పుట iii.
87.డాక్టర్ మండలి బుద్ధ ప్రసాద్, ఏబిఎన్ ఆంధ్రజ్యోతి,నవంబర్ 18,2017
88.మండలే ఆదర్శం : తమిళనాడు గవర్నర్ రోశయ్య, ఆగష్టు 5,2015 ఆంధ్రజ్యోతి
89. Times of India Article, Aug31st,2004 http://timesofindia.indiatimes.com/articleshow/833065.cms
90.ఓలేటి రామిరెడ్డి గారితో ఇంటర్వ్యూ
91.టిడిపి స్థాపనకు నాదెండ్ల విచారం. హిందు పేపరు ఆర్టికల్ జనవరి 20, 2003
92.హరి రామ జోగయ్య ప్రకటన , జమీన్ రైతు పత్రిక పుట. 1, 09-03-1984
93. ఈనాడు వ్యవహారం జమీన్ రైతు పత్రిక పుట. 1, 06-04-1984
94.మెదక్ సభలో ఇందిరాగాంధీ ప్రసంగం జమీన్ పత్రిక పుట. 1 date:27-07-1984
95.ఆంధ్రప్రదేశ్ మాజీ ముఖ్యమంత్రి నాదెండ్ల భాస్కర రావు ఇంటర్వ్యూ https://www.youtube.com/watch?v=YDIjqM4VaLc , (1:24:39, సమయంలో)
96.చేగొండి వెంకట హరి రామ జోగయ్య, "అరవై వసంతాల నా రాజకీయ జీవితం". పుట :63
97.ఆంధ్ర పత్రిక ,22-01-1986, నంద్యాల రెవిన్యూ అధికారి ఆదేశానుసారం చట్ట విరుద్ధంగా వరిపైరు వేసిన రైతుల పొలాలను తలారులతో ధ్వంసం చేయించారు.
98.చేగొండి వెంకట హరి రామ జోగయ్య, "అరవై వసంతాల నా రాజకీయ జీవితం". పుట : 72
99.పేకేటి నాగేశ్వరరెడ్డి గారితో ఇంటర్వ్యూ
100. స్నేహలత రెడ్డి జైలు డైరీ,ఎమర్జెన్సీ 1977
101. రామచంద్ర, గుహ. "గతి తప్పిన ప్రజాస్వామ్యం". గాంధీ అనంతర భారతదేశం (తెలుగు అనువాదం) పుట. 576–591.
102. శ్రీ పురిటిపాటి రామిరెడ్డి గారి కుమార్తె, ఆచార్య శ్రీ లక్ష్మి గారి ఇంటర్వ్యూ వివరాలు

103. కోట నీలిమ పి.హెచ్.డి 'విడోస్ ఆఫ్ విదర్భ' అనే గ్రంథం. విజయవాడ పుట: 30
104. మేఘా ఇంజనీరింగ్ & ఇన్‌ఫ్రాస్ట్రక్చర్ హెడ్, కృష్ణ రెడ్డి తో "చెప్పాలని వుంది."Episode 82 || Cheppalani Vundi E-TV, https://www.youtube.com/watch?v=lpX0Ydt7-F8
105. Article: 7 Leadership Qualities, Attributes & Characteristics of Good Leaders, Author: Brian Tracy, Publisher Name, Brian Tracy International.
106. అక్కినేని భవాని ప్రసాద్ గారితో ఇంటర్వ్యూ
107. "ఇంటి పేరు ఇంద్రగంటి", శ్రీకాంత్ శర్మ ఆత్మకథ పుట:415
108. (i) ఆంధ్రజ్యోతి, పోలవరంలో మరో చరిత్ర, గిన్నిస్ రికార్డ్, 07-06-2019; (ii) ఇండియా హెరాల్డ్, పోలవరం లోకి మళ్ళీ నవయుగ, 16.08.2019; (iii) ఏపీ 7 ఏ. యం, నిర్మాణంలోకి అడుగుపెట్టిన నవయుగ, 10-02-2018
109. ఎంపీ కేశినేని నాని ప్రశ్నకు కేంద్ర జల శక్తి మంత్రి గజేంద్రసింగ్ షెకావత్ లిఖిత పూర్వక సమాధానం 2019.

పర్సనల్ ఇంటర్వ్యూ డీటైల్స్

1. ఆచార్య పద్మశ్రీ కొలకలూరి ఇనాక్, Ph.D.. , హైదరాబాద్,18వ, 19వ శతాబ్దపు సాహిత్య, రిటైర్డ్, వైస్-ఛాన్సలర్, ఎస్వీ, ఎస్కేయూ విశ్వ విద్యాలయం,
2. ఆచార్య శ్రీ దార్ల వెంకటేశ్వరావు, Ph.D., హైదరాబాద్,18వ, 19వ శతాబ్దపు సాహిత్యం, సెంట్రల్ యూనివర్సిటీ, తెలుగు ఆచార్యులు, హైదరాబాద్
3. ఆచార్య శ్రీ తంగిరాల వెంకట సుబ్బారావు, Ph.D.,బెంగుళూరు, 18వ, 19వ శతాబ్దపు సాహిత్యం, రిటైర్డ్, బెంగళూరు యూనివర్సిటీ, తెలుగు ఆచార్యులు
4. ఆచార్య శ్రీమతి కొలకలూరి ఆశాజ్యోతి Ph.D., బెంగుళూరు,18వ,19వ శతాబ్దపు సాహిత్యం, తెలుగు భాష ఆచార్యులు, జ్ఞాన భారతి క్యాంపస్, బెంగుళూరు యూనివర్సిటీ
5. ఆచార్య శ్రీ పామిరెడ్డి దామోదర రెడ్డి Ph.D., అనంతపురం, 18వ,19వ శతాబ్దపు సాహిత్యం, రచయిత, వాసవి డిగ్రీ కాలేజీ ప్రిన్సిపాల్, అనంతపురం.
6. ఆచార్య శ్రీమతి కొలకలూరి మధు జ్యోతి Ph.D.,తిరుపతి, 18వ, 19వ శతాబ్దపు సాహిత్యం, తెలుగుభాష ఆచార్యులు, పద్మావతి యూనివర్సిటీ, తిరుపతి.
7. డా. శ్రీ గిన్నారపు ఆదినారాయణ Ph.D., హైదరాబాద్, 18వ,19వ శతాబ్దపు సాహిత్యం, తెలుగు అధ్యాపకులు, ఉస్మానియా యూనివర్సిటీ.
8. డా. శ్రీమతి పామిరెడ్డి శ్రీలక్ష్మి Ph.D., PDF, హైదరాబాద్, పాకనాటి సంస్కృతి, ఆచార వ్యవహారాలు, అధ్యాపకులు, ఉస్మానియా యూనివర్సిటీ.
9. ఆచార్య శ్రీ రవి కిరణ్ కుమార్ రెడ్డి Ph.D., టొరంటో, స్వాతంత్రోద్యమంలో, పాకనాటి సంగ్రామ పాత్ర, ఆచార్యులు, టెడ్ రోజర్స్ స్కూల్ అఫ్ మేనేజ్మెంట్ – ర్యేర్సన్ యూనివర్సిటీ, కెనడా.
10. శ్రీ దాసు కేశవరావు Ph.D., హైదరాబాద్,18వ శతాబ్దపు సాహిత్యం, పాకనాటి చరిత్ర, స్వాతంత్రోద్యమం, రిటైర్డ్, హిందు-పేపర్ డిప్యూటీ ఎడిటర్.
11. శ్రీ దిగవల్లి రామచంద్ర Ph.D.,హైదరాబాద్,18వ శతాబ్దపు సాహిత్యం, పాకనాటి చరిత్ర, స్వాతంత్రోద్యమం, రిటైర్డ్, బ్యాంకు అఫ్ ఇండియా, డైరెక్టర్.
12. డా. శ్రీ దాసు అచ్యుత రావు Ph.D., హైదరాబాద్,18వ,19వ శతాబ్దపు సాహిత్యం, రిటైర్డ్, సీనియర్ సైంటిస్ట్, హైదరాబాద్.
13. ఆచార్య శ్రీమతి పి. లక్ష్మి Ph.D., హైదరాబాద్,18వ, 19వ శతాబ్దపు సాహిత్యం. పాకనాటి సంస్కృతి, ఆచార వ్యవహారాలు, తెలుగు భాష ఆచార్యులు.
14. ఆచార్య, శ్రీ వంగివరపు నవీన్ కుమార్ Ph.D., గుడివాడ, డోకిపర్రు స్కూల్, లైబ్రరీ, ఫిజిక్స్ ఆచార్యులు, JNTU యూనివర్సిటీ.

15.శ్రీ విశేష్ Ph.D., హైదరాబాద్, పాకనాటి సంస్కృతి, ఆచార వ్యవహారాలు, రచయిత, ప్రెసిడెంట్, ఇంటర్నేషనల్ అసోసియేషన్ ఆఫ్ న్యూరో లింగ్విస్టిక్ సైకాలజీ (ఇండియా), సి.ఈ.ఓ జీనియస్ జిమ్ సైకో–ఎడు మోడల్.

16. శ్రీ పామిరెడ్డి శివారెడ్డి Ph.D., పాకనాటి సంస్కృతి, ఆచార వ్యవహారాలు, రిటైర్డ్, తెలుగు అధ్యాపకులు, SKU యూనివర్సిటీ, అనంతపురం.

17. సద్మేక లలిత Ph.D. , బెల్లంపల్లి,18వ, 19వ శతాబ్దపు సాహిత్యం., తెలుగు సహాయ ఆచార్యులు, డిగ్రీ కాలేజీ

18. శ్రీ వాసు బాబు రాజులపాటి Ph.D., భీమవరం, పాకనాటి గ్రామాలు, గణిత ఆచార్యులు, విష్ణు ఇంజనీరింగ్ కళాశాలలు

19. పోలవరపు ప్రశాంతి Ph.D., హైదరాబాద్,సంస్కృతి, ఆచార వ్యవహారాలు, సామాజిక సేవకురాలు

20. శ్రీ లేళ్ల కాళిదాస్ వెంకట రంగారావు, IPS , స్వాతంత్రోద్యమంలో పాకనాటి సంగ్రామ పాత్ర, DIG అఫ్ ఏపీ పోలీస్ డిపార్ట్మెంట్, విశాఖపట్నం రేంజ్.

21. శ్రీ ఆకెళ్ళ రాఘవేంద్ర, హైదరాబాద్,18వ,19వ శతాబ్దపు సాహిత్యం, ఐఎఎస్ అభ్యర్థుల శిక్షకుడు, రచయిత, తెలుగు, ఆంత్రోపాలజీ, సోషియాలజీ, ఫిలాసఫీ శాస్త్రాలపై పట్టు కల్గిన విద్యావేత్త.

22. డాక్టర్. శ్రీ రాజశేఖర్, హైదరాబాద్,18వ,19వ శతాబ్దపు సాహిత్యం, ఇండియన్ వికీపీడియా కమ్యూనిటీ, హైదరాబాద్.

23. శ్రీ పామిరెడ్డి జగదీష్ చంద్రా రెడ్డి, శ్రీహరి కోట, పాకనాటి గ్రామాలు, ఇస్రో సీనియర్ సైంటిస్ట్, శ్రీహరి కోట.

24. శ్రీ N. సుధాకర్, పాకనాటి గ్రామాలు, ఇండియన్ ఆయిల్ ఎంప్లాయిస్ యూనియన్, సెక్రటరీ, హైదరాబాద్.

25. శ్రీ మంద నాగేంద్ర ప్రసాద్ రెడ్డి, గుడివాడ, పాకనాటి గ్రామాలు, ఎక్స్ ఎడిషనల్ పి.పి లాయర్, గుడివాడ.

26. శ్రీ K.V.B.శంకర్, విజయవాడ, స్వాతంత్రోద్యమంలో పాకనాటి సంగ్రామ పాత్ర.,రిటైర్డ్, ONGC ఎంప్లాయ్, విజయవాడ.

27. శ్రీ కనుమూరి శేష సాయిప్రణీత్ రెడ్డి M.S, ప్యారిస్, పాకనాటి సంస్కృతి, ఆచారవ్యవహారాలు, రీసెర్చ్ అసిస్టెంట్, సార్బోన్నే యూనివర్సిటీ, ప్యారిస్.

28. శ్రీ డాక్టర్ పామిరెడ్డి సురేష్ చంద్రా రెడ్డి, పాకనాటి గ్రామాలు.,జయ వైద్య శాల, పామర్రు.

29. శ్రీ దుక్కిపాటి కిషోర్, హైదరాబాద్, పాకనాటి గ్రామాలు.,రిటైర్డ్ APIDC, హైదరాబాద్.

30. శ్రీ పోలవరపు శ్రీధర్, పాకనాటి గ్రామాలు., బిజినెస్. హైదరాబాద్

31. శ్రీ వట్రపు వెంకటలక్ష్మి, బెంగుళూర్, పాకనాటి గ్రామాలు.,గృహిణి.

32. శ్రీ ఉండి సుబ్బారెడ్డి, దోకిపర్రు, పాకనాటి గ్రామాలు.,రైతు.

33. శ్రీ పురిటిపాటి గంగాధర రెడ్డి,పాకనాటి గ్రామాలు,రెడ్సన్ ఇంజనీర్స్ ఇండస్ట్రీస్ లిమిటెడ్, హైదరాబాద్

34. శ్రీ కనుమూరి కోటిరెడ్డి, పాకనాటి గ్రామాలు.,కోబాషి మెషిన్ & టూల్స్ ప్రైవేట్ లిమిటెడ్, హైదరాబాద్
35. శ్రీ సయ్యద్ మస్తాన్, డోకిపర్రు స్కూల్ ,ఇండియన్ నేవీ, ముంబై.
36. శ్రీ ఉండవల్లి శేషు గోపాల్, చెన్నై, పోలవరం ప్రాజెక్ట్ ,బిజినెస్, చెన్నై.
37. శ్రీ మద్దాల వెంకటేశ్వరావు,హైదరాబాద్ ,డోకిపర్రు స్కూల్, ,తెలంగాణ ఎలక్ట్రిసిటీ బోర్డు ఎంప్లాయ్.
38. శ్రీ జొన్నల గడ్డ కృష్ణారావు, విజయవాడ, పాకనాటి గ్రామాలు, మెడికల్ రిప్రెసెంటేటివ్,
39. శ్రీ పురిటిపాటి సతీష్ రెడ్డి, పాకనాటి గ్రామాలు, ఇన్ఫర్మేషన్ టెక్నాలజీ, మేనేజర్, హైదరాబాద్.
40. శ్రీ మాకిరెడ్డి పురుషోత్తమ రెడ్డి, తిరుపతి, పోలవరం ప్రాజెక్ట్ / ఇరిగేషన్., రాయలసీమ మేధావుల ఫోరం, సమన్వయ కర్త.
41. శ్రీమతి వట్రపు మంగమ్మ, స్వాతంత్రోద్యమంలో పాకనాటి సంగ్రామ పాత్ర, గృహిణి, రైతు నాయకురాలు, కాజ.
42. శ్రీ జొన్నల గడ్డ భాస్కర్, స్వాతంత్రోద్యమంలో పాకనాటి సంగ్రామ పాత్ర., గ్రామ పురోహితులు, డోకిపర్రు.
43. శ్రీ పామిరెడ్డి శ్రీనివాస్ రెడ్డి, పాకనాటి గ్రామాలు, సేల్స్ & మార్కెటింగ్ మేనేజర్, హైదరాబాద్
44. శ్రీ మేడూరి శ్రీనివాసాచార్యులు, పాకనాటి గ్రామాలు, ప్రభుత్వ పాఠశాల ఉపాధ్యాయులు, డోకిపర్రు.
45. శ్రీ ఎం. కళ్యాణ్, ఇన్ఫర్మేషన్ రిసోర్సెస్, గవర్నమెంట్ రికార్డ్స్, లెజిస్లేటివ్, జైలు డైరీలు. బిజినెస్, హైదరాబాద్.
46. శ్రీ పామిరెడ్డి వెంకటరెడ్డి, పాకనాటి సంస్కృతి, ఆచార వ్యవహారాలు, రిటైర్డ్, సెంట్రల్ గవర్నమెంట్ ఎంప్లాయ్, హైదరాబాద్.
47. శ్రీ పామిరెడ్డి వెంకటసుబ్బారావు రెడ్డి, స్వాతంత్రోద్యమంలో పాకనాటి సంగ్రామ పాత్ర., బిజినెస్, హైదరాబాద్.
48. శ్రీ వీరమాచినేని శివప్రసాద్, సంస్కృతి, స్కూల్, చెరువులు. రిటైర్డ్, కెసిపి ఎంప్లాయ్. డోకిపర్రు.
49. శ్రీ పామిరెడ్డి రామిరెడ్డి, పాకనాటి గ్రామాలు.,సేల్స్ & మార్కెటింగ్ మేనేజర్, సౌదీ అరేబియా.
50. శ్రీ నాదెండ్ల రవికుమార్, డోకిపర్రు గ్రంథాలయ చరిత్ర., ఏపీ పోలీస్ డిపార్ట్మెంట్, విజయవాడ.
51. శ్రీ రావులపాటి మురహరి రెడ్డి, పాకనాటి సంస్కృతి, ఆచార వ్యవహారాలు., ఇన్సూరెన్స్ బిజినెస్, కాజ.
52. శ్రీ మర్రివాడ వెంకటేశ్వర రెడ్డి, స్వాతంత్రోద్యమంలో పాకనాటి సంగ్రామ పాత్ర., ఏపీ ఎలక్ట్రికల్ ఇంజనీర్, హైదరాబాద్.

53. శ్రీ పామిరెడ్డి వెంకటరెడ్డి, పాకనాటి సంస్కృతి, ఆచార వ్యవహారాలు.,రిటైర్డ్, భెల్ ఎంప్లాయ్, హైదరాబాద్.
54. శ్రీ దుక్కిపాటి అప్పారావు , డోకిపర్రు సంస్కృతి, స్కూల్, చెరువులు, రైతు,బిజినెస్.
55. శ్రీ కిషోర్ ఉపాధ్యాయులు, డోకిపర్రు స్కూల్,రిటైర్డ్ స్కూల్ టీచర్ గుడివాడ.
56. శ్రీమతి సరళ ఉపాధ్యాయులు, డోకిపర్రు స్కూల్, రిటైర్డ్ స్కూల్ టీచర్, నూజివీడు.
57. శ్రీమతి విజయలక్ష్మి ఉపాధ్యాయులు, డోకిపర్రు స్కూల్, రిటైర్డ్ స్కూల్ టీచర్ చెన్నై.
58. శ్రీ అరిగె అశోక్ బాబు, నందలూరు, పాకనాడు., ఇన్ఫర్మేషన్ టెక్నాలజీ, మేనేజర్.
59. శ్రీ వంశి రాహుల్, స్వాతంత్రోద్యమంలో పాకనాటి సంగ్రామ పాత్ర.,ఇన్ఫర్మేషన్ టెక్నాలజీ, మేనేజర్. హైదరాబాద్.
60. శ్రీ అయూబ్ బేగ్, డోకిపర్రు సంస్కృతి, స్కూల్, చెరువులు, స్కూల్ టీచర్, డోకిపర్రు.
61. శ్రీ పాకనాటి సుబ్బారెడ్డి, పాకనాడు.,రైతు,బిజినెస్. కంభం.
62. శ్రీ మేడూరి విజయసారథి, హైదరాబాద్, డోకిపర్రు సంస్కృతి, స్కూల్, ఫార్మాసూటికల్ మేనేజర్, హైదరాబాద్.
63. శ్రీ వత్రపు శ్రీనివాసరెడ్డి, స్వాతంత్రోద్యమంలో పాకనాటి సంగ్రామ పాత్ర.,రైతు,బిజినెస్. కలపర్రు,
64. శ్రీ కే. బాల గంగాధర తిలక్ రెడ్డి, స్వాతంత్రోద్యమంలో పాకనాటి సంగ్రామ పాత్ర.,రైతు, బిజినెస్, డోకిపర్రు.
65. శ్రీ కనుమూరి రామిరెడ్డి, డోకిపర్రు, పాకనాటి సంస్కృతి, ఆచార వ్యవహారాలు, ,రైతు నాయకులు.
66. శ్రీ మర్రివాడ సత్య కాంత్ రెడ్డి, పాకనాటి సంస్కృతి, ఆచార వ్యవహారాలు,,ఇన్ఫర్మేషన్ టెక్నాలజీ, మేనేజర్, హైదరాబాద్.
67. శ్రీ రామిరెడ్డి వినయ్ కుమార్ రెడ్డి, పాకనాటి సంస్కృతి, ఆచార వ్యవహారాలు, ఇండియన్ ఆర్మీ, ఎయిర్ ఫోర్స్ వింగ్, శ్రీనగర్.
68. శ్రీ వత్రపు శ్రీనివాస కళ్యాణ్ రెడ్డి, పాకనాటి గ్రామాలు,ఇన్ఫర్మేషన్ టెక్నాలజీ, మేనేజర్, హైదరాబాద్.
69. శ్రీ పోలవరపు ప్రభాకర్, పోలవరపు రామారావు., రిటైర్డ్, ఐ టి ఐ కాలేజీ వైస్ ప్రిన్సిపాల్, విశాఖపట్నం.
70. శ్రీ నిమ్మగడ్డ భానుప్రసాద్, స్వాతంత్రోద్యమంలో పాకనాటి సంగ్రామ పాత్ర,బిజినెస్, విజయవాడ.
71. శ్రీ కనుమూరి గోపి రెడ్డి, పాకనాటి గ్రామాలు,రైతు, గవర్నమెంట్ ప్రింటింగ్ ప్రెస్ ఎంప్లాయ్, విజయవాడ.
72. శ్రీ పురిటిపాటి నాగిరెడ్డి, స్వాతంత్రోద్యమంలో పాకనాటి సంగ్రామ పాత్ర, రైతు, బిజినెస్, డోకిపర్రు.
73. శ్రీ మంద కాజిరెడ్డి, కాజ, స్వాతంత్రోద్యమంలో పాకనాటి సంగ్రామ పాత్ర, రైతు,బిజినెస్, కాజ.

74. శ్రీ పురిటిపాటి సత్యనారాయణరెడ్డి, పాకనాటి గ్రామాలు., రైతు,బిజినెస్, డోకిపర్రు.
75. శ్రీ పోలవరపు ఉమామహేశ్వరావు, పాకనాటి గ్రామాలు., రైతు,బిజినెస్, విశాఖపట్నం.
76. శ్రీ మండలి బుద్ధ ప్రసాద్, 18వ, 19వ శతాబ్దపు సాహిత్యం., మాజీ ఎం.ఎల్.ఏ, మాజీ మంత్రి , ఆంధ్ర ప్రదేశ్ అసెంబ్లీ మాజీ ఉప సభాపతి,
77. శ్రీ కిరణ్ ప్రభ,డబ్లిన్,18వ, 19వ శతాబ్దపు సాహిత్యం, కౌముది వ్యవస్థాపకులు & సంపాదకుడు,U.S.A
78. శ్రీ వై. కృష్ణారెడ్డి , పాకనాటి పల్లె, పాకనాటి సంస్కృతి, ఆచార వ్యవహారాలు ,రిటైర్డ్, ఏపీ లేబర్ ఆఫీసర్, అనంతపురం.
79. శ్రీ పెద్దింటి స్వామి, పాకనాటి గ్రామాలు., B.Sc. విద్యార్థి, జములపల్లి
80. శ్రీ నితిన్ రెడ్డి, పాకనాటి గ్రామాలు.,B, Tech విద్యార్థి, డోకిపర్రు
81. శ్రీ పేకేటి చిన్న కేశవ రెడ్డి, పాకనాటి గ్రామాలు.,రైతు, కాజ.
82. శ్రీ పెద్దింటి బుచ్చిరెడ్డి, పాకనాటి సంస్కృతి, ఆచార వ్యవహారాలు, రిటైర్డ్ ఇండియన్ ఎయిర్ లైన్స్ ఆఫీసర్, హైదరాబాద్.
83.శ్రీ పేకేటి ఆదినారాయణ రెడ్డి, పాకనాటి సంస్కృతి, ఆచార వ్యవహారాలు,రైతు, టైలర్, వడాలి.
84. శ్రీ పామిరెడ్డి పిచ్చిరెడ్డి పాకనాటి సంస్కృతి, ఆచార వ్యవహారాలు,రైతు, డోకిపర్రు.
85.శ్రీ పామిరెడ్డి రమేష్ బాబు, పాకనాటి సంస్కృతి, ఆచార వ్యవహారాలు ,ప్రైవేట్ ఎంప్లాయ్, జంగారెడ్డి గూడెం.
86. శ్రీ ఓలేటి రామిరెడ్డి, పాకనాటి గ్రామాలు, రిటైర్డ్ ఇరిగేషన్ డిపార్ట్‌మెంట్ ఎంప్లాయ్, రాజమండ్రి.
87.శ్రీ చింతపల్లి సూర్యనారాయణ రెడ్డి, పాకనాటి గ్రామాలు, రిటైర్డ్ ఇరిగేషన్ డిపార్ట్‌మెంట్ ఎంప్లాయ్, పిఠాపురం.
88.శ్రీ పామిరెడ్డి నారాయణరెడ్డి, స్వాతంత్రోద్యమంలో పాకనాటి సంగ్రామ పాత్ర, రైతు, రైతు నాయకులు, డోకిపర్రు.
89.శ్రీ పెద్దింటి సుబ్బి రెడ్డి, జములపల్లి, పాకనాటి గ్రామాలు, రిటైర్డ్ ఎగ్జిక్యూటివ్ ఇంజినీర్, ఇరిగేషన్ డిపార్ట్‌మెంట్
90.శ్రీ అక్కినేని భవానీప్రసాద్, విజయవాడ, పోలవరం ప్రాజెక్ట్ , రిటైర్డ్ ఎన్ సి సి ఇన్స్పెక్టర్, రైతు నాయకులు
91.శ్రీ పి. మల్లిఖార్జున రావు, హైదరాబాద్,18వ, 19వ శతాబ్దపు సాహిత్యం.,లైబ్రేరియన్ , పొట్టిశ్రీరాములు యూనివర్సిటీ
92.శ్రీ పామిరెడ్డి ప్రతాప్ రెడ్డి, డోకిపర్రు, పాకనాటి గ్రామాలు, రైతు, రైతు నాయకులు
93.శ్రీ పామిరెడ్డి సతీష్ రెడ్డి, హైదరాబాద్, పాకనాటి గ్రామాలు, ప్రైవేట్ ఎంప్లాయ్
94.శ్రీ పామిరెడ్డి సునీలా రెడ్డి, హైదరాబాద్, పాకనాటి గ్రామాలు, గృహిణి.
95.శ్రీ పురిటిపాటి సుదర్శన్ రెడ్డి, డోకిపర్రు, పాకనాటి గ్రామాలు, రిటైర్డ్ గవర్నమెంట్ ఎంప్లాయ్
96.శ్రీ పోలవరపు శరత్ బాబు, చెన్నై, పాకనాటి గ్రామాలు, సినీ డైరెక్టర్
97.శ్రీ రామిరెడ్డి వెంకటరెడ్డి, రాచూరు, పాకనాటి గ్రామాలు,రైతు, రైతు నాయకులు

98.శ్రీ రామిరెడ్డి రామిరెడ్డి, తాడేపల్లిగూడెం, పాకనాటి గ్రామాలు,సుచిత్ర ఎలెక్ట్రానిక్స్, బిజినెస్.

99. శ్రీ మర్రివాడ వెంకటరెడ్డి, రాచూరు, సంస్కృతి, ఆచార వ్యవహారాలు,రైతు.

100. శ్రీ వట్రపు శ్రీనివాస రెడ్డి, హైదరాబాద్, పాకనాటి గ్రామాలు, ట్రాన్స్ పోర్ట్ బిజినెస్

101. శ్రీ డా. లక్ష్మి నారాయణరెడ్డి వట్రపు, పాకనాటి గ్రామాలు, వైద్యుడు, బిజినెస్, లండన్

102. శ్రీ పురిటిపాటి సుదర్శన రెడ్డి, డోకిపర్రు, పాకనాటి గ్రామాలు, రిటైర్డ్ స్టాటిస్టికల్ అసిస్టెంట్, అడల్ట్ ఎడ్యుకేషన్ డిపార్ట్‌మెంట్

103. శ్రీ R. లక్ష్మణ్ కుమార్, ఒంగోలు, పాకనాటి గ్రామాలు, ఆంధ్రప్రదేశ్ హైకోర్ట్ లాయర్

104. శ్రీ గోట్రు నిరంజన్ రావు ఐఏఎస్,హైదరాబాద్, పాకనాటి సంస్కృతి, ఆచార వ్యవహారాలు., మాజీ, మెదక్, కడప, హైదరాబాద్ జిల్లాల కలెక్టర్, డైరెక్టర్ అఫ్ సోషల్ వెల్ఫేర్ డిపార్ట్‌మెంట్, ప్రిన్సిపాల్ సెక్రటరీ, ఫైనాన్స్ ఆంధ్రప్రదేశ్.

105. శ్రీమతి మంగిన గిరిజ,హైదరాబాద్,పాకనాటి సంస్కృతి, ఆచార వ్యవహారాలు.,రిటైర్డ్ అర్. ఐ & ఏపీజిల్ఐ ఆఫీసర్

106. శ్రీ పామిరెడ్డి వీరకోటేశ్వర రెడ్డి, కలపర్రు, పాకనాటి గ్రామాలు, రిటైర్డ్ హింది మాస్టర్, బిజినెస్

107. శ్రీ నందుల ప్రభాకర్ శాస్త్రి, మదనపల్లి, పాకనాటి సంస్కృతి, ఆచార వ్యవహారాలు., రచయిత, మదనపల్లి.

108. ఆచార్య శ్రీ పి ఎల్ శ్రీనివాసరెడ్డి Ph.D., 18వ, 19వ శతాబ్దపు సాహిత్యం, అనంతపురం.

ప్రైమరీ సోర్సెస్.

01. గవర్నమెంట్ రికార్డ్స్

- మద్రాస్ లెజిస్లేటివ్ కౌన్సిల్ ప్రొసీడింగ్స్, జులై 1937.
- జైలు డైరీ, మద్రాస్, 1952.
- ఆంధ్రప్రదేశ్ లెజిస్లేటివ్ అసెంబ్లీ డిబేట్స్ ఆన్ ఇరిగేషన్ సంబంధిత అంశాలు.
- మద్రాస్ నేటివ్-న్యూస్ పేపర్స్, పోలీస్ FIR రిపోర్ట్స్ టు హోమ్ రూల్, నాన్-కో ఆపరేషన్.
- క్విట్ ఇండియా మూవ్ మెంట్స్.
- ప్రొసీడింగ్స్ అఫ్ ది డిపార్ట్‌మెంట్స్ అఫ్ హోమ్, జ్యూడిషల్, ఎడ్యుకేషన్ మొదలైనవి.

02. డిస్ట్రిక్ట్ గజెట్స్

- గోదావరి
- క్రిష్ణా
- గుంటూరు
- కర్నూల్
- కడప
- నెల్లూరు

03. న్యూస్ పేపర్స్

1) ఏ హండ్రెడ్ ఇయర్స్ అఫ్ ద హిందు, మద్రాస్, 1978.

2) జమీన్ రైతు పత్రిక, ఆంధ్రప్రభ, ఆంధ్రజ్యోతి, ఆంధ్రపత్రిక.

3) భారతి, యోజన, మంత్లీ జర్నల్స్.

233

REDDSON
Seamless Tube Plant
REDDSON
Reddson Group is establishing a Seamless Tube Manufacturing Plant with capacity of 200,000 Tonne / year for the First time in India with self designed & manufactured Machinery.
Tube sizes up to 350mm dia, Thickness 4mm to 40mm.
Tirupati, Andhra Pradesh
Redson.org